தாமோதரம்
(சி.வை.தா. பதிப்புரைகள்)

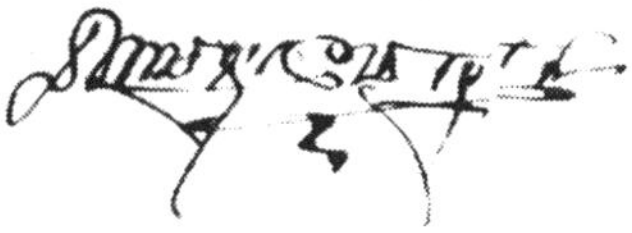

# தாமோதரம்

*(சி.வை.தா. பதிப்புரைகள்)*

பதிப்பாசிரியர்

**ப. சரவணன்** (பி. 1973)

தமிழக வரலாற்றுக்கும் பண்பாட்டுக்கும் உள்ள முக்கியத்துவத்தை உலகளவில் கொண்டு சென்றவை தமிழின் பண்டைச் செவ்விலக்கியங்கள். அவற்றை அழிவின் விளிம்பிலிருந்து அச்சுக்குக் கொண்டுவருவதற்கு முயற்சி எடுத்த மூலவர் சி.வை. தாமோதரம் பிள்ளை (1832-1901). பாட நூல்களையும் சமய நூல்களையுமே பதிப்பித்து வந்த பத்தொன்பதாம் நூற்றாண்டுச் சூழலில் தமிழக வரலாற்றை மீட்டுருவாக்கம் செய்வதற்குப் பெருந் துணையாக இருந்த பழந்தமிழ் நூல்கள்மீது தம் கவனத்தை முதலில் குவித்தவர் அவர். உ.வே. சாமிநாதையருக்கு முன்னரே பதிப்புத் துறையில் கால்பதித்துப் 'பதிப்புலகின் தலைமகன்' என்று போற்றப் படுபவர். அவரது நூல் பதிப்புகளால் தமிழ் இலக்கியக் காலப் பழமை முன்னெடுக்கப்பட்டதுடன் மேற்கத்திய கல்வியில் தேர்ச்சி பெற்றிருந்த உள்நாட்டு அறிவாளர்கள் பலர் தமிழக வரலாற்றைப் பற்றித் தர்க்கரீதியான கேள்விகளை எழுப்புவதற்கும் அவை ஆதாரமாயின. அவரது பதிப்புரைகள் இவற்றையெல்லாம் அறிந்துகொள்வதற்கான வாயில்களாக அமைந்துள்ளன. அவற்றைத் தொகுத்துக் காலவரிசையில் அமைத்திருப்பதோடு இதுவரை வெளிவராதவற்றையும் உள்ளடக்கி உருவாக்கப்பட்டிருக்கும் முழுமையை நோக்கிய பதிப்பு இது.

'அருட்பா x மருட்பா' என்னும் ஆய்வு நூலின் வழியே பரவலாக அறியப்பட்ட டாக்டர் ப. சரவணன் தமிழ்ச் சமூக வரலாறு குறித்து ஆவணப்படுத்துதலில் முனைந்து செயல்பட்டுவருபவர். 'சாமிநாதம்' மூலமாக உ.வே.சா.வின் முன்னுரைகளை முழுவதுமாகப் பதிப்பித்தவர். சிறந்த நூலுக்கான *திருப்பூர் தமிழ்ச் சங்க விருது*, தொடர்ச்சியான தமிழியல் ஆய்வுக்கான *தமிழ்ப் பரிதி விருது*, இளம் படைப்பாளி களுக்கான *சுந்தர ராமசாமி விருது*, சென்னைக் *கம்பன் கழக விருது* முதலிய விருதுகளைப் பெற்றவர். தற்போது சென்னை மாநகராட்சிப் பள்ளி ஒன்றில் முதுநிலைத் தமிழாசிரியராகப் பணியாற்றி வருகிறார்.

## ப. சரவணனின் பிற நூல்கள்

**எழுதியவை**

- அருட்பா x மருட்பா (2001)
- கானல்வரி ஒரு கேள்விக்குறி (2004)
- வாழையடி வாழையென... (2009)
- நவீனநோக்கில் வள்ளலார் (2010)

**பதிப்பித்தவை**

- ஔவையார் கவிதைக் களஞ்சியம் (2001)
- மயிலை சீனி. வேங்கடசாமி ஆய்வுக் கட்டுரைகள் (6 தொகுதிகள்) (2001)
- நாலடியார் (1892) (2004)
- மநு முறைகண்ட வாசகம் (1854) (2005)
- வேங்கடம் முதல் குமரி வரை (2009)
- அருட்பா மருட்பா கண்டனத் திரட்டு (2010)
- கமலாம்பாள் சரித்திரம் (2011)
- சாமிநாதம்: உ.வே.சா. முன்னுரைகள் (2014)
- உ.வே.சா. கட்டுரைகள் (பொருண்மை அடிப்படையில் 5 தொகுதிகள்) (2016)
- என் சரித்திரம் (2017)

**உரையெழுதியவை**

- வேமன நீதி வெண்பா (1892) (2008)
- சிலப்பதிகாரம் (2008)
- கலிங்கத்துப் பரணி (2013)
- தமிழ்விடு தூது (2016)

# தாமோதரம்
(சி.வை. தாமோதரம் பிள்ளை பதிப்புரைகள்)

பதிப்பாசிரியர்
**ப. சரவணன்**

காலச்சுவடு பதிப்பகம்

தாமோதரம்: சி.வை.தா. பதிப்புரைகள் ◆ பதிப்பாசிரியர்: ப. சரவணன் ◆
© நூலமைப்பு: ப. சரவணன் ◆ முதல் பதிப்பு: ஆகஸ்ட் 2017 ◆ வெளியீடு:
காலச்சுவடு பப்ளிகேஷன்ஸ் (பி) லிட்., 669, கே. பி. சாலை,
நாகர்கோவில் 629001

thamodaram: c.vai.thaa. pathippuraikal ◆ Edited by P. Saravanan ◆
© Compilation, editorial format and arrangement: P. Saravanan ◆
Editorial prefaces of C.W. Damodaram Pillai (1832 - 1901) ◆ Language:
Tamil ◆ First Edition: August 2017 ◆ Size: Demy 1 x 8 ◆ Paper: 18.6 kg
maplitho ◆ Pages: 312

Published by Kalachuvadu Publications Pvt. Ltd., 669 K.P. Road,
Nagercoil 629001, India ◆ Phone: 91-4652-278525 ◆ e-mail: publications
@kalachuvadu.com ◆ Wrapper printed at Print Specialities, Chennai
600014 ◆ Printed at Mani Offset, Chennai 600077

ISBN: 978-93-86820-03-7

08/2017/S.No. 782, kcp. 1792, 18.6 (1) ILL

**சி.வை. தாமோதரம் பிள்ளை**
(12.09.1832 – 01.01.1901)

காமோதி வண்டர் கடிமலர்த்தேன் கூட்டுதல்போல்
நாமோது செந்தமிழில் நன்னூல் பலதொகுத்த
தாமோ தரம்பிள்ளை சால்பெடுத்துச் சாற்றளவர்
தாமோ தரமுடையார் தண்டமிழ்ச்செந் நாப்புலவீர்!

– பரிதிமாற் கலைஞர்

# பொருள் அட்டவணை

நன்றி 11
தமிழ்ப் பதிப்புலகின் தலைமகன்
– ப. சரவணன் 15
பதிப்புரை 47

### க
### பதிப்பித்தவை

1. நீதி நெறி விளக்கம் 53
2. தொல்காப்பியம் – சொல். சேனாவரையம் 55
3. வீரசோழியம் 59
4. தணிகைப் புராணம் 111
5. இறையனாரகப்பொருள் 113
6. தொல்காப்பியம் – பொருள். நச்சினார்க்கினியம் 119
7. கலித்தொகை 135
8. இலக்கண விளக்கம் 165
9. சூளாமணி 183
10. தொல்காப்பியம் – எழுத். நச்சினார்க்கினியம் 205
11. தொல்காப்பியம் – சொல். நச்சினார்க்கினியம் 211
12. இலக்கண விளக்கம் – செய்யுளியல் 215

உ

## இயற்றியவை

| | |
|---|---|
| 1. சைவ மகத்துவம் | 229 |
| 2. விவிலிய விரோதம் | 231 |
| 3. திவிட்டகுமாரன் கதை (அ) வசன சூளாமணி | 233 |
| 4. கட்டளைக் கலித்துறை | 241 |
| 5. ஆறாம் வாசகப் புத்தகம் | 247 |
| 6. ஏழாம் வாசகப் புத்தகம் | 249 |

௫

## பின்னிணைப்பு

| | |
|---|---|
| 1. சிறப்புப் பாயிரங்கள் | 253 |
| 2. ஆசிரியர் சிறப்பும் நூல் சிறப்பும் | 259 |
| 3. விளம்பரம் | 260 |
| 4. பல்வேறு நிலைகளில் உதவியோர் | 266 |
| 5. நூல் பட்டியல் | 270 |
| 6. முதல் பதிப்பு வெளியீட்டு விவரம் | 271 |
| 7. இலக்கண விளக்கப் பதிப்புரை மறுப்பு | 272 |
| 8. தமிழ் தந்த தாமோதரம் பிள்ளையின் பரமோபகாரம் | 296 |
| 9. பிறர் நூலுக்கு வழங்கிய சாற்றுக் கவிகள் | 306 |
| 10. வாழ்க்கைக் குறிப்பு | 308 |

•

| | |
|---|---|
| உத்தரகிரியைப் பத்திரிகை | 311 |
| அஞ்சல்தலை | 312 |

# நன்றி

உ.வே. சாமிநாதையரின் முன்னுரைகளை எல்லாம் திரட்டிச் 'சாமிநாதம்' என்னும் பென்னம்பெரிய நூலைக் கடந்த 2014ஆம் ஆண்டு வெளியிட்டபோதே அதுபோன்ற ஒரு செம்பதிப்பைத் தமிழ்ப் பதிப்புலகின் முன்னோடியான சி.வை. தாமோதரம் பிள்ளையவர்களுக்கும், பேராசிரியர் எஸ். வையாபுரிப் பிள்ளையவர்களுக்கும் வெளியிட்டுவிட வேண்டும் என்னும் எண்ணம் என்னுள் கனன்றுகொண்டே யிருந்தது. வையாபுரிப் பிள்ளையின் முன்னுரைகளை அவரது பெயர்த்தி திருமதி இராதா செல்லப்பன் கொண்டுவர இருப்பதால் அதிலிருந்து கழன்றுகொண்ட நான், தாமோதரம் பிள்ளையின் முன்னுரைகளை விரைவில் நூலாகக் கொண்டு வந்துவிட வேண்டும் என்று ஆலாய்ப் பறந்தேன். அப்படிப் பறந்தபோது ஆற்றுப்படுத்தி உதவியவர்களை எல்லாம் அன்போடு எண்ணிப்பார்க்கிறேன்.

சி.வை.தா.வின் 'இலக்கண விளக்கம்–செய்யுளியல்', 'இலக்கண விளக்கப் பதிப்புரை மறுப்பு', 'ஆறாம் வாசகப் புத்தகம்' ஆகியவற்றின் முகப்புப் பக்கங்களை லண்டன் பிரிட்டிஷ் நூலகத்திலிருந்து கொண்டுவந்து தந்ததோடு நூல் முழுவதையும் மேற்பார்த்தும் தந்தவர் அண்ணன் ஆ.இரா. வேங்கடா சலபதி அவர்கள். ஆய்வுலகில் என் ஒவ்வொரு அடியையும் அவர் நெறிப்படுத்திவருகிறார்.

வட்டுக்கோட்டைச் செமினரி தொடர்பான சில விடயங் களையும் சி.வை.தா.வின் 'நீதிநெறி விளக்க' நூலைப் பற்றியும் யாழ்ப்பாணத்திலிருந்து தொலைபேசி வழியே கருத்துக்களைப் பகிர்ந்துகொண்டவர் ஆயர் எஸ். ஜெபநேசன் அவர்கள்.

வட்டுக்கோட்டைச் செமினரியின் ஊடாகச் சி.வை.தா.வை அணுகவேண்டும் என்பதை எனக்குக் கவனப்படுத்தியவர் திரு. தெ. மதுசூதனன். அது தொடர்பான நூல்களை அன்போடு அளித்தவர் திரு. 'விருபா' குமரேசன்.

இதேபோல் ‘காந்தமலர் (அ) கற்பின் மாட்சி’ நாவலை எழுதியவர் சி.வை.தா. அல்லர் என்பதை தமது ஆய்வுனூடே எனக்கு விளக்கியவர் ஆஸ்திரேலியா வாழ் பேராசிரியர் கலாநிதி நா. சுப்பிரமணியன் அவர்கள்.

நூல் ஒப்பீட்டுப் பணியில் வழக்கம்போல இதற்கும் உதவியவர் என் தந்தையார் ப. பழனிசாமி அவர்கள். மெய்ப்புத் திருத்தத்தில் சிலபோது உதவியவர் திருமதி சித்ரா பாலசுப்பிரமணியம்.

நூலுள் இடம்பெறும் அக்காலத்தியச் சொல் – பொருட் களைத் தெளிவுபடுத்தியவர் பேராசிரியர் ஐ.கே.எஸ். அவர்கள்.

சி.வை.தா.வுக்குப் பல நிலைகளில் உதவியவர்களின் பெயர்ப் பட்டியலை – சாமிநாதத்திற்குச் செய்ததைப் போலவே – முன்னுரைகளிலிருந்து தொகுத்துத் தந்தவர் எனது ஒருசாலை ஆசிரியை திருமதி த. கவிதா.

நூலுள் இடம்பெறும் சி.வை.தா. குறித்த என் கட்டுரைக்கு மேலும் வலு சேர்த்தவர் நண்பர் பேராசிரியர் கல்யாணராமன். நூல் அமைப்பு முறை குறித்துக் கருத்துகளைப் பகிர்ந்து கொண்டவர் பெருமாள்முருகன் அவர்கள்.

சி.வை.தா.வின் ‘சைவ மகத்துவம்’, ‘விவிலிய விரோதம்’ ஆகிய நூல்களை எனக்கு அடையாளங் காட்டியவர் உ.வே.சா. நூலகத்தில் பணியாற்றிய திரு. எஸ். சாய்ராமன் அவர்கள்.

‘கட்டளைக் கலித்துறை’ இரண்டாம் பதிப்பு நூல் பிரதியைக் கொடுத்துதவியவர் பேராசிரியர் ய. மணிகண்டன் அவர்கள்.

என்னுடைய இலக்கியப்பணியை அருகிருந்து அரவணைப் போராய் இன்றும் தொடர்பவர்கள் அய்யா ‘இலக்கிய வீதி’ இனியவன் அவர்களும், நண்பர் துரை. இலக்குமிபதி அவர்களும் ஆவர்.

செம்மையான முறையில் இப்பதிப்புரைகளை அச்சுக் கோத்தவர் நண்பர் ஆ. அறிவழகன். முன்னுரைகளில் அமைந்துள்ள தலைப்பேடுகளை அச்சுக்கேற்பச் சரிசெய்தவர் அ.ச.ஜோ. அலாய்சியஸ் தேவதாஸ். அட்டைப் படத்தை வடிவமைத்தவர் ஓவியர் மணிவண்ணன். இவற்றையெல்லாம் மேலும் மெருகேற்றியதோடு நூல் முழுவதற்கும் இறுதிநிலை வடிவமைப்பும் செய்தவர் கீழ்வேளூர் பா. இராமநாதன்.

யாழ்ப்பாணத்தில் வெளியிடப்பட்ட சி.வை.தா.வின் அஞ்சல்தலையை நான் கேட்டவுடனேயே அனுப்பி உதவியவர் தேவகோட்டை திரு. க. பாலாஜி.

சி.வை.தா. குறித்துப் பல்வேறு கருத்துக்களைப் பகிர்ந்து கொண்டவர் நண்பர் மு. முனீஸ்மூர்த்தி. "சி.வை.தா.வின் பதிப்புரைகளுள் விடுபட்டவற்றை உட்செறித்து வரலாற்று நிலையில் வரிசைப்படுத்தி புதிய நூல் ஒன்றை உருவாக்க வேண்டும்" என்று அவர் கண்ட கனவை நான் நிறைவேற்றிய தாகக் கருதுகிறேன்.

சி.வை.தா.வின் முதற் பதிப்புகளைப் பார்வையிடுவதில் உதவிய மறைமலையடிகள் நூலகம், உ.வே.சா. நூலகம், ரோஜா முத்தையா ஆய்வு நூலகம், லண்டன் பிரிட்டிஷ் நூலகம் ஆகியவற்றிற்கும் அங்குள்ள நூலகர்களுக்கும் என் ஆழ்ந்த நன்றி.

என்னுடைய லௌகிக விடயங்களைச் சரிவரப் பார்த்து அனுசரிக்கும் மனைவி தேவி, மகன் இரவிவர்மன் ஆகியோர்க்கு என் அன்பு.

'அருட்பா x மருட்பா' போராட்டம் குறித்து நான் ஆய்வு மேற்கொண்ட காலத்தில் எனக்கு அறிமுகமான நூல் தாமோதரம். 'தூக்கினாலன்றோ தெரியும் தலைச்சுமை?', 'மூன்று விரலைக் காட்டி', 'சூறாவளி மாறாய் மோதியென்?' போன்ற புகழ்ப்பெற்ற பத்திகளை நண்பர்களோடு பேசித் தீர்த்த பொழுதுகள் நினைவுக்கு வருகின்றன. இப்போது 'காலச்சுவ'டினூடே இந்நூலைச் செம்பதிப்பாய் கொண்டு வருவதன் மூலம் அந்தப் பொழுதுகளுக்கான அர்த்தம் கண் முன் விரிகிறது. ஆயுள்பரியந்தம் அந்த நினைவுகளை அசைபோட்டவாறே என் வாழ்வைத் தொடர்வேன்.

'கவிப்பொழில்' **சரன்**
*17/33* சி, திரு.வி.க. *4*ஆம் தெரு
வில்லிவாக்கம், சென்னை *600049*
பேசி: *99412 78810*
psharanvarma@gmail.com

# தமிழ்ப் பதிப்புலகின் தலைமகன்

## ப. சரவணன்

ஸ்ரீ ஆறுமுக நாவலர் சைவ சமய நூல்கள், குறள், பாரதம் வெளியிடுவதோடு அமைந்துவிட்டார்கள். வித்வான் தாண்டவராய முதலியார் திவாகரம் முதலிய நூல்களையும், பள்ளி மாணவர்களுக்கு வேண்டும் வசன நூல்களையும் அச்சியற்றுவதில் ஒடுங்கிவிட்டார்கள். மழவை மகாலிங்க ஐயர் தொல்காப்பியம் எழுத்ததிகாரத்தை நச்சினார்க்கினியர் உரையோடு பதிப்பித்து, வேறு சில நூல்களையும் வெளியிட்டு அத்துடன் நின்று விட்டார்கள். களத்தூர் வேதகிரி முதலியார் நாலடி, நைடதம் முதலிய நூல்களை வெளியிட்டு அவ்வளவில் திருப்தியுற்றார்கள். திருத்தணிகை விசாகப்பெருமாள் ஐயர் முதலியோர் குறளுக்குத் தெளிபொருள், பிரபுலிங்கலீலை, சூடாமணி நிகண்டு முதலியவற்றைப் பிரசுரித்து அவ்வளவில் தங்கள் முயற்சியைச் சுருக்கிக் கொண்டார்கள். திருவேங்கட முதலியார், இராசகோபாலப் பிள்ளை முதலானவர்கள் இராமாயணம் வெளியிடுவதிலும் நாலடி முதலியன பதிப்பித்தலிலும் ஈடுபட்டு நின்றனர். ஸ்ரீ உ.வே.சாமிநாத ஐயரவர்கள் அப்பொழுதுதான் சீவகசிந்தாமணிப் பதிப்பு முயற்சியில் போராடிக் கொண்டிருந்தார்கள். ஆகவே, நமது (தாமோதரம்) பிள்ளை யவர்கள் தன்னந் தனியராய்ப் பண்டைத் தமிழ்ச் செல்வப்புதையலைத் தமிழ் மக்களுக்கு அகழ்ந்தெடுத்து உதவும் பெருமுயற்சியை மேற்கொண்டனர்.

(– எஸ். வையாபுரிப் பிள்ளை, *தமிழ்ச்சுடர் மணிகள்*, 1995, ப.130)

சிறுபிட்டி – சைரஸ் கிங்ஸ்பரி வைரவநாதன், ஏழாலை – மேரி டேட்டன் பெருந்தேவி இணையருக்கு *12-09-1832*இல் பிறந்து, *24-02-1833*இல் ‘சார்லஸ் வின்ஸோ கிங்ஸ்பரி’ (CL.W. Kingsbury) என ஞானஸ்நானம் பெற்றவரே, தமிழ்ப் பதிப்புலகில் சி.வை.தா. என்று சுருக்கமாக அழைக்கப்படும் ‘ராவ்பகதூர்’ சி.வை. தாமோதரம் பிள்ளை அவர்கள். (சிறுபிட்டி வைரவநாதன் தாமோதரம் பிள்ளை எனப் பின்னாட்களில் அவர் சைவத்திற்குத் திரும்பியபொழுது அப்பெயர் மாற்றமடைந்தது வேறு.)

*1816*இல் யாழ்ப்பாணத்தில் அடியெடுத்து வைத்த அமெரிக்க மிஷனரிமார், வட்டுக்கோட்டை என்னுமிடத்தில் உருவாக்கிய ‘வட்டுக்கோட்டைச் செமினரி’ (*1823-1855*) என்னும் கல்லூரியில் சில ஆண்டுகள் பயின்ற சி.வை.தா. *1854*இல் செமினரிக்குப்

பாத்தியப்பட்ட கோப்பாய் ஆசிரியர் கல்லூரியில் ஆசிரியராகப் பணியேற்றார். (வட்டுக்கோட்டைச் செமினரியில் பயிற்சிபெற்ற இவரது தந்தையும் பண்டத்தரிப்பு அமெரிக்க மிஷன் பாடசாலைத் தலைமையாசிரியராகவும் பிரசங்கியாகவும் பணிபுரிந்தார் என்பது குறிப்பிடத்தக்கது.) அதுபோது மாணவர்களுக்காக அவர் உரையெழுதிப் பதிப்பித்து வெளியிட்டதுதான் குமரகுருபரரின் ‘நீதிநெறி விளக்கம்’. இந்தப் பதிப்புப் பணியில் அவருக்கு உதவியவர்கள் நெவின்ஸ் சிதம்பரம் பிள்ளை, வைமன் கதிரைவேற் பிள்ளை போன்ற செமினரியினர் என்பர்.

மாணிப்பாய் அமெரிக்க மிஷன் அச்சுக்கூடத்தில் பதிப்பிக்கப்பட்ட இந்நூலை வட்டுக்கோட்டை முத்துக்குமாரர் புதல்வர் சிதம்பரம் பிள்ளை, குமாரசாமி முதலியார் புதல்வர் கதிரைவேற் பிள்ளை ஆகியோரால் பார்வையிடப் பெற்றதாகப் பொ. பூலோகசிங்கம் தெரிவித்துள்ளார். சி.வை.தா.வின் முக்கிய ஆய்வாளர்களாக வலம்வரும் எவர் ஒருவரும் இந்த நூலைக் கண்ணால் பார்த்ததாகத் தெரியவில்லை. என்றாலும் நேரில் பார்வையிட்டது போன்ற தொனியிலேயே பேசியும் எழுதியும் வருகின்றனர். ஈழமோ தமிழகமோ இரண்டும் இதற்கு விலக்கன்று. நீதிநெறி விளக்கத்தைப் பொறுத்த மட்டில், “கண்டவர் விண்டிலர்; விண்டவர் கண்டிலர்” என்பதே உண்மை.

உ

இலங்கைவாழ் தமிழ் மக்களின் உயர்கல்வி வரலாற்றில் மிக முக்கியமானதும், ஆசியாவில் நிறுவப்பெற்ற மிகப் பழமை வாய்ந்த உயர்தரக் கல்லூரிகளில் மிக முற்பட்டதும் - நவீனத் தன்மைகொண்டதுமான ‘வட்டுக்கோட்டைச் செமினரி’ *32* ஆண்டுக் காலச் செயல்பாட்டுக்குப் பின் *1855*இல் தன்னுடைய “சேவை”யை நிறுத்திக்கொண்டது.

கல்விப் பணியினூடாக மத மாற்றத்தை ஏற்படுத்திவிடலாம் என்று நினைத்த அமெரிக்க மிஷனரி – பிற புராட்டஸ்தாந்து சங்கங்களும்தான் – இறுதியில் தோல்வியைத் தழுவியதால் அது தன்னுடைய பாடசாலை(களை)யை மூடவேண்டியதாயிற்று. அமெரிக்கத் தாராளவாதத்தால் உந்தப்பெற்ற இம்மிஷனரிமார் மரபுரீதியான கலாச்சாரங்களைத் தகர்க்காமல் ஆங்கிலக் கல்வியைச் சுதேசிகளுக்கு அளிப்பதன் மூலமாகவே மத மாற்றத்தை உண்டுபண்ணிவிட முடியும் என்று உறுதியாக நம்பினர். அதனால்தான் ‘மொழிப் பயிற்சி’ இம் மிஷனரியின் பாடத்திட்டத்தில் முதன்மை பெற்றது. அதாவது, “மாணவர்களை ஆங்கிலத்திலும் தமிழிலும் பாண்டித்தியம் உடையவர்களாக்கிப் பின்னர், ஆங்கில மொழியில் உயர் விஞ்ஞானக் கலைகளைப்

போதித்து இறுதியில் கிறித்துவ மத அத்தாட்சிகளை விரித்துரைப்பது" என்பதாகப் பாடத்திட்டத்தை வடிவமைத்தனர். இத்திட்டம் சுதேசிகள் மத்தியில் கிறித்துவம் நன்முறையில் வேரூன்றுவதற்கு வழிவகுக்கும் என்று அவர்கள் கருதினர். விஞ்ஞானக் கல்வியினால் தமிழ் மாணாக்கன் விக்கிரக வழிபாட்டிலும், சுதேச வான சாஸ்திரத்திலும் பௌராணிக மரபிலும் நம்பிக்கையற்றுப் போவான் எனவும், அந்தச் சூழலில் கிறித்துவ அத்தாட்சிகளைக் கற்பிக்கும்போது, அவை பசுமரத்தாணி போல அவனது உள்ளத்தில் ஏறிவிடும் என்றும் மிஷனரிமார் கருதினர்.

19ஆம் நூற்றாண்டின் நடுக்கூறுகளில் கிறித்துவத்திற்கு எதிரான இயக்கம் யாழ்ப்பாணத்தில் வலுப்பெறத் தொடங்கியது. இதற்குக் கால்கோள் இட்டவர் ஆறுமுக நாவலரவர்கள். **31–11–1847**இல் வண்ணைச் சிவன் கோயிலில் அவர் ஆற்றிய சைவசமயப் பிரசங்கமும், **1848**இல் தோற்றுவித்த 'சைவப்பிரகாச வித்தியாசாலை'யும் யாழ். சைவர்களிடையில் மிகப் பெரிய விழிப்புணர்ச்சியை ஏற்படுத்தியது. அது, செமினரியின் சுதேச ஆசிரியர்களையும் மாணவர்களையும் சேர்த்தே பாதித்தது. நாவலரின் இயக்கத்தால் கவரப்பட்ட அவர்கள் தங்களது தாய்ச் சமயமான சைவத்தை நோக்கி நகர ஆரம்பித்தனர். செமினரியிடமிருந்து கொஞ்சம் கொஞ்சமாக விலகி நாவலருக்கு விசுவாசமுடையவர்களாக மாறினர். அப்படி மாறிய முன்னவர்களுள் ஒருவர்தான் சி.வை.தா. (மிஷினரிகளின் நம்பிக்கை நட்சத்திரமும் நாவலரை எதிர்த்துச் 'சுப்பிரதீபம்'(*1857*) என்னும் நூலை எழுதியவருமான 'கரோல்' விசுவநாதப் பிள்ளையும் நாவலருடன் சமரிட்டுத் தோற்றார். பின்பு, சைவத்தைப் பழித்ததற்குப் பிராயச்சித்தமாகப் பொன்னூசியால் தன் நாவைச் சுட்டுக் கொண்டு, இறுதியில் நாவலருக்கு அடிமையாகிப் போனார்.)

இதன் தொடர்பில் வேறொரு விடயத்தையும் நாம் அவதானித்தல் வேண்டும். செமினரியில் தொடக்கக் காலத்தில் ஏழை மாணவர்கள் மட்டுமே கல்வி பயின்று வந்தனர். பின்பு சமூக அந்தஸ்தும் புலமை மரபுங்கொண்ட தளத்திலிருந்தும் மாணவர்கள் வரத்தலைப்பட்டனர். (தமிழகத்தில் தரங்கம்பாடி, மதுரை, நாகர்கோவில் போன்ற இடங்களிலிருந்தும் மாணவர்கள் வந்து கல்வி பயின்றுள்ளனர்.) இவர்கள் செமினரி அளித்த கல்வியை விரும்பினார்களே தவிர, அவர்களது மதத்தை விரும்பவில்லை. வேலைவாய்ப்பைப் பெறும்பொருட்டுச் செமினரியை அணுகிய இவர்கள் தங்களது சமயத்தையோ

கலாச்சாரத்தையோ விட்டுவிடத் தயாராக இல்லை. மேலும், யாழ்ப்பாணச் சமுதாயத்தைப் பொறுத்தவரையில் சைவ சமயிகளே மேனிலையில் இருக்க முடியுமாகையால் பெருந் தொகையான மாணவர்கள் செமினரி படிப்பு முடிந்தவுடன் கிறித்துவ மார்க்கத்தை விட்டொழித்தனர்; சிலர் செமினரியில் கிறித்துவர்கள் போல் நடித்தனர்; பணம் கட்டிப் படிக்கலாம் என்னும் நிலை பிற்காலத்தில் ஏற்பட்டபோது புத்துச் சதவீத மாணவர்களே கிறித்துவர்களாக இருந்தனர். இத்தகு தேக்கநிலை காரணமாக 1855இல் வட்டுக்கோட்டைச் செமினரி தன் கதவுகளைத் தாழிட்டுக்கொள்ள வேண்டியதாயிற்று.

௩

வட்டுக்கோட்டைச் செமினரி மூடப்பட்டதும் அதனால் பலனடைந்துகொண்டிருந்தவர்களின் வாழ்வாதாரங்கள் சிறிது சிறிதாக நசியத் தொடங்கின. ஆகவே, அவர்கள் யாழ்ப்பாணத்தின் பிற பகுதிகளுக்கும் தென்னிந்தியாவை – தமிழகம் – நோக்கியும் நகரத் தொடங்கினர். அப்படித் தமிழகம் வந்த பல குடும்பங்களில் மூன்று குடும்பங்கள் முக்கிய குடும்பங்களாகக் கருதப்படுகின்றன. அவை: சி.வை.தா. குடும்பம்; ஹென்ஸ்மன் சகோதரர்கள் குடும்பம்; வீரகத்தி விஸ்வநாதப் பிள்ளை குடும்பம்.

ஹென்ஸ்மன் சகோதரர்கள் எனப் புகழப்படுவோர் குடந்தை அரசுக் கல்லூரியில் முதல்வராகப் பணிபுரிந்த ஜேம்ஸ் ஹென்ஸ்மனும் சென்னைப் பல்கலைக் கழகத்தில் பதிவாளராகப் பணிபுரிந்த ஜான் ஹென்ஸ்மனும் ஆவர். (இந்த ஜான் ஹென்ஸ்மன்தான் 'வெள்ளி நாக்குப் பேச்சாளர்' என்று வெள்ளையர்களாலேயே கொண்டாடப்பட்ட மகாகனம் ஸ்ரீநிவாச சாஸ்திரிக்கு ஆங்கிலம் கற்பித்தவர்.)

வீரகத்தி விஸ்வநாதப் பிள்ளை என்பவர் சென்னையில் அகராதிப் பணியில் ஈடுபட்டிருந்த பாதிரிமார்களுக்கு உதவியாக இருந்தவரும் '1800 ஆண்டுகளுக்கு முற்பட்ட தமிழர்' என்னும் நூலை எழுதியவருமான வி. கனகசபைப் பிள்ளையின் தந்தையாவார்.

இந்த இரு குடும்பத்தாரின் செயல்பாடுகள் கல்வி சார்ந்து இயங்கிக்கொண்டிருந்த வேளையில் சி.வை.தா.வின் பணி பத்திரிகையை நோக்கித் தாவியது. அவர், சென்னையில் பெர்சிவல் பாதிரியார் நடத்திவந்த 'தினவர்த்தமானி'* வாரப்

---

* பெர்சிவல் பாதிரியார் சென்னை ராஜதானிக் கல்லூரியில் – இன்றைய மாநிலக் கல்லூரி – கீழைத்தேய மொழிப் பேராசிரியராகப் பணியாற்றிய காலத்தில் இப் பத்திரிகையை நடத்தி வந்ததாகக் கருதுகிறார் பேராசிரியர் க. கைலாசபதி (தமிழ் நாவல் இலக்கியம், 1977, ப. 82).

பத்திரிகையில் துணையாசிரியராக (1855) வந்து சேர்ந்தார். பைபிள் மொழிபெயர்ப்புப் பணியில் பெர்சிவலுடன் இணைந் திருந்த நாவலரது நட்பு இந்தத் துணையாசிரியப் பணிக்கு உதவியது. (பெர்சிவல் சி.வை.தா.வுக்கு ஆசிரியர் என்ற கருத்தும் உண்டு.) பத்திரிகைப் பணியோடு பர்னல் பண்டிதர், வால்டர் எலியட், லுஷிங்டன் துரை போன்ற ஆங்கிலேய அதிகாரிகளுக்குத் தமிழ்ப் பாடமும் போதித்துவந்தார் சி.வை.தா.

இதற்கிடையில் கள்ளிக்கோட்டை அரசு கல்லூரியில் உதவியாசிரியராகச் சில காலம் பணியாற்றிவிட்டு மீண்டும் சென்னைக்கே திரும்பிவந்த சி.வை.தா., சென்னை ராஜதானிக் கல்லூரியில் தமிழ்ப் பண்டிதராகப் பணியமர்த்தப்பட்டார். இந்தக் காலகட்டத்தில்தான் சென்னைப் பல்கலைக் கழகம்(1857) உதயமானது. அப்போது அது நிகழ்த்திய புகுமுகத் தேர்வில் கலந்துகொண்டு தேர்ச்சி பெற்ற சி.வை.தா., 1858இல் அப்பல்கலைக் கழகத்தில் பி.ஏ., பட்டமும் பெற்றார். பல்கலைக் கழகத்தின் 'முதல் இரு பட்டதாரிகளுள் ஒருவர்' என்னும் பெருமையை அடைந்தார். இதன் காரணமாக இவரிடம் பயின்ற லுஷிங்டன் துரை சென்னையிலுள்ள வரவு செலவு கணக்குச் சாலையில் கணக்காய்வாளர் பதவியைச் சி.வை.தா.வுக்குப் பெற்றுத் தந்தார். அத்துறையில் அவர் காட்டிய திறமையால் விசாரணைக் கர்த்தர் பதவியையும் விரைவில் பெற்றார். பன்னிரண்டு ஆண்டுகளுக்குப் பிறகு (1871) பி.எல். பட்டமும் பெற்றார்.

சி.வை.தா. சென்னையில் குடியேறி மிஷனரிமாரின் உதவியால் சிலசில பணிப் பலன்களை அடைந்தபோதும் அவரது மனம் தமது பூர்வாசிரம சமயமான சைவத்தையே நாடியது. இலங்கையில் இருந்தபோதே நாவலரது இயக்கச் செயல்பாடு இவரைத் தடுத்தாட்கொண்டது எனலாம். அதோடு, "யாழ்ப் பாணத்திலிருந்து தமிழகம் சென்ற கிறித்தவ அறிஞர்கள் பலர் தமது குலப் பெருமையை அறிவிக்குமுகமாகச் செய்த முதல் வேலை கிறித்துவத்தைக் கைவிட்டதேயாகும்; சி.வை.தா. இதற்குச் சிறந்த உதாரணம்" என்று ஆயர் எஸ். ஜெபநேசன் கூறுவதையும் இத்துடன் ஒருங்குவைத்து நோக்கல் வேண்டும்.

எனவேதான் மிஷனரி மாணவர்களுக்காக 'நீதிநெறி விளக்கம்' பதிப்பித்த அதே சி.வை.தா., சென்னைக்கு வந்தவுடன் சைவசமய கிறித்தவ சமயங்களின் தாரதம்மியத்தை விளக்கும் 'சைவ மகத்துவம்'(1867) என்னும் நூலைச் சென்னபட்டணத்தி லுள்ள பற்பல சைவப் பிரபுக்களின் வேண்டுகோளின்படி 'ஓர் வித்தியா பண்டிதர்' என்னும் பெயரில் – பெயரிலியாக –

வெளியிட்டார். இதோடு வெளிவந்த மற்றொரு நூல் 'விவிலிய விரோதம்.'

இவ்வாறு சைவத்திற்கு ஆதரவாகவும் கிறித்துவத்திற்கு எதிராகவும் நூல்களை வெளியிட்டுத் தமிழகத்தில் தனது இருப்பை நிலைநாட்ட சி.வை.தா. முயன்றபோதிலும், சைவர்களுக்கிடையே அவருக்குப் பெரிய மதிப்பு இருந்ததாகத் தெரியவில்லை. அறிஞர்களும் பாராமுகமாகவே இருந்துள்ளனர். அவரது இருமொழிப் புலமையும், உத்தியோகச் செல்வாக்கும், மிஷனரிகளின் தொடர்பும் ஏதோ ஒருவிதத்தில் அவரை அந்நியப்படுத்தவே செய்தன.

ச

நூல்களைப் பதிப்பிக்கும் பணியில் சி.வை.தா. 'சுயம்பு' வாகவே தொழிற்பட்டிருக்கிறார் எனக் கூறலாம். "என் சிறு பிராயத்தில் எனது தந்தையார் எனக்குக் கற்பித்த சில நூல்கள் இப்போது தமிழ்நாடெங்கும் தேடியும் அகப்படவில்லை. ஒட்டித் தப்பியிருக்கும் புத்தகங்களும் கெட்டுச் சிதைந்து கிடக்கும் நிலைமையைத் தொட்டுப் பார்த்தாலன்றோ தெரியவரும்!" என்பது அவரது வாக்குமூலம். அதோடு, தமிழ் மக்கள் நூல்களே இல்லாதவர்கள் என்றும் தமிழ் மொழி முழுவதும் பொய்மதத்தில் அமிழ்ந்து கிடக்கிறது என்றும் அம்மொழியைக் கொண்டு உயர் சிந்தனைகளைப் போதிப்பது அரிதென்றும் தொடக்க காலங்களில் மிஷனரிமார்கள் கருதினர். இதுவும் சி.வை.தா.வைப் பதிப்புத்துறைக்கு இழுத்திருக்க வாய்ப்புண்டு. என்றாலும், நாவலரவர்கள் வாழ்ந்த காலத்தில் இவர் பதிப்பாசிரியராகப் பரிணமிக்கவில்லை. "பதிப்புத் துறையில் தொடக்கநிலையில் அடியெடுத்து வைக்கும் தம் பெயரில் பழந்தமிழ் நூல்கள் பதிப்பிக்கப் பெறுவதைவிட, அத்துறையில் நவீன நுட்பங்களைப் பயன்படுத்தி பெருவெற்றி பெற்ற நாவலரின்வழிப் பதிப்பிக்கப் பெறுவதே பயனுடையது" என்று சி.வை.தா. எண்ணியதே, அவரை அக்காலப் பதிப்பாசிரியராக அடையாளப்படுத்தவில்லை என்பர். அதனால்தான் தமது சேகரத்தில் ஏராளமான தொல்காப்பியச் சுவடிகளை சி.வை.தா. வைத்திருந்தபோதும் தொல். சொல்லதிகாரம் சேனாவரையருரையை (**1868**) நாவலரின் பரிசோதிப்புக்குப் பின்பே தம் பெயரில் வெளியிடுகிறார். **18-11-1879**இல் நாவலர் மறைந்த பிறகே முழுநேரப் பதிப்பாசிரியராக மாறுகிறார்.

இலங்கையிலே நாவலரவர்கள் இந்துக்களிடையே சமய உணர்ச்சிகளைப் பரப்ப இராமாயணம் பாரதம் போன்ற நூல்களை

உரைநடையில் எழுதி வெளியிட்டார். அதேபோல தமது சொந்த அச்சகத்தின் வாயிலாகச் சைவசமய நூல்களையும் தமிழ் இலக்கண இலக்கியங்களையும் பதிப்பித்து வெளியிட்டார். தமிழ் மொழியின் வளர்ச்சிக்கு நாவலர் ஆற்றிய இத்தகு பணியினால் கவரப்பட்ட சி.வை.தா. அவரது அடிச்சுவட்டில் தமது பயணத்தைத் தொடர்ந்தபோதிலும் அவரைப் போலச் சமய நூல்களையோ பாட நூல்களையோ பதிப்பிக்கும் பணியில் கவனம் செலுத்த வில்லை. மாறாகப் பழந்தமிழ் நூல்களின் மீதே தமது பார்வையைக் குவித்தார். அழிவின் விளிம்பிலிருந்து நூல்களைப் பாதுகாப்பது என்பது ஒருபுறமிருக்க, தேசாபிமானமும் பாஷாபிமானமுமே அவரைப் பழந்தமிழ் நூல்களின்பால் உந்தின.

“பழைய சுவடிகள் யாவுங் கிலமாய் ஒன்றொன்றாய் அழிந்து போகின்றன. புது ஏடுகள் சேர்த்து அவற்றை எழுதி வைப்பாரும் இலர். துரைத்தனத்தாருக்கு அதின்மேல் இலட்சியமில்லை. சரஸ்வதியைத் தம்பால் வகிக்கப்பெற்ற வித்துவான்களை அவள் மாமி எட்டியும் பார்க்கின்றா ளில்லை. திருவுடையீர்! நுங்கருணை இந்நாட் டவரினால் பின்பு தவம் புரிந்தாலும் ஒருதரம் அழிந்த தமிழ் நூற்களை மீட்டல் அரிது. யானைவாய்ப்பட்ட விளாம்பழத்தைப் பின் இலண்டத்துள் எடுத்துமென்? ஓடன்றோ கிட்டுவது! காலத்தின் வாய்ப்பட்ட ஏடுகளைப் பின் தேடி எடுப்பினுங் கம்பையும் நாராசமுந்தான் மீரும். அரைக் காசுக் கழிந்த கற்பு ஆயிரம் பொன் கொடுத்தாலும் வாராது. சங்கமரீஇய நூல்களுட் சில இப்போது த்தானுங் கிடைப்பது சமுசயம். முப்பால் அப்பாலாய் விட்டது. என் காலத்தில் யான் பார்க்கப் பெற்ற ஐங்குறுநூறு இப்பொழுது தேசங்க டோறுந் தேடியும் அகப்பட்டிலது. எத்தனையோ திவ்விய மதுர கிரந்தங்கள் காலாந்தரத்தில் ஒன்றன் பின் ஒன்றாய் அழிகின்றன.

சீமான்களே! இவ்வாறு இறந்தொழியும் நூல்களில் உங்களுக்குச் சற்றாவது கிருபை பிறக்கவில்லையா? ஆச்சரியம்! ஆச்சரியம்!! அயலான் அழியக் காண்கினும் மனந் தளும்புகின்றதே! தமிழ் மாது நுந் தாயல்லவா! இவள் அழிய நமக்கென் னென்று வாளா இருக்கின்றீர்களா! தேசாபிமானம் மதாபிமானம் பாஷாபிமானமென்று இவையில்லாதார் பெருமையும் பெருமையாமா! இதனைத் தயைகூர்ந்து சிந்திப்பீர்களாக” (கலித்தொகை பதிப்புரை).

சி.வை.தா.வின் முன்னோடிகளோ அல்லது சமகாலப் பதிப்பசிரியர்களோ பண்டைத் தமிழிலக்கியங்கள் மீது கவனம் செலுத்தாதபோது தனி ஒருவராக அவர் இம்முயற்சியில் ஈடுபட்டு

நூல்களை வெளிக்கொணர்ந்தமைக்குப் பின்னிருந்த உணர்வையும் கருத்தையும் இது காட்டுகிறது.

சி.வை.தா. அவர்களின் பதிப்புகளை நோக்குமிடத்து அவரின் நூல்களுக்கெல்லாம் அவர்தான் தொடக்கப் புள்ளி என்பது புலனாகிறது. அதோடு அவர் பதிப்பித்த பன்னிரு நூல்களில் ஒன்பது நூல்கள் பண்டைய தமிழிலக்கியங்களோடு தொடர் புடையவை என்பதும் குறிப்பிடத்தக்கது. இனி, அப்பதிப்புகளை அவர் கையில் எடுத்ததற்கான காரணங்களை ஆய்வோம்.

தமிழிலக்கண நூல்களிலே காலத்தால் முற்பட்டது தொல்காப்பியம். அது பண்டைத் தமிழ்மொழியை, எழுத்து சொல் பொருள் யாப்பு அணி என்னும் ஐவகையாலும் விளங்கவைப்பது. எனவேதான் சி.வை.தா. அதனைப் பதிப்பிக்க விழைந்தார் என்பார் பொ. பூலோகசிங்கம். அந்த அடிப்படையில்தான் தொல். சொல். சேனாவரையத்தை *(1868)* நாவலர் பரிசோதித்துக் கொடுக்க அதைப் பதிப்பித்தார். *1886*இல் அதை மீளவும் வெளியிட்டார்.

அடுத்து அவர் பதிப்பித்து வெளியிட்டது வீரசோழியம் *(1881)*. வீரசோழியம் தொல்காப்பிய நெறியிலிருந்து விலகிச் செல்வதாயினும் தொல்காப்பியத்தைப் போன்று ஐந்திலக்கண முடையது. தொல்காப்பியத்தின் பொருளதிகாரப் பயிற்சி குன்றியமைக்குக் காரணம் எழுத்து சொல் ஆகிய இரு இலக்கணங்களையும் விளக்கும் சிற்றிலக்கண நூல்களின் பயிற்சியே என்பது சி.வை.தா.வின் துணிபு. எனவே ஐந்திலக்கணப் பயிற்சியை ஊக்குவிக்கும்பொருட்டும் தொல்காப்பியப் பயிற்சி மீண்டும் செல்வாக்கடையும்பொருட்டும் ஐந்திலக்கணங்களையும் கூறும் வீரசோழியத்தைப் பதிப்பித்தார். இந்நூலை உட்னடியாக அச்சேற்றியதன் காரணம் குறித்து அவர் இவ்வாறு எழுதுகிறார்:

"நல்ல வித்துவான்களுள்ளும் அநேகர் தாம் வீரசோழியம் என்னும் பெயரைக் கேட்டதன்றி நூலைப் பார்த்தறியேமெனப் பலப்பல சமயங்களில் நமக்கு நேரே சொல்லினர். ஆதலால் அழிந்திறந்துபோன நூல்களுட் டானுமொன்றாகி இன்னுஞ் சிலகாலத்தில் மருந்துக்கு மகப்படாமற் போய்விடு மென்றஞ்சி, அதன் பாலிய யவ்வன சொரூபங் கிட்டாதாயினுங் கிடைத்த வரைக்கும் காப்பாற்றுதலே இதனை இப்போது அச்சிடுவித்த நோக்கமென்றுணர்க."

திருவாவடுதுறை ஆதினகர்த்தர் ஸ்ரீலஸ்ரீ சுப்பிரமணிய தேசிகர் கொடுத்துதவிய பிரதியைக் கொண்டே சி.வை.தா. இந்நூலைப் பதிப்பித்தார்.

தொடர்ந்து, திருவாவடுதுறை ஆதினத்துப் புலவராய்த் திகழ்ந்த கச்சியப்ப முனிவர் அருளிய தணிகைப் புராணத்தைச் *(1883)* சி.வை.தா. பதிப்பிக்கிறார்.

தொல்காப்பிய இலக்கண விதிகள் அமைந்த தொடர்கள் இந்நூலுள் செறிந்துள்ளமை இப்பதிப்பிற்குக் காரணமாய் இருக்கலாம். "தோழி தலைவனை நோக்கி, நின்னையும் தலைவியையும் இந்திரன் முதலானவர்கள் புகழ்ந்தாலும், வேடர் குலமாகிய எங்குலத்துக் கிழுக்கான நெறியிற் செல்லேம்" *(களவுப் படலம் 227)* என்பதற்கு, "குற்றியலுகரம் வல்லெழுத்து வரின் தன் அரை மாத்திரையிலும் குறுகிவிடும்" என்னும் தொல்காப்பியம் மொழிமரபு நான்காம் சூத்திர விதியை உவமையாகக் கூறியிருப்பதைக் காண்க. மேலும், சைவசமயக் கருத்து விசேடத்தால் ஆன்றோர்கள் மிக முக்கியமானதாகக் கருதிய ஒன்பது புராணங்களுள் தணிகைப் புராணமும் ஒன்று என்பதும் குறிப்பிடத்தக்கது.

ஆக, திருவாவடுதுறைத் தொடர்பு, தொல்காப்பிய மரபு, சைவப் புராணப் பயில்வு என்னும் வட்டத்தில் இப்பதிப்பைச் சி.வை.தா. முன்னெடுத்திருக்கிறார்.

இதே காலகட்டத்தில் சி.வை.தா. பதிப்பித்த நூல் இறையனார் அகப்பொருள் *(1883)*. மதுரை ஆலவாய்ச் சோமசுந்தரக் கடவுள் இயற்றியருளியதாகக் கருதப்படும் இது முச்சங்கங்களின் வரலாற்றை உட்கொண்ட பண்டைக்கால உரைநடைக்குச் சிறந்த சான்று. இதை ஓர் இலக்கணப் பனுவலாகப் பார்த்ததைவிடத், தேவார திருவாசகத்தை ஒத்த சைவப் பனுவலாகப் பார்த்தனர் என்பதற்கு 'இலக்கணக் கொத்து' சுவாமிநாத தேசிகரின் வாக்கே சான்று. எனவேதான் சி.வை.தா. அதை வெளியிடும் முயற்சியில் ஈடுபட்டார். மேலும், இறையனார் அகப்பொருள் 'தொல்காப்பியப் பொருளதிகாரத்தின் திறவுகோல்' என்று ஆன்றோர்களால் கருதப்படுவதால் பின்னால் தாம் வெளியிடவிருக்கும் பொருளதிகாரத்திற்கு முன்னோட்டமாக இந்நூலைப் பதிப்பித்தார் எனலாம்.

இறையனார் அகப்பொருளைப் பதிப்பித்த காரணத்தால் தொல்காப்பியம் பொருளதிகாரத்தை – நச்சினார்க்கினியர் உரையோடு பதிப்பிக்கும் ஆர்வம் சி.வை.தா.வுக்கு மேலும் கூடியது போலும். நன்னூல், சின்னூல், காரிகை முதலிய சிற்றிலக்கணங்களைக் கற்றுப் பொருளதிகார மரபைத் தமிழுலகில் பரவாமல் செய்ததனாலும் அதன் ஏட்டுப் பிரதிகள் அருகிவிட்டதனாலுமே தொல். பொருளதிகாரத்தை *1885*இல்

சி.வை.தா. வெளியிட்டார். இது குறித்து அவர் இவ்வாறு எழுதுகிறார்:

"பன்னீராயிர வருஷ காலத்தின் மேற்பட்ட நிலை பெற்றோங்கித் தமிழ்க்கோர் தனிச்சுடர் போலப் பிரகாசித்து வந்த தொல்காப்பியமுந், தற்காலத்து இலக்கணங் கற்போர் அனைவரும் அதன் வழித் தோன்றிய சிற்றிலக்கணங்களையே கற்று அம்மட்டோடு நிறுத்திவிடுவதால், எழுதுவோரும் படிப்பாருமின்றிப் பழம் பிரதிகளெல்லாம் பாணவாய்ப்பட்டுஞ் செல்லுக்கிரையாகியுஞ் சிதைவுபட்டுப் போக, யாவராயினும் ஒருவர் வாசிக்க விரும்பியவழியுங் கிடைப்பது அருமையாய் விட்டது. தமிழ்நாடனைத்திலும் உள்ள தொல்காப்பியப் பொருளதிகாரப் பிரதிகள் இப்போது இருபது இருபத்தைந்திற்கு மேற்படா. அவையும் மிக்க ஈனஸ்திதி அடைந்திருப்பதால் இன்னுஞ் சில வருஷத்துள் இறந்துவிடுமென்று அஞ்சியே அதனை உலோகோபகாரமாக அச்சிடலானேன்."

தொல்காப்பியப் பொருளதிகாரப் பதிப்பிற்கான நோக்கம் ஒருபுறமிருக்க, அதனால் விளைந்த பயனையும் இங்குப் பதிதல் அவசியம். "குடும்பத்திற் நேர்ந்த துக்க சம்பவங்களால் பெரிதும் வருந்திய தமக்குத் தொல்காப்பியப் பொருளதிகாரமே மிக்க ஆறுதலைத் தந்தது என்றும், இவ்வேலையை ஆரம்பித்த க்ஷணமே தமக்கிருந்த துயரனைத்தும் பரிதியைக் கண்ட பனிபோற் பறந்தோடின"வென்றும் சி.வை.தா. பலமுறை கூறியதைத் தாம் காதாரக் கேட்டதாக அவர் வாழ்க்கை வரலாற்றை எழுதிய டி. இராஜரத்தினம் பிள்ளை குறிப்பிட்டுள்ளார்.

இலக்கண நூல்களையும் சமய நூல்களையுமே பதிப்பித்துக் கொண்டிருந்த சி.வை.தா. அவர்கள் பழந்தமிழ் இலக்கியப் பனுவல் என முதன்முதலில் வெளியிட்டது கலித்தொகை (1887)யையேயாம்.

தொல்காப்பியம் சொல்லதிகாரத்தை நச்சினார்க்கினியர் உரையோடு பதிப்பித்து வெளியிடும்போதே சங்க இலக்கியப் பனுவல்களான எட்டுத்தொகையைப் பதிப்பிக்கும் முயற்சியில் சி.வை.தா. ஈடுபட்டுவந்தார் என்பதற்கு அகச்சான்றுகள் உள்ளன. "புறநானூற்றுரை ஈற்றில் நூற்று நாற்பது செய்யுட்களும், பரிபாடல் பூரண பிரதியும், பதிற்றுப்பத்தில் முதற் பத்தும் கடைசிப் பத்தும் இன்னும் அகப்படவில்லை" என்று அவர் கூறியிருப்பது காண்க. எனவே, அந்நூல்களை வெளியிடுவதில் சற்றுத் தொய்வு ஏற்பட்டது. ஆனால், தொல்காப்பியப் பரிசோதனைக்காகப் பிரதிகள் தேடியபோது தற்செயலாகக் கிடைத்த நாவலரது கலித்தொகைப் பிரதி சற்றொப்ப முழுமையாக இருந்ததனால் பிறவற்றோடு அதை ஒப்பிட்டு வெளியிடச் சி.வை.தா. திட்டமிட்டார்.

மேலும், தொல். பொருளதிகாரத்தைப் பதிப்பித்துப் பெருமளவு நட்டமடைந்த அவர், அதை ஈடுசெய்ய எண்ணி *ஹிந்து* ஆங்கில நாளேட்டில் விளம்பரம் செய்தார். அதைக் கண்ணுற்ற தமிழறிஞர்கள் சிலர் சி.வை.தா.வுக்குப் பொருளுதவி செய்ய முன்வந்தனர். குறிப்பாகத் தொண்டமான் புதுக்கோட்டை மன்னரின் மந்திரியும் பிரதிகாவலருமாகிய அ. சேஷைய சாஸ்திரியாரவர்கள் காருண்யோபகாரமாய் திரவிய மளித்தார். அதைக் கொண்டே சி.வை.தா. கலித்தொகையை 1887இல் வெளியிட்டார். (இதே ஆண்டில்தான் உ.வே.சா. அவர்கள் தமது பதிப்பாளுமையை நிரூபிக்கும் சீவக சிந்தாமணியை வெளியிட்டார்.)

கலித்தொகையை வெளியிட்ட இரு ஆண்டுகள் கழித்து, 'குட்டித் தொல்காப்பியம்' எனப் புகழப்படும் திருவாரூர் வைத்தியநாத தேசிகரின் இலக்கண விளக்கத்தைச் (1889) சி.வை.தா. வெளிக்கொணர்ந்தார். "இக்காலத் தமிழிலக்கணங் கற்போர் பெரும்பாலும் நன்னூலொன்றையே கற்றுப் பொருள் யாப்பணிகளின் பயிற்சி குன்றிப்போவதால், இலக்கண விளக்கம் ஐந்திலக்கணமுஞ் சேர்ந்திருப்பதனாலும், பேரறிவினர்க்கே புலப்படுந்தகைத்தாய தொல்காப்பியம் போலாகாது, சாதாரண மாணவர்களுக்கும் உபயோகமாதற் பாலதாதலானும், அது கற்போர்க்கு எளிதின் அகப்படாது ஏட்டுப்பிரதிகளில் மிக அருமையாக மறிந்து கிடத்தலானும் அதனை அச்சிட்டாற் றமிழ் நாடனைத்திற்கும் பேருபகார மென்று எண்ணினேன்" என்னும் வரிகள் சி.வை.தா. இந்நூலை அச்சேற்றியமைக்கான காரணத்தைப் புலப்படுத்துகின்றன.

ஐந்திலக்கண மரபு பரவவேண்டும் என்னும் நன்னோக்கோடு இந்நூலைச் சி.வை.தா. வெளியிட்டாலும் பின்னாளில் சபாபதி நாவலரின் கண்டனத்துக்கு அவர் ஆளானது தனிக்கதை. (இம்முன்னுரையின் பிறிதோரிடத்தில் அதைக் காண்க.)

தாமே விரும்பிச் சில நூல்களை வெளிப்படுத்தியது ஒருபுறமிருக்கப் பிறர் அறிவுறுத்தலின்பேரிலும் சி.வை.தா. ஓரிரு நூல்களைப் பதிப்பித்துள்ளார். அப்படி வெளியானதுதான் சூளாமணி. இந்நூலை அச்சிடுவதற்குத் திருவாவடுதுறை ஆதீனகர்த்தர் ஸ்ரீலஸ்ரீ சுப்பிரமணிய தேசிகர் தூண்டுகோலாய் இருந்திருக்கிறார். இதை, "யான் ஸ்ரீகைலாச பரம்பரைத் திருவாவடுதுறை யாதீனத்துச் சற்குருநாத சுவாமிகள் ஸ்ரீலஸ்ரீ சுப்பிரமணிய தேசிக மூர்த்திகளைத் தரிசிக்கப் போயிருந்தபோது சுவாமிகள், சூளாமணி ஓர் அருமையான நூலென்றும் அஃது இப்பொழுது மரணதசை யடைந்திருப்பதால் அதனை அச்சிட்டுக்

காப்பாற்றுதல் தக்கதென்றுந் தமிழ்ப் புராதன நூல்களை என்னால் இயன்ற மட்டுந் தேடிப் பரிசோதித்து வெளியிடும் முயற்சியிற் கையிட்டிருப்பதால் யானே அதனைச் செய்தல் வேண்டுமென்றுங் கட்டளையிட்டது மன்றிச் சென்னை மகாலிங்கையர் பிரதி யொன்று தமது ஆதீனத்திலிருந்ததை எடுத்து என்வசம் அனுப்பியுமருளியது" என்னும் வரிகளால் அறியலாம்.

ஏட்டுப்பிரதியை வாசித்துப் பார்த்தபின் காரிகையில் இலக்கியமாகக் காட்டப்பட்டுள்ளனவுஞ் சொற்சுவை பொருட் சுவைகளில் சிறந்தனவாயினும், இக்காலத்து அதனை ஓதுவார்க்குத் தெரியாதனவுமாகிய விருத்தங்கள் ஆங்காங்குக் கிடத்தல் கண்டு, அஃதோர் அரிய இலக்கியமேயெனத் தேறிச் சுவாமிகள் கட்டளையைச் சிரமேற்கொண்டு வேறு பிரதிகள் தேடி ஒப்பிட்டு இந்நூலைப் பதிப்பித்ததாகச் சி.வை.தா. கூறியுள்ளார்.

சி.வை.தா. அவர்கள் தம்முடைய பதிப்பில் இறுதியாக வெளியிட்டது தொல். சொல்லதிகாரம் நச்சினார்க்கினியம் (1892). தொல். பொருளதிகாரத்தை நச்சினார்க்கினியர் உரையோடு (1885) பதிப்பித்துவிட்டு இச்சொல்லதிகாரத்தை அவர் பரிசோதித்துவந்தார். இதற்கு முன்பு 1847இல் மழவை மகாலிங்கையர் தொல். எழுத்ததிகாரத்தை நச்சினார்க்கினியர் உரையோடு வெளியிட்டுவிட்டதால், தம்முடைய சொல்லதிகாரப் பதிப்பு வெளிவந்தால் தொல்காப்பியம் எழுத்து, சொல், பொருள் என மூன்றுக்கும் நச்சினார்க்கினியர் உரை முழுமையாகக் கிடைத்துவிடும் என்று எண்ணி அவர் இப்பதிப்பில் ஈடுபட்டிருந்தார். ஆனால், மகாலிங்கையர் பதிப்பு சி.வை.தா. காலத்திலேயே அருகிவிட்டமையால் எழுத்ததிகாரத்திற்கு மற்றொரு பதிப்பு அவசியமாயிற்று. இதனை, "என் இஷ்டர் அநேகர் சொல் லதிகாரம் பிரசுரமான பின்னரும் உரை பூரணமாய் அகப்படுவதற்கு எழுத்ததிகாரப் பிரதி கிடையாதென்றும் அதனையும் யான் சேர்த்து அச்சிடாதொழியின் என் பிரதி வாங்குவோர் சொல்லும் பொருளும் பெற்று எழுத்தில்லாமல் தலையற்ற உடலையே தாங்கலாகுமென்றும், ஆதலால் எழுத்தையும் யானே சேர்த்து அச்சிடுதல் வேண்டுமென்றுங் கட்டுரைத்தனர். அதனால் ஐயர் பதிப்புச் சென்னபட்டணப் பிரதிகளின் வழிப்பட்டது நோக்கி, அதனை தென்றேசப் பிரதிகளோடும் பரிசோதித்து அச்சிடுவித் தனன்" என்று சி.வை.தா. குறிப்பிட்டுள்ளார்.

எனவே, தொல். சொல்லதிகாரம் நச்சினார்க்கினியத்தை அச்சுக்குச் சித்தப்படுத்தி வைத்திருந்தபோதும் எழுத்ததிகாரத்தை

முதலில் வெளிப்படுத்திவிட்டு (1891இல்) அதன் பின்பு சொல்லதிகாரத்தை வெளியிட்டார்.

1900இல் 'இலக்கண விளக்க'த்தின் ஒரு பகுதியான செய்யுளியலை மட்டும் சி.வை.தா. வெளியிட்டுள்ளார். இதைத் தனியொரு பதிப்பு எனக் கூறமுடியுமா என்பது ஐயமே. பாடநூலாக வெளியிட்டுள்ள இந்நூலில் அவரது முன்னுரையும் தொக்கு நிற்கிறது.

தன்னுடைய வாழ்வின் இறுதிக்காலங்களில் அகநானூற்றைப் பதிப்பிக்கும் முயற்சியிலும் சி.வை.தா. ஈடுபட்டு வந்ததை அவரது வாழ்க்கை வரலாறு வழி அறிய முடிகிறது. ஆனால் உடல்நிலை பாதிப்பாலும் வசன சூளாமணியை அச்சிடும் வேலையில் அவர் ஈடுபட்டு வந்தமையாலும் அகநானூற்றில் 300 பாடல்கள் வரை மட்டுமே அவரால் பரிசோதிக்க முடிந்தது. மீதமுள்ள 100 பாடல்களைப் பரிசோதித்து வெளியிடுவதற்கு முன்னர் காலம் அவரைத் தன்னுடைய ஏட்டில் பதித்துக்கொண்டது.

சி.வை.தா. பதிப்பித்த நூல்களை மட்டுமன்றிப் படைத்திட்ட நூல்களையும் கவனத்தில் கொள்வது இன்றியமையாதது.

கிறித்துவத்திலிருந்து விலகிய பின்பு சைவத்தோடு தன்னை ஐக்கியப்படுத்திக்கொள்வதற்காக அவர் எழுதி வெளியிட்ட சைவ மகத்துவம் (1867), விவிலிய விரோதம் (1867) ஆகியன குறித்து இம் முன்னுரையில் ஏலவே சுட்டப்பட்டது. இந்த இரு நூல்களைத் தொடர்ந்து அவர் படைத்திட்ட இலக்கண நூல் 'கட்டளைக் கலித்துறை'. இதன் முதல் பதிப்பு 1872இல் வெளிவந்ததாக ந.சி. கந்தையா பிள்ளை தமது 'தமிழ் இலக்கிய அகராதி'யில் கூறுகிறார். இதன் இரண்டாம் பதிப்பு 1881இல் வெளிவந்தது. (மீள்பதிப்பு ஒன்றை 2007இல் ய. மணிகண்டன் வெளியிட்டிருக்கிறார்.) க. கைலாசபதி போன்ற ஆய்வாளர்கள்கூட இந்நூலைக் கண்ணுற்றதாகத் தெரியவில்லை. இந்நூல் வெளிவந்ததாக அவர் குறிப்பிடும் ஆண்டும் 1881. எனவே முதல் பதிப்புக்கான காலத்தைக் கண்டறிவதில் இன்றுவரை சிக்கல் நீடிக்கிறது. நிற்க.

கட்டளைக் கலித்துறை என்னும் பா வடிவம் குறித்த முன்னை இலக்கணங்கள் முழுமையாக இல்லாததாலும் புலவர்களுக்கும் மாணவர்களுக்கும் முழுமை இலக்கணம் ஒன்று தேவை என்பதனாலும் இவ்விலக்கண நூலை தாம் எழுதியதாகச் சி.வை.தா. முன்னுரையில் குறிப்பிட்டுள்ளார். இந்நூல்

படைப்புக்கான காரணத்தை இதனால் அறியமுடிகிறது. இதே காலகட்டத்தில் 'சைவ மகத்துவ திக்கார மகத்துவம்' *(1881)* என்னும் நூலை சி.வை.தா. எழுதிய கண்டன நூலுக்கு உதாரணமாக F.X.C. நடராசா, 'ஈழம் வளர்த்த நூல்' *(1957)* என்னும் தமது நூலில் கூறியுள்ளார். இதுகுறித்து வேறு செய்தி அறியமுடியவில்லை.

கட்டளைக் கலித்துறைக்கு அடுத்துச் சி.வை.தா. இயற்றிய நூல், 'திவிட்டகுமாரன் கதை அல்லது வசன சூளாமணி' *(1898)* என்பதாகும். *1889*இல் 'சூளாமணி'யை பதிப்பித்து வெளியிட்ட போது அதில் இடம் பெறும் திவிட்டகுமாரன் சரித்திரத்தைக் கத்திய ரூபகமாக வெளிப்படுத்திட வேண்டுமென்று சி.வை.தா.வின் அபிமானிகள் விரும்பியதாகவும் அப்போது 'இலக்கண விளக்க'த்தைப் பதிப்பிக்கும் முயற்சியில் அவர் ஈடுபட்டு வந்ததால் அவருடன் இருந்த அம்பிகைபாக உபாத்தியாயரைக் கொண்டு சிறுவரும் வாசிக்கத்தக்க நடையில் இந்நூலை எழுதுவித்ததாகவும் சி.வை.தா. இதன் முன்னுரையில் தெரிவித்துள்ளார். ['திவிட்டகுமாரன் கதை'யை மட்டுமன்று 'சூளாமணி' முழுவதையும் அம்பிகைபாக உபாத்தியாயர் சுருக்கமாக எழுதியிருப்பதாகத் தெரிகிறது. 'சூளாமணி சரித்திரச் சுருக்கம்' *(1895)* என்னும் கட்டுரை ஒன்று அவரது பெயரில் வெளியாகியிருப்பது இதை மெய்ப்பிக்கிறது எனலாம்.]

அப்படி எழுதுவிக்கப்பட்ட இந்த நூலைச் சென்னைப் பல்கலைக்கழகப் பிரவேச பரீக்ஷைக்குப் பாடமாக வைக்கக் கருதி, 'திராவிட பாடசாலை'யினருக்குச் சி.வை.தா. அனுப்பியபோது அது பல்கலைக்கழக நடைமுறைக்கு ஒவ்வாததாகக் கருதப்பட்டு மறுக்கப்பட்டபோது சி.வை.தா. அதனை மீண்டும் திருத்தி எழுதி, 'வன்பாக்கம்' கிருஷ்ணமாசாரியரது *மஹாராணி* பத்திரிகையில் மாதந்தோறும் வெளியிட்டு வந்தார். அச்சில் வந்தபின் அதைப் பார்த்த 'திராவிட சபையார்' மேலும் சிற்சில திருத்தங்கள் செய்து தந்தால் பாடமாக வைக்க ஏதுவாகும் என்று கூறியதால் அதன்படியே அவர் இந்நூலை எழுதியுள்ளார். ஆனாலும் பாடத்திட்டத்தில் இது சேர்க்கப்பட்டதா என்பதை அறிய முடியவில்லை.

சி.வை.தா. *1901*இல் மறைந்த பிறகு அவரது பெயரில் 'ஆறாம் வாசக புத்தகம்', 'ஏழாம் வாசக புத்தகம்' என்னும் இரு கட்டுரைத் தொகுப்பு நூல்கள் *1918*இல் வெளிவந்தன (S.P.C.K. பிரஸ் வழியாக *1902*இல் வந்ததாகவும் கூறுவர்). இவை இரண்டும் பாடநூல்களாக வைப்பதற்கு உரியவை என்பது குறிப்பிடத்தக்கது. இந்தியக் கல்விப்பணி அதிகாரியாக இருந்து

ஓய்வு பெற்ற திரு. மார்ஸ்டன் (E. Marsden, B.A.) என்பவர் இந்த இரு நூல்களையும் தம் பெயரோடு சி.வை.தா.வின் பெயரையும் இணையாசிரியராகச் சேர்த்து 'மாக்மில்லன்' பதிப்பகத்தின் வழியாக 1918இல் வெளியிட்டுள்ளார்.

இதன் அடுத்த பதிப்பு 1919இல் வெளிவரும்போது மார்ஸ்டன் பெயர் நீக்கப்பட்டுச் சி.வை.தா.வின் பெயர் மட்டும் நூலின் தலைப்பேட்டில் இடம்பெற்றுள்ளது. இதைப் பார்க்கும்போது தாமோதரம் பிள்ளையின் காலத்திலேயே இந்தப் பாடநூல்கள் வந்தனவா? எத்தனை வகுப்புக்களுக்குரியவை வந்தன? அவற்றிற்குத் தாமோதரம் பிள்ளை முன்னுரை எழுதினாரா? என்பவை மேலாய்வுக்குரியன.

வட்டுக்கோட்டைச் செமினரியின் மாணவர்கள் சிலர் கிறித்துவ காவியங்களையும், நீண்ட கவிதை நூல்களையும் எழுத முயன்றனர் என்றும், அப்படி எழுதப்பட்ட நூல்தான் சி.வை.தா.வின் 'ஆதியாகம கீர்த்தனை'* என்றும் கூறுகிறார் ஆயர் எஸ். ஜெபநேசன். மேலும், இது பைபிளில் முதலாவது நூலாக வைக்கப்பட்டுள்ள ஆதியாகமத்தைச் செய்யுள் நடையிலே தருவதாக இருத்தல் வேண்டும் என்றும் அவர் கூறுவார்.

கிடைக்கப்பெறாத இந்நூல் வெளியான ஆண்டோ பிற செய்திகளோ தெரியவில்லை. என்றாலும், கிறித்துவ மார்க்கத்தில் இவர் இருந்த காலத்தில் வெளியிட்ட 'நீதிநெறி விளக்கம்' வெளியான 1854க்கும் 'சைவ மகத்துவம்' வெளியான 1867க்கும் இடைப்பட்ட காலமாக இருக்கலாம். (இந்நூல் வெளிவரவில்லை என்ற கருத்தும் உண்டு.)

சி.வை.தா. தாமே விளம்பரப்படுத்தியதில் அறியமுடியாத நூலாக இருப்பது 'நக்ஷத்திர மாலை' மட்டுமே. 1885இல் வெளிவந்த 'தொல்காப்பியம்–பொருளதிகாரம்–நச்சினார்க் கினியம்' நூலில் முதன்முதலில் இந்நூல் குறித்த விளம்பரம் வெளிவந்துள்ளது. எனவே வீரசோழியம் (1881), கட்டளைக் கலித்துறை (1881), தணிகைப் புராணம் (1883), இறையனாரகப் பொருள் (1883) ஆகிய நூல்கள் வெளிவந்த பிறகே – அதாவது 1884இல் – 'நக்ஷத்திர மாலை' வெளிவந்திருக்க வாய்ப்புண்டு எனக் கருதலாம்.

---

* ஆதியாகம கீர்த்தனையே யன்றி வேறு சில கீர்த்தனைகளையும் சி.வை.தா. இயற்றியதாகத் தெரிகிறது. 'எருசலை நாயகர் தரிசனமதை நான், எப்போ காண்பேனோ... ? (தன்யாசி ராகம் – ஆதி தாளம்)' என்னும் பல்லவியைக் கொண்ட ஒரு கீர்த்தனம் மட்டும் இப்போது கிடைக்கிறது. இலங்கைத் தென்னிந்தியத் திருச்சபைப் பாட்டுப் புத்தகத்தில் இடம்பெற்றுள்ள இது இன்றும் இசைக்கப் படுகிறதாம்.

இறுதியாக, சி.வை.தா.வின் படைப்பாக்கத்தில் இடம்பெறும் ஒரு சுவாரஸ்யமான தகவல் குறித்து இங்கே பதிவு செய்வதும் அவசியம். அதாவது, சி.வை.தா. அவர்களை ஒரு நாவலாசிரிய ராகவும் காட்ட முயற்சிகள் நடைபெற்றுள்ளன என்பதே அது. சி.வை.தா., 'காந்தமலர் அல்லது கற்பின் மாட்சி' என்னும் நாவலை எழுதினார் என்றும், அது கிடைக்கப்பெறவில்லை என்றும் அறிஞர் பலர் பேசியும் எழுதியும் வருகின்றனர். சி.வை.தா. தொடர்பாக அண்மையில் வெளிவந்த நூல்களிலும் அவரது நூல் பட்டியலிலும் இந்த நாவலின் பெயர் இணைந்துவிட்டது. ஆனால் இந்த நூலுக்கும் சி.வை.தா.வுக்கும் எவ்விதத் தொடர்பும் இல்லை. இந் நாவலை எழுதியிருப்பவர் சி.வே. தாமோதரம் பிள்ளை என்பவராவார். (பெயர் ஒற்றுமையைக் கண்டவர்கள் தலைப்பெழுத்தைக் காண மறந்தனர் போலும்!) 244 பக்கங்களைக் கொண்ட இந்நூல் யாழ்ப்பாணம் சோதிடப் பிரகாசயந்திரசாலை மூலமாக 1936இல் வெளிவந்தது. கலாநிதி நா. சுப்பிரமணியனின் 'ஈழத்து தமிழ் நாவல் இலக்கியம்' (2009) நூலிலும் இது குறித்த செய்தியைக் காணலாம்.

ரு

சி.வை.தா. அவர்களின் பதிப்புப் பணிகளை ஆராயுமிடத்து அவை அனைத்தும் 'முதன் முயற்சி' என்பதனால் அவர் பட்ட கஷ்டங்கள் நம் கண்முன்னே விரிகின்றன. கிறித்துவத்திலிருந்து சைவத்திற்கு மாறியது, வேற்றுத் தேசத்தார் என்னும் விரோதம், மடங்களில் தங்கிப் பயிலாமை என இன்னோரன்ன காரணங்கள் மூலப்பிரதிகளைப் பெறுவதில் அவருக்குப் பின்னடைவை உண்டாக்கின. இத்தனையையும் பொறுத்துக்கொண்டே அவர் தமது பதிப்புப் பணியைச் செய்துவந்திருக்கிறார். "ஒரு நூலைப் பரிசோதித்து அச்சிடுதற்கு முதலிற் கையெழுத்துப் பிரதிகள் சம்பாதிப்பதே மஹாபிரயாசை. அதிலும் ஒரு நூல் பழையதும் இலேசில் விளங்காததுமானால் எழுதுவாரும் ஓதுவாரு மில்லாமல் இருக்கிற இடமுந் தெரியாமல் போய்விடுகிறது" என்று எழுதும் சி.வை.தா., அவ்வாறு கண்டடைந்தபோதும் ஏடு வைத்திருப்பவர்கள் அதை அவருக்குக் கொடுக்க மனமில்லாதவர்களாகவே இருந்தனர் என்பதைக் கலித்தொகைப் பிரதியை அவர் தேடியதில் பதிவு செய்துள்ளார். அது: ". . . . . திருத்தணிகை குருசாமி ஐயர் கிருகத்திற் சென்று சென்னையில் மிகப் பெயர் பெற்றிருந்த வித்துவானாகிய அவரது பிதாமகன் ஸ்ரீ சரவணப் பெருமாளையருடைய புத்தக நாமாவளியைப் பார்வையிட்டதில் அவரது கலித்தொகைச் சுவடி கோயம்புத்தூரில் ஒருவர் கையிற் போயிருப்பதாகத் தெரியவந்தது. அதனைச்

சின்னாள் இரவலாக வாங்கி அனுப்பும்படி அவ்வூரிற் பெரிய மனுஷர் சிலருக்குக் கடிதம் விடுத்தேன். அவர்கள் அரவின் கடிகை அரதனத்திற்கும் ஆழிவாய் இப்பியுண் முத்திற்கும் அவை உயிரோடிருக்குங்கால் ஆசை கொள்ளல் வேண்டாவாறு போல், இம்மஹானுடைய சீவதசையில் இவர் கைப்பட்ட புஸ்தகங்களைக் கண்ணாற் பார்க்கும் அவாவினை ஒழிகவெனப் பதிலெழுதினர். சிவனே! இதுவும் கலித்தொகையைப் பிடித்ததோர் கலித் தொகையோ?"

சி.வை.தா. தமது பதிப்புரைகளிலே ஏட்டுப்பிரதிகளின் சொந்தக்காரர்களைப் பற்றி இவ்வாறு வெளிப்படையாக எழுதியமையே அவரது பிற்காலப் புகழைத் தென்னகத்தோர் மறைத்ததற்கான காரணமாயிருக்கலாம் என்பார் மனோன்மணி சண்முகதாஸ்.

பல்வேறு சிரமங்களுக்கு மத்தியில் ஒரு சுவடியைத் தேடிப் பெற்றபோதும்கூட அதை அப்படியே வைத்துக்கொண்டு பதிப்பிக்கும் நிலையில் அது இல்லை எனும்போது என்னதான் செய்ய இயலும்? அதன் தன்மையைச் சி.வை.தா. இவ்வாறு படம் பிடிக்கிறார்:

"ஏடு எடுக்கும் போது ஓரஞ் சொரிகிறது; கட்டு அவிழ்க்கும்போது இதழ் முரிகிறது. ஒற்றை புரட்டும்போது துண்டு துண்டாய்ப் பறக்கிறது. இனி எழுத்துக்களோ வென்றால் வாலுந் தலையுமின்றி நாலு புறமும் பாணக் கலப்பை மறுத்து மறுத்து உழுது கிடக்கின்றது."

இப்படிப்பட்ட சுவடிகளைத்தான் அச்சுக்குப் பெயர்க்க வேண்டிய கட்டாயம் அன்றைய பதிப்பாசிரியர்களுக்கு இருந்தது. பொதுவாகச் சுவடி எழுத்துக்களைப் படித்துணர்ந்து பொருள் கொள்வதே கடினம். அதில் பாணாப் பூச்சிகள் வேறு தங்கள் கைவரிசையைக் காட்டியிருந்தால் அதைவிடக் கொடுமை ஒரு பதிப்பாசிரியனுக்கு இருக்க முடியாது. "பிரதி எத்துணைப் பழையதோ அத்துணை அதன் மாறுபாடுகள் குறைவு. ஆனால் பூர்வ பிரதிகள் பாணவாய்ப்பட்டு எழுத்தொன்றிற்குப் பாணவரி மூன்றென்றால் யாதுதான் செய்யத்தக்கது?" என்றும், "இனி எழுத்துக்களோ வென்றால் வாலுந் தலையுமின்றி நாலுபுறமும் பாணக்கலப்பை மறுத்து மறுத்து உழுதுகிடக்கிறது" என்றும் சி.வை.தா. எழுதியிருப்பதைக் காணும்போதுதான் அவர் பட்டபாடு புரிகிறது.

ஏட்டுச் சுவடிகளைக் கண்டடைந்த பிறகு அவற்றைப் பரிசோதித்து நூதனமாக ஆராய்ந்து பாடபேதம் கண்டு பிரதி செய்ய வேண்டும். இதற்குப் பதிப்பாசிரியர்களுக்குப் பன்முக அறிவு வேண்டும். "நூலாசிரியர், உரையாசிரியர், போதகாசிரிய ரென வகுத்த மூவகை ஆசிரியரோடு யான் பரிசோதனாசிரிய ரென இன்னுமொன்று கூட்டி இவர் தொழில் முன் மூவர் தொழிலினும் பார்க்க, மிக்க கடியதென்றும் அவர் அறிவு முழுவதும் இவர்க்கு வேண்டியதென்றும் வற்புறுத்திச் சொல்கின்றேன்" என்பார் சி.வை.தா.

இப்படிப் பன்முக அறிவு கொண்டு உழைத்தாலும் பதிப்பாசிரியர்களுக்கே சவால்விடும் நிலையில்தான் பாட பேதங்கள் அன்று ஏட்டில் நிரம்பியிருந்தன. "கரலிகிதங்களால் ஏட்டுப் பிரதிகளிற் காலந்தோறும் புக்க அக்ஷரவழுவுஞ் சொற்சிதைவும் வாக்கியப் பிறழ்வும் இத்துணையவென்று சொல்லற்பாலதன்று" என்று எழுதும் சி.வை.தா., 'இதுதான் பாடம்' என்று கண்டறிவதற்குப் பட்டபாடும் சொல்லுந்தரமன்று. இதைத்தான்,

"மூன்று விரலைக் காட்டிக் கட்டிலிற் கால்போலப் பஞ்சபாண்டவரையும் ஆறு கோணத்திலும் நிறுத்துக என்பான் தொகை விபரீதத்தோடு விரலை வாலென்றும் கட்டிலைக் கடலென்றும் பஞ்சபாண்டவரைப் பிஞ்சுப் பாகற்காயென்றும் மாற்றி எழுதிவைத்தால் அம்மொழியைச் சரிபடுத்தல் இலேசாகுமா? அதுபோலவே, 'விலாசம் பரிசர்ப்பம் விதூதம் சமம் நாமம் நமதூதி பிரகமம் நிரோதம் பரியுபாசனம் வச்சிரம் புட்பம் உபநியாசம் வருணசங்காரம் இவை பயிர் முகத்தின் அங்கம் பதின்மூன்று' என்பது, 'பிவாசம் விருத்தியபம் விவாசம் தாவனபம் சயதூரகம் மரிசோதம் பரியானம் பாவைச்சிரம் செல்வம் வருணசங்கரம் இவை பிரதி முகத்திலடங்கும் பதின்மூன்று' எனக் கிடந்த ஏட்டுப் பிரதிகளோடு பட்ட பிரயாசைக்குப் பிரயாசை யென்னுஞ் சொல் போதுமா?" என்று சொல்கிறார் சி.வை.தா. உண்மைதான். அவர் பட்டபாடு பிரயாசையன்று; பிரம்மபிரயத்தனம்.

ஏட்டைப் பரிசோதித்து நூலாக்கும் பதிப்பாசிரியனுக்குப் பரந்துபட்ட அறிவும் பன்முகப் பார்வையும் வேண்டும். ஆனாலும் பதிப்பு நுட்பங்கள் அனைத்தும் ஒரு பதிப்பாசிரியனிடம் முற்றிலும் அமைந்திருக்கும் எனக் கருதமுடியாது. எனவே, அடுத்தவர்களை அணுகித் தமது ஐயங்களைப் பதிப்பாசிரியர்கள் போக்கிக் கொண்டனர். சி.வை.தா.வும் அப்படித்தான்.

"வடநூற் பயிற்சி யில்லாத எனக்குப் பொருள் யாப்பலங்காரங்களிற் வரும் அரிய சம்ஸ்கிருத விதிகளிற் றுணை செய்தோராய, அடியேனது பரமாசிரியர் வேதாரணியாதீனம் ஸ்ரீலஸ்ரீ கைலாயநாத சந்நிதிக்கும் சென்னபட்டணம் பச்சையப்ப முதலியார் பாடசாலை சம்ஸ்கிருத பண்டிதராகிய ஸ்ரீமத் மண்டைக்குளத்தூர் கிஷ்ணசாஸ்திரியாருக்கும் யாழ்ப்பாணம் நீர்வேலி ம.ா.ா.ஸ்ரீ. சிவசங். சிவப்பிரகாச பண்டிதருக்கும் மிக்க வந்தனஞ் சொல்லுகின்றேன்" என்று பிறர் செய்த உதவியை நன்றியோடு பதிவு செய்துள்ளார் சி.வை.தா. மேலும், 'நீலகேசி' பதிப்பாசிரியரும் கும்பகோணம் கல்லூரி முதல்வருமான அ. சக்கரவர்த்தி நைனாரின் தந்தையார் வீடூர் அப்பாதுரை சாஸ்திரியாரை யாழ்ப்பாணத்திற்கே அழைத்துச் சென்று சமணம் தொடர்பான ஐயங்களைத் தெளிந்துகொண்ட பிறகு சூளாமணி காப்பியத்தைப் பதிப்பித்ததையும் இங்குப் பதிவுசெய்தல் வேண்டும்.

அதே சமயத்தில் ஐயங்களைப் போக்குபவர் போலச் சிலர் நடித்த நடிப்பையும் சி.வை.தா. மறைமுகமாகச் சுட்டிக்காட்டத் தவறவில்லை. "விடியல வெங்கதிர்காயும் வெயமலகலறை" என்னும் வாக்கியத்தையும் ஒரு பரிபாடல் செய்யுளையும் பிரித்துணர்வதற்கு எத்தனை புலவரிடம் கொண்டு திரிந்தேன். எத்தனை வித்துவான்களுக்குக் கடிதம் எழுதிக் கைசலித்தேன். எனக்கு வந்த மறுமொழிகளைச் சொன்னால் வெட்கக்கேடு என்றறிக" என்றும், "ஒரு கையிற் பிடித்தவுடன் அதன் எழுத்து தேகவியோகமான தந்தை கையெழுத்துப் போற் றோன்றிற் றென்று கண்ணீர் பெருக அழுத கதையுமுண்டன்றோ?" என்று நகைச்சுவையாகவும் அவர் எழுதியதைக் காண்க.

௬

சி.வை.தா.வின் பதிப்பு வெளியீட்டிற்குப் பலரும் பொருளுதவி செய்திருக்கின்றனர். (இவர்களில் பலர் அவரது நண்பர்களாகவும் உத்தியோக ரீதியில் தொடர்புடையவர்களாகவும் இருப்பது கவனிக்கத்தக்கது.) என்றாலும், அவர் தம் கைப் பணத்தை நம்பியே இத்தகு முயற்சியை மேற்கொண்டிருக்கிறார். இதை, "எவ்வெம் முயற்சிக்கும் துணைக்காரணம் பணம். அதன் குறைவினால் எனது முயற்சி மிக்க தாமதப்பட்டு வருகிறது. லோகோபகாரமாய் யான் கையிட்ட இத்தொழிலைத் தற்காலஞ் சர்வகலா சோதனைச் சங்கத்தில் எனக்கு வரும் பரீக்ஷை நிவேதனம் ஒன்றைக் கொண்டே நடத்திவருகிறேன். அது பிரதிகள் தேடி அப்பப்போ யான் செய்யும் பிரயாணங்களுக்கும் பரிசோதனைச் செலவிற்குமே முன்னோ பின்னோவென்று கட்டிவருகிறது" என்னும் வரிகளால் அறியலாம்.

ஆயினும், நூல் வெளியீட்டிற்குப் பெரும்பாலும் அடுத்தவரின் கையை நம்பியே அவர் செயல்பட்டிருப்பதை இப்பதிப்புரைகளில் பரக்கக் காணலாம். புதுக்கோட்டை திவான் அ. சேஷைய சாஸ்திரி, மஞ்சக்குப்பம் ராஜரத்தின முதலியார், பம்மல் விஜயரங்க முதலியார், கொழும்பு சுப்ரீம்கோர்ட் அட்வகேட் பிறிற்றோ துரை, திருநெல்வேலி சப்கோர்ட் பழைய நீதிபதி கனகசபை முதலியார், பாலக்காடு நகரசபை விசாரணைக் கர்த்தர் ஐ. சின்னசாமிப் பிள்ளை, பாளையம் சோமசுந்தரஞ் செட்டியார் போன்ற முக்கியஸ்தர்கள் இவரது பதிப்புப்பணிக்குப் பொருளுதவி செய்தவர்களுள் குறிப்பிடத்தக்கவர்கள். (விரிவான பட்டியலைப் பின்னிணைப்பு 4இல் காண்க.) பணவுதவி பெறமுடியாதவர் களிடத்து அச்சுக்கான காகிதமும் சொந்த அச்சகம் வைத் திருப்போரின் அச்சகத்திலேயே நூலை அச்சிட்டுக்கொள்ளும் வசதியையும் சி.வை.தா. பெற்றிருக்கிறார். "இந்து பத்திராதிபர் களாகிய ஸ்ரீ க. சுப்பிரமணியையர் ஸ்ரீ மு. வீரராகவாசாரியா ரிருவரும் *30-31* பாரத்திற்கு மேற்படாமல் ஒரு நூல் காகிதச் செலவோடுகூடத் தமது அச்சியந்திரசாலையிற் பதித்துத் தருவதாக உத்தரவு செய்தார்கள்" (கலித்தொகைப் பதிப்புரை) என்று அவர் கூறியிருப்பது காண்க. அப்படி இருந்தபோதும், பணமுடை ஏற்பட்ட காலங்களில் பத்திரிகைகளில் விளம்பரம் தந்து பலரிடமிருந்து பணம் பெற்று இழப்பை ஈடு செய்திருக்கிறார்.

சுவடியிலிருந்து பெயர்த்து அச்சுப் போட்ட பின்னரும், அதை மீண்டும் சுவடியிலேயே எழுதிவைத்து வாசித்த மரபும் நம்மிடையே உண்டு. அப்படியிருந்த காலகட்டத்தில் அச்சுப் புத்தகங்களின் விற்பனையைப் பற்றிக் கூறத்தேவையில்லை. எனவேதான் உ.வே.சா. புத்தகங்களுக்கு முன்பணமாகக் கையொப்பம் பெற்று அதனடிப்படையில் நூல்களை வெளியிட்டுவந்தார். இவ்வுத்தியைச் சி.வை.தா. செய்யவில்லை. அச்சுப் புத்தகங்கள் பல விற்பனையின்றி அவரிடம் தேங்கிக்கிடந்ததும் அவை செல்லரித்துப்போனதும் பற்றிய விவரத்தை அவரது 'இறையனாரகப் பொருள்' இரண்டாம் பதிப்பு முன்னுரையில் காணலாம். எனவேதான் சி.வை.தா., "விளம்பரம்" என்னும் ஓர் உத்தியைக் கடைப்பிடித்திருக்கிறார். தம்முடைய நூல்கள் சிலவற்றிலே இவ்விளம்பரத்தை அவர் பிரகடனப்படுத்தியுள்ளார் (காண்க: பின்னிணைப்பு *3*). அதோடு, "பாடசாலை மாணாக்கர் ஒருங்கு சேர்ந்து தத்தம் வித்தியாசாலைத் தலைவர் வழியாக நேரே என்னிடத்தில் இருந்து ஒரே முறையில் ஒரு பிரதிக்குக் குறையாமல் அழைப்பித்தால் இவை மூன்றும்

அரை விலைக்குக் கொடுக்கப்படும்" என்னும் சலுகைமுறையை உடன் அறிவித்திருப்பதும் குறிப்பிடத்தக்கது.

இப்படிப்பட்ட உத்திகளை எல்லாம் கையாண்டும்கூட அவருக்கு லாபம் அல்ல, அசலே கிடைக்கவில்லை. எனினும், பழந்தமிழ் நூல்கள் வெளியீட்டை ஒரு வேள்விபோல அவர் செய்துவந்திருக்கிறார். அப்படிப் பிரயத்தனப்பட்டுச் செய்துவந்த அவருக்குக் கிடைத்தது என்னவோ வசவும் கண்டனமும்தான் என்பார் எஸ். வையாபுரிப் பிள்ளை. தமது பதிப்புகளினூடே அவர் எதிர்கொண்ட கண்டனங்கள் பல. சான்றுக்குப் பிரபலமான கண்டனம் ஒன்றை மட்டும் இனிக் காண்போம்.

எ

ஒன்றைப் பற்றித் தெளிவாக உணர, அது குறித்து எழுந்த புகழுரைகளைக் காட்டிலும் பெரிதும் துணைபுரிவன கண்டனங்களே. நாவலரின் 'போலியருட்பா' நூலுக்குப் பன்னிரண்டு கண்டன நூல்கள் எழுந்தன என்பது இங்குக் கவனிக்கத்தக்கது. 'இலக்கண விளக்கம்' மூலமாகச் சி.வை.தா. எதிர்கொண்ட கண்டனமும் இப்படித்தான். இலக்கண விளக்கம், சி.வை.தா. காலத்திற்கு முன்பே மடங்களால் கண்டித்து ஒதுக்கப்பட்டது. அந்நூல் அவ்வாறு ஒதுக்கப்பட்டது சரியன்று என்றும் அதற்காக எழுந்த கண்டனம் 'அநியாயம்' என்றும் சி.வை.தா. எழுதியதாலேயே இவரும் கண்டனத்துக்கு உள்ளானார். இதனை அறிய, இலக்கண விளக்கத்தின் முற்காலக் கண்டனப் பின்புலத்தைக் காணவேண்டும்.

தொல்காப்பியத்திற்குப் பின் தோன்றிய ஐந்திலக்கண நூல்களுள் பெருஞ்சிறப்பு கொண்டது 'இலக்கண விளக்கம்'. "தாரதம்மியச் சிறப்பானும் ஐந்திலக்கணமும் உடைமையானும் பின்னூல் எவற்றினும் இதன் மாட்சி பெரிதெனக் கொள்க" என்பார் சி.வை.தா. திருமலை நாயக்கரின் செயலருள் ஒருவரும், கயத்தாறில் வாழ்ந்தவருமாகிய திருவேங்கடநாத ஐயரின் புதல்வர்கட்குக் கல்வி போதிக்கும் ஆசிரியராக திருவாரூர் வைத்தியநாத தேசிகர் அமர்ந்தபோது எழுதியதே இந்நூல். (தருமபுர ஆதீனத்து மாணவர்களுக்காக எழுதப்பட்டது என்றும் கூறுவர்.) தேசிகர் தருமபுர ஆதீனத்தோடு தொடர்புடையவர். இதனைத் தூற்ற அப்பொழுதே எழுந்த 'இலக்கண விளக்கச் சூறாவளி'யை எழுதிய மாதவச் சிவஞான முனிவர் திருவாவடுதுறை ஆதீனத்தைச் சார்ந்தவர். மடங்களுக்கிடையே யான காழ்ப்புணர்ச்சியே இந்தக் கண்டனத்திற்கு வழிவகுத்தது. உண்மையில் இவ்வாதத்தில் நியாயம் இல்லை. எனவேதான், "இதை ஓர் அநியாய கண்டனம்" என்றார் சி.வை.தா.

'இலக்கண விளக்க'த்தைக் கண்டிப்பதற்காக எழுதப்பட்ட 'இலக்கண விளக்கச் சூறாவளி'யைச் சற்று நுணுகிப் பார்த்தால், அது இலக்கண விளக்கத்தை மட்டும் தூற்றவில்லை என்பதும் அதனை முன்னிறுத்திச் சமண சமயத்து நூலான நன்னூலையும் அதன் உரைகளையும் மறைமுகமாகத் தூற்றுகிறது என்பதும் புலப்படும். இளம்பூரணர் முதலிய தொல்காப்பிய உரையாசிரியர்களது கருத்துக்களையும் கோட்பாடுகளையும் புகழ்வதற்காகவே 'தொல்காப்பியப் பாயிர விருத்தி', 'தொல்காப்பிய முதற் சூத்திர விருத்தி' ஆகியவற்றை எழுதிய சிவஞான முனிவர் அவற்றையே இந்தச் சூறாவளியில் பலவிடங்களில் பறக்கவிட்டுள்ளார் என்பது அவதானிக்கத்தக்கது.

தொல்காப்பியமானது பாணினீயம் முதலிய வடமொழி நூல்களுக்கு இணையானது என்பதும், தமிழ் மொழிக்கெனச் சிறப்பாக அமைந்த சில மரபுகள் தவிரப் பிற யாவும் வடநூற் கோட்பாடுகளுக்கு ஒத்தவை என்பதும் முனிவரின் கருத்து. அதனால் வடமொழிப் புலமையாளர்கள் மட்டுமே தொல்காப்பியத்தை உணர்ந்துரைக்க முடியும் என்று அவர் கூறுவதைத் 'தொல்காப்பியப் பாயிர விருத்தி' உரைகளால் அறியலாம்.

ஆனால், பாயிர விருத்தி, சூத்திர விருத்திகளுள் மறுக்கப்படும் பல கருத்துக்கள் நன்னூலுள் அமைந்திருப்பதைக் கண்டு அதற்குப் 'புத்துரை' ஒன்றை முனிவர் எழுதினார் என்பதையும் மறுப்பதற்கில்லை. இதற்குக் காரணம் திருவாவடுதுறை ஆதீனத்தைச் சார்ந்தவரும் அவ்வாதீனத் தலைவரால் மதிக்கப்பெற்றவருமான சுவாமிநாத தேசிகர் தாமியற்றிய 'இலக்கணக் கொத்து' நூலுள் நன்னூலைப் புகழ்ந்து கூறியதோடு அவரது மாணவர் சங்கர நமச்சிவாயப் பிள்ளையைக் கொண்டு 'நன்னூல் விருத்தியுரை' ஒன்றைச் செய்யச் சொல்லித் துணைபுரிந்ததுமேயாம்.

அதனால் நன்னூலில் தன் கருத்தைப் புகுத்தியும் அமைதிகாட்டியும் உரை விளக்கம் செய்ய வேண்டிய கட்டாயம் சிவஞான முனிவருக்கு ஏற்பட்டது. எனினும், நன்னூலின் குறைபாடுகள் மனத்தை உறுத்திக்கொண்டிருந்தமையால் அதனை வெளிப்படுத்த இந்த இலக்கண விளக்கத்தைப் 'பகடை'யாக்கிக் கொண்டார். அதன் காரணமாகவே ஐந்திலக்கணமும் முற்றாய் அமைந்த இந்நூலுள் எழுத்தும் சொல்லுமாகிய இரண்டு அதிகாரத்தை மட்டும் எடுத்துச் சூறாவளியில் பறக்கவிட்டார். (158 நூற்பாக்களையுடைய எழுத்ததிகாரத்தில் 42 இடங்களும் 372 நூற்பாக்களையுடைய

சொல்லதிகாரத்தில் 41 இடங்களும் சூறாவளிக்கு இலக்காயின. அவற்றுள்ளும் 14 இடங்களில், "விருத்தியுட் கூறினாம், ஆண்டுக் கண்டுகொள்க" என்று கூறப்பட்டுள்ளது.)

இவ்வாறு செய்த சிவஞான முனிவரைத்தான் சி.வை.தா. சிலவிடங்களில் கண்டித்தார்; திருவாவடுதுறை மடத்தொடு நேரிடையாகவும் மோதினார். "சிவஞான முனிவர் அகத்தியராற் றமிழ் பூமியின் உற்பத்தியாயின தெனக் கண்டு, அகத்தியம் அச்செந்தமிழ் நிலத்துமொழி தோன்றுங் காலத்துடன் தோன்றிய நூல் என்பன முதநூற்குப் பெயர்களாகவும், இளம்பூரணரும் நச்சினார்க்கினியாரும் அவ்வாறே பொருள் கூறி, " 'நிலத்தொடு' என்பதற்குச் செந்தமிழ் நிலத்து வழக்கொடு எனப் பொருளுரைத்திருப்பது கண்டாராகவும், 'நிலத்தொடு முந்து நூல்கண்டு' என்பதற்கு எண்ணுப் பொருளில் நிலத்தையும் (அதாவது நிலத்தின் கண்ணுள்ள இயற்றமிழ் வழக்கையும்) முதனூலையும் கண்டு செப்பமாகப் பொருள் வெட்டவெளி போலக் கிடப்பதாகவும் இவர் உடனிகழ்ச்சிப் பொருள் கொடுத்து, முந்து என்பதை வினைத்தொகையாக்கி அறுகம்புல்லிற் றடக்கிய யானை போல இவ்வாறு இடர்ப்பட்டது காலகதியோ, அன்றேற் பிற ஆசிரியர் மதங்களை மறுத்தலும் ஆங்காங்குத் தமது நூதன மதத்தை நாட்டுதலும் தமக்கு என்றும் இயல்பாயினமை பற்றியோ அறியேம்" என்று வீரசோழியப் (1881) பதிப்புரையிலும்; "சூறாவளி மாறாய் மோதியென்? சூத்திர விருத்தி வான் ஆர்த்ததிர்த் திடித்தென்? கன்ன துரோண சயித்திரதர் என்ன துரோகம் இயைத்திடினும் தேரொன்று கிடையாத குறையன்றோ களத்தவிந்தான் சிறுவன். அச்சு வாகனங் கிடையாத குறையன்றோ இலக்கண விளக்கம் மடங்கியது" என்று கலித்தொகை (1887) பதிப்புரையிலும் சி.வை.தா. எழுதியமை பின்னாளில் இலக்கண விளக்கத்திலே சிவஞான முனிவரைக் கண்டிப்பதற்கான முன்னோட்டமாக அமைந்தது.

இலக்கண விளக்கச் சூறாவளியை ஓர் அநியாயக் கண்டனம் என்பதைத் தாபிக்கப் புகின் மிக விரியும் என்பதால் முனிவர், சூறாவளியில் முதலில் எடுத்துக்காட்டியிருக்கும் ஐந்து மறுப்புரைகளை மட்டும் எடுத்து மறுத்த சி.வை.தா., "சிவஞான முனிவர் தெரிவித்த குற்றங்களின் இலக்ஷணம் எத்தன்மைய என்பதற்கு மேலே காட்டியுள்ள ஐந்து உதாரணமும் போதுமாதலின் இவ்வளவில் நிறுத்துதும்" என்று மிகக் கடுமையாகத் தமது 'இலக்கண விளக்க'த்திலே சாடினார்.

சி.வை.தா. சிவஞான முனிவரைப் பற்றிக் கூறிய கருத்துக்கள் (ஈசான தேசிகர் எனப் பின்னாட்களில் அழைக்கப்பட்ட)

கோப்பாய் சபாபதி நாவலரைக் கோபமூட்டின. சி.வை.தா.வின் பதிப்பை வள்ளலாரின் சீடர்களான நரசிங்கபுரம் வீராசாமி முதலியார் போன்றோர் கண்டித்தது வேறு; ஆனால் ஒரே நாட்டவரான சபாபதி நாவலர் கண்டித்ததுதான் ஆச்சர்யம். திருவாவடுதுறை ஆதீனத்திலே பன்னிரண்டு ஆண்டுகள் தங்கியிருந்து சாஸ்திர நூல்களைக் கற்றதோடு 'நாவலர்' என்னும் பட்டத்தை ஆதீனகர்த்தரால் பெற்ற சார்புநிலையும், சேதுசமஸ்தானத்து அரசர் பாஸ்கர சேதுபதியின் ஆதரவும் சி.வை.தா.வுக்கு எதிர்நிலையில் நாவலரை நிறுத்தியது. அவர் தமது கண்டனத்தைத் தம்முடைய பத்திரிகையான *ஞானாமிர்தத்*திலே வெளியிட்டார். "சிவஞான முனிவரது செய்கை தவறுதான்" என்று பின்னாட்களில் ஆதீனகர்த்தர் ஸ்ரீலஸ்ரீ சுப்பிரமணிய தேசிகரே சி.வை.தா.விடம் ஒப்புக்கொண்ட போதிலும்கூட, சபாபதி நாவலரால் அதை ஒப்புக்கொள்ள முடியவில்லை!

பத்திரிகையிலே கண்டனத்தை வெளியிட்ட நாவலரை, சி.வை.தா. நேரிடையாகக் கண்டிக்கவில்லை. மாறாக, அப்பத்திரிகைக்கு ஆசிரியராகத் திகழ்ந்த 'வதிரி' சி. தாமோதரம் பிள்ளை (1863 -1921)யைக் கண்டித்தார். தமது இலக்கண விளக்கப் பதிப்புரையிலே அவர் இவ்வாறு எழுதுகிறார்:

"இவருள் ஒருவர் ஸ்ரீமத் சபாபதி நாவலருடைய 'ஞானாமிர்த' பத்திரிகாசிரியர். இவர் தாமோதரம் பிள்ளையெனத் தன் பெயர் கைச்சாத்திட்டு அப்பத்திரிகையின் தமிழ்நடைக் கெல்லாந் தாமே உத்தரவாதி யென்று வியாக்கியானஞ் செய்தவர். பின்னர் கலியாண சுந்தரப் பெயர் கொண்டெழுந்து, யான் தாமோதரம் பிள்ளையென என் பெயர் எழுதுதல் தவறென்றும் அது தாமோதரப் பிள்ளை என்றிருத்தல் வேண்டுமென்றும் கிளம்புகிறார். அப்படிப்பட்டவரோடு யாது வாதம் புரிவது? தன் பெயரெழுதுதற்கே இன்னுங் கற்றுக்கொண்டிருக்கின்றார் போலும். இவரை எதிர்த்தல், வென்றாலும் தோற்றாலும் வசையன்றோ? இக்காலத்துப் புலவர் பெருமானென யாவரும் கொண்டாடும் திரிசிரபுரம் மீனாட்சிசுந்தரம் பிள்ளை யவர்கள், இராமநாதபுரம் வித்துவான் பொன்னுசாமி தேவரவர்கள், நவபவணந்தி எனச் சிறப்புப் பெயர் வழங்கிய ஐயம்பிள்ளை உபாத்தியாயர் அவர்கள், திருமயிலை வித்துவான் சண்முகம் பிள்ளை யவர்களென்று, இன்னோரெல்லாம் தம் பெயர் வல்லொற்று மிகாமல் எழுதுபவராயின் யான் தாமோதரம் பிள்ளை யென்று எழுதுதலும் விலக்காகு மன்றிக் குற்றமாகாதே. விதி, விலக்கு இரண்டும் உணர்ந்தாரன்றோ குற்றங் காட்டற்கு உரியராவர்? அப்ப

சுவாமிகளையும் அப்பச் சுவாமிக ளாக்குவாரென் றஞ்சுன்கிறேன். யான் சாதித்த மௌனத்தை என் இஷ்டர்கள் மன்னிக்க.”

சி.வை.தா. சாதித்த மௌனம் சபாபதி நாவலரை மேலும் கோபமடையச் செய்தது. அதனால் ‘இலக்கண விளக்கப் பதிப்புரை மறுப்பு’ என்னும் 16 பக்கக் கண்டனப் பிரசுரத்தைத் தம் பெயரில் வெளியிடாமல் அவரது மாணவர்களில்* ஒருவர் வெளியிட்டதைப் போல வெளிப்படுத்தினார் (காண்க: பின்னிணைப்பு 7). அது போதாதென்று ‘திராவிடப் பிரகாசிகை’ என்னும் நூலையும் வெளியிட்டுத் தமது ஆதீனப்பற்றை வெளிப்படுத்தினார். (இந்நூலுக்கு மறுப்பாகத் ‘திராவிடப் பிரகாசிகைப் பிழைகள்’ என்னும் நூலை சுன்னாகம் அ. குமாரசுவாமி வெளியிட்டார்.)

மழை விட்டாலும் தூவானம் விடாத கதையாக இக்கண்டனம் பின்னாட்களில் வேறு வகையிலும் தொடர்ந்தது. சபாபதி நாவலர் பாஸ்கர சேதுபதியின் ஆதரவு பெற்றவர் என்பதால், பாண்டித்துரைத் தேவரின் *செந்தமிழ்ப்* பத்திரிகையும் நாவலரைத் தூக்கிப் பிடித்து, சி.வை.தா. அவர்களை மறைமுகமாகத் தாக்கியது. அதாவது, இப்பத்திரிகையில் பண்டித அ. கோபாலையன் என்பவர் தாம் எழுதிய ‘சேனாவரையர் ஆராய்ச்சி’(1906) என்னும் கட்டுரையில் சி.வை.தா.வின் தொல்காப்பியம்-சொல்லதிகார சேனாவரையர் பதிப்பை (1868) அருட்பா குழுவினருள் ஒருவரான கோமளபுரம் இராஜகோபாலப் பிள்ளையின் தொல்காப்பியப் பதிப்புடன் ஒப்பிட்டு, இராஜகோபாலரின் பதிப்பைச் சிறந்ததாகக் காட்டினார். ஆனால் இது ஒரு ‘போலிப் பதிப்பு’ என்பதைப் பண்டிதமணி சி. கணபதிப் பிள்ளை பின்பு நிரூபித்தார் (காண்க: பின்னிணைப்பு 8).

அ

சி.வை.தா. அவர்களின் பதிப்புரைகளைப் புறநிலையில் நின்று நோக்கும்போது சில முக்கிய விடயங்களை அவர் முன்னெடுத்திருப்பது தெரிகிறது. குறிப்பாகத் தமிழின் தொன்மையை நிறுவுதல், நூலாசிரியர் குறித்து ஆராய்தல், கால ஆராய்ச்சி, இலக்கிய வரலாற்றை உணர்த்துதல் ஆகியவற்றைக் கூறலாம்.

தமிழின் தொன்மை குறித்தும் அது வடமொழியினின்று முற்றிலும் வேறுபட்டது என்பதையும் தம்முடைய வீரசோழியப்

---

* ‘சென்னை மாகாணத்திலிருந்து வெளியான தமிழ் நூல் விவர அட்டவணை’ யில் (1894) இந்நூலின் ஆசிரியர் எம். கார்த்திகேய முதலி எனக் குறிப்பிட்டிருப்பதாக ஜி.யு. போப் தெரிவித்துள்ளார் (A catalogue of the Tamil Books in the Library of the British Museum, 1931, p.402).

பதிப்புரையிலும் கலித்தொகைப் பதிப்புரையிலும் சி.வை.தா. மிக விரிவாக எழுதியுள்ளார்.

"தமிழும் வடமொழியும் நாவலந் தீவின் பழைய மொழிகள். இரண்டும் தெய்வத் தன்மையுடையவை. வடமொழி பனிமலைக்கு அப்பால் இருந்து வந்தது; தமிழ் கங்கைவரை பரவியிருந்தது. ஆரியர் வடபால் நிலங்களைப் பற்றிக்கொண்டதனால் தமிழர் தென்பால் வந்தனர். இதனால், தமிழே நாவலந் தீவின் பழமையான மொழி" என்று தமிழின் தொன்மையை விளக்கும் சி.வை.தா., தமிழில் வடமொழிச் சொற்கள் கலந்திருப்பது கொண்டு அதை 'இந்திய மொழி' எனல் கூடாது என்பதைப் பின்வருமாறு விளக்கியுள்ளார்.

"அன்றியும், வடமொழியில் இல்லாத புணர்ச்சி யிலக்கணங்களுங் குறியீடுகளும் வினைத்தொகை குறிப்புவினை முதலிய சொல்லிலக்கணங்களும் உயர்திணை அஃறிணைக் கூறுபாடுகளும் பால் விகுதிகளும் அகம் புறம் என்னும் பொருட்பேதங்களும் ஐந்திணை யியல்புகளும் அவற்றின் துறைகளும் வெண்பா கலிப்பா கலித்துறை முதலிய செய்யுளிலக்கணங்களும் இவை போல்வன பிறவுங் காலத்திற்குக் காலம் பிற்றை நாளிற் தோற்றாது ஆதியிலக்கணமாகிய அகத்தியத்திலே முற்ற உரைக்கப்பட்டமையால் தமிழ் சம்ஸ்கிருதத்தினின்று பிறவாத தற்பாஷை என்பது பசுமரத்தாணிபோல் நாட்டப்படும்."

மேலும், "தமிழ் என்னும் தென்மொழிச் சொல்லே வடமொழியில் திராவிடம் என மரீஇயது" என்று கூறுவாரைப் பார்த்து, "பாட்டன் திருமணத்தில் பேரன் சந்தனத் தாம்பூலம் பரிமாறினான் என்பதற்கும் இதற்கும் யாது பேதம்?" என நகைக்கிறார் சி.வை.தா.

தமிழின் தொன்மை, அதன் சிறப்பு, வடமொழியிலிருந்து அது வேறுபட்டு நிற்கும் தன்மை, உயர்தனிச் செம்மொழியாய் மிளிரும் பாங்கு முதலியன குறித்துச் சி.வை.தா. அக்காலத்தில் பேசியும் எழுதியும் வந்தது அறிஞர்கள் மத்தியில் அவருக்குப் பெருமை சேர்த்திருக்கிறது. இதைப் புதுக்கோட்டை மஹாராஜா காலேஜ் போதகாசிரியர் இராதாகிருஷ்ணையர் தொகுத்த 'தமிழ் இலக்கியத் திரட்டு' (1895) என்னும் நூலில் இவரது வீரசோழியப் பதிப்புரையின் சுருக்கமான, 'தமிழும் சம்ஸ்கிருதமும்' என்னும் தலைப்பில் வெளியாகியிருக்கும் கட்டுரையைக் கொண்டு தெளியலாம்.

தமிழின் தொன்மையை விவரிக்கும் அதேவேளையில் தமிழ் நூல்கள் எவை எவை என்பதையும் அதன் ஆசிரியர்

யார் என்பதையும் சி.வை.தா. நிறுவுவதை அவரது பதிப்புரைகளில் காணலாம்.

உதாரணமாகப் பதினெண் கீழ்க்கணக்கு நூல்கள் என்பவை எவை என்னும் விவாதத்தைத் தமது கலித்தொகைப் பதிப்புரையில் முதன்முதலில் தொடங்கிவைத்தவர் சி.வை.தா. அவர்களே யாவார்.

"இவற்றுட் கோவையென்றது ஆசாரக்கோவையை. முப்பாலென்றது திரிகடுகம் ஆசாரக்கோவை பழமொழி பஞ்சமூலம் ஆகியவை போன்று நாலடி வெண்பாவான் இயன்று அக்காலத்திலே வழங்கிய மூன்று சிறுத் தரும நூல்களை யென்றும்; இன்னிலை, சொல் என்றது இன்னிலை, இன்சொல் என்னும் பெயரிய இரண்டு நூல்களின் பெயரையென்றும் உத்தேசிக்கின்றேன். அன்றேல் ஐந்திணை அகப்பொருட்டுறைத்தாய் ஐம்பது செய்யுளான் மாறன் பொறையனார் இயற்றியது ஓர் நூலாக, இவர்க்குக் கீழ்க்கணக்குத் தொகை பதினெட்டாய தெவ்வாறோ? இவ்விடர் நோக்கிப் போலுஞ் சிலர் ஐந்திணையை ஐந்தொகை யென்று பாடம் ஓதுவர். 'அன்னோர் நெடுந்தொகை யொன்றொழிய வேறு தொகையின்மையிற் சட்டி சுட்டதென்று நெருப்பிற் பாய்ந்த கள்வனார் போல'ப் பின்னர் எட்டுத்தொகைக்கு நூல் காணாது பேரிடர்ப்படுவர். 'இன்னிலைய காஞ்சியுட னேலாதி யென்பவவே' என்றும் பாடமுண்டு. அதனால் இன்னும் இரண்டு குறைவதன்றிக் கணக்குச் சரிபெறாது."

இனி, நூலாசிரியர் குறித்துச் சி.வை.தா. ஆராய்ந்து நிறுவுவதைக் காண்போம்.

"பெருங்கடுங்கோன் பாலை கபிலன் குறிஞ்சி /. . . . நல்லந்துவன் நெய்தல் / கல்விவலார் கண்ட கலி" என்னும் பழம்பாடல், கலித்தொகையைப் பாடியவர் ஒருவரே, அவர் நல்லந்துவனாரே என்பதை நிரூபிப்பதற்கு இன்றுவரை தடையாக உள்ள பாடல். பிற்காலத்தில் கே.என். சிவராசப் பிள்ளை, எஸ். வையாபுரிப் பிள்ளை போன்றோர் கலித்தொகையின் ஆசிரியர் ஒருவரே என்று கூறியிருப்பது கவனிக்கத்தக்கது. இவர்களுக்கு முன்பே சி.வை.தா. கலித்தொகையின் ஆசிரியர் நல்லந்துவனார் ஒருவரே என்பதைப் பின்வருமாறு நிறுவுகிறார்:

"இந்நூல் மதுரைக் கடைச்சங்கத்துப் புலவர் நாற்பத்தொன் பதின்மருள் ஒருவராகிய நல்லந்துவனார் இயற்றியது. சிலர் இவர் இஃது இயற்றினோரல்லர், சிறந்த கவிச் செய்யுட்களைப் பல நூல்களிலுமிருந்து திரட்டித் தொகுத்தவரென்பர். அவ்வாறு தொகுக்கப்பட்ட அகம், புறம், நற்றிணை யென்றின்னோரன்ன நூலுளெல்லாம் அவ்வச் செய்யுளின் கீழ் அதன் ஆக்கியோன்

பெயர் குறிக்கப்பட்டது போல இதனுட் குறிக்கப்படாமையானும் நல்லந்துவன் தொகுத்தாரென்று பல்லாசிரியர்கள் கூறிய இடம் அனைத்தும் அவர், ‘முல்லை குறிஞ்சி மருத நெய்தலெனச் சொல்லிய முறையாற் சொல்லவும் படுமே’ எனவும் உச்சிமேற் புலவர்கொள் நச்சினார்க்கினியர் புரியுண்ட புணர்ச்சி யென்றற் றொடக்கத்து நெய்தற் கலியின் கீழ்ச் சொல்லொடுங் குறிப்பொடு முடிவு கொளியற்கை புல்லிய கிளவி யெச்சமாகும்’ என்பதனாற் சொல்லெச்சமும் குறிப்பெச்சமுமாகத் தம் பேரறிவு தோன்ற ஆசிரியர் நல்லந்துவனார் செய்யுட் செய்தாரெனக் கூறியமையானும் இஃது அவ்வாசிரியராற் றாமே இயற்றப்பட்டமை தெள்ளிதின் விளங்கக் கிடந்ததென மறுக்க.”

நூல்களைப் பதிப்பிக்கும்போது நூலினது காலத்தையும் அந்நூலினது ஆசிரியர் வாழ்ந்த காலத்தையும் அறுதியிடச் சி.வை.தா. தவறவில்லை. இவருக்கு முன் வழங்கிவந்த காலத்தை அப்படியே ஏற்றுக்கொள்ளாமல் அக/புறச் சான்றுகளைக் கொண்டு காலவரையறை செய்கிறார்.

தொல்காப்பியம், கலித்தொகை, சூளாமணி, இலக்கண விளக்கம் முதலான நூல்களின் காலத்தை வரையறை செய்வதுடன் அதனைச் சான்றாதாரங்களுடனும் நிறுவுகிறார். இப்பாணியையே நூலாசிரியருக்கும் கையாள்கிறார். எடுத்துக் காட்டாக இலக்கண விளக்க நூலாசிரியரது காலத்தை நிறுவும்போது, “இந்நூல் மூலமும் உரையுமாகச் செய்தவர் மன்னார்குடித் தாலுகாவிலுள்ள ஆதித்தேச்சரத்திற்கு அணித்தான திருக்களரில் இப்பொழுது அதி வயோதிபரா யிருக்கின்ற ஸ்ரீமத் சூரியமூர்த்தி தேசிகரைத் தமக்கு ஆறாவது சந்ததியாக உடையவரும் இற்றைக்கு *250* வருஷத்தின் முன் சத்தவிடங்கத் திவ்விய க்ஷேத்திரங்களில் முதன்மையுடைத்தாகிய திருவாரூரின்கண் ஸ்ரீ வன்மீகநாத தேசிகர் குமாரருமாகிய வைத்தியநாத தேசிகர். இவர் இராமநாதபுரத்தில் *1685*ஆம் ஆண்டு முதல் *1723*ஆம் ஆண்டு வரையும் அரசுபுரிந்த இரகுநாத சேதுபதியின் சமஸ்தான வித்துவானான படிக்காசுப் புலவர் இந்நூலாசிரியரிடம் கல்வி கற்றவராதலானும், சற்றேறக்குறைய *180* வருஷத்தின் முன் நன்னூல் விருத்தியுரை இயற்றிய சங்கரநமச்சிவாயப் புலவரது இயற்றமிழாசிரியராகச் சாமிநாத தேசிகர் இவர் காலத்தில் சிறுவயதினரா யிருந்தமையானும் இவர் காலம் இற்றைக்கு *250* வருஷத்தின் முன்னென்பது போதரும்.”

அந்நிய ஆட்சியில் நாடு சிக்கித் தவித்தபோது நம்மவர்கள் தமிழின் சிறப்பையும் அம்மொழி பேசுகின்ற மக்களது பண்பாடு, பாரம்பரியம் முதலியவற்றின் தொன்மையையும் நிறுவும் முயற்சியில் தலைப்பட்டனர். 19ஆம் நூற்றாண்டின் இறுதியில் இது மேலும் உத்வேகம் பெற்றது. இக்காலகட்டத்தில் தமிழ் மொழி குறித்து அறிஞர்கள் வெளியிட்ட கருத்துக்கள் இதற்கு வலுவூட்டின. குறிப்பாக அக்காலத்திலே மொழியறிவுடைய மேலைத்தேய அறிஞர்களான எல்லீஸ் போன்றவர்கள் தமிழ் தெலுங்கு முதலிய தென்னிந்திய மொழிகளின் ஒருமைப்பாடு குறித்தும் அவற்றிற்கும் வட இந்தியாவிலே செல்வாக்குப் பெற்ற இந்தோ-ஆரிய மொழிகளுக்குமிடையே காணப்பட்ட வேறுபாடுகள் குறித்தும் கூறிய கருத்துக்கள் கால்டுவெல்லின் 'திராவிட மொழிகளின் ஒப்பிலக்கணம்' (1856) என்னும் நூலிலே நன்கு ஆராயப்பட்டன. இந்த நூல் ஆங்கிலம் கற்ற தமிழறிஞர்களைப் பெரிதும் கவர்ந்தது. இதனைச் சி.வை.தா.வின் வீரசோழியம், கலித்தொகை, சூளாமணி ஆகிய நூல்களின் பதிப்புரைகளிலே காணலாம். தமிழின் தனித்தன்மையையும் வடமொழி தமிழுக்குத் தாய்மொழி அல்ல என்பதையும் நிறுவுவதற்குக் கால்டுவெல்லின் கருத்துக்களைச் சி.வை.தா. நன்கு பயன்படுத்திக்கொண்டிருப்பது தெரியவருகிறது.

தமிழின் பழமையையும் தனித்துவத்தையும் ஏற்றுக்கொண்ட மேலைத்தேயத்தவர்கள்கூடத் தமிழ் இலக்கியத்தின் பழமையை ஏற்றுக்கொள்ளவில்லை. கால்டுவெல் தமது ஒப்பிலக்கண நூலின் முகவுரையில், 'திராவிட இலக்கியத்தின் ஒப்பீட்டுத் தொன்மை - தமிழ் இலக்கியத்தின் காலப் பழமை' என்னும் பகுதியில் தமிழ் இலக்கியத்தின் பரப்பினைப் பற்றிக் குறிப்பிடும் போது, சமணர் காலம், தமிழ் ராமாயண காலம், சைவ மறுமலர்ச்சிக் காலம், வைணவக் காலம், இலக்கிய மறுமலர்ச்சிக் காலம், அ-பிராமணீயக் காலம், நவீன எழுத்தாளர்கள் காலம் என ஏழு காலப் பிரிவுகளாக வகுத்துரைத்தார். அதில் முதல் பிரிவாகிய சமணர் காலம் அல்லது மதுரைச் சங்ககாலம் என்பதைக் கி.பி. 8 அல்லது 9 ஆம் நூற்றாண்டில் தொடங்குவதாகக் கூறியுள்ளார். இதற்கு முக்கியக் காரணம் கால்டுவெல் காலத்தில் பண்டைத் தமிழ் நூல்கள் வெளிவராமையே.

இந்தத் தருணத்தில்தான் சி.வை.தா. போன்றோரது பதிப்புப் பணிகள் முக்கியப் பங்காற்றின. தமிழிலக்கியத்தின் தொன்மையை நிறுவுவதற்காக, அவற்றைப் பதிப்பித்ததோடு மட்டுமன்றி அந்த நூல்களின் முன்னுரைகளிலே தமிழ் இலக்கியத்தின் தொன்மை பற்றிய கருத்துக்களையும் சி.வை.தா. எழுதினார். வீரசோழியப் பதிப்பு முன்னுரையில் 'தமிழ்ப்

பாஷையின் காலவருத்தமானம்' என்னும் வரலாற்றுச் சான்றுகளின்வழி இலக்கியப் பரப்பினை அபோத காலம், அக்ஷர காலம், இலக்கண காலம், சமுதாய காலம், அநாதார காலம், சமணர் காலம், இதிகாச காலம், ஆதீன காலம் என எட்டுக் காலப் பகுதிகளாகக் கால்டுவெல்லிடமிருந்து வேறுபட்டு வகுத்துரைத்தார்.

தமிழாராய்ச்சி அறிஞர்களான பி.டி. ஸ்ரீநிவாசையங்காரும் எஸ். வையாபுரிப் பிள்ளையும் இப்பாகுபாட்டினை ஏற்றுக் கொள்ளவில்லை. என்றாலும் வரலாற்றுணர்ச்சி பரவாத காலத்திலே சி.வை.தா. இக்காலப் பாகுபாட்டினைச் செய்தார் என்பது மனங்கொளத்தக்கது.

பதிப்பை, எழுத்துப் பணியாக மட்டும் பார்க்கவில்லை சி.வை.தா.; சமூகப் பணியாகவும் பார்த்தார். மொழி, இனம், நாடு எனப் பரந்துபட்டப் பார்வையுடனேயே பதிப்புலகில் அவர் முன்கை எடுத்திருக்கிறார் என்பதை அவரது முன்னுரைகள்வழி அறியமுடிகிறது. கால்டுவெல் தொடங்கி ஆறுமுக நாவலர் வரை தமக்கு முன் தமிழ் ஆய்வுலகில் நிகழ்ந்த பல்வேறு முயற்சிகள் பற்றிய விழிப்புணர்வுடன் அவர் செயல்பட்டிருக்கிறார். சுப்பிரமணிய தேசிகர், மாயூரம் வேதநாயகம் பிள்ளை, உ.வே. சாமிநாதையர், பரிதிமாற் கலைஞர் முதலிய சமகால ஆளுமைகளுடன் காய்தல் உவத்தலற்ற தமிழபிமானத்துடன் சி.வை.தா. பழகியுள்ளார். எதிர்காலத் தலைமுறையினருக்குத் தமிழ் நூல்களை அழியாத வண்ணம் பேணிக்காத்துக் கையளிக்கும் காரியத்தைத் துன்பங்கள் பல தாண்டிச் செயலாக்கிய ஈழத்து உறவு அவர்.

ஐரோப்பியக் கல்வியறிவும் பாரம்பரியத் தமிழ்ப் புலமையும் நவீன காலத்துக்கேற்ப இணையும் அறிவுப் புள்ளியிலிருந்து தம் பதிப்புப் பணியைத் தொடங்கியவர் சி.வை.தா. வழக்குரைஞராகப் பணியாற்றியதன் காரணமாகத் தர்க்க ஒழுங்கும் கருத்துக்களை முன்வைக்கும் போக்கும் அவரிடம் நன்கு கோலோச்சின. வட்டுக்கோட்டை மிஷனரியில் கற்ற பாலபாடமும் பதிப்புலகில் அவர் தனித் தன்மையுடன் தொழிற்படுவதற்குத் தளம் அமைத்துத் தந்தது.

முதலில் கிறித்துவத்திலும் பின்னர் சைவத்திலும் அவரது மனம் அலைபாய்ந்து அமைதிகாண முனைந்தபோதிலும் இந்த இரண்டையும்விடத் தமிழின் மீதே அவருக்கு ஆழ்ந்த மனத் தோய்வு இருந்தது. தம் பதிப்புகளின் வழியே தமிழின் தொன்மையையும் செம்மொழியின் சிறப்புகளையும் நிறுவும்

முனைப்பு அவரிடம் இருந்தது என்பதற்கு அவர்தம் முன்னுரைகளே சாட்சி பகர்கின்றன.

சுருங்கக் கூறின், "உணர்ச்சிப் பிரவாகமாய்க் கல்லைப் பிசைந்து கனியாக்கும் உளநெகிழ்ச்சியைப் பின்பற்றிப் பழந்தமிழ் நூல்களுக்குப் பக்திக்கோயில் எழுப்பியவர் பதிப்புச் செம்மல் சி.வை.தா." எனத் தாமோதரம் பிள்ளையை மதிப்பிடலாம்.

## உசாத்துணை


1. டி.ஏ. இராஜரத்தினம் பிள்ளை, *ஸ்ரீமான் ராவ்பகதூர் சி.வை. தாமோதரம் பிள்ளை அவர்கள் சரித்திரம்* (வெளியீட்டாளர்: என். முனிசாமி முதலியார்), ஆனந்தபோதினி, சென்னை, 1934.
2. பொ. பூலோகசிங்கம், *தமிழ் இலக்கியத்தில் ஈழத்தறிஞரின் பெருமுயற்சிகள்*, கலைவாணி புத்தக நிலையம், யாழ்ப்பாணம், 1970.
3. இ. செல்லதுரை (தொ.ஆ.), *தாமோதரம்*, யா.கூ.த.நூ.ப.வி.கழகம், யாழ்ப்பாணம், 1971.
4. மனோன்மணி சண்முகதாஸ், *சி.வை. தாமோதரம் பிள்ளை –ஓர் ஆய்வு நோக்கு*, முத்தமிழ் வெளியீட்டுக் கழகம், யாழ்ப்பாணம், 1983.
5. எஸ். ஜெபநேசன், *தமிழின் நவீனமயவாக்கமும் அமெரிக்க மிஷனும்*, குமரன் புத்தக இல்லம், கொழும்பு–சென்னை, 2007.
6. ––––––, *இலங்கைத் தமிழர் சிந்தனை வளர்ச்சியில் அமெரிக்க மிஷன்*, குமரன் புத்தக இல்லம், கொழும்பு–சென்னை, 2007.
7. கரு.அழ. குணசேகரன் (ப.ஆ.), *சி.வை. தாமோதரம் பிள்ளை வாழ்வும் பணியும்*, உலகத் தமிழாராய்ச்சி நிறுவனம், சென்னை, 2010.
8. மு. முனீஸ்மூர்த்தி, *செவ்விலக்கிய மீட்பர் சி.வை. தாமோதரம் பிள்ளை*, என்.சி.பி.எச்., சென்னை, 2016.
9. ப. தாமரைக்கண்ணன், *ஈழத் தமிழறிஞர் தாமோதரம் பிள்ளை*, குமரன் பப்பிளிஷர்ஸ், சென்னை, 2004.
10. எஸ். சிவலிங்கராஜா, *பத்தொன்பதாம் நூற்றாண்டில் யாழ்ப்பாணத்துத் தமிழ்க்கல்வி*, குமரன் புத்தக இல்லம், கொழும்பு–சென்னை, 2000.

11. *இலக்கண விளக்கப் பதிப்புரை மறுப்பு,* சித்தாந்த வித்தியாநுபாலன யந்திரசாலை, சிதம்பரம், *1894.*

12. எஸ். இராதாகிருஷ்ணையர் (தொ.ஆ.), *தமிழ் இலக்கியத் திரட்டு,* ஸ்ரீநிவாச வரதாசாரி & கோ., சென்னை, *1895.*

13. நா. சுப்பிரமணியன், *ஈழத்துத் தமிழ் நாவல் இலக்கியம்,* குமரன் புத்தக இல்லம், கொழும்பு-சென்னை, *2009.*

14. Rt. Rev. Robert Caldwell, A Comparative Grammar of the Dravidian or South Indian Family of Language (1875), First Renewed Print 2008, Kavithaasaran Pathippagam, Chennai.

# பதிப்புரை

மாடக்குச் சித்திரமு மாநகர்க்குக் கோபுரமும்
ஆடமைத்தோ ணல்லார்க் கணியும்போல் – நாடிமுன்
ஐதுரையா நின்ற வணிந்துரையை யெந்நூற்கும்
பெய்துரையா வைத்தார் பெரிது.         (நன்னூல்)

தமிழில் முன்னுரைகளைத் தொகுத்துக்காணும் மரபு சென்ற நூற்றாண்டின் இறுதியில்தான் இயல்வதாயிற்று. அதுவும்கூட யாழ்ப்பாணத் தமிழர்களால்தான் சாத்தியமாயிற்று. அவ்வகையில், சி.வை. தாமோதரம் பிள்ளையின் பதிப்பு முன்னுரைகளை எல்லாம் தொகுத்து இ. செல்லதுரை என்பார், "யாழ்ப்பாணம் கூட்டுறவுத் தமிழ் நூற் பதிப்பு விற்பனைக் கழக"த்தின் மூலம் 'தாமோதரம்' என்னும் பெயரில் 1971இல் வெளியிட்டார். (இதன் மறு அச்சு திரு. ப. தாமரைக்கண்ணனின் ஒப்பீட்டு உதவியுடன் 2004இல் குமரன் பதிப்பகம் வெளியிட்டது.) எனினும் அந்நூல் முழுமையானதன்று; பல குறைகள் உடையது.

சி.வை.தா. அவர்கள் பதிப்பித்த நூல்கள் 12; எழுதிய நூல்கள் 9. பதிப்பித்த நூல்களில் நீதிநெறி விளக்கமும், எழுதிய நூல்களில் 'ஆதியாகம கீர்த்தனை', 'நக்ஷத்திர மாலை', 'சைவ மகத்துவ திக்கார மகத்துவம்' ஆகியனவும் இன்றைய நிலையில் பார்வைக்குக் கிடைக்கவில்லை. கிடைத்தவரையில் அவர் எந்தெந்த நூல்களுக்கு முன்னுரை எழுதினார்; எவற்றிற்கு எழுதாமல் விட்டார்; முதற் பதிப்பில் எழுதாமல் விட்டு அடுத்த பதிப்பில் எழுதினாரா; தொடர்ந்து எழுதியிருந்தால் அம்முன்னுரைகளில் அவர் செய்த மாற்றம் என்ன? இவற்றை யெல்லாம் ஒருசேரப் பார்க்க வேண்டியது ஆய்வுத் தேவை.

ஆனால், யா.கூ.நூ.ப.வி.கழகத்தார் வெளியிட்ட 'தாமோதரம்' (1971) வெறும் ஏழு நூல்களின் பதிப்பு முன்னுரைகளை மட்டுமே கொண்ட தொகுப்பாக அமைந்

துள்ளது. அவையும் காலவரிசையிலோ / பொருண்மை அடிப்படையிலோ வைக்கப்படவில்லை. அவற்றுள்ளும் இரண்டாம் பதிப்பாக வந்த சில நூலுள் இடம்பெற்ற பதிப்பு முன்னுரைகள், புகுமுகத் தேர்விற்கு வைக்கப்பட்ட பதிப்பிற்கு எழுதிய முன்னுரைகள் என எவையும் இடம்பெறவில்லை. கைக்குக் கிடைத்ததை அச்சுக்கோத்து வெளியிட்டுள்ளனர் எனக் கூறுவதே பொருத்தம். அத்தொகுப்பில் முதலாவதாக வைக்கப்பட்டுள்ள வீரசோழிய பதிப்பு முன்னுரைகூட ஜய (1895) வருஷத்தில் வெளிவந்த இரண்டாம் பதிப்பிற்கு உரியதேயன்றி, விசு (1881) வருஷத்தில் வெளியான முதல் பதிப்பிற்குரியதன்று. இரு பதிப்புகளுக்குமிடையே பெரிய வேறுபாடு இல்லை என்றபோதிலும் முதல் பதிப்பின் முன்னுரையை அதில் சேர்ப்பதுதானே நியாயம்?

1981இல் 'யாழ் நூலகம்' எரித்துச் சாம்பலாக்கப்படுவதற்கு பத்தாண்டுகளுக்கு முன்பே 'தாமோதரம்' வெளியாகிவிட்டது. ஆயினும் அந்நூலகச் சேகரத்தில் இருந்ததாகக் கூறப்படும் சி.வை.தா.வின் முதல் பதிப்பான 'நீதிநெறி விளக்க'த்தை ஒரு பார்வைக்காகக்கூட அத்தொகுப்பில் சேர்க்காது விட்டிருப்பது பேரிழப்பாகும். 22 வயதில் சி.வை.தா. பதிப்பித்த அந்த நூலைக் கண்ணால் காண்பதற்கு எடுத்த முயற்சிகள் எதுவும் இன்றுவரை எனக்குக் கைகூடவில்லை. சி.வை.தா.வின் வார்த்தை மாதிரியில் சொல்வதானால், "இனி அந்நூலைக் காண்பதுவும் கற்பதுவும் கார்த்திகைப் பிறையாகும்".

அதேபோலப் பதிப்பித்த நூல்களுக்கான முன்னுரைகள் மட்டுமே அத்தொகுப்பில் இடம்பெற்றுள்ளனவே தவிர, சி.வை.தா. படைத்திட்ட நூல்களுக்கான முன்னுரைகள் அறவே சேர்க்கப்படவில்லை. மேலும் தொடர்புடைய செய்திகள் பின்னிணைப்பாகக்கூடத் தரப்படவில்லை.

இத்தகு குறைபாடுகள் அனைத்தும் சரிசெய்யப்பட்ட பதிப்பாக இந்தத் 'தாமோதரம்' வெளிவருகிறது என்பதை வாசகர்களுக்கு முதலிலேயே தெரிவித்துக்கொள்கிறேன்.

இந்த முன்னுரைகள் அனைத்தும் காலவரிசையில் அமைக்கப்பட்டுள்ளன. சி.வை.தா. பதிப்பித்த நூல்களும் படைத்திட்ட நூல்களும் மிகக் குறைவு என்பதால் பொருண்மை அடிப்படையில் இம்முன்னுரைகளை அமைக்க வேண்டிய தேவை எழவில்லை. எனவே அவர் வாழ்ந்த காலத்திலேயே வெளியான நூல்களின் முன்னுரைகள்

(இரண்டாம் பதிப்பு உட்பட), மறைவுக்குப்பின் வெளியான நூல்கள் என எல்லாவற்றுக்கும் காலவரிசை பின்பற்றப் பட்டுள்ளது.

ஒவ்வொரு நூலின் முன்னுரைக்கு முன்பாகவும் அந்த நூலின் தலைப்பேடு அச்சுக்குலையாமல் அப்படியே தரப்பட்டுள்ளது. சி.வை.தா. பதிப்பித்த அனைத்து நூல்களின் முகப்பும் எப்படியிருக்கும் எனக் காணத்துடிக்கும் ஒரு வாசகன் இனி வேறு எங்கும் அதைத் தேடி அலைய வேண்டியதில்லை!

நூல் முகவுரைகள் பலவும் அக்கால வழக்கப்படி புணர்த்தி எழுதப்பட்டும், எறும்பு சாரைபோல் இடைவெளியின்றியும் அச்சிடப்பட்டுள்ளன. இன்றைய வாசகர்கள் அவற்றைப் படித்துணர இயலாமல் பெரிதும் துன்புறுவர் என்பதால் வசதி கருதி அவை பொருள் மாறுபடா வண்ணம் மிகுந்த கவனத்துடன் இடைவெளி விட்டுத் தரப்பட்டுள்ளன. மூல நூலிலிருந்து அது எவ்விதத்திலும் விலகிச் சென்றுவிடவில்லை என்பதை வாசகர்களுக்கு நினைவூட்டுகிறேன். புணர்த்தி எழுதப்பட்டவைகளும் சிலபோது இலக்கணச் சுத்தமாகச் சி.வை.தா. அவர்களால் பின்பற்றபடவில்லை எனத் தெரிகிறது. நூலுள் ஆங்காங்கு அவற்றைக் கண்டுகொள்க. மூலத்தில் உள்ள தமிழ் எழுத்துக்கள் சில மாற்றமின்றி அப்படியே ஸ்கேன் செய்து வைக்கப்பட்டுள்ளன.

ஒரு நூற்றாண்டுக்கு முன்பு வெளியிடப்பட்ட இந்த நூல்களின் முகவுரைகள் சிலவற்றில் இன்றைக்குப் புழக்கத்தில் இல்லாத சில சொற்கள் காணப்படுகின்றன. எ–கா: காகதாலிய நியாயம் (காக்கை உட்காரப் பனம்பழம் விழுதல்), கரதலாமலகம் (உள்ளங்கை நெல்லிக்கனி), இரீஇயது (இருந்தது), சமுசயம் (ஐயம்), நியோகித்து (நியமித்து), பக்குவிட்டு (பிரிந்து), மட்டிடாமல் (அளந்தறியாமல்), தௌகித்திரி (மகள் வழிப் பேத்தி), அந்தர்ப்பித்து (மனத்துக்குள் ஏற்படும் இன்பத் திளைப்பு), அரோசிகம் (அருவருப்பு), அன்னுவயப்படுத்தல் (கொண்டுகூட்டுதல்). வாசகர்கள் இவற்றைக் கவனத்தில் கொள்ளவேண்டும்.

மூல நூலில் சில சுருக்க விளக்கங்களும், குறியீடுகளும் தரப்பட்டுள்ளன. 'சூத்திரம்' என்பதைக் குறிக்க (சூ) என்றும், 'என்றும்/எனவும்' என்பதைக் குறிக்க (எ–ம்) என்றும், 'மகா ராஜ ராஜ ஸ்ரீ' என்பதைக் குறிக்க (ம-ா-ா-ஸ்ரீ) என்றும், 'மேற்படி' என்பதைக் குறிக்க (ஷெ) என்றும், '1/2' ரூபாயைக் குறிக்க

(ஒ) என்றும், ‘ஆக’ என்பதைக் குறிக்க (ஆ) என்றும், ‘ஆயிர’த்தைக் குறிக்க (௲) என்றும், ‘நூறை’க் குறிக்க (௱) என்றும், ‘ரூபா’யைக் குறிக்க (௹) என்றும், ‘1–க்கு ரூபாய் முக்கால்’ என்பதைக் குறிக்க (க–இ ௹ ஐ) என்றும் குறியீட்டுச் சொற்கள் சில நூலில் பயின்று வந்துள்ளன.

தமிழ் வருடத்திற்கு இணையான ஆங்கில வருடம் நூலில் இல்லையாயின், அது பகர அடைப்பில் தரப்பட்டுள்ளது. அதேபோல முதல் பதிப்பு என்பன போன்ற பதிப்பு விவரங்கள் நூலின் தலைப்பேட்டில் இல்லாமல் இருந்தால் அவையும் பகர அடைப்புக்குள் இட்டு இறுதியில் வைக்கப்பட்டுள்ளன.

நூலில் இடம்பெற்ற சிறப்புப் பாயிரங்கள், விளம்பரங்கள் என்பவற்றோடு சி.வை.தா.வின் பதிப்புப்பணிக்குப் பல்வேறு நிலைகளில் உதவிய பெரியோர்கள், சான்றோர்கள் முதலியவர்களின் பெயர்ப் பட்டியலும், அவரது படைப்பு களின் முதல் பதிப்புகள் எவ்வெவ்வாண்டு, எந்தெந்த அச்சுக்கூடத்திலிருந்து வெளிவந்தன என்னும் விவரங்களும் நூலில் இணைக்கப்பட்டுள்ளன. கிடைத்தற்கரிய ‘இலக்கண விளக்கப் பதிப்புரை மறுப்பு’ என்னும் துண்டுப் பிரசுரமும் வாசகர்களின் பார்வைக்கு வைக்கப்பட்டுள்ளது. இவற்றுடன், பண்டிதமணி சி. கணபதிப் பிள்ளையின் கட்டுரை ஒன்றும், சி.வை.தா. பிறர் நூல்களுக்கு வழங்கிய சாற்றுக் கவிகளும் (மாதிரிக்காகச்) சேர்க்கப்பட்டிருப்பதோடு சி.வை.தா.வின் வாழ்க்கைக் குறிப்பும், உத்தரகிரியைப் பத்திரிகை, அஞ்சல் தலை ஆகியனவும் இறுதியில் தரப்பட்டுள்ளன.

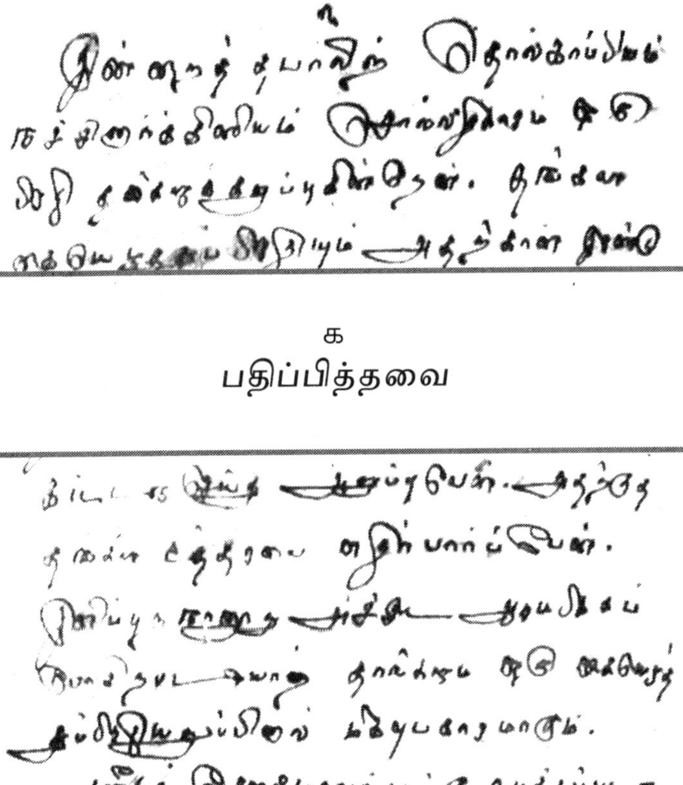

## க
## பதிப்பித்தவை

# நீதி நெறி விளக்கம்

CL.W. Kingsbury

இஃது
வட்டுக்கோட்டை
முத்துக்குமாரர் புதல்வர்
சிதம்பரப்பிள்ளை
குமாரசாமி முதலியார் புதல்வர்
கதிரைவேற்பிள்ளை
ஆகியோரால் பார்வையிடப்பட்டது.

மாணிப்பாய்
அமெரிக்கன் மிஷன் அச்சுக்கூடத்தில்
பதிப்பிக்கப்பட்டது.

1854

இந்நூலுக்குப் பதிப்புரை இல்லை.

சி.வை.தா. முதன்முதலில் பதிப்பித்த நூல் 'நீதிநெறி விளக்கம்'. இந்நூலை இதுவரைக் கண்டெடுக்க இயலவில்லை. பொ. பூலோகசிங்கம் அவர்களது சேகரத்தில் இந்நூல் இருந்ததாகத் தெரிகிறது. அங்கிருந்து பெற முயன்ற முயற்சிகளும் பலனளிக்க வில்லை. எனவே, பொ.பூ. தனது நூலில் (*தமிழ் இலக்கியத்தில் ஈழத்தறிஞரின் பெருமுயற்சிகள், 1970, ப. 170*) தந்திருக்கும் குறிப்புகளின் அடிப்படையில் இந்நூலின் *மாதிரி முகப்பு* உருவாக்கப்பட்டுள்ளது.

*(ப.ஆ.)*

உ
கணபதி துணை

# தொல்காப்பியம்
# சொல்லதிகாரம்

இஃது
வடநூற்கடலை நிலைகண்டுணர்ந்த
சேனாவரையருரையோடும்

ஆறுமுகநாவலரால்

பலபிரதிருபங்களைக்கொண்டு
பரிசோதித்து,

யாழ்ப்பாணம்
சி.வை. தாமோதரம்பிள்ளையால்

சென்னபட்டணம்:
ஊ. புஷ்பரதச்செட்டியாரது
கலாரத்நாகரவச்சுக்கூடத்தில்
பதிப்பிக்கப்பட்டது.

*விபவ ஷு புரட்டாசி மீ*

Registered Copyright

[1868]

---

*இந்நூலுக்குப் பதிப்புரை இல்லை.*

உ

கணபதி துணை.

# தொல்காப்பியம்.

## சொல்லதிகாரம்.

இஃது

வடநூற்கடலை நிலைகண்டுணர்ந்த

சேனாவரையருரையோடும்

ஆறுமுகநாவலரால்

பலபிரதிரூபங்களைக்கொண்டு

பரிசோதித்து,

யாழ்ப்பாணம்

சி. வை. தாமோதரம்பிள்ளையால்

சென்னபட்டணம்:

ஊ. புஷ்பரதச்செட்டியாரது

கலாரத்நாகரவச்சுக்கூடத்தில்

பதிப்பிக்கப்பட்டது.

விபவ௵ புரட்டாசி௴

*Registered Copyright.*

உ
கணபதி துணை

# தொல்காப்பியம்
# சொல்லதிகாரம்

இஃது
வடநூற்கடலை நிலைகண்டுணர்ந்த
சேனாவரையருரையோடும்

யாழ்ப்பாணத்து நல்லூர்
ஆறுமுகநாவலரால்

பலபிரதிரூபங்களைக்கொண்டு பரிசோதித்து,

யாழ்ப்பாணம்
சி.வை. தாமோதரம்பிள்ளையால்

மேற்படியூர்
சதாசிவப்பிள்ளையவர்களது

வித்தியாநுபாலனயந்திரசாலையில்
அச்சிற்பதிப்பிக்கப்பட்டது.
சென்னபட்டணம்.

[இரண்டாம் பதிப்பு]

விய ஹ ஆனி மீ

இதன் விலை ரூபா – உ.

(Copyright Registered)

[1886]

---

இந்நூலுக்குப் பதிப்புரை இல்லை.

உ

கணபதி துணை.

# தொல்காப்பியம்.

## சொல்லதிகாரம்.

இஃது

வடநூற்கடலை நிலைகண்டுணர்ந்த

சேனாவரையருரையோடும்

யாழ்ப்பாணத்து நல்லூர்

## ஆறுமுகநாவலரால்

பலபிரதிருபங்களைக்கொண்டு பரிசோதித்து,

யாழ்ப்பாணம்

**சி. வை. தாமோதரம்பிள்ளையால்**

மேற்படியூர்

**சதாசிவப்பிள்ளையவர்களது**

வித்தியாநுபாலனயந்திரசாலையில்

அச்சிற்பதிப்பிக்கப்பட்டது.

சென்னபட்டணம்.

விய௵ ஆனி௴

இதன்விலை ரூபா - ௨.

உ

கணபதி துணை

பொன்பற்றிகாவலன்
புத்தமித்திரனார்
இயற்றிய
# **வீரசோழியம்**

இஃது
பெருந்தேவனா ருரையோடு

யாழ்ப்பாணம்
சி.வை. தாமோதரம் பிள்ளையால்

பலதேசப் பிரதிரூபங்களைக்கொண்டு
பரிசோதித்து

ஷை ஊர்
தி. குமாரசாமிச்செட்டியாரால்
தஞ்சாவூர்-சதாவதானம்
சுப்பிரமணிய ஐயரது
வித்தியாவர்த்தனி அச்சுக்கூடத்தில்
பதிப்பிக்கப்பட்டது.

சென்னபட்டணம்.

*விசு ஞு – சித்திரை மீ*

Registered Copyright

*[1881]*

உ

கணபதிதுணை.

பொன்பற்றிகாவலன்

புத்தமித்திரனார்

இயற்றிய

# வீரசோழியம்.

இஃது

பெருந்தேவனாருரையோடு

யாழ்ப்பாணம்

## சி. வை. தாமோதரம்பிள்ளையால்

பலதேசப்பிரதிருபங்களைக்கொண்டு

பரிசோதித்து

ஷெடி. ஷரீ

## தி. குமாரசாமிச்செட்டியாரால்

தஞ்சாவூர்-சதாவதானம்

சுப்பிரமணியஐயரது

வித்தியாவர்த்தனி அச்சுக்கூடத்தில்

பதிப்பிக்கப்பட்டது.

சென்னபட்டணம்

விக்ரம - சித்திரைமீ.

*Registered Copyright.*

# பதிப்புரை

## தெய்வாசாரிய வணக்கம்

யானை யானனப் பிரணவச் சிகரனை யிதயத்
தான மேயவாஞ் சண்முகன் றனைமறை மூல
மான வாதியை யருட்கயி லாயநா தப்பேர்
ஞான சற்குரு நாதனை நாடொறு நவில்வாம்.

## சரஸ்வதி வணக்கம்

வெள்ளிதழ்த் தாமரை நள்ளணங் கிணையடி
உள்ளுதூஉந் தமிழ்வளங் கொள்ளுதல் குறித்தே.

## தமிழாசிரிய வணக்கம்

எழுத்தொடு விழுத்தமிழ் பழுத்தசெந் நாவினன்
முழுத்தகை யேற்கவை யழுத்தியோன் சுன்னா
கத்துயர் மரபினோன் முத்துக் குமார
வித்தக னடிதலை வைத்துவாழ்த் துவனே.

## அவையடக்கம்

செந்தமிழ் விந்தைகை வந்தபா வாணரென்
சிந்தையிற் சந்தத முந்திவாழ் குநரே.

*மலர்தலை யுலகிற் குலவுபற் பலவள–நலமெலா மிலகிய தலமெனா நிலவிய–பொலிவுடைப் புண்ணிய பூமியாகிய பரதகண்டத்தில் வழங்கும் பாஷைகளுள் ஆதிகாலந் தொட்டுள்ளன சமஸ்கிருதமுந் தமிழுமாம். இவற்றில் ஒன்று சிவபெருமானிடத்தும் மற்றது சுப்பிரமணியக் கடவுளிடத்தும் உற்பவித்தன என்னும் ஆகம ஐதீகப் பிரமாணங்களே இதற்குச் சான்றாகும். "ஆதியிற் றமிழ்நூ லகத்தியற் குணர்த்திய – மாதொரு பாகனை வழுத்துதும்" எனவும் "வடமொழியைப் பாணினிக்கு வகுத்தருளியதற் கிணையாத் – தொடர்புடைய தென் மொழியை யுலகமெலாந் தொழுதேத்தக் – குடமுனிக்கு*

வற்புறுத்தார் கொல்லேற்றுப் பாகர்” எனவுந் தமிழிற்கும் ஈசுவரோற்பத்தியே கூறுவாருமுளர். சம்ஸ்கிருதத்திற்குப் பாணினீயம்போலத் தமிழிற்கு ஆதியிலக்கணஞ் செய்தவ ரன்றித் தமிழ் மொழியைத் தந்தவர் அகத்தியரல்ல ரென்றறிக. அழகினானும் வலிமையானு மன்றிக் காலத்தினானும் ஒன்றற்கொன்று சமத்துவ முடைபதென் றொப்பித்தற்கன்றே ஒன்றை வடமொழி யென்பார் மற்றதைத் தென்மொழி யென்பதூஉம் ஒன்றைச் சிவபெருமான் தந்ததென்பார் மற்றதைச் சுப்பிரமணியக் கடவுள் தந்தருளிய தென்பதூஉம்! வடக்குக்குத் தெற்குஞ் சுவாமிக்குச் சக்தியும் பிந்திய வென்றாற் சம்ஸ்கிருதந் தமிழிற்கு முந்தியதென்க. சம்ஸ்கிருத தமிழ்க் கடல்களின் கரைகண்ட பேராற்றலுடைய சிவஞான யோகீசுவரர்,

> இருமொழிக்குங் கண்ணுதலார் முதற்குரவ ரியல்வாய்ப்ப
> இருமொழியும் வழிப்படுத்தார் முனிவேந்த ரிசைபரப்பும்
> இருமொழியு மான்றவரே தழீஇயினா ரென்றாலிவ்
> இருமொழியு நிகரென்னு மிதற்கைய முளதேயோ

என இரண்டனதும் ஒப்புமையை மெய்ப்படுத்தினர்.

ஆதிகாலத் தாரியரோடு சம்ஸ்கிருதம் இமயமலைக் கப்பாலிருந்து வந்ததென்றும், ஆரியர் வடபாலிற் புக்குக் கங்காதீர தேசங்களை வென்று கைப்பற்றியபோது அங்கே வசித்தவர்கள் தமிழரென்றும், ஆரியரைச் செயிக்க முடியாமை யானும் அவர்க்குக் கீழ்ப்பட்டிருக்க மனமொவ்வாமையானுஞ் சுயேஷ்டபங்கம் உறுவதினுந் தமது நாட்டைக் கைவிட்டுப் பிறவிடஞ் சேர்ந்து சஞ்சரித்தலே தமக்குச் சிறப்பென்று கருதித் தமிழர் தென்றிசைச் சென்று வதிந்து தமக்குள்ளே சேர சோழ பாண்டிய இராச்சியங்களை ஏற்படுத்தினார்க ளென்றுந் துணிவார் பலருளர். இவர் மதத்திற்குச் சார்பான அயற் சாட்சிகளும் பலவுள. இஃதுண்மையாயின் இந்தியாவிற்கு ஆதிபாஷை தமிழென்றே முடியும்.

காசியிலிருந்த வடமொழிச் சங்கத்தாரோடு மாறுகொண்டு, அவரிறுமாப்பை அடக்கும்பொருட்டு அகத்தியர் நெடுநாட் பொதிய மலையிற் றவம்புரிந்து, சுப்பிரமணிய சுவாமி வரத்தினாற் றமிழுக் கிலக்கணஞ் செய்து, சம்ஸ்கிருத நூலாரைத் தலைகவிழச் செய்தாரெனிற் றமிழின் மான்மியம் வேறு சொல்லவும் வேண்டுமா? கலைக்கியான நூல்களுஞ் சாஸ்திரப் பயிற்சியுஞ் சம்ஸ்கிருதத்தில் முற்பட்டதும் அதிலிருந்து பல நூல்களும் அவற்றோடு பல்லாயிர மொழிகளுந் தமிழில் வந்ததும் மெய்யே. அதனாற் றமிழ் பிந்தியதென் றெங்ஙனம் போதரும்! வடமொழி மந்திரத்து வாழ்ந்தார் கொண்ட

அகந்தையை ஆண்டுச் சிற்றில் நிகர்த்த தென்மொழியைச் சிறப்பித்துக் கூடகோபுரம் வகுத்து மாடமாளிகை யாக்கி அடக்கினமையால் வடமொழி முந்தியதா? ஒரு காலத்திற் குடிசையாயிருந்து பின் மண்டபமாயினதால் அக்குடிசை தோன்றிய காலம் அயலில் வகுத்த மண்டபத்திற்குப் பிந்தியதென்று சாதிப்பது தர்க்க லக்ஷணமாகுமா? விபரீதம்! விபரீதம்!!

இகழ் இமிழ் உமிழ் கமழ் கவிழ் குமிழ் சிமிழ் என ழகரப் பேறு பெற்ற பதங்கள் போலத் தமிழ் என்னுஞ் சொல் தனிமைப் பொருள் குறித்த தமியென்னும் வினை அடியாற் பிறந்து, வினை முதற் பொருண்மை உணர்த்திய விகுதி குன்றித், தனக்கிணையில்லாப் பாஷை என்னும் பொருள் பயப்பது. அங்ஙனமாயின், தமியேன் என்பது போல இழிவு பொருளன்றோ பயக்கு மெனின்; அற்றன்று, ஒரே தாதுவிற் பிறந்தும் அடியேன் அடிகள் எனவும் அளியேன் அளியாய் எனவும் நிற்பனவற்றுள் ஒன்று இழிவு பொருளும் மற்றையது உயர்வு பொருளும் உணர்த்தின வென்க. செவிக்கினிமை பயத்தலான் மதுரம் என்னும் பொருட்பேறுடைத்தாகித் தமிழென வழங்கிய தென்பாருமுளர். அஃதெவ்வாறாயினும் ஆகுக. தமிழ் என்பது தென்மொழிக்குத் தென்சொல்லாகிய பெயரே யாமெனக் கொள்க. இதை ஒழித்துத் திராவிட மென்னும் வடமொழியே தமிழென்றாகிய தெனச் சற்றும் ஆலோசனையின்றிக் கூறுவாருமுளர். அவர் மதஞ் சாலவு நன்றாயிருந்தது!!

தமிழிற் தமிழ் என்னும் பதம் வர முன்னர்ச் சம்ஸ் கிருதத்திற் திராவிடம் என்னுமொழி உளதாகில் அப்பெயர் எப்பொருளை உணர்த்திற்றோ? உலகத்தில் எஞ்ஞான்றும் பெயரா பொருளா முந்தியது? பொருளெனில் அப்பொருள் இருக்கும் இடத்தா அஃதில்லாத பிறிது தேயத்திலா அதன் பெயர் முன்னர் நிகழும்? இஃதுணராது தமிழ் வழங்கிய இடத்திற் றமிழுக் கோர் பெயரிருந்ததில்லை யென்றுஞ் சம்ஸ்கிருதத்திலிருந்து அதற்குப் பெயர் வந்ததென்றுஞ் சொல்வது யார்க்கும் நகை விளைக்குமே. இஃதொன்றோ! யாதொரு தமிழ்மொழியில் இரண்டோ ரெழுத்துச் சம்ஸ்கிருத மொழிக்கொப்ப நிகழுமாயின் அது சம்ஸ்கிருதத்தினின்று பிறந்ததெனச் சாதிக்கின்றனர்.

மேலைத் தேசவாசிகளின் இங்கிலீஷ் முதலிய அந்நிய பாஷைகளில் இன்றியமையா வீட்டுச் சொற்களாகித் தந்தை தாயரைக் குறிக்கும் பாதர், மதர் என்பனவாதியும் வடமொழி

அடியாய்ப் பிறந்த தென்பரா? அப்படியாயின் வடமொழியைக் காண முன் அத்தேசத்தா ரெல்லாந் தாய் தந்தையரை அழைத்தற்கோர் வீட்டுச்சொல் இல்லாதிருந்தன ரென்றன்றோ முடியும்? ஆண்டுள்ள பாதர், மதர் ஒப்ப ஈண்டும் பிதா, மாதா ஆயிற்றெனில் யாது குற்றம்? தருக்கத்திற் காகதாலீய நியாயத்தி னுண்மை அறியாமலும் ஆரிய மொழிக்கும் அதன் அயல் நாட்டு மொழிகளுக்கும் உள்ள சம்பந்த சார்புகளின் காரணத்தை ஆராயாமலும் இவ்வாறு கழறும் இவர் கற்பனைக்கு யாது செய்யலாம். இவர் வாய்க்கு விலங்கிட யாரான் முடியும்!

இன்னொரு சாரார் 'தமிழ் என்னுந் தென்மொழிப் பதமே வடமொழியிற் றிராவிடமென மரீஇயது' என்பர். இவரும் உண்மை கண்டவரல்லர். இரு கூற்றாருந் திராவிட மென்னுஞ் சொல் வந்த வரலாறும் அதன் பொருளும் அதன் வழக்கியலும் அறியாராயினார். இருவருந் தம் மனத்தின்கண் நிகழும் ஓரோர் துணிவுபற்றி, வல்லார்பாற் புல்லும் ஆயுதமென்றாற் போலத், தமது துணிவை நாட்டுவான் புக்கு மிக்கிடர்ப்பட்டுப் போலியாதாரங்கள் காட்டி, வாய்வல்லான் சொல்லே மன்று கொளுமென்று வாளா நம்பித், தம் வன்மை காட்ட முயன்ற யுத்திமான்களன்றி ஆகமப் பிரமாணங் கொண்டு சாதித்தவரல்லர்.

ஹேமசந்திர நாநார்த்தத்தின்படி திராவிடம் என்னுஞ் சொல் திரா என்னும் அடியாற் பிறந்து ஓடி வளைந்தது என்னும் பொருளுடையது. இது *மகாநதி முதற் குமரியீறாக ஓடி வளைந்த கோடி மண்டலத்தை உணர்த்துவது. இது பலதேசத்தார் நிகழ்ச்சியும் நடையுந் தோன்ற வடமொழியில் ஈராயிரம் வருஷத்தின் முன் உச்சயினிபுரத்தில் இயற்றி ஆடிய ஒரு நாடகத்தில் முதன்முதல் எடுத்தாளப்பட்ட தென்பதூஉம், அதில் விதர்ப்ப நாடு மத்தியாகப் பிராச்சிய தக்ஷணாத்திய திராவிட பாரசீயமென அயனாடுகள் குறிப்பிக்கப்பட்டன வென்பதூஉம், பின்னர் இவற்றை இழிதகைமைத்தாய கொடுமொழியையும் பல பாஷை விரவிய சங்கரமொழியையும் முறையே குறித்த சாண்டாளி சாவரி என்னும் பதங்களோடு சேர்த்து அவ்வத் தேச பாஷைகளைக் குறிக்கும்படி பிரயோகிக்கப்பட்ட தென்பதூஉம் பிராகிருத நிர்ணய வியாக்கியிற் கரதலாமலகம் போற் காட்டப்பட்டன. மேலுந் திராவிடம் என்பது தமிழ் மொழிக்கிட்ட பெயராயின் பஞ்ச திராவிட மென்ப தென்னை? தமிழ் தெலுங்கு கன்னடம் மராஷ்டிரம் கூர்ச்சரம் என்னும் ஐந்து பாஷையையுந்

* உவில்ஸனாசிரியர் கருமணல் முதலென்றார், அதுசரியன்று.

*திராவிடமெனவே அஃது இவ்வைந்து மொழியும் வழங்கும் நிலத்தின் பெயரென்பது தானே போதரும். ஆகவே இச்சொல் வடமொழியிற் கோடி மண்டலத்தின் குறியீடாகவே நின்றதென்க. அன்றியும் ஈராயிர ஆட்டை மொழியையா பதினாறாயிர வருஷப் பாஷைக்கிட்ட பெயரென்பது? இவற்றாற் தமிழ் திராவிடமாயதூஉந் திராவிடந் தமிழாயதூஉம் இரண்டுந் தவறென் றுணர்க.*

*தமிழ் தற்பாஷை என்பதற்குப் பூர்வாசிரியர்கள் கீழ்வாய்க் கணக்கிற்கும் விரவியல் செய்யுட்கும் மணிப்பிரவாளத்திற்கும் வேற்றுமை வகுத்த இலக்கணமே சாட்சி பகராதா? தற்காலத்தில் இங்கிலீஷ் பிராஞ்சியாதி மொழிகள் சேர்ந்த தமிழ்ச் செய்யுட்குள்ள ஊனம் அக்காலத்தில் வடமொழிச் செறிவுக் குளதாயின் வடமொழி தமிழுக்குத் தாய்மொழியென் றெவ்வாறு பெறப்படும்? கடைச் சங்கத்திலுங் கடைக்காலத்துப் பிறந்த நாயனார் குறள் ஒளவை பாடல் திரிகடும் நான்மணிக் கடிகை பஞ்சமூலம் ஏலாதி பழமொழி முதலியவற்றில் வரும் ஆரிய மொழி எத்துணைச் சிறுபான்மைய?*

கற்றதனா லாய பயனென்கொல் வாலறிவ
னற்றா டொழாஅ ரெனின்.

நன்றி யொருவற்குச் செய்தக்கா லந்நன்றி
யென்று தருங்கொ லெனவேண்டா – நின்று
சலியா திளந்தெங்கு தாளுண்ட நீரைத்
தலையாலே தான்றருத லால்.

கிளைஞர்க் குதவாதான் செல்வமும பைங்கூழ்
விளைவின்கட் போற்றா னுழவும் – இளைஞனாய்க்
கள்ளுண்டு வாழ்வான் குடிமையு மிம்மூன்று
முள்ளன போலக் கெடும்.

நல்லார்க்குத் தம்மூரென் றூரில்லை நன்னெறியிற்
செல்வார்க்குந் தம்மூரென் றூரில்லை – யல்லாக்
கடையார்க்குந் தம்மூரென் றூரில்லைத் தங்கைத்
துடையார்க்கு மெவ்வூரு மூர்.

சிலம்பிக்குத் தன்சினை கூற்றநெடுங் கோடு
விலங்கிற்குக் கூற்ற மயிர்தான் – பலன்படா
மாவிற்குக் கூற்றம் வளைஞண்டிற் குப்பார்ப்பு
நாவிற்கு நல்லார் வசை.

அறுநால்வ ராய்ப்புகழ்ச் சேவடி யாற்றப்
பெறுநால்வர் பேணி வழங்கிப் – பெறுநால்
மறைபுரிந்து வாழுமேன் மண்ணொழிந்து விண்ணோர்க்
கிறைபுரிந்து வாழ்த லியல்பு.

பொல்லாத சொல்லி மறைந்தொழுகும் பேதைதன்
சொல்லாலே தன்னைத் துயர்ப்படுக்கும் – நல்லாய்
மணலின் முழுகி மறைந்து கிடக்கு
நுணலுந்தன் வாயாற் கெடும்.

இற்றையனவாகிய குமரகுருபர சுவாமி நூல்களெத்தன்மைய?

நீரிற் குமிழி யிளமை நிறைசெல்வம்

நீரிற் சுருட்டு நெடுந்திரைக – ணீரி
லெழுத்தாகும் யாக்கை நமரங்கா ளென்னே
வழுத்தாத தெம்பிரான் மன்று.

இவையெல்லாஞ் சம்ஸ்கிருதத்தினின்று பிறந்தனவாமே!! இவ்வாறு மயங்குவார் கல்வியறிவில்லாதார் மாத்திரமன்று. தமிழிலக்கணக் கடன் முழுதுண்டு, இலக்கணக்கொத்து ஏப்பமிட்டு வடிந்து, நிலம் நீர் எனப் பொதுவெழுத்தான் வரினுந் தமிழ் தமிழே என்று வற்புறுத்துவான், "பொதுவெழுத் தானுஞ் சிறப்பெழுத்தானு – மீரெழுத்தானு மிலங்குந் தமிழ்மொழி" என்று சூத்திர மியற்றிய சுவாமிநாத தேசிகரே, தம்மரபின் முன்னோர் மதத்தையும் மறந்து, "நூலுரை போதகா சிரியர் மூவரு – முக்குண வசத்தான் முறைபிறழ்ந் தறைவரே" என்னுந் தன் விதிக்குத் தன்னையே இலக்கியமாக ஒப்பித்தாற் போல, "அன்றியு மைந்தெழுத் தாலொரு பாடையென் – றறையவு நாணுவ ரறிவுடை யோரே" யென்று மாழ்கினர். இது வடமொழிப் பயிற்சியே மிக்குடையராய் அதன்மேற் கொண்ட பேரபிமானத்தானும், அம்மொழியின்மேற் றென்மொழியன்றிப் பிறிதுமொழி தெரியாக் குறைவானும் நேர்ந்த வழுவன்றோ? உலகத்தில் எப்பாஷைக்குஞ் சிறப்பெழுத்துச் சில்லெழுத்தேயாம். உரப்பியும் எடுத்துங் கனைத்தும் ஒவ்வொன்றையே வேறு மும்மூன்றாக விகற்பித் துச்சரிக்கும் ஐ வர்க்கத்தையுங் கூட்டெழுத்தையும் ஒழித்தால் எட்டெழுத்தாலொரு பாஷையின்றே யென்று சம்ஸ்கிருதத்தை யும் புரட்டிவிடலாமே. இங்கிலீஷ் பாஷையில் வடமொழிக் கில்லாத எழுத்துக்கள் F Z இரண்டாதலால் இரண்டெழுத்தா லொரு பாஷை யின்றேயென அதனையும் மறுப்பார்போலும்; இரண்டற்குப் பொதுவாயுள்ளனவற்றை ஒன்றற்கே உரியனவாகத் தீர்த்து நடுவுநிலைமை குன்றல் இவர் போலியர்க்குப் பெருங் குற்றமாம். உண்மை உரைப்பின் உரோமாபுரிப் பாஷையாகிய லத்தீனுக்கும் இங்கிலீஷுக்கு முள்ள சம்பந்தமே சம்ஸ்கிருதத்திற்குந் தமிழுக்குமுள்ள தெனக் கொள்க. அளவில்லாத கிரந்தங்களை யுடையதாயினும் லத்தீன் மொழி விரவாத கிரந்தமொன்றும் இங்கிலீஷில் இல்லாதவாறு

போலவே சம்ஸ்கிருத மொழி சற்றாகிலும் விரவாத கிரந்தந் தமிழுக் கில்லாதிருக்கலா மாகவே, "அன்றியுந் தமிழ்நூற் களவிலை யவற்று – ளொன்றே யாயினுந் தனித்தமி ழுண்டோ" என இலக்கணக் கொத்துடையார் முழங்கிய முழக்கம் வெற்றொலி யாயினமை அறிக. அன்றியும் வடமொழியில் இல்லாத புணர்ச்சி யிலக்கணங்களுங் குறியீடுகளும் வினைத்தொகை குறிப்புவினை முதலிய சொல்லிலக் கணங்களும் உயர்திணை அஃறிணைக் கூறுபாடும் பால் விகுதிகளும் அகம் புறம் என்னும் பொருட் பேதங்களும் ஐந்திணை யியல்புகளும் அவற்றின் துறைகளும் வெண்பா கலிப்பா கலித்துறை முதலிய செய்யுளிலக்கணங்களும் இவைபோல்வன பிறவுங் காலத்திற்குக் காலம் பிற்றை நாளிற் றோன்றாது ஆதியிலக்கணமாகிய அகத்தியத்திலே முற்ற உரைக்கப்பட்டமையால் தமிழ் சம்ஸ்கிருதத்தினின்று பிறவாத தற்பாஷை என்பது பசுமரத் தாணிபோல் நாட்டப்படும். இவை யெல்லாம் ஒருவர் காலத்தில் அவ்வொருவராலேயே நூதனமாகப் படைக்கப்படற் பாலனவா? அகத்தியர் மகாரிஷீசுவரர், அன்னோர் இவற்றைக் கற்பித்தல் எளிதன்றே யெனின்; நன்று கடாயினாய், ஐந்திர பாணினீய வியாகரணங்களை நன்குணர்ந்தும், அவற்றுள்ள அதிகார முறைமை ஓத்து முறைமை சூத்திர முறைமைகளின் சிறப்பினைச் சீரிதிற் கண்டும், யாதொரு கிரமமும் முன்னொடுபின் சம்பந்த சார்புமின்றித் தமிழுள் இயல் இசை நாடக இலக்கண விதிகளும் இயற்றமிழுள்ளும் எழுத்துச் சொற் பொருள் யாப்பு அணி விதிகளும் நெறிமுறை பிறழக் கண்டபடி விரவத் தமது இலக்கணநூல் இயற்றியமையானே அஃது எத்துணை வல்லாராயினும் ஒருவருக்கரிய தென்று உணர்க. அன்றியும் இஃது எத்தேசத்து எந்தப் பாஷையினது அநுபவத்திற்கும் யுத்திக்கும் முழு விரோதமென்க.

தமிழ்ப் பாஷையின் காலவருத்தமானம் அபோத காலம், அக்ஷர காலம், இலக்கண காலம், சமுதாய காலம், அநாதார காலம், சமண காலம், இதிகாச காலம், ஆதீன காலமென எண் கூறுபடும்.

## [அபோத காலம்]*

வரிவடிவின்றி ஒலிவடிவு மாத்திரமாய் நிகழ்ந்த காலத்தை அபோத காலமென்றாம். அஃது அகத்தியர்க்குமுன் சென்ற காலமாகும். அகத்தியர் தமிழ்மொழியை அவலோகித

* பகர அடைப்பில் உள்ள இத்தலைப்பும் இனி வருவனவும் மூல நூலுக்குரியதன்று. வாசக எளிமை கருதி இந்நூல் பதிப்பாசிரியரால் இடப்பட்டவை.

முனிவர்பாற் கற்றுணர்ந்தா ரென்னும் அருகர் மதமுஞ், சுவாமியிடந் தமிழ்மொழியையுஞ், சுப்பிரமணியக் கடவுளிடம் அதன் இலக்கணத்தையும் ஓதியுணர்ந்தா ரெனக் கூறுஞ் சைவர் மதமும் அகத்தியர்க்கு முன்னுந் தமிழுண்மைக்குச் சான்றாகும். சிலர் சுவடி எழுத்து நெடுங்கணக்கு முதலிய சொற்களை ஆதாரமாகக் கொண்டு ஒரு அளவுக்கு வரிவடிவெழுத்தும் முன்னர் இருத்தல் வேண்டும் எனக் கூறுவர்.

இங்ஙனமாகவும், வடமொழி தென்மொழி மகோததி பருகிப் – படிமிசைத் தமிழ்மகா பாடியம் வகுத்துக் – குசைநுனி யதனினுங் கூரிய மதிபெறீஇத் – திசையெலாந் தன்பெரு மிசைநிறீஇ உயர்ந்த மகானாகிய (பெயர் சொல்லவும் வாய் கூசுகின்றதே) சிவஞான முனிவரர் இதனை மறந்து, அகத்தியராற் றமிழ் பூமியில் உற்பத்தியாயின தெனக் கொண்டு, அகத்தியம் “அச்செந்தமிழ் நிலத்து மொழியோடு முற்பட்டுத் தோன்று நூல்” எனவுஞ், “செந்தமிழ் நிலத்து மொழிதோன்றுங் காலத்துடன் றோன்றிய நூல்” எனவும் மயங்குவாராயினர். “சிறிய கேள்வியோர் கழியவுஞ் செருக்குடை யோரென்– றறிஞர் கூறிய பழஞ்சொலென் னளவிற்றே” யாயினுமாகுக. “முந்துநூல்” “முந்தை நூல்” என்பன முதனூற்குப் பெயர் களாகவும், இளம்பூரணரும் நச்சினார்க்கினியாரும் அவ்வாறே பொருள் கூறி “நிலத்தொடு” என்பதற்குச் செந்தமிழ் நிலத்து வழக்கொடு எனப் பொருளுரைத்திருப்பது கண்டாராகவும், “நிலத்தொடு முந்துநூல் கண்டு” என்பதற்கு எண்ணுப் பொருளில் நிலத்தையும் (அதாவது நிலத்தின்கணுள்ள இயற்றமிழ் வழக்கையும்) முதனூலையுங் கண்டு எனச் செம்பாகமாகப் பொருள் வெட்ட வெளிபோலக் கிடப்ப தாகவும், இவர் உடனிகழ்ச்சிப்பொருள் கொடுத்து “முந்து” என்பதை வினைத்தொகை யாக்கி, அறுகம்புல்லிற் றடக்கிய யானைபோல, இவ்வாறு இடர்ப்பட்டது காலகதியோ அன்றேற் பிற ஆசிரியர் மதங்களை மறுத்தலும் ஆங்காங்குத் தமது நூதன மதத்தை நாட்டுதலுந் தமக்கு என்றும் இயல்பாயினமை பற்றியோ அறியேம்.

நடுவினா யகமி லக்காய் நலமழிந் திடுவே மெங்க
ளிடையினக் கீர னில்லா திருப்பினென் றவைசொல் வோனை
விடையினான் றமிழ்நூல் கூறும் விதிவிலக் குணரா னென்றாற்
படியினில் யாவர் வல்லார் பாற்றமி ழடங்கிற் றம்மா!!

“அகத்தியன் பயந்த செஞ்சொ லாரணங்கு”, “பொற்பொதிய மாமலையான் மொழி”, “பொற் பொதிய மாமுனி புகன்ற தமிழ்”, “குறுமுனிவனார் தமிழ்” என வில்லிபுத்தூரராதியர் கூறியவெல்லாம் உபசார வழக்கென்க.

அல்லதூஉஞ் சுவிகாரபுத்திர தருமமெனக் கொள்ளினும் அமையும்.

## [அக்ஷர காலம்]

அகத்தியரால் நெடுங்கணக்கு ஏற்பட்டது முதல் அகத்தியம் நிறைவேறியது வரைக்குஞ் சென்ற காலத்தை அக்ஷர காலமென்றாம். அது சிறு காலமாயினுங் கைக்குழந்தை மழலைபயின்று சிற்றில்கோலி விளையாடிய பருவமாதலிற் பெற்றா ருற்றார்க்குப் பேரானந்தந் தந்த வயதாயிற்று. பின் நிகழ்வது இலக்கண கால மாகலானும் இலக்கியம் பிறந்த வழியே இலக்கணம் அமைவதாதலானும் அக்ஷர காலமே தமிழுக்கு ஆதியிலக்கிய காலமென்றுங் கொள்க. அன்றியுஞ் சுருதியொப்பச் செவிவாயிலாய் அதற்கு முன்காலத்தினின்று வந்தனவும் பலவுளவாதல் வேண்டும். அவ்வாறிருந்தன வென்றே துணிவாரும் *பலருளர். இதனை இவ்வாறு அக்ஷர காலம் ஏற்பட்ட பிற பாஷைகளின் உவமானப் பிரமாணத்தாலு முணர்க.

## [இலக்கண காலம்]

அப்பால் இலக்கண காலம். இது தொல்காப்பியன் அதங்கோட்டாசான் துராலிங்கன் செம்பூட்சேய் வையாபிகன் வாய்ப்பியன் பனம்பாரன் கழாரம்பன் அவினயன் காக்கைபாடினியன் நற்றத்தன் வாமனன் என்னும் பன்னிரு சீஷரும் அகத்திய ரிஷியிடத்தில் அவர் செய்த பேரகத்தியஞ் சிற்றகத்தியம் இரண்டும் முற்றக் கற்றுத் தத்தம் பெயரால் வேறுவேறிலக்கணமும் அனைவரும் ஒருங்கு சேர்ந்து புறப்பொருட் பன்னிரு படலமும் எழுதிய காலமாம். அகத்திலிருந்து சிற்றில்கோலி ஆடிய சிறு மகவு ருதுவாயினாற்போல இதுவுந் தமிழணங்கிற்கோர் விசேஷ பருவமேயாம்.

---

* திருவிளையாடற் புராணம்

விடைகொடு போவா னொன்றை வேண்டின னேகுந் தேயந்
தொடைபெறு தமிழ்நா டென்று சொல்லுப வந்த நாட்டி
னிடைபயின் மாந்த ரெல்லா மின்றமி ழாய்ந்து கேள்வி
யுடையவ ரென்ப கேட்டார்க் குத்தர முரைத்தல் வேண்டும்.

சித்தமா சகல வந்தச் செந்தமி ழியனூ றன்னை
அத்தனே யருளிச் செய்தி யென்றன னனையான் றேற
வைத்தனை முதனூ றன்னை மற்றது தெளிந்த பின்னு
நித்தனே யடியே னென்று நின்னடி காண்பே னென்றான்.

## [சமுதாய காலம்]

அப்பாற் சமுதாய காலம். அது மதுரைச் சங்கத்தார் காலமாகும். சர்வபூஷணாலங்கார தாரியாய்த் தமிழ்மாது தருணதாதிசை யடைந்து அரங்கேறிய மகோற்சவ காலம் அதுவேயாம். அப்பொழுது அவளுடைய சீருஞ் சிறப்பும் இத்துணைய தென்று சொல்லற்பாலதன்று. அக்காலத்திற்றான் அவள் சம்ஸ்கிருத நாயகனை மணந்தது. மணந்துமென்! மாமியார் வீட்டு மருகன் போல இன்றியமையா வேட்கைக்குரியபோ தன்றி மற்றும்படி ஒருசார் ஒதுங்கியிருந்தமையாற் றமிழ் தன் சிறப்பிற் சற்றுங் குறையாதிருந்தனள். இது தலைச்சங்கம் இடைச்சங்கம் கடைச்சங்கமென மூன்றாகும். இவற்றுள் முதற் சங்கத்தார் காலத்தே உற்பவித்து இடைச் சங்கத்தார் காலத்திற்கே உரியவாயின வெனவும் அகத்தியரோடு தொல்காப்பியரும் இடைச் சங்கத்தில் இருந்தன ரெனவுங் கடைச் சங்கத்திலுந் தொல்காப்பியர் வீற்றிருந்தன ரெனவுங் கூறுவாருமுளர். அது யுத்திக் கிசைந்ததன்று. அவரவர் நூற்பெருமையான் வந்த உபசார வழக்காகக் கொள்ளலாம். அகத்தியத்தோடு தொல்காப்பிய ராதியோர் நூல்களுந் தலைச் சங்கத்தார் காலத்து நிலவியும் அகத்தியத்தையே அஞ்ஞான்றார் ஆதாரமாகக் கொண்டாரென்றும் அகத்தியருடைய விரோதத்தினாற் தொல்காப்பியம் அப்போது தலையெடாம லிருந்ததென்றுந் தொல்காப்பியத்தின் சிறப்புத் தோன்றத் தோன்ற அஃது அகத்தியத்திற்குச் சரியா யெழுந்து இடைச் சங்கத்தாருக்கு இரண்டும் ஆதாரமாயின வென்றும் ஈற்றில் அகத்தியம் மகத்துவந் தாழத் தொல்காப்பியம் மேம்பட்டுக் கடைச் சங்கத்திற் றானே தனிநின்ற தென்றுங் கொள்வதே தகுதி. பாண்டியன் அவைக்களத்து “அதங்கோட்டாசாற் கரிறபத் தெரித்து” எனப் பனம்பாரனாராற் கூறப்பட்டமையிற் றொல்காப்பியமும் ஏனைப் பதினொருவர் நூல்களும் முன்னர் உற்பத்தியாயும் பின் தலைச் சங்கத்தில் அரங்கேறியதாகக் கொள்க.

நூலாநா லாயிரநா னூற்றுநாற் பத்தொன்பான்
பாலாநா னூற்றுநாற் பத்தொன்பான் – மேலாநாற்
பத்தொன்பான் சங்கமறு பத்துநா லாடலுக்குங்
கத்தன் மதுரையிற்சொக் கன்

என்னுங் காளமேகப் புலவர் வாய்மொழியைத் துணைக்கொண்டு தலைச் சங்கத்து வீற்றிருந்த புலவர் நாலாயிரத்து நானூற்று நாற்பத்தொன்பதின்ம ரெனவும், இடைச் சங்கத்துப் புலவர் நானூற்று நாற்பத்தொன்பதின்ம

ரெனவுங், கடைச் சங்கத்துப் புலவர் நாற்பத்தொன்பதின்ம ரெனவுங் கூறுவாருளர். அது சரியன்று. அவ்வச் சங்கத்து வீற்றிருந்தோர் முறையே அகத்தியனார், விரிசடையத்தனார், முருக முதல்வனார், முடிநாகராயர், நிதிக்கிழவனார், அதங்கோட்டாசிரியனார், பனம்பாரனார், தொல்காப்பிய னார் முதலாய ஐஞ்ஞூற்று நாற்பத்தொன்பதின்மரும் – இருந்தையூர்க் கருங்கோழி மோசியார், வெள்ளூர்க் காப்பியன், சிறுபாண்டரங்கன், திரையன்மாறன், துவரைக் கோமான், கீரந்தையார் முதலாய ஐம்பத்தொன்பதின்மருஞ்–சிறு மேதாவியார், சேந்தன் பூதனார், மதுரையாசிரியர் நல்லந்துவனார், மருதனிளநாகனார், உருத்திரசன்மனார், கபிலர், பரணர், கணக்காயனார் மகனார் நக்கீரனார் முதலாய *நாற்பத்தொன்பதின்மரு மெனவும்–அவ்வச் சங்கத்திற் றத்தங் காவியம் அரங்கேற்றிய புலவர் தொகை நாலாயிரத்து நானூற்று நாற்பத்தொன்பதும், மூவாயிரத் தெழுநூறும், நானூற்று நாற்பத் தொன்பது மெனவும், நூலும் உரையும் இரண்டுஞ் சங்கத்தார் காலத்தனவாகிய இறையனா ரகப்பொரு ளுரையாற் றெள்ளிதி னுணர்க. அல்லாமலும், இதனையே

ஏழேழொ டைஞ்ஞூறு மேழே ழொடுபஃதும்
ஏழேழுஞ் சங்க மிரீஇனார் – ஏழேழ்சேர்
நாற்பதினா நூறுமுப்பா னேழ்நூறு நானூற்று
நாற்பதினொன் பான்கவிஞர் நாடு

என்னுஞ் சங்கத்தார் காலத்துச் செய்யுளும் வற்புறுத்தும்.

மூன்று சங்கத்திற்குங் காலம், முதற் சங்கத்திற்கு முன்பின் நாலாயிரத்தைஞ்ஞூறும் இரண்டாஞ் சங்கத்திற்கு மூவாயிரத்தைஞ் ஞூறும் மூன்றாஞ் சங்கத்திற்கு இரண்டாயிரமுமாக ஆகப் +பதினாயிரம் வருஷமென்ப. அவற்றுள் முதற் சங்கங் காய்சினவழுதி முதற் கடுங்கோன் வழுதி ஈறாக எண்பத்தொன்பதின்மர் பாண்டியரையும், இடைச்சங்கம் வெண்டேர்ச்செழியன் முதல் முடத்திருமாற னீறாக ஐம்பத் தொன்பதின்மர் பாண்டியரையுங், கடைச் சங்கம் முடத்திருமாறன் முதல் உக்கிரப் பெருவழுதி யீறாக

* நாற்பத்தொன்பதின்மர் பெயருந் *திருவள்ளுவமாலையிற்* காண்க.

+ விவிலியநூலோ டீடாடி அதன் கதைகளையுங் கால நிரூபணங்களையும் நம்பியவர்களுக்கு இஃதோர் கட்டுக்கதை போற் றோற்றும். அவன் அறுபதினாயிரம் ஆண்டாண்டான் இவன் எழுபதினாயிரம் ஆண்டாண்டான் என்னுங் கற்பனைகள் போலாகாது. சங்கம் இரீஇய பாண்டியர்கள் பெயரும் முறையும் தொகையும் ஆகமப் பிரமாணமாக நமது கைக்கு வந்திருக்க, எவ்வெச் சாதியாரும் மனிதருக்கு மிக நெடிய வயது கூறிய பண்டைக் காலத்திற், சராசரி ஓரோரரசனுக்கு ஐம்பது வருடச் செங்கோன்மை வகுத்த இந்நிரூபணம் யாதாயினு மொரு சமுசயமு மின்றி முற்றவும் நம்பற்பாலதேயாம்.

நாற்பத்தொன்பதின்மர் பாண்டியரையு முடையன. பாண்டியருட் கவியரங்கேறினார் முதற்சங்கத் தெழுவரும் இடைச் சங்கத் தைவருங் கடைச் சங்கத்து மூவருமாம்.

தலைச் சங்கத் தரங்கேறிய நூல்கள் தொல்காப்பியம் காக்கைபாடினியம் அவினையம் நற்றத்தம் வாமனம் புறப்பொருட் பன்னிரு படலம் முறுவல் சயந்தம் குணநூல் செயிற்றியம் பரிபாடல் முதுநாரை முதுகுருகு களரியாவிரை முதலியன; அவர்க்கு நூல் அகத்தியம். அதில் இயற்றமிழ் இசைத் தமிழ் நாடகத் தமிழ் மூன்றும் வகுத்துரைக்கப்பட்டன. அவற்றுட் டொல்காப்பியம் முதலியவற்றில் இயற்றமிழும், பெருநாரை பெருங்குருகு முதலியவற்றில் இசைத் தமிழும் முறுவல் சயந்தம் குணநூல் செயிற்றியம் முதலியவற்றில் நாடகத் தமிழும் விரித்துரைக்கப்பட்டன. இவர் சங்கம் இரீஇயது கடல் கொள்ளப்பட்ட தெக்ஷண மதுரை யென்ப.

இடைச் சங்கத் தரங்கேறியன கலி குருகு வெண்டாளி முதலின. இவர்க்கு நூல் அகத்தியம் தொல்காப்பியம் மாபுராணம் இசைநுணுக்கம் பூதபுராண மென்பன. இவர் இரீஇய இடங் கபாடபுரம்.

கடைச் சங்கத்தில் அரங்கேறியன நெடுந்தொகை நானூறு குறுந்தொகை நானூறு நற்றிணை நானூறு அகநானூறு புறநானூறு ஐங்குறுநானூறு எழுபது பரிபாடல் கலி நூற்றைம்பது பதிற்றுப்பத்து கூத்துவரி சிற்றிசை பேரிசை முதலியன. இவர்க்கு நூல் முற்கூறியவும் புதியா நுட்பம் பிரணிகை சாயித்திய மாதியவுமாம். இவர் சங்கம் இருந்த இடந் தற்காலத்துள்ள உத்தர மதுரை. இஃது இடைச் சங்கம் இருந்த கபாடபுரம் முடத் திருமாறன் காலத்துக் கடல் கொண்டபின் தோன்றியது. சங்கத்தார் காலத்து நூல்கள் அநேகம் இக்காலத்தில்லாமல் அடியோடே இறந்து விட்டன.

இற்றைக்கு ஏறக்குறைய *ஈராயிரம் வருஷத்தின் முன்பு உக்கிரப் பெருவழுதி காலத்திற் சங்கத்தார் அதிக அகந்தை

---

* சங்கம் ஒழிந்தது சுத்த சந்திரவம்சத்திற் கடைசியாய் அரசு புரிந்த கூன்பாண்டியன் காலமென்று கொள்ளினும், அதன்பின் சோமசுந்தரன் முதற் பராக்கிரமன் வரைக்கும் நாற்பத்திரண்டு அனுலோம பாண்டியர்கள் அரசு செய்திருக்கின்றன ராதலில், ஒவ்வோர் அரசனுக்குச் சராசரி இருபத்தைந்து வருடம் வைப்பினும் ஆயிரத்தைம்ப தாகிறது. பராக்கிரம பாண்டியனை முறியடித்துத் துலுக்கர் முதன் முதல் மதுரை யாண்டு எண்ணூற்றைம்பது வருடமென்பது இதிகாசரால் ஒப்புக்கொள்ளப்பட்டது. ஆதலிற் கூன்பாண்டியன் காலமே இரண்டாயிரம் வருஷத்திற்கு முன் பின்னாயிற் றென்றறிக. அன்றியும் ஸ்ரீ இராமர் இலங்கைக்கு வந்தது அனந்தகுண பாண்டியன் காலம்; அவன் கூன்பாண்டியனுக்கு முன் அறுபத்து மூன்றாவது பாண்டியன். ஆதலாலும் இத்தொகை அதிகமல்லவென்று →

கொண்டு தெய்வசிந்தனை யில்லாராய்ப் புலவர்களை அவமதித்துத் தம்நெறி பிசகினபோது தெய்வப்புலமைத் திருவள்ளுவ நாயனாராலும் ஔவை இடைக்காடராலும் அவமானப்பட்டுக் கர்வபங்கமடைந்து அத்தோடே சங்கமு முடிய ஏதுவாயிற்று.

## [அநாதார காலம்]

சங்கத்துள் அரங்கேறினவற்றுட் டேவர் குறளே கடைசி யானது. அதன்பின் ஏறக்குறைய இருநூறு வருஷஞ் சேர சோழ பாண்டியர் அவைக்களத்திற் றனக்குப் பேராதர வில்லாதிருந்துஞ் செந்தமிழ்ச் செல்வி தன் சிறப்புக் குறையாமல் உலாவிக் கொண்டிருந்தனள். அக்காலத்தினையே ஐந்தாவதான அநாதார காலமென்று குறிப்பித்தோம். அதனைப் புத்தர் கால மெனினும் இழுக்காகா தென்று கொள்க.

## [சமணர் காலம்]

அப்பாற் சமணர்காலந் தொடங்கியது. தமிழில் மிக அருமையான இலக்கிய இலக்கண கலைக்கியான நூல்கள் அநேகஞ் சமணவித்துவான்களாற் செய்யப்பட்டிருக்கின்றன. சங்கத்தின் பிற்காலஞ் சமணர் தலைப்பட்டது தாயிறந்த பெண்ணுக்கோர் சற்குண நிறைந்த சிற்றாத்தாள் வாய்த்தது போலும். *புத்த வைஷ்ணவ வித்துவான்கள் ஆண்டாண்டுத் தலைமை பெற்ற காலத்திற் றமது மத சார்பான சில நூல்கள்

---

காண்க. மேலும் இற்றைக்கு மூவாயிரத்தைஞ்ஞூறு வருஷத்தின் முன் இருந்த வியாசர் காலத்தவனாகிய அர்ச்சுனனுக்குத் தன் மகளைக் கொடுத்த சித்திரவாசன் மதுரைக்குச் சமீபமான பூழி என்னும் மணலிபுரத்தில் அனந்தகுண பாண்டியனி லிருந்து பதினெட்டாவது பாண்டியனாகிய சித்திரவிக்கிரம பாண்டியன் காலத்திற் சிற்றரசு புரிந்தவன். இதனாலும் இக்கால நிர்ணயந் தவறன்றென்பது தெள்ளிதிற் புலப்படும். மேலும் கூன்பாண்டியன் காலத்து ஞானாசாரியராக எழுந்த ருளிய திருஞானசம்பந்த மூர்த்திகள் மரபிற் றற்காலம் வரைக்கும் ஆசாரியாபிஷேகம் பெற்றோர் நூற்றுப்பதினால்வர். இஃதொன்றே கூன்பாண்டியன் காலம் இற்றைக்கு ஈராயிரம் வருஷத்தின் மேற்பட்டதென்பதை எட்டுணையும் ஐயமறக் காட்டும்.

* இலக்கண இலக்கிய கலைக்கியான கருத்தாக்களை யன்றிச் சைவ நாயன்மாரை யொப்பச் சமயாதீனமான தொண்டர்கள் ஆழ்வாராதியரை ஈண்டுக் குறித்திலேம். வஞ்சகச் சூதினால் வடவேங்கடத்தைக் கைப்பற்றியது போலவும் விக்கினேசுவரரைத் திருநாமஞ் சாத்தித் தும்பிக்கை யாழ்வாரென்று கொண்டதுபோலவுந், தமிழ் நூலுடையார் தஞ்சமயத்தாரில் யாருமில்லாத குறையை நிவர்த்திக்க முயன்று, வல்லடி வழக்காக, வைஷ்ணவர்கள், சாதியில் ஓச்சனுஞ் சமயாசாரத்திற் பிடாரிபூசரினுமாகிய கம்பருக்கு ஆழ்வார் நாமஞ் சாத்தியும் அடிப்பட்ட சிவாசாரிய குலத்துப் பிறந்து சாம்பரியந்தஞ் சிவார்ச்சனையே செய்த பரிமேலழகரை, 'அரிமேலழகுறூஉம் அன்பமையந்தணன் பரிமேலழகனென' வாய்ப்பகட்டுப் பேசியும் யாது பயன்? ஊரை உலைமூடியான் மறைக்கவா!! வைஷ்ணவருட் டமிழ்க் காப்பியஞ் செய்தார் வில்லிபுத்தூராழ்வார் ஒருவரே. இவர் அருணகிரியிற் சிவநிந்தனை செய்து கண்ணிழந்து அச் சாப நீங்கும்
→

இயற்றின தன்றிச் சர்வ சனோபகாரமாகிய கிரந்தம் ஒன்றுஞ் செய்திலர். இது தமிழ் தம் பெயருக்கு மோனையாகாத கோபம் போலும். சமணரோ அங்ஙனமாகாது தமிழ் விருத்தியில் மிக முயன்றவர்கள். தமிழ் கற்கப்புகும் மாணாக்கர், பெரும்பான்மையும் படிக்கும் நிகண்டு நன்னூல் காரிகை நம்பியகப்பொருள் முதலிய சிறு கிரந்தங்கள் மாத்திரமல்ல, புலவர் பெருமான்களாலுங் கல்வி வல்ல அரச ராதியோராலும் வியந்து துதிக்கப்படுஞ் சிந்தாமணி முதலிய பெருங் காப்பியங்களும் அனேகம் அவர்களாற் செய்யப் பட்டன. பெரியவுங் கடியவுஞ் சிறந்த நடையை யுடையவுமாகிய பல கிரந்தங்களுக்கு மிக மாண்பு பொருந்திய உரைகளெழுதிவைத்த நச்சினார்க்கினியாரும் பின்பு சைவ மதத்தை அனுசரித்தவ ராயினும் முன்னர்ச் சமணர் கூட்டத்தைச் சேர்ந்தவர். இதனால் மேற்கூறிய கிரந்தமெல்லாம் ஈண்டு வகுத்த சமணகாலத்திற் செய்யப்பட்டன வென்று கொள்ளற்க. இவற்றுட் சில பின்வரும் இதிகாசாதீன காலங்களில் எழுதப் பட்டன. அவர்கள் தன்மை இன்னதென்று மெய்ப்பித்தற்கு எடுத்துக்காட்டாக இதனை ஈண்டுக் கூறினோம். இவர்கணூலுட் சிந்தாமணி யெழுதி இப்போது ஆயிரத் தெண்ணூறு வருஷமிருக்கலாம். இவர்களிடந் தமிழ் பரிபாலனம் பெற்றது ஒருத்தேசம் முந்நூறு வருஷத்திற்குண்டு.

இவர்கள் காலத்தில் அனேக சம்ஸ்கிருதப் பதங்கள் தமிழில் வந்து கலந்தனவாயினும், வண்டு கைக்கொண்ட கிருமி போலவும் வேரின்வாய்ப்பட்ட எருப்போலவுஞ் சம்ஸ்கிருத நிறமும் மணமுமின்றி ஆர்த்தபம் மயிடம் பகுதி விகுதி முதலியன போலச் சுத்த தமிழுருவமாகவே திரிந்து வந்தன.

### [இதிகாச காலம்]

அப்பால் முன்பின் எண்ணூறு வருஷம் இதிகாச காலம். பற்பல புராண காவியங்களுங் கலைஞான நூல்களும் இக்காலத்தில் எழுதப்பட்டன வாயினுந் தமிழிற் சிறந்த இதிகாசங்களாகிய நைடதம் பாரதம் இராமாயணம் இரகுவமிச மென்பன தோன்றிய காலமாதலில் இதிகாச காலமென்றாம்.

---

பொருட்டு சிவபரமாக ஒரு நூல் செய்ய ஆஞ்ஞாபிக்கப்பட்டுங் கொடிய வைஷ்ணவராதலிற் றன்மதாபிமானத்திற்குப் பங்கம் வராது சிவஸ்துதி இடையிடை விரவிவரவும் வெளித் தோற்றத்திற் கண்ணன் சரிதையாகவும் பிறர் மயங்கப் பாரதத்தைச் சாப நிவர்த்திக்காகவே செய்தனரென் றுணர்க. இதனுண்மை அருணகிரியார் சரித்திரத்தால் நன்கு வெளிப்படும்.

வடமொழியிலிருந்து புராணேதிகாசங்கள் சமயசாஸ்திர ஸ்தலமான்மியங்கள் கணித சோதிடாதிகள் சுத்த சம்ஸ்கிருதாகரமாய்த் தமிழில் மொய்க்கத் தலைப்பட்டதும் வடமொழிப் பிரளயத்தைக் கண்டு தமிழ் சகிக்கலாற்றாது மூழ்கியதும் இக்காலத்திலேதான். அதுமட்டோ? போகர் முதலிய ஆயுணூலாரும் பிரகர் முதலிய கணிதவல்லாருஞ் "செந்தமிழணங்கின் திருமேனியெலாம் – வெந்தழல் கொழுந்தி வெதுப்பிய வாவெனக் – கொடுந்தமிழ் மலிந்து கொப்புளித் தெழுந்து" புண்படச் செய்ததும் இக்காலமே. இதில் அதிவீரராமன், புகழேந்தி, ஒட்டக்கூத்தர், கம்பர், அம்பிகாபதி, தமிழ்த்தண்டி, வில்லிபுத்தூரார், வரந்தருவார் முதலிய பெரும்புலவர்கள் சேர சோழ பாண்டிய தேசங்களில் எழுந்து சொலித்தனர். தொண்டை மண்டலத்திற் கச்சியப்ப சுவாமிகள் சேக்கிழார் முதலிய புராண கவீச்சுரர்கள் சிறப்புற்றோங்கினர். ஈழமண்டலத்தில் அரசகேசரி செகராச சேகரர் முதலிய தமிழ் வல்லோர் தலைப்பட்டனர். பின்பு படிப்படியாகத் தமிழ்க் கல்விக்கு அரசபரிபாலனங் குறைந்தது. சம்ஸ்கிருதம் வல்லாருக்கு மேன்மையுண்டாயது. தமிழ் தனி நில்லாது தத்தளித்து, வடமொழி வல்லார் கைப்பட்டு அம்மை வார்த்த உடம்பு போலத் தேகமெல்லாஞ் சம்ஸ்கிருதத் தழும்பு ஏறியது. கொப்புளித்த திருமேனியிற் கொடு முள்ளும் ஏறிய தென்னத் திசைச் சொற்கள் வந்து மரீஇயின. ஈற்றில் ஏழரை நாட்டுச் சனியும் பிடித்தாற் போல,

ஆவீன மழைபொழிய இல்லம் வீழ
அகத்தடிமை சாவமனை யாள்மெய் நோவ
மாவீரம் போகுதென்று விதைகொண் டோட
வழியிலே கடன்காரர் மறித்துக் கொள்ளச்
சாவோலை கொண்டொருவ னெதிரே யெய்தத்
தள்ளவொண்ணா விருந்துவரச் சர்ப்பந் தீண்டக்
கோவேந்தன் றூதர்நின்று கடமை கேட்கக்
குருக்களுந்தட் சணைக்குவந்து குறுக்கிட் டாரே

யென்று துலுக்க சேனை வந்து விழுந்து தேசத்தைச் சூறையாடி ஆங்காங்கு இறவாதெஞ்சிய புத்தகங்களையும் அழித்தகன்றனர்.

## [ஆதீன காலம்]

அப்பாற் றற்காலத்து நிகழும் ஆதீன காலமாம். இது சந்தான குரவர் காலத்தையுஞ் சேர்த்து இற்றைக்கு *எழுநூறு

* காஞ்சி நகரத்திற் காமக்கோட்டி பீடமுங் கன்னட தேசத்திற் சிங்கேரிமடமும் இதற்கு வெகுகாலத்தின் முன் தோன்றி ஆண்டும் பல நூல்களும் பாஷியங்களுஞ் செய்யப்பட்டுள்ளவாயினும் அவையெல்லாஞ் சம்ஸ்கிருதத்தி லாயினமையால் அவற்றைச் சேர்த்திலேம். கூன்பாண்டியன் காலத்ததாதலிற் றிருஞானசம்பந்த →

வருஷத்தின் முன் தொடங்கியது. சரஸ்வதி யாலயமாய்க் கல்விக் களஞ்சியமாக முதன்முதற் றமிழ்நாட்டில் மடமேற் படுத்திய மகான்மா ஸ்ரீ கைலாச பரம்பரைத் திருவாவடுதுறை யாதீனத்துப் பிரதம பரமாசாரியராய் எழுந்தருளிய ஸ்ரீலஸ்ரீ நமச்சிவாய தேசிகரே. இவர் மரபில் முன்னர் நான்காஞ் சந்தான குரவராகிய உமாபதி சிவாசாரியராற் சில சித்தாந்த சமய சாஸ்திரங்ளேயன்றிச் சாலிவாகன சகாப்தம் ௲௨௱ அளவிற் கோயிற் புராண முதலிய பல அரிய இலக்கியங்களுஞ் செய்யப்பட்டன.

பின்னர் ஈசான தேசிகரெனத் திருநாமம் வழங்கப்பெற்ற சுவாமிநாத குரவரால் இலக்கணக் கொத்தும், அவரது மாணாக்கர் சங்கர நமச்சிவாய தேசிகரால் நன்னூல் விருத்தியும், வேலப்ப தேசிகராற் பறியலூர்ப் புராணமும், அகத்தியர் வரத்தாற் செகத்தி லுற்பவித்து அவர் ஒரு கடலுண் டுமிழ்ந்தால் யாமிரு கடலுண் டுமிழ்வோமா வெனத் தென்கலை வடகலைக் கடல்களை முற்றக் கற்றானந்தித்த சிவஞான யோகீஸ்வரராற் றொல்காப்பியச் சூத்திரவிருத்தி, தருக்க சங்கிரகம், அன்னம் பட்டியம், புத்தம்புத்துரை, காஞ்சி புராணம், முதுமொழி வெண்பா முதலிய மிக்க சாதுரிய கிரந்தங்களுங் கற்றுவல்லோர் அனைவராலும் நன்கு மதிக்கப்படும் பெருஞ்சிறப்பினை யுடைய திராவிட மகாபாஷியமுஞ் செய்யப்பட்டன.

கல்வி விருத்தி செய்து சமயஸ்தாபனம் பண்ணும் பொருட்டுத் தமிழ்நாட்டிற் றருமபுராதீனம், திருவண்ணாமலை யாதீனம், மதுரை யாதீனம், மங்கலபுரத்துச் சங்கமாதீனம் முதலிய மடங்கள் ஆதீனங்கள் வேறும் பல அங்கங்கே தர்மசீலோத்தமர்களால் ஏற்படுத்தப்பட்டன. அவற்றின் கண்ணும் இவ்வாறே காலத்திற்குக் காலஞ் சமய சாஸ்திரங்களன்றி இலக்கிய இலக்கண கலைஞான நூல்கள் செய்தோர் தருமபுரத்திற் குமரகுருபர சுவாமிகள், சம்பந்த சரணாலய சுவாமிகள், சம்பந்த சுவாமிகள், வெள்ளியம்பலத் தம்பிரான், சச்சிதானந்த தேசிகர், சிவப்பிரகாச சுவாமிகள், திருவாரூர் வைத்தியநாத நாவலர் முதலியோருந்,

---

மடம் இதற்கும் முந்தியதாயினும் முதலிலே மதுரையில் ஞானாசாரிய பீடமாக மாத்திரம் ஏற்பட்டுப் பின் நாயனார் காலத்திலே தானே திருநெல்வேலியைத் தனக்கு மூலஸ்தானமாகப் பெற்ற அம்மடம் அழிந்து போனமையானும் அதிற் றமிழ் பரிபாலிக்கப்பட்டுங் கிரந்தங்கள் எழுதப்பட்டும் இருந்ததாகத் தோன்றாமையானும் அதனையும் ஒழித்தனம். அதற்கு உபயமடமாகிப் பின் மூலத்தானத்துவம் பெற்று ஓங்கிய மதுரை மடமே திருவிளையாடற் புராணம் இயற்றிய பரஞ்சோதி முனிவர் முதலியோர் எழுந்தருளப்பெற்றுத் தமிழ்க் கல்வியைப் பரிபாலனஞ் செய்தது.

திருவண்ணாமலை யாதீனத்தில் அமிர்தலிங்க சுவாமிகள், குகை நமச்சிவாயர், ஞானப்பிரகாச சுவாமிகள், ஆடியபாத சுவாமிகள், சுப்பிரமணிய சுவாமிகள் முதலியோரும், மங்கலபுரத்திற் சிவப்பிரகாச சுவாமிகள் முதலியோரும் அனேகர் உளர்.

தம்மை யடைந்தவர்களுக்குக் கல்வி கற்பிப்பதும், அவருட் பரிபக்குவ தசையுடையோரை ஞானாசாரியராக அபிஷேகஞ் செய்து வைப்பதும் புலவராய்த் தம்பால் வந்தோர்க்குப் பல பரிசளிப்பதும் அவருட் சிரேஷ்ட வல்லமை யுடையோரைத் தமது ஆதீன வித்துவான்களாக நியோகித்துச் சிறப்புச் செய்வதும் இன்னோரன்ன பிறவுமாகிய ஆதீன பரிபாலனம் இல்லா தொழியின் இதுவரையிற் றமிழ் மிகவுங் குறைந்து போய்விடும். தமிழின் மகிமை இப்பொழுது இவர்களாலேயே நிலைபெற்றது.

அரசாட்சியாருந் தமது வித்தியாசாலை மாணாக்கருக்கு அவரவர் சொந்தப் பாஷையையுங் கற்பிக்கும் விருப்புடை யராய்த் தமிழ்ப் பிள்ளைகளுக்கும் அவரது சுயபாஷையாகிய தமிழை ஒரோவழி ஓதுவிக்கின்றனர். நீந்துதற் றொழிலைக் கற்பிப்பான் ஒரு நீராசிரியன் கற்பானை ஏரி நதி கிணறு குளங்களில் இறங்க விடாது குடத்திற் றண்ணீர் மொண்டு சிறு குழியில் விட்டுக் கால்மறையாத் தண்ணீரில் மாரடிக்க விட்டாற்போலக், கடனீரெனில் உடல் கசியும் உப்புப் பூக்குங், குளநீரெனிற் சளிபிடிக்குந் தலைநோவுண்டாம், யாற்று நீரெனிற் சர்ப்பந் தீண்டும் முதலை பிடிக்கும் என்று ஒரோர் நூலுக்கு ஓரோர் குற்றஞ் சாற்றி ஒன்றிலும் இறங்கவிடாது ஒரு நூலில் ஒரு குடமும் இன்னொரு நூலிற் பின்னொரு குடமுமாக அள்ளி வைத்துப் படிப்பிக்கும் அவரது முயற்சியாற் பெரும் பயன் விளைவதேயில்லை. அவரிடங் கற்றுத் தமிழ் வல்லோராயினாரை யாண்டுங் கண்டிலேம். அன்றியும் இவ்வித்தியாசாலைகளில் *நிகண்டுகற் கற்றிலக்கிய வாராய்ச்சி யில்லாதார்க்குச் சிற்றிலக்கணங்களை மாத்திரங் கற்பித்தலால் அன்னோர் வா வந்தானெனக் கண்டு கா கந்தானென்றுஞ் சா செத்தா னெனக் கண்டு தா தெத்தானெனவுங் கூறுவார் போலத் தமிழைப் பலவாறு விபரீதப்படுத்துகின்றனர். இதனாற் றமிழுக்கு வருங் கெடுதியைக் குறித்து மிக அஞ்சுகின்றோம்.

---

* ஐரோப்பிய பாஷைகள் போல ஒவ்வொரு மொழியுந் தன் சுயரூபமாகப் பக்குவிட்டு நில்லாது பலவாறு பிரியுந் தன்மையவாய்ப் புணர்ந்து நிற்குஞ் சம்ஸ்கிருத தமிழ் வாக்கியங்களை, அவற்றுள்ள பதங்களை அர்த்தத்தோடு முன்னர் உணர்ந்தாலன்றிப், பிரித்துப் பயன் கொள்ளுதல் அருமையாதலில், அமரம் நிகண்டு முதலிய முதலே கற்றல் மிக அவசியமென்பது இத்தேச மொழிவல்லார் துணிவு.

இவ்வாறு விளைந்த விபரீதங்களுக்குச் சில உதாரணங் காட்டல் தகுதியாயினும் பிறர்க்கு விரோதமா மென்று விடுத்தனம்.

இலக்கியங்களைப் போதுமான அளவு கற்பிப்பாராயின் இலக்கணத்தை ஒருங்கே ஒழித்துவிடினுங் குற்றமுறாது. இலக்கிய வல்லாருக்கு இலக்கணந் தானாயமையும். இஃது எந்தப் பாஷைக்குஞ் சாதாரண தர்மம். இங்கிலீஷ் பாஷையில் மகா பாண்டித்திய முள்ளோர் சிலர் தாம் இங்கிலீஷிலக்கணஞ் சிறிதுங் கற்றதேயில்லை யென்று சொன்னதை நாம் காதாரக் கேட்டிருக்கின்றோம். தமிழில் நல்ல பிரபந்தங்கள் நூல்கள் எழுதினோர் பலர், அவ்வாறிலக்கணப் பயிற்சி இல்லாதா ரென்பது யாருமறிவர்.

மேல்வகுத்த காலங்களுள் இந்நூலுடையார் காலஞ் சமணர் காலமென்று கொள்க. வீரராசேந்திர னெனவும் விக்கிரம சோழ னெனவும் பெயர் வழங்கிய வீரசோழன் காலத்தில் அவன் கீழ்ப் பொன்பற்றியூரிற் சிற்றரசு புரிந்த புத்தமித்திர அரசனால் எழுதப்பட்டு அவ்வீர சோழனது பெயர் வகிக்கப் பெற்றமையே இந்நூலெழுதி முன்பின் ஆயிரத்தைஞ்ஞூறு வருஷஞ் சென்றிருத்தல் வேண்டு மென்பதற்குச் சான்றாகும்.

மேலும், "ஏதமறு சகாத்த மெழுநூற்றில்" ஸ்ரீ கச்சியப்ப சுவாமிகள் ஸ்காந்தம் அரங்கேற்றிய போது "திகடசக்கரம்" என மொழிபுணர்ந்ததற்கு விதி காண்பிக்கும் பொருட்டு இந்நூல் கொண்டுவரப்பட்டமையானும், அக்காலத்துப் புலவர்களுக்கு இந்நூற் பெயருந் தெரியாம லிருந்தமையானும், தமது காலத்து நூலாயின் அவர்கள் தமக்கு நூதனமாயிருந்த அவ்விதியை ஆட்சேபியாமல் ஒத்துக்கொள்ளார்க ளாதலானும், இந்நூலின் அருமையை அவர்கள் மிக வியந்து கொண்டமையானும் இஃது அவர் காலத்திற்குப் பல நூறு வருஷங்களின் முன்னர்ச் செய்யப்பட்ட தென்பதற்கு மயக்கமில்லை.

இந்நூலாசிரியர் ஒரு சமணர். உரையாசிரியருஞ் சமணரே. அந்தச் சிறப்பில் அவர்க்குப் பெருந்தேவ னென்று பெயர் குறித்திருப்பினுஞ் சமணர் தமது வித்துவான்களைத் தேவரென்று சாதாரணமாய்ச் சொல்லும் வழக்க முண்டாதலின் இவர தியற்பெயர் வேறாயிருக்கலாம். பாரதப் பெருந்தேவனாருங் கவிசாகரப் பெருந்தேவனாரும் ஆயிரம் வருஷத்துக்கு மேற்பட்ட இவர் காலத்துக்கு முன் இருந்தவர்க ளாதலின், அவர்கள் இவரினின்று வேறென்பது சொல்ல வேண்டியதில்லை. அன்றியும் அவர்கள் சமணரல்லர்.

தாமோதரம்

உரையில் எடுத்துக்காட்டாகப் பல செய்யுட்களை விக்கிரம சோழன் மகன் மகனாகிய அநுபமன சோழனது புகழாகப் பாடிச் சேர்த்ததனால் உரையாசிரியரும் ஆசிரியரும் ஒரே காலத்தினரா யிருத்தல் வேண்டும். உரையைக் "கடனாகவே நவின்றான்" என்றுரைச் சிறப்புப் பாயிரத்தார் கூறினமையால் அவர் புத்தமித்திரனார் மாணாக்கரி லொருவரென உத்தேசிப்பாரும் பலருண்டு.

முதல் வழி சார்பு மொழிபெயர்ப் பென்னு நாலனுள் இது சார்பு நூல். அகத்தியத்தின் வழி இயற்றமிழ் விரித்துணர்த்திய தொல்காப்பியமுங் காதந்திர காவிய தரிசனங்களும் இதற்கு முதனூலென்ப. பொருளதிகாரத் துரையில் நாடகத் தமிழும் விரவிவரும் அலங்காரத்தைத் "தண்டி சொன்ன – படிவட நூலின் படியே யுரைப்பன்" என ஆசிரியர் கூறியது தண்டியாசிரியர் வட நூலில் இயற்றிய காவிய தரிசனமா மெனக் கொள்க. அதனைத் தமிழில் வடநூலின்படி தண்டியாசிரியர் இயற்றிய தண்டியலங்கார மெனச் சிலர் மயங்குப. சிலர் ஒரு தண்டியே வடமொழி தென்மொழி இரண்டினும் வல்லராய் உபயகவியென நாமம் வழங்கப் பெற்றிருந்தன ரென்றும் அவரே காவிய தரிசன தண்டியலங்காரம் இரண்டிற்கும் ஆசிரியரென்றும் ஆதலால் அவற்றுள் எதனை முதலாகக் கொள்ளினும் அமையு மென்றுங் கூறுப. இரு சாரார் கூற்றுந் தப்பென மறுக்க. தண்டியலங்காரம் இயற்றினார் அம்பிகாபதியின் புத்திரர். அம்பிகாபதி கம்பர் மகன். கம்பர் குலோத்துங்க சோழன் காலத்தில் வெண்ணெய் நல்லூர்ச் சடையப்ப முதலியார் முன்னர், "எண்ணிய சகாத்த மெண்ணூற் றேழின்மேற்" தமது இராமாயணம் அரங் கேற்றியவர். இதற்கு நூற்றேழு வருஷத்தின் முன் குமர கோட்டத்தில் அரங்கேறிய ஸ்காந்தத்திற்கு வீரசோழியத் தினின்று இலக்கண விதி காட்டப்பட்ட தாதலால் இஃது பொருந்தாமை காண்க. அன்றியுங் காவிய தரிசனஞ் செய்த தண்டியாசிரியர் ஒரு சமணர். தண்டியலங்கார முடையார் சைவர். ஆதலால் இருவரும் வேறு. மிகப்பழைய நூலாகிய காவிய தரிசனமே வீரசோழிய வலங்காரம் தண்டியலங்காரம் இரண்டிற்கும் முதனூலா யிருந்ததென்க.

கரலிகிதங்களால் ஏட்டுப் பிரதிகளிற் காலந்தோறும் புக்க அக்ஷர வழுவுஞ் சொற்சிதைவும் வாக்கியப் பிறழ்வும் இத்துணையவென்று சொல்லற்பாலதன்று. இதிகாச சிரோ ரத்தினமாகிய இராமாயணத்தை எழுதி அரங்கேற்றிய கம்பர் சோழன்மேற் கொண்ட சில வெறுப்பினால் அவனூரை விட்டு இருபது முப்பது வருஷஞ் சேரனிடம் போயிருந்து

பின்பு சோழனைக் காண அபேட்சை யுடையராய்த் திரும்பி வரும் வழியில் ஒரு மடத்திலே சில வித்துவான்கள் சேர்ந்து இராமாயணப் பிரசங்கம் செய்து கொண்டிருந்தனர். அது தனது இராமாயணப் பிரசங்கமெனத் தெரியாதிருந்துங் கற்றாரைக் கற்றார் காமுறுதல் இயல்பாதலின், கம்பர், யாது பிரசங்கமாயினு மாகுக கல்விப் பிரசங்கங் கண்டுங் கம்பன் புறம்பொழுகலாமா வென்று, தன்னை யின்னானென்று அன்னோர்க்குத் தெரிவியாது யாரோ வழிப் பிரயாணக்காரன் போல உள்ளே சிலநேரம் போயிருந்து, ஒன்றையொன்று பார்த்தெழுத எழுதப் பிரதிகள் தோறும் புக்க வழுக்களுந் திரிபுகளும் அதிகப்பட்டிருந் தமையால் அது தனது இராமாயண மென்று மட்டிடாமற், றன்வாக்குஞ் செய்யுட் களும் இடைக்கிடை யாரோ சொருகுகவிகள் சேர்த்தி ருப்பதாகச் சொன்னாராம். ஒருவர் காலத்திலே இவ்வளவாயின் ஆயிரத்தைஞ்ஞூறு வருஷத்துத் திரிபு எப்படியிருக்கலா மென்பதை அனுமானித்துக் கொள்க.

ஒரு தேசத்தில் வழங்கிவரும் பிரதிகளை மாத்திரம் பார்த்தார்க்கு இம்மாறுபாட்டின் பெருக்கந் தோன்றாது. மதுரைப் பிரதி திருநெல்வேலிப் பிரதிக்கு வேறு. யாழ்ப்பாணத்துப் பிரதி இவ்விரு தேசப் பிரதிகட்கும் வேறு. தஞ்சாவூர்ப் பிரதி முதன் மூன்றற்கும் வேறு. சென்னபட்டணப் பிரதிகள் இவை யெல்லாவற்றிற்கும் வேறு. எழுத்ததிகாரத்துஞ் சொல்லதிகாரத்தும் அத்துணைப் பெரும் வித்தியாசம் இல்லை. அதற்கு நியாயஞ் சொல்லிக் காட்ட வேண்டியதில்லை. அப்பால் மூன்றதிகாரங்களிலும் பிற்காலத்தோராற் செய்யுள் உரை உதாரண மென்றிவை யெல்லாந் தங்கடங்கள் மனம் போன வழியே மாற்றப்பட்டன. சில செய்யுளும் உரையும் ஒருங்கே தள்ளப்பட்டன. பழைய உதாரணங்களை நீக்கிப் புது உதாரணங்கள் பின்னூல்களிலிருந் தெடுத்துப் பதிலாகச் சேர்க்கப்பட்டன. தென்தேசப் பிரதிகளில் அலங்காரத்தின் பிற்பகுதி முழுவதும் யாப்பிற் சில பகுதியும் மூலமும் உரையும் ஒருங்கு பிறழ்ந்து செய்யுட் டொகையொடு மாறிப் போயின. இதனாற் பிற்காலத்தாராற் சேர்க்கப்பட்ட உதாரணங்கள் இப்பதிப்பிலும் பலவிடத்துச் செறிந்திருக்கு மென்றஞ்சுகிறோம். அது கண்டு நூலின் பழமையை மறுக்கற்க.

மூன்று விரலைக் காட்டிக் கட்டிலிற் கால்போலப் பஞ்ச பாண்டவரையும் ஆறு கோணத்திலும் நிறுத்துக என்பான் தொகை விபரீதத்தோடு விரலை வாலென்றுங் கட்டிலைக் கடலென்றும் பஞ்ச பாண்டவரைப் பிஞ்சுப் பாகற்காயென்றும் மாற்றி எழுதிவைத்தால் அம்மொழியைச் சரிப்படுத்தல்

இலேசாகுமா? அதுபோலவே "விலாசம், பரிசர்ப்பம், விதூதம், சமம், நாபம், நமதூதி, பிரகமம், நிரோதம், பரியுபாசனம், வச்சிரம், புட்பம், உபநியாசம், வருணசங்காரம் இவை பயிர் முகத்தில் அங்கம் பதின்மூன்று" என்பது "பிவாசம், விருத்தியபம், விவாசம், தாவனபம், சயதூரகம், மரிசோதம், பரியானம், பாவைச்சிரம், செல்வம், வருணசங்கரம் இவை பிரதிமுகத்திலங்கும் பதின்மூன்று" எனக் கிடந்த ஏட்டுப் பிரதிகளோடு பட்ட பிரயாசைக்குப் பிரயாசை யென்னுஞ் சொல் போதுமா? முதலினின்று முடிவுவரைக்கும் ஓரொருவரி ஓரொரு நொடியாகவே கொண்டுழைத்தோம். *ஏடுகளிலிருந்த பிரகாரம் களசூ-வது பக்கத்திற் பதிப்பித்திருக்கும் "மால வன முதலிய" என்னுஞ் செய்யுளை எடுத்துத் திருத்த முயல்வோருக்கு இந்நூலில் யாமெடுத்த உழைப்புச் சிறிதே விளங்கும்.

பிரதி எத்துணைப் பழையதோ அத்துணை அதன் மாறுபாடுகள் குறைவு. ஆனாலும் பூர்வ பிரதிகள் பாண வாய்ப்பட்டு எழுத்தொன் றற்குப் பாணவரி மூன்றென்றால் யாதுதான் செய்யத்தக்கது!! "ஔவையா ராணை யொன்று" என்று சாபம் பெற்றுக்கிடந்த பிரதிகளின் ஏடுகளை ஒன்றைவிட் டொன்று பிரித்தெடுத்ததே பேரற்புத மாயிற்று.

பழம் பிரதிகளுள் ஸ்ரீலஸ்ரீ திருவாவடுதுறைப் பெரிய சற்குருநாத சுவாமிகள் தயைகூர்ந்து கட்டளையிட்டருளியது

---

* வேறும் ஒரு பிரதியில் அகப்பட்ட நான்காவது ரூபத்தைத் திருநெல்வேலித் தாசில்தார் ம-ா-ா-ஸ்ரீ சின்னத்தம்பிப் பிள்ளை யவர்கள் அனுப்பி வைத்தனர். அசசெய்யுளைச் சரிப்படுத்த முயல்வோர்க்கு உபயோகமா மென்றெண்ணி அதனையும் ஈண்டுக் குறிக்கின்றோம்:

"மாலவன முதலிய விமையவாதி பவானபுயிரெவண மிககால னெழிலல னனகாரிய வியலஙகிககெ செடனின குருவாம தெவாகாங கக வான ஙகமில தாசில னெனற பொனறிவுன னெதிரிபவன பகவன மகாமுணாவா சொனன மணகாலன னறுவெத நானெனனான கழகுநாடன மிலகன றுனனிய வெனறு கநது சொரிய மிரெயிலெய தாயொவினொங கூாதாாதம ரொஙகூ மவாம மாணடாா நதவிணாக கொலபபூண மாலைச சாபின மகிழடித தொனறி கயசசடை யெதபூணடினியுயிா மெறப காடெணணியலாாநன னெடுமாலை யிடககிளியை ததமால கொளாய விணணினிலாாமனல லாாவிழி ததனா சிறபபுக கூவிசிபன னொறக ொபபெண ணாநதுநிக கிலுவாயத தாாஙகொளகை யினொயதிா ததாா லிவிவி லொயவெக துதுணையா வெலவென றுவள வினவிகுதிொ."

"கயிலிய கொவள னறனனை ககிாம"

"பாரிநனகுடை யிணடஙகவெ – சொரிநிாதற கிருநத மாலனெ"

"கொவணமாலை மாாவாாொநதா வாாமாலை மாறுச"

"காதமதணிடததுல கணணினமாண பெநது
மானி தாதுகுமா ணடதனது குறுமானி"

"புவிதானிட நதுலவி ரணடா ாாடடயதுநா
டாளாகி முடடவி ாாாசெநதினி"

நெடுங்காலத்தது. கைவிட்டுக் கடன் கொடுத்த கைப்பிரதிகள் திரும்பி உடையார்பால் மீள்வதரிதாகிய இயல்பினை யுடைய இக்காலத்தில், முன் நம்மை அறியாதவர்களாயினும் நமது பிரார்த்தனையை மறாது கிருபை புரிந்ததுமன்றி, ஆதீனத்துப் பழம் பிரதிகளூட் பல நாளாகத் தமது பரிசனத்தைக் கொண்டு தேடுவித்து எடுத்தனுப்பிய பரிபூரண கிருபைக்காக மிக்க கடமைப்பட்டிருக்கின்றோம். பெரிதும் ஈனஸ்திதியி லிருப்பதால் உங்கள் காரியத்திற்கு உபயோகமாகாதென் றெண்ணுகின் றோம், என்று சுவாமிகள் கட்டளையிட்டருளிய பிரதியே அவர்கள் ஆசீர்வாதத்தினால் நமக்கு மற்றெல்லா வற்றிலுஞ் சிரேஷ்ட பிரதி யாயினது. சமுசயம் நிகழ்ந்த இடமனைத்திலும் அதனையே ஆதாரமாகக் கொண்டு மற்றத் தேசத்துப் பிரதிகளை அதற்கு உபபலமாக வைத்துப் பரிசோதனை செய்து, எடுத்த முயற்சியை ஒருவாறு நிறைவேற்றினோம்.

ஆயினுந், தற்காலத்திற் றமிழ் நாடுகளில் வழங்கும் பிரதிகள் அனைத்தினும் இப்பொழுது யாம் அச்சிட்டு வெளிப்படுத்தும் ரூபம் மேலானதென்று கொள்வதேயன்றி, ஏட்டுப் பிரதியின் ஆதாரமில்லாது யாம் ஒரு மொழியும் மாற்றிலேமாயினும், இதுதான் ஆசிரியரெழுதிய சுத்த ரூபமென்று கொள்ளற்க. அனைத்து மாறுபாடுந் திருத்தி ஆதிரூபங் காட்டுதல் இனி எத்துணை வல்லார்க்கும் அரிது. பிறநூற் றுணிவிற்கு மாறுபட்டுந் தற்கால வழக்கத்தை விரோதித்துஞ் சரியான அர்த்தம்[+] புலப்படாமலுஞ் சமுசயம் நிகழ்ந்த இடத்தும் எல்லா தேசத்துப் பிரதியும் ஒத்திருந்தனவற்றை யாம் சிறிதுந் திருத்திப் பதிப்பித்திலேம். அவற்றைத் தம் மதத்தின்படி திருத்துதல் அறிவுடையோர்க்கு இயல்பன்று.

முன்னோர் மொழிபொருளே யன்றி யவர்மொழியும்
பொன்னேபோற் போற்றுவர் பொற்புலவர் – அன்னோர்
நடையிடையத் தம்வழியே நாட்டிமொழி மாற்றல்
கடையிடையர் மாட்டுவினை காண்

---

[+] அர்த்தம் புலப்படாதனவற்றிற்குச் சில உதாரணம் கஉள–வது பக்கத்தில் யாப்புப் படலம் ௩௩–வது காரிகை யுரையில் வரும் மேற்கோட் சூத்திரங்களிற் காண்க. பெரும்பான்மைய பிரதிகளில் ஒழிக்கப்பட்டமையானும், அவற்றிற்கு ஆதாரம் வடநூல்களினுங் காணப்படாமையானும், அர்த்தந் தெரியாதனவற்றை அச்சிட்டும் பயனின்மையானுஞ் சில வித்வசனர்கள் அவற்றை நீக்கிவிடும்படி சொன்னார்கள். இறந்துபோகவிடாது, நிலைநிறுத்துவதே யன்றி உலகத்திற்கு வீரசோழியத்தை உணர்த்துவது நமது நோக்கமன்றாதலானும் இவ்வாறு பொருள் விள்ளாதிருந்தன சில பின்னர் வீசகணி தாதாரமாகக் கணக்கேற்றியபோது புலப்பட்டமையானுங் கூட்டுதலும் மாற்றுதலும் போலக் குறைத்தலும் ஒருவர் நூலைப் பதிப்பிப்போர்க்குப் பெருங் குற்றமாதலானும் அவற்றை இருந்த வண்ணம் ஒப்பித்தனம்.

என்னுஞ் செய்யுளிற் கூறியபடி அஃது துணிவு, திரிபு, ஐயம் இவற்றினை முறையே உடைய உத்தமர், மத்திமர், கடைஞருள் விபரீத அறிவினை யுடைய மத்திமர்க்குஞ் சந்தேக ஞானத்தையுடைய அதமர்க்கும் உரிய தொழில் என்றுணர்க. பிரதிகள் அனைத்தும் ஒத்திருந்தமைபற்றி நாந் திருத்தா தொழித்து விட்டவற்றை வழுவெனக் கண்டுழித் திருத்திக் கொள்ளுதல் நூலை வாசிப்போர் கடனாம். ஆதலால் அவர்க்கு,

ஓரா தெழுதினே னாயினு மொண்பொருளை
ஆராய்ந்து கொள்வ தறிவுடைமை – சீராய்ந்து
குற்றங் களைந்து குறைபெய்து வாசித்தல்
கற்றறிந்த மாந்தர் கடன்

என்று உரையாசிரியரே எழுதியிருப்பதை இவ்விடம் நினைப் பூட்டுகின்றோம். நல்ல வித்துவான்களுள்ளும் அனேகர் தாம் வீரசோழிய மென்னும் பெயரைக் கேட்டதன்றி நூலைப் பார்த்தறியே மெனப் பலபல சமயங்களில் நமக்கு நேரே சொல்லினர். ஆதலால் அழிந்திறந்து போன நூல்களுட் டானு மொன்றாகி இன்னுஞ் சில காலத்தில் மருந்துக்கும் அகப்படாமற் போய்விடு மென்றஞ்சி, அதன் பாலிய யவ்வன சொரூபங் கிட்டாதாயினுங் கிடைத்தவரைக்கும் அதனைக் காப்பாற்றுதலே இதனை இப்போது அச்சிடுவித்த நோக்கமென் றுணர்க.

வடநூற் பயிற்சி யில்லாத எனக்குப் பொருள் யாப்பலங் காரங்களில் வரும் அரிய சம்ஸ்கிருத விதிகளிற் றுணை செய்தோராய, அடியேனது பரமாசாரியர் வேதாரணி யாதீனம் ஸ்ரீலஸ்ரீ கைலாயநாத சந்நிதிக்கும், சென்ன[illegible]ணம் பச்சையப்ப முதலியார் பாடசாலைச் சம்ஸ்கிருத பண்டித ராகிய ஸ்ரீமத் மண்டைக்குளத்தூர் கிஷ்ண சாஸ்திரியாருக்கும், யாழ்ப்பாணம் நீர்வேலி ம-ள-ள-ஸ்ரீ சிவ சங். சிவப்பிரகாச பண்டிதருக்கும் மிக்க வந்தனஞ் சொல்லுகின்றனன்.

சந்தனத் தாருவைச் சார்ந்திடு வேம்புந் தகைமணமே
தந்திடு மென்பவச் சால்பெதற் காமிந்தத் தாரணியில்
அந்தமில் கேள்வி அறிஞரை நாளு மடைந்த வென்சொல்
சந்தமுறா திருந்தாற் றவறார் வயிற் சார்வதுவே.

**சி.வை.தா.**

சென்னபட்டணம்
விசு ௵ சித்திரை ᾽மீ

உ

கணபதி துணை

பொன்பற்றிகாவலன்
புத்தமித்திரனார்
இயற்றிய

# வீரசோழியம்

இஃது
யாழ்ப்பாணம்
சி.வை. தாமோதரம்பிள்ளையால்
பெருந்தேவனாருரையோடு

பலதேசப் பிரதிருபங்களைக்கொண்டு
பரிசோதித்துச்

சென்னை
சின்னையநாடார் அச்சுக்கூடத்திற்
பதிப்பிக்கப்பட்டது.

[இரண்டாம் பதிப்பு]

*ஜய ஹு மார்கழி மீ*

Registered Copyright

1895

உ

கணபதி துணை.

பொன்பற்றிகாவலன்

புத்தமித்திரனார்

இயற்றிய

# வீரசோழியம்.

இஃது

யாழ்ப்பாணம்

சி. வை. தாமோதரம்பிள்ளையால்

பெருந்தேவனாருரையோடு

பலதேசப்பிரதிரூபங்களைக்கொண்டு

பரிசோதித்துச்

சென்னை

சின்னையநாடார் அச்சுக்கூடத்திற்

பதிப்பிக்கப்பட்டது.

ஜய ஞூல மார்கழிமூ.

**1895.**

# பதிப்புரை

## தெய்வாசாரிய வணக்கம்

யானை யானனப் பிரணவச் சிகரனை யிதயத்
தான மேயவாஞ் சண்முகன் றனைமறை மூல
மான வாதியை யருட்கயி லாயநா தப்போ
ஞான சற்குரு நாதனை நாடொறு நவில்வாம்.

## சரஸ்வதி வணக்கம்

வெள்ளிதழ்த் தாமரை நள்ளணங் கிணையடி
உள்ளுதூஉந் தமிழ்வளங் கொள்ளுதல் குறித்தே.

## தமிழாசிரிய வணக்கம்

எழுத்தொடு விழுத்தமிழ் பழுத்தசெந் நாவினன்
முழுத்தகை யேற்கவை யழுத்தியோன் சுன்னா
கத்துயர் மரபினோன் முத்துக் குமார
வித்தக னடிதலை வைத்துவாழ்த் துவனே.

## அவையடக்கம்

செந்தமிழ் விந்தைகை வந்தபா வாணரென்
சிந்தையிற் சந்தத முந்திவாழ் குநரே.

மலர்தலை யுலகிற் குலவுபற் பலவள—நலமெலா மிலகிய தலமெனா நிலவிய—பொலிவுடைப் புண்ணிய பூமியாகிய பரதகண்டத்தில் வழங்கும் பாஷைகளுள் ஆதிகாலந் தொட்டுள்ளன சமஸ்கிருதமுந் தமிழுமாம். இவற்றில் ஒன்று சிவபெருமானிடத்தும் மற்றது சுப்பிரமணியக் கடவுளிடத்தும் உற்பவித்தன என்னும் ஆகம ஐதீகப் பிரமாணங்களே இதற்குச் சான்றாகும். "ஆதியிற் றமிழ்நூ லகத்தியற் குணர்த்திய – மாதொரு பாகனை வழுத்துதும்" எனவும் "வடமொழியைப் பாணினிக்கு வகுத்தருளியதற் கிணையாத் – தொடர்புடைய தென் மொழியை யுலகமெலாந் தொழுதேத்தக் – குடமுனிக்கு

வற்புறுத்தார் கொல்லேற்றுப் பாகர்" எனவுந் தமிழிற்கும் ஈசுவரோற்பத்தியே கூறுவாருமுளர். சம்ஸ்கிருதத்திற்குப் பாணினீயம்போலத் தமிழிற்கு ஆதியிலக்கணஞ் செய்தவ ரன்றித் தமிழ் மொழியைத் தந்தவர் அகத்தியரல்ல ரென்றறிக. அழகினானும் வலிமையானு மன்றிக் காலத்தினானும் ஒன்றற்கொன்று சமத்துவ முடைபதென் றொப்பித்தற்கன்றே ஒன்றை வடமொழி யென்பார் மற்றதைத் தென்மொழி யென்பதூஉம் ஒன்றைச் சிவபெருமான் தந்ததென்பார் மற்றதைச் சுப்பிரமணியக் கடவுள் தந்தருளிய தென்பதூஉம்! வடக்குக்குத் தெற்குஞ் சுவாமிக்குச் சத்தியும் பிந்திய வென்றாற் சம்ஸ்கிருதந் தமிழிற்கு முந்தியதென்க. சம்ஸ்கிருத தமிழ்க் கடல்களின் கரைகண்ட பேராற்றலுடைய சிவஞான யோகீசுவரர்,

> இருமொழிக்குங் கண்ணுதலார் முதற்குரவ ரியல்வாய்ப்ப
> இருமொழியும் வழிப்படுத்தார் முனிவேந்த ரிசைபரப்பும்
> இருமொழியு மான்றவரே தழீஇயினா ரென்றாலிவ்
> இருமொழியு நிகரென்னு மிதற்கைய முளதேயோ

என இரண்டனதும் ஒப்புமையை மெய்ப்படுத்தினர்.

ஆதிகாலத் தாரியரோடு சம்ஸ்கிருதம் இமயமலைக் கப்பாலிருந்து வந்ததென்றும், ஆரியர் வடபாலிற் புக்குக் கங்காதீர தேசங்களை வென்று கைப்பற்றியபோது அங்கே வசித்தவர்கள் தமிழரென்றும், ஆரியரைச் செயிக்க முடியாமை யானும் அவர்க்குக் கீழ்ப்பட்டிருக்க மனமொவ்வாமையானுஞ் சுயேஷ்டபங்கம் உறுவதினுந் தமது நாட்டைக் கைவிட்டுப் பிறவிடஞ் சேர்ந்து சஞ்சரித்தலே தமக்குச் சிறப்பென்று கருதித் தமிழர் தென்றிசைச் சென்று வதிந்து தமக்குள்ளே சேர சோழ பாண்டிய இராச்சியங்களை ஏற்படுத்தினார்க ளென்றுந் துணிவார் பலருளர். இவர் மதத்திற்குச் சார்பான அயற் சாட்சிகளும் பலவுள. இஃதுண்மையாயின் இந்தியாவிற்கு ஆதிபாஷை தமிழென்றே முடியும்.

காசியிலிருந்த வடமொழிச் சங்கத்தாரோடு மாறுகொண்டு, அவரிறுமாப்பை அடக்கும்பொருட்டு அகத்தியர் நெடுநாட் பொதிய மலையிற் றவம்புரிந்து, சுப்பிரமணிய சுவாமி வரத்தினாற் றமிழுக் கிலக்கணஞ் செய்து, சம்ஸ்கிருத நூலாரைத் தலைகவிழச் செய்தாரெனிற் றமிழின் மான்மியம் வேறு சொல்லவும் வேண்டுமா? கலைக்கியான நூல்களுஞ் சாஸ்திரப் பயிற்சியுஞ் சம்ஸ்கிருதத்தில் முற்பட்டதும் அதிலிருந்து பல நூல்களும் அவற்றோடு பல்லாயிர மொழிகளுந் தமிழில் வந்ததும் மெய்யே. அதனாற் றமிழ் பிந்தியதென் றெங்ஙனம்

போதரும்! வடமொழி மந்திரத்து வாழ்ந்தார் கொண்ட அகந்தையை ஆண்டுச் சிற்றில் நிகர்த்த தென்மொழியைச் சிறப்பித்துக் கூடகோபுரம் வகுத்து மாடமாளிகை யாக்கி அடக்கினமையால் வடமொழி முந்தியதா? ஒரு காலத்திற் குடிசையாயிருந்து பின் மண்டபமாயினதால் அக்குடிசை தோன்றிய காலம் அயலில் வகுத்த மண்டபத்திற்குப் பிந்தியதென்று சாதிப்பது தர்க்க லக்ஷணமாகுமா? விபரீதம்! விபரீதம்!!

இகழ் இமிழ் உமிழ் கமழ் கவிழ் குமிழ் சிமிழ் என ழகரப் பேறு பெற்ற பதங்கள் போலத் தமிழ் என்னுஞ் சொல் தனிமைப் பொருள் குறித்த தமியென்னும் வினை அடியாற் பிறந்து, வினை முதற் பொருண்மை உணர்த்திய விகுதி குன்றித், தனக்கிணையில்லாப் பாஷை என்னும் பொருள் பயப்பது. அங்ஙனமாயின், தமியேன் என்பது போல இழிவு பொருளன்றோ பயக்கு மெனின்; அற்றன்று, ஒரே தாதுவிற் பிறந்தும் அடியேன் அடிகள் எனவும் அளியேன் அளியாய் எனவும் நிற்பனவற்றுள் ஒன்று இழிவு பொருளும் மற்றையது உயர்வு பொருளும் உணர்த்தின வென்க. செவிக்கினிமை பயத்தலான் மதுரம் என்னும் பொருட்பேறுடைத்தாகித் தமிழென வழங்கிய தென்பாருமுளர். அஃதெவ்வாறாயினும் ஆகுக. தமிழ் என்பது தென்மொழிக்குத் தென்சொல்லாகிய பெயரே யாமெனக் கொள்க. இதை ஒழித்துத் திராவிட மென்னும் வடமொழியே தமிழென்றாகிய தெனச் சற்றும் ஆலோசனையின்றிக் கூறுவாருமுளர். அவர் மதஞ் சாலவு நன்றாயிருந்தது!!

தமிழிற் தமிழ் என்னும் பதம் வர முன்னர்ச் சம்ஸ் கிருதத்திற் திராவிடம் என்னுமொழி உளதாகில் அப்பெயர் எப்பொருளை உணர்த்திற்றோ? உலகத்தில் எஞ்ஞான்றும் பெயரா பொருளா முந்தியது? பொருளெனில் அப்பொருள் இருக்கும் இடத்தா அஃதில்லாத பிறிது தேயத்திலா அதன் பெயர் முன்னர் நிகழும்? இஃதுணராது தமிழ் வழங்கிய இடத்திற் றமிழுக் கோர் பெயரிருந்ததில்லை யென்றுஞ் சம்ஸ்கிருதத்திலிருந்து அதற்குப் பெயர் வந்ததென்றுஞ் சொல்வது யார்க்கும் நகை விளைக்குமே. இஃதொன்றோ! யாதொரு தமிழ்மொழியில் இரண்டோ ரெழுத்துச் சம்ஸ்கிருத மொழிக்கொப்ப நிகழுமாயின் அது சம்ஸ்கிருதத்தினின்று பிறந்ததெனச் சாதிக்கின்றனர்.

மேலைத் தேசவாசிகளின் இங்கிலீஷ் முதலிய அந்நிய பாஷைகளில் இன்றியமையா வீட்டுச் சொற்களாகித் தந்தை

தாயரைக் குறிக்கும் பாதர், மதர் என்பனவாதியும் வடமொழி அடியாய்ப் பிறந்த தென்பரா? அப்படியாயின் வடமொழியைக் காண முன் அத்தேசத்தா ரெல்லாந் தாய் தந்தையரை அழைத்தற்கோர் வீட்டுச்சொல் இல்லாதிருந்தன ரென்றன்றோ முடியும்? ஆண்டுள்ள பாதர், மதர் ஒப்ப ஈண்டும் பிதா, மாதா ஆயிற்றெனில் யாது குற்றம்? தருக்கத்திற் காகதாலீய நியாயத்தி னுண்மை அறியாமலும் ஆரிய மொழிக்கும் அதன் அயல் நாட்டு மொழிகளுக்கும் உள்ள சம்பந்த சார்புகளின் காரணத்தை ஆராயாமலும் இவ்வாறு கழறும் இவர் கற்பனைக்கு யாது செய்யலாம். இவர் வாய்க்கு விலங்கிட யாரான் முடியும்!

இன்னொரு சாரார் 'தமிழ் என்னுந் தென்மொழிப் பதமே வடமொழியிற் றிராவிடமென மரீஇயது' என்பர். இவரும் உண்மை கண்டவரல்லர். இரு கூற்றாருந் திராவிட மென்னுஞ் சொல் வந்த வரலாறும் அதன் பொருளும் அதன் வழக்கியலும் அறியாராயினார். இருவருந் தம் மனத்தின்கண் நிகழும் ஓரோர் துணிவுபற்றி, வல்லார்பாற் புல்லும் ஆயுதமென்றாற் போலத், தமது துணிவை நாட்டுவான் புக்கு மிக்கிடர்ப்பட்டுப் போலியாதாரங்கள் காட்டி, வாய்வல்லான் சொல்லே மன்று கொளுமென்று வாளா நம்பித், தம் வன்மை காட்ட முயன்ற யுத்திமான்களன்றி ஆகமப் பிரமாணங் கொண்டு சாதித்தவரல்லர்.

ஹேமசந்திர நாநார்த்தத்தின்படி திராவிடம் என்னுஞ் சொல் திரா என்னும் அடியாற் பிறந்து ஓடி வளைந்தது என்னும் பொருளுடையது. இது *மகாநதி முதற் குமரியீறாக ஓடி வளைந்த கோடி மண்டலத்தை உணர்த்துவது. இது பலதேசத்தார் நிகழ்ச்சியும் நடையுந் தோன்ற வடமொழியில் ஈராயிரம் வருஷத்தின் முன் உச்சயினிபுரத்தில் இயற்றி ஆடிய ஒரு நாடகத்தில் முதன்முதல் எடுத்தாளப்பட்ட தென்பதூஉம், அதில் விதர்ப்ப நாடு மத்தியாகப் பிராச்சிய தக்ஷணாத்திய திராவிட பாரசீயமென அயனாடுகள் குறிப்பிக்கப்பட்டன வென்பதூஉம், பின்னர் இவற்றை இழிதகைமைத்தாய கொடுமொழியையும் பல பாஷை விரவிய சங்கரமொழியையும் முறையே குறித்த சாண்டாளி சாவரி என்னும் பதங்களோடு சேர்த்து அவ்வத் தேச பாஷைகளைக் குறிக்கும்படி பிரயோகிக்கப்பட்ட தென்பதூஉம் பிராகிருத நிர்ணய வியாக்கியிற் கரதலாமலகம் போற் காட்டப்பட்டன. மேலுந் திராவிடம் என்பது தமிழ் மொழிக்கிட்ட பெயராயின் பஞ்ச திராவிட மென்ப தென்னை? தமிழ் தெலுங்கு கன்னடம்

* உவில்ஸனாசிரியர் கருமணல் முதலென்றார், அதுசரியன்று.

மராஷ்டிரம் கூர்ச்சரம் என்னும் ஐந்து பாஷையையுந் திராவிடமெனவே அஃது இவ்வைந்து மொழியும் வழங்கும் நிலத்தின் பெயரென்பது தானே போதரும். ஆகவே இச்சொல் வடமொழியிற் கோடி மண்டலத்தின் குறியீடாகவே நின்றதென்க. அன்றியும் ஈராயிர ஆட்டை மொழியையா பதினாறாயிர வருஷப் பாஷைக்கிட்ட பெயரென்பது? இவற்றாற் தமிழ் திராவிடமாயதூஉந் திராவிடந் தமிழாயதூஉம் இரண்டுந் தவறென் றுணர்க.

தமிழ் தற்பாஷை என்பதற்குப் பூர்வாசிரியர்கள் கீழ்வாய்க் கணக்கிற்கும் விரவியல் செய்யுட்கும் மணிப்பிரவாளத்திற்கும் வேற்றுமை வகுத்த இலக்கணமே சாட்சி பகராதா? தற்காலத்தில் இங்கிலீஷ் பிராஞ்சியாதி மொழிகள் சேர்ந்த தமிழ்ச் செய்யுட்குள்ள ஊனம் அக்காலத்தில் வடமொழிச் செறிவுக் குளதாயின் வடமொழி தமிழுக்குத் தாய்மொழியென் றெவ்வாறு பெறப்படும்? கடைச் சங்கத்திலுங் கடைக்காலத்துப் பிறந்த நாயனார் குறள் ஔவை பாடல் திரிகடும் நான்மணிக் கடிகை பஞ்சமூலம் ஏலாதி பழமொழி முதலியவற்றில் வரும் ஆரிய மொழி எத்துணைச் சிறுபான்மைய?

கற்றதனா லாய பயனென்கொல் வாலறிவ
னற்றா டொழாஅ ரெனின்.

நன்றி யொருவற்குச் செய்தக்கா லந்நன்றி
யென்று தருங்கொ லெனவேண்டா – நின்று
சலியா திளந்தெங்கு தாளுண்ட நீரைத்
தலையாலே தான்றருத லால்.

கிளைஞர்க் குதவாதான் செல்வமும் பைங்கூழ்
விளைவின்கட் போற்றா னுழவும் – இளைஞனாய்க்
கள்ளுண்டு வாழ்வான் குடிமையு மிம்மூன்று
முள்ளன போலக் கெடும்.

நல்லார்க்குத் தம்மூரென் றூரில்லை நன்னெறியிற்
செல்வார்க்குந் தம்மூரென் றூரில்லை – யல்லாக்
கடையார்க்குந் தம்மூரென் றூரில்லைத் தங்கைத்
துடையார்க்கு மெவ்வூரு மூர்.

சிலம்பிக்குத் தன்சினை கூற்றநெடுங் கோடு
விலங்கிற்குக் கூற்ற மயிர்தான் – பலன்படா
மாவிற்குக் கூற்றம் வளைஞண்டிற் குப்பார்ப்பு
நாவிற்கு நல்லார் வசை.

அறுநால்வ ராய்ப்புகழ்ச் சேவடி யாற்றப்
பெறுநால்வர் பேணி வழங்கிப் – பெறுநால்
மறைபுரிந்து வாழுமேன் மண்ணொழிந்து விண்ணோர்க்
கிறைபுரிந்து வாழ்த லியல்பு.

பொல்லாத சொல்லி மறைந்தொழுகும் பேதைதன்
சொல்லாலே தன்னைத் துயர்ப்படுக்கும் – நல்லாய்
மணலின் முழுகி மறைந்து கிடக்கு
நுணலுந்தன் வாயாற் கெடும்.

*இற்றையனவாகிய குமரகுருபர சுவாமி நூல்களெத்தன்மைய?*

நீரிற் குமிழி யிளமை நிறைசெல்வம்
நீரிற் சுருட்டு நெடுந்திரைக – ணீரி
லெழுத்தாகும் யாக்கை நமரங்கா ளென்னே
வழுத்தாத தெம்பிரான் மன்று.

இவையெல்லாஞ் சம்ஸ்கிருதத்தினின்று பிறந்தனவாமே!! இவ்வாறு மயங்குவார் கல்வியறிவில்லாதார் மாத்திரமன்று. தமிழிலக்கணக் கடன் முழுதுண்டு, இலக்கணக்கொத்து ஏப்பமிட்டு வடிந்து, நிலம் நீர் எனப் பொதுவெழுத்தான் வரினுந் தமிழ் தமிழே என்று வற்புறுத்துவான், "பொதுவெழுத் தானுஞ் சிறப்பெழுத்தானு – மீரெழுத்தானு மிலங்குந் தமிழ்மொழி" என்று சூத்திர மியற்றிய சுவாமிநாத தேசிகரே, தம்மரபின் முன்னோர் மதத்தையும் மறந்து, "நூலுரை போதகா சிரியர் மூவரு – முக்குண வசத்தான் முறைபிறழ்ந் தறைவரே" என்னுந் தன் விதிக்குத் தன்னையே இலக்கியமாக ஒப்பித்தாற் போல, "அன்றியு மைந்தெழுத் தாலொரு பாடையென் – றறையவு நாணுவ ரறிவுடை யோரே" யென்று மாழ்கினர். இது வடமொழிப் பயிற்சியே மிக்குடையராய் அதன்மேற் கொண்ட பேரபிமானத்தானும், அம்மொழியின்மேற் றென்மொழியன்றிப் பிறிதுமொழி தெரியாக் குறைவானும் நேர்ந்த வழுவன்றோ? உலகத்தில் எப்பாஷைக்குஞ் சிறப்பெழுத்துச் சில்லெழுத்தேயாம். உரப்பியும் எடுத்துங் கனைத்தும் ஒவ்வொன்றையே வேறு மும்மூன்றாக விகற்பித் துச்சரிக்கும் ஐ வர்க்கத்தையுங் கூட்டெழுத்தையும் ஒழித்தால் எட்டெழுத்தாலொரு பாஷையின்றே யென்று சம்ஸ்கிருதத்தை யும் புரட்டிவிடலாமே. இங்கிலீஷ் பாஷையில் வடமொழிக் கில்லாத எழுத்துக்கள் F Z இரண்டாதலால் இரண்டெழுத்தா லொரு பாஷை யின்றேயென அதனையும் மறுப்பார்போலும்; இரண்டற்குப் பொதுவாயுள்ளனவற்றை ஒன்றற்கே உரியனவாகத் தீர்த்து நடுவுநிலைமை குன்றல் இவர் போலியர்க்குப் பெருங் குற்றமாம். உண்மை உரைப்பின் உரோமாபுரிப் பாஷையாகிய லத்தீனுக்கும் இங்கிலீஷுக்கு முள்ள சம்பந்தமே சம்ஸ்கிருதத்திற்குந் தமிழுக்குமுள்ள தெனக் கொள்க. அளவில்லாத கிரந்தங்களை யுடையதாயினும் லத்தீன் மொழி விரவாத கிரந்தமொன்றும் இங்கிலீஷில் இல்லாதவாறு

போலவே சம்ஸ்கிருத மொழி சற்றாகிலும் விரவாத கிரந்தந் தமிழுக் கில்லாதிருக்கலா மாகவே, "அன்றியுந் தமிழ்நூற் களவிலை யவற்று – ளொன்றே யாயினுந் தனித்தமி ழுண்டோ" என இலக்கணக் கொத்துடையார் முழங்கிய முழக்கம் வெற்றொலி யாயினமை அறிக. அன்றியும் வடமொழியில் இல்லாத புணர்ச்சி யிலக்கணங்களுங் குறியீடுகளும் வினைத்தொகை குறிப்புவினை முதலிய சொல்லிலக் கணங்களும் உயர்திணை அஃறிணைக் கூறுபாடும் பால் விகுதிகளும் அகம் புறம் என்னும் பொருட் பேதங்களும் ஐந்திணை யியல்புகளும் அவற்றின் துறைகளும் வெண்பா கலிப்பா கலித்துறை முதலிய செய்யுளிலக்கணங்களும் இவைபோல்வன பிறவுங் காலத்திற்குக் காலம் பிற்றை நாளிற் றோன்றாது ஆதியிலக்கணமாகிய அகத்தியத்திலே முற்ற உரைக்கப்பட்டமையால் தமிழ் சம்ஸ்கிருதத்தினின்று பிறவாத தற்பாஷை என்பது பசுமரத் தாணிபோல் நாட்டப்படும். இவை யெல்லாம் ஒருவர் காலத்தில் அவ்வொருவராலேயே நூதனமாகப் படைக்கப்படற் பாலனவா? அகத்தியர் மகாரிஷீசுவரர், அன்னோர் இவற்றைக் கற்பித்தல் எளிதன்றே யெனின்; நன்று கடாயினாய், ஐந்திர பாணினீய வியாகரணங்களை நன்குணர்ந்தும்; அவற்றுள்ள அதிகார முறைமை ஒத்து முறைமை சூத்திர முறைமைகளின் சிறப்பினைச் சீரிதிற் கண்டும், யாதொரு கிரமமும் முன்னொடுபின் சம்பந்த சார்புமின்றித் தமிழுள் இயல் இசை நாடக இலக்கண விதிகளும் இயற்றமிழுள்ளும் எழுத்துச் சொற் பொருள் யாப்பு அணி விதிகளும் நெறிமுறை பிறழக் கண்டபடி விரவத் தமது இலக்கணநூல் இயற்றியமையானே அஃது எத்துணை வல்லாராயினும் ஒருவருக்கரிய தென்று உணர்க. அன்றியும் இஃது எத்தேசத்து எந்தப் பாஷையினது அநுபவத்திற்கும் யுத்திக்கும் முழு விரோதமென்க.

தமிழ்ப் பாஷையின் காலவருத்தமானம் அபோத காலம், அக்ஷர காலம், இலக்கண காலம், சமுதாய காலம், அநாதார காலம், சமண காலம், இதிகாச காலம், ஆதீன காலமென எண் கூறுபடும்.

## [அபோத காலம்]*

வரிவடிவின்றி ஒலிவடிவு மாத்திரமாய் நிகழ்ந்த காலத்தை அபோத காலமென்றாம். அஃது அகத்தியர்க்குமுன் சென்ற காலமாகும். அகத்தியர் தமிழ்மொழியை அவலோகித

---

\* பகர அடைப்பில் உள்ள இத்தலைப்பும் இனி வருவனவும் மூல நூலுக்குரியதன்று. வாசக எளிமை கருதி பதிப்பாசிரியரால் இடப்பட்டவை. (ப.ஆ.)

முனிவர்பாற் கற்றுணர்ந்தா ரென்னும் அருகர் மதமுஞ், சுவாமியிடந் தமிழ்மொழியையுஞ், சுப்பிரமணியக் கடவுளிடம் அதன் இலக்கணத்தையும் ஓதியுணர்ந்தா ரெனக் கூறுஞ் சைவர் மதமும் அகத்தியர்க்கு முன்னுந் தமிழுண்மைக்குச் சான்றாகும். சிலர் சுவடி எழுத்து நெடுங்கணக்கு முதலிய சொற்களை ஆதாரமாகக் கொண்டு ஒரு அளவுக்கு வரிவடிவெழுத்தும் முன்னர் இருத்தல் வேண்டும் எனக் கூறுவர்.

இங்ஙனமாகவும், வடமொழி தென்மொழி மகோததி பருகிப் – படிமிசைத் தமிழ்மகா பாடியம் வகுத்துக் – குசைநுனி யதனினுங் கூரிய மதிபெறீஇத் – திசையெலாந் தன்பெரு மிசைநிறீஇ உயர்ந்த மகானாகிய (பெயர் சொல்லவும் வாய் கூசுகின்றதே) சிவஞான முனிவரர் இதனை மறந்து, அகத்தியராற் றமிழ் பூமியில் உற்பத்தியாயின தெனக் கொண்டு, அகத்தியம் "அச்செந்தமிழ் நிலத்து மொழியோடு முற்பட்டுத் தோன்று நூல்" எனவுஞ், "செந்தமிழ் நிலத்து மொழிதோன்றுங் காலத்துடன் றோன்றிய நூல்" எனவும் மயங்குவாராயினர். "சிறிய கேள்வியோர் கழியவுஞ் செருக்குடை யோரென்– றறிஞர் கூறிய பழஞ்சொலென் னளவிற்றே" யாயினுமாகுக. "முந்துநூல்" "முந்தை நூல்" என்பன முதனூற்குப் பெயர் களாகவும், இளம்பூரணரும் நச்சினார்க்கினியாரும் அவ்வாறே பொருள் கூறி "நிலத்தொடு" என்பதற்குச் செந்தமிழ் நிலத்து வழக்கொடு எனப் பொருளுரைத்திருப்பது கண்டாராகவும், "நிலத்தொடு முந்துநூல் கண்டு" என்பதற்கு எண்ணுப் பொருளில் நிலத்தையும் (அதாவது நிலத்தின்கணுள்ள இயற்றமிழ் வழக்கையும்) முதனூலையுங் கண்டு எனச் செம்பாகமாகப் பொருள் வெட்ட வெளிபோலக் கிடப்ப தாகவும், இவர் உடனிகழ்ச்சிப்பொருள் கொடுத்து "முந்து" என்பதை வினைத்தொகை யாக்கி, அறுகம்புல்லிற் றடக்கிய யானைபோல, இவ்வாறு இடர்ப்பட்டது காலகதியோ அன்றேற் பிற ஆசிரியர் மதங்களை மறுத்தலும் ஆங்காங்குத் தமது நூதன மதத்தை நாட்டுதலுந் தமக்கு என்றும் இயல்பாயினமை பற்றியோ அறியேம்.

நடுவினா யகமி லக்காய் நலமழிந் திடுவே மெங்க
ளிடையினக் கீர னில்லா திருப்பினென் றவைசொல் வோனை
விடையினான் றமிழ்நூல் கூறும் விதிவிலக் குணரா னென்றாற்
படியினில் யாவர் வல்லார் பாற்றமி ழடங்கிற் றம்மா!!

"அகத்தியன் பயந்த செஞ்சொ லாரணங்கு", "பொற்பொதிய மாமலையான் மொழி", "பொற் பொதிய மாமுனி புகன்ற தமிழ்", "குறுமுனிவனார் தமிழ்" என வில்லிபுத்தூரராதியர் கூறியவெல்லாம் உபசார வழக்கென்க.

அல்லதூஉஞ் சுவிகாரபுத்திர தருமமெனக் கொள்ளினும் அமையும்.

## [அக்ஷர காலம்]

அகத்தியரால் நெடுங்கணக்கு ஏற்பட்டது முதல் அகத்தியம் நிறைவேறியது வரைக்குஞ் சென்ற காலத்தை அக்ஷர காலமென்றாம். அது சிறு காலமாயினுங் கைக்குழந்தை மழலைபயின்று சிற்றில்கோலி விளையாடிய பருவமாதலிற் பெற்றா ருற்றார்க்குப் பேரானந்தந் தந்த வயதாயிற்று. பின் நிகழ்வது இலக்கண கால மாகலானும் இலக்கியம் பிறந்த வழியே இலக்கணம் அமைவதாதலானும் அக்ஷர காலமே தமிழுக்கு ஆதியிலக்கிய காலமென்றுங் கொள்க. அன்றியுஞ் சுருதியொப்பச் செவிவாயிலாய் அதற்கு முன்காலத்தினின்று வந்தனவும் பலவுளவாதல் வேண்டும். அவ்வாறிருந்தன வென்றே துணிவாரும் *பலருளர். இதனை இவ்வாறு அக்ஷர காலம் ஏற்பட்ட பிற பாஷைகளின் உவமானப் பிரமாணத்தாலு முணர்க.

## [இலக்கண காலம்]

அப்பால் இலக்கண காலம். இது தொல்காப்பியன் அதங்கோட்டாசான் துராலிங்கன் செம்பூட்சேய் வையாபிகன் வாய்ப்பியன் பனம்பாரன் கழாரம்பன் அவினயன் காக்கைபாடினியன் நற்றத்தன் வாமனன் என்னும் பன்னிரு சீஷரும் அகத்திய ரிஷியிடத்தில் அவர் செய்த பேரகத்தியஞ் சிற்றகத்தியம் இரண்டும் முற்றக் கற்றுத் தத்தம் பெயரால் வேறுவேறிலக்கணமும் அனைவரும் ஒருங்கு சேர்ந்து புறப்பொருட் பன்னிரு படலமும் எழுதிய காலமாம். அகத்திலிருந்து சிற்றில்கோலி ஆடிய சிறு மகவு ருதுவாயினாற்போல இதுவுந் தமிழணங்கிற்கோர் விசேஷ பருவமேயாம்.

---

* **திருவிளையாடற் புராணம்**

விடைகொடு போவா னொன்றை வேண்டின னேகுந் தேயந்
தொடைபெறு தமிழ்நா டென்று சொல்லுப வந்த நாட்டி
னிடைபயின் மாந்த ரெல்லா மின்றமி ழாய்ந்து கேள்வி
யுடையவ ரென்ப கேட்டார்க் குத்தர முரைத்தல் வேண்டும்.

சித்தமா சகல வந்தச் செந்தமி ழியனூ றன்னை
அத்தனே யருளிச் செய்தி யென்றன னனையான் றேற
வைத்தனை முதனூ றன்னை மற்றது தெளிந்த பின்னு
நித்தனே யடியே னென்று நின்னடி காண்பே னென்றான்.

## [சமுதாய காலம்]

அப்பாற் சமுதாய காலம். அது மதுரைச் சங்கத்தார் காலமாகும். சர்வபூஷணாலங்கார தாரியாய்த் தமிழ்மாது தருணதாதிசை யடைந்து அரங்கேறிய மகோற்சவ காலம் அதுவேயாம். அப்பொழுது அவளுடைய சீருஞ் சிறப்பும் இத்துணைய தென்று சொல்லற்பாலதன்று. அக்காலத்திற்றான் அவள் சம்ஸ்கிருத நாயகனை மணந்தது. மணந்துமென்! மாமியார் வீட்டு மருகன் போல இன்றியமையா வேட்கைக்குரியபோ தன்றி மற்றும்படி ஒருசார் ஒதுங்கியிருந்தமையாற் றமிழ் தன் சிறப்பிற் சற்றுங் குறையாதிருந்தனள். இது தலைச்சங்கம் இடைச்சங்கம் கடைச்சங்கமென மூன்றாகும். இவற்றுள் முதற் சங்கத்தார் காலத்தே உற்பவித்து இடைச் சங்கத்தார் காலத்திற்கே உரியவாயின வெனவும் அகத்தியரோடு தொல்காப்பியரும் இடைச் சங்கத்தில் இருந்தன ரெனவுங் கடைச் சங்கத்திலுந் தொல்காப்பியர் வீற்றிருந்தன ரெனவுங் கூறுவாருமுளர். அது யுத்திக் கிசைந்ததன்று. அவரவர் நூற்பெருமையான் வந்த உபசார வழக்காகக் கொள்ளலாம். அகத்தியத்தோடு தொல்காப்பிய ராதியோர் நூல்களுந் தலைச் சங்கத்தார் காலத்து நிலவியும் அகத்தியத்தையே அஞ்ஞான்றார் ஆதாரமாகக் கொண்டாரென்றும் அகத்தியருடைய விரோதத்தினாற் தொல்காப்பியம் அப்போது தலையெடாம லிருந்ததென்றுந் தொல்காப்பியத்தின் சிறப்புத் தோன்றத் தோன்ற அஃது அகத்தியத்திற்குச் சரியா யெழுந்து இடைச் சங்கத்தாருக்கு இரண்டும் ஆதாரமாயின வென்றும் ஈற்றில் அகத்தியம் மகத்துவந் தாழத் தொல்காப்பியம் மேம்பட்டுக் கடைச் சங்கத்திற் றானே தனிநின்ற தென்றுங் கொள்வதே தகுதி. பாண்டியன் அவைக்களத்து "அதங்கோட்டாசாற் கரிறபத் தெரித்து" எனப் பனம்பாரனாராற் கூறப்பட்டமையிற் றொல்காப்பியமும் ஏனைப் பதினொருவர் நூல்களும் முன்னர் உற்பத்தியாயும் பின் தலைச் சங்கத்தில் அரங்கேறியதாகக் கொள்க.

நூலாநா லாயிரநா னூற்றுநாற் பத்தொன்பான்
பாலாநா னூற்றுநாற் பத்தொன்பான் – மேலாநாற்
பத்தொன்பான் சங்கமறு பத்துநா லாடலுக்குங்
கத்தன் மதுரையிற்சொக் கன்

என்னுங் காளமேகப் புலவர் வாய்மொழியைத் துணைக் கொண்டு தலைச் சங்கத்து வீற்றிருந்த புலவர் நாலாயிரத்து நானூற்று நாற்பத்தொன்பதின்ம ரெனவும், இடைச் சங்கத்துப் புலவர் நானூற்று நாற்பத்தொன்பதின்ம ரெனவுங், கடைச்

சங்கத்துப் புலவர் நாற்பத்தொன்பதின்ம ரெனவுங் கூறுவாருளர். அது சரியன்று. அவ்வச் சங்கத்து வீற்றிருந்தோர் முறையே அகத்தியனார், விரிசடையத்தனார், முருக முதல்வனார், முடிநாகராயர், நிதிக்கிழவனார், அதங்கோட் டாசிரியனார், பனம்பாரனார், தொல் காப்பியனார் முதலாய ஐஞ்ஞூற்று நாற்பத்தொன்பதின்மரும் – இருந்தையூர்க் கருங்கோழி மோசியார், வெள்ளூர்க் காப்பியன், சிறுபாண்டரங்கன், திரையன்மாறன், துவரைக் கோமான், கீரந்தையார் முதலாய ஐம்பத்தொன்பதின்மருஞ்– சிறுமேதாவியார், சேந்தன் பூதனார், மதுரையாசிரியர் நல்லந்துவனார், மருதனிளநாகனார், உருத்திரசன்மனார், கபிலர், பரணர், கணக்காயனார் மகனார் நக்கீரனார் முதலாய *நாற்பத்தொன்பதின்மரு மெனவும்–அவ்வச் சங்கத்திற் றத்தங் காவியம் அரங்கேற்றிய புலவர் தொகை நாலாயிரத்து நானூற்று நாற்பத்தொன்பதும், மூவாயிரத் தெழுநூறும், நானூற்று நாற்பத் தொன்பது மெனவும், நூலும் உரையும் இரண்டுஞ் சங்கத்தார் காலத்தனவாகிய இறையனா ரகப்பொரு ளூரையாற் றெள்ளிதி னுணர்க. அல்லாமலும், இதனையே

ஏழேழொ டைஞ்ஞூறு மேழே ழொடுபஃதும்
ஏழேழுஞ் சங்க மிரீஇனார் – ஏழேழ்சேர்
நாற்பதினா நூறுமுப்பா னேழ்நூறு நானூற்று
நாற்பதினொன் பான்கவிஞர் நாடு

என்னுஞ் சங்கத்தார் காலத்துச் செய்யுளும் வற்புறுத்தும்.

மூன்று சங்கத்திற்குங் காலம், முதற் சங்கத்திற்கு முன்பின் நாலாயிரத்தைஞ்ஞூறும் இரண்டாஞ் சங்கத்திற்கு மூவாயிரத்தைஞ் ஞூறும் மூன்றாஞ் சங்கத்திற்கு இரண்டாயிரமுமாக ஆகப் +பதினாயிரம் வருஷமென்ப. அவற்றுள் முதற் சங்கங் காய்சினவழுதி முதற் கடுங்கோன் வழுதி ஈறாக எண்பத்தொன்பதின்மர் பாண்டியரையும், இடைச்சங்கம் வெண்டேர்ச்செழியன் முதல் முடத்திருமாற னீறாக ஐம்பத் தொன்பதின்மர் பாண்டியரையுங், கடைச் சங்கம் முடத்திருமாறன் முதல் உக்கிரப் பெருவழுதி யீறாக

* நாற்பத்தொன்பதின்மர் பெயருந் *திருவள்ளுவமாலையிற்* காண்க.

+ விவிலியநூலோ டோடி அதன் கதைகளையுங் கால நிரூபணங்களையும் நம்பியவர்களுக்கு இஃதோர் கட்டுக்கதை போற் றோற்றும். அவன் அறுபதினாயிரம் ஆண்டாண்டான் இவன் எழுபதினாயிரம் ஆண்டாண்டான் என்னுங் கற்பனைகள் போலாகாது. சங்கம் இரீஇய பாண்டியர்கள் பெயரும் முறையும் தொகையும் ஆகமப் பிரமாணமாக நமது கைக்கு வந்திருக்க, எவ்வெச் சாதியாரும் மனிதருக்கு மிக நெடிய வயது கூறிய பண்டைக் காலத்திற், சராசரி ஓரோரரசனுக்கு ஐம்பது வருடச் செங்கோன்மை வகுத்த இந்நிரூபணம் யாதாயினு மொரு சமுசயமு மின்றி முற்றவும் நம்பற்பாலதேயாம்.

நாற்பத்தொன்பதின்மர் பாண்டியரையு முடையன. பாண்டியருட் கவியரங்கேறினார் முதற்சங்கத் தெழுவரும் இடைச் சங்கத் தைவருங் கடைச் சங்கத்து மூவருமாம்.

தலைச் சங்கத் தரங்கேறிய நூல்கள் தொல்காப்பியம் காக்கைபாடினியம் அவினையம் நற்றத்தம் வாமனம் புறப்பொருட் பன்னிரு படலம் முறுவல் சயந்தம் குணநூல் செயிற்றியம் பரிபாடல் முதுநாரை முதுகுருகு களரியாவிரை முதலியன; அவர்க்கு நூல் அகத்தியம். அதில் இயற்றமிழ் இசைத் தமிழ் நாடகத் தமிழ் மூன்றும் வகுத்துரைக்கப்பட்டன. அவற்றுட் டொல்காப்பியம் முதலியவற்றில் இயற்றமிழும், பெருநாரை பெருங்குருகு முதலியவற்றில் இசைத் தமிழும் முறுவல் சயந்தம் குணநூல் செயிற்றியம் முதலியவற்றில் நாடகத் தமிழும் விரித்துரைக்கப்பட்டன. இவர் சங்கம் இரீஇயது கடல் கொள்ளப்பட்ட தெக்ஷண மதுரை யென்ப.

இடைச் சங்கத் தரங்கேறியன கலி குருகு வெண்டாளி முதலின. இவர்க்கு நூல் அகத்தியம் தொல்காப்பியம் மாபுராணம் இசைநுணுக்கம் பூதபுராண மென்பன. இவர் இரீஇய இடங் கபாடபுரம்.

கடைச் சங்கத்தில் அரங்கேறியன நெடுந்தொகை நானூறு குறுந்தொகை நானூறு நற்றிணை நானூறு அகநானூறு புறநானூறு ஐங்குறுநானூறு எழுபது பரிபாடல் கலி நூற்றைம்பது பதிற்றுப்பத்து கூத்துவரி சிற்றிசை பேரிசை முதலியன. இவர்க்கு நூல் முற்கூறியவும் புதியா நுட்பம் பிரணிகை சாயித்திய மாதியவுமாம். இவர் சங்கம் இருந்த இடந் தற்காலத்துள்ள உத்தர மதுரை. இஃது இடைச் சங்கம் இருந்த கபாடபுரம் முடத் திருமாறன் காலத்துக் கடல் கொண்டபின் தோன்றியது. சங்கத்தார் காலத்து நூல்கள் அநேகம் இக்காலத்தில்லாமல் அடியோடே இறந்து விட்டன.

இற்றைக்கு ஏறக்குறைய *ஈராயிரம் வருஷத்தின் முன்பு உக்கிரப் பெருவழுதி காலத்திற் சங்கத்தார் அதிக அகந்தை

---

* சங்கம் ஒழிந்தது சுத்த சந்திரவம்சத்திற் கடைசியாய் அரசு புரிந்த கூன்பாண்டியன் காலமென்று கொள்ளினும், அதன்பின் சோமசுந்தரன் முதற் பராக்கிரமன் வரைக்கும் நாற்பத்திரண்டு அனுலோம பாண்டியர்கள் அரசு செய்திருக்கின்றன ராதலில், ஒவ்வோர் அரசனுக்குச் சராசரி இருபத்தைந்து வருடம் வைப்பினும் ஆயிரத்தைம்ப தாகிறது. பராக்கிரம பாண்டியனை முறியடித்துத் துலுக்கர் முதன் முதல் மதுரை யாண்டு எண்ணூற்றைம்பது வருடமென்பது இதிகாசரால் ஒப்புக்கொள்ளப்பட்டது. ஆதலிற் கூன்பாண்டியன் காலமே இரண்டாயிரம் வருஷத்திற்கு முன் பின்னாயிற் றென்றறிக. அன்றியும் ஸ்ரீ இராமர் இலங்கைக்கு வந்தது அனந்தகுண பாண்டியன் காலம்; அவன் கூன்பாண்டியனுக்கு முன் அறுபத்து மூன்றாவது பாண்டியன். ஆதலாலும் இத்தொகை அதிகமல்லவென்று →

கொண்டு தெய்வசிந்தனை யில்லாராய்ப் புலவர்களை அவமதித்துத் தம்நெறி பிசகினபோது தெய்வப்புலமைத் திருவள்ளுவ நாயனாராலும் ஔவை இடைக்காடராலும் அவமானப்பட்டுக் கர்வபங்கமடைந்து அத்தோடே சங்கமு முடிய ஏதுவாயிற்று.

## [அநாதார காலம்]

சங்கத்துள் அரங்கேறினவற்றுட் டேவர் குறளே கடைசியானது. அதன்பின் ஏறக்குறைய இருநூறு வருஷஞ் சேர சோழ பாண்டியர் அவைக்களத்திற் றனக்குப் பேராதர வில்லாதிருந்துஞ் செந்தமிழ்ச் செல்வி தன் சிறப்புக் குறையாமல் உலாவிக் கொண்டிருந்தனள். அக்காலத்தினையே ஐந்தாவதான அநாதார காலமென்று குறிப்பித்தோம். அதனைப் புத்தர் கால மெனினும் இழுக்காகா தென்று கொள்க.

## [சமணர் காலம்]

அப்பாற் சமணர்காலந் தொடங்கியது. தமிழில் மிக அருமையான இலக்கிய இலக்கண கலைக்கியான நூல்கள் அநேகஞ் சமணவித்துவான்களாற் செய்யப்பட்டிருக்கின்றன. சங்கத்தின் பிற்காலஞ் சமணர் தலைப்பட்டது தாயிறந்த பெண்ணுக்கோர் சற்குண நிறைந்த சிற்றாத்தாள் வாய்த்தது போலும். *புத்த வைஷ்ணவ வித்துவான்கள் ஆண்டாண்டுத் தலைமை பெற்ற காலத்திற் றமது மத சார்பான சில நூல்கள்

---

காண்க. மேலும் இற்றைக்கு மூவாயிரத்தைஞ்ஞூறு வருஷத்தின் முன் இருந்த வியாசர் காலத்தவனாகிய அர்ச்சுனனுக்குத் தன் மகளைக் கொடுத்த சித்திரவாசன் மதுரைக்குச் சமீபமான பூழி என்னும் மணலிபுரத்தில் அனந்தகுண பாண்டியனி லிருந்து பதினெட்டாவது பாண்டியனாகிய சித்திரவிக்கிரம பாண்டியன் காலத்திற் சிற்றரசு புரிந்தவன். இதனாலும் இக்கால நிர்ணயந் தவறன்றென்பது தெள்ளிதிற் புலப்படும். மேலும் கூன்பாண்டியன் காலத்து ஞானாசாரியராக எழுந்த ருளிய திருஞானசம்பந்த மூர்த்திகள் மரபிற் றற்காலம் வரைக்கும் ஆசாரியாபிஷேகம் பெற்றோர் நூற்றுப்பதினால்வர். இஃதொன்றே கூன்பாண்டியன் காலம் இற்றைக்கு ஈராயிரம் வருஷத்தின் மேற்பட்டதென்பதை எட்டுணையும் ஐயமறக் காட்டும்.

* இலக்கண இலக்கிய கலைக்கியான கருத்தாக்களை யன்றிச் சைவ நாயன்மாரை யொப்பச் சமயாதீனமான தொண்டர்கள் ஆழ்வாராதியரை ஈண்டுக் குறித்திலேம். வஞ்சகச் சூதினால் வடவேங்கடத்தைக் கைப்பற்றியது போலவும் விக்கினேசுவரரைத் திருநாமஞ் சாத்தித் தும்பிக்கை யாழ்வாரென்று கொண்டதுபோலவுந், தமிழ் நூலுடையார் தஞ்சமயத்தாரில் யாருமில்லாத குறையை நிவர்த்திக்க முயன்று, வல்லடி வழக்காக, வைஷ்ணவர்கள், சாதியில் ஓச்சனுஞ் சமயாசாரத்திற் பிடாரிபூசரினுமாகிய கம்பருக்கு ஆழ்வார் நாமஞ் சாத்தியும் அடிப்பட்ட சிவாசாரிய குலத்துப் பிறந்து சாம்பரியந்தஞ் சிவார்ச்சனையே செய்த பரிமேலழகரை, 'அரிமேலழகுறூஉம் அன்பமையந்தணன் பரிமேலழகனென' வாய்ப்பகட்டுப் பேசியும் யாது பயன்? ஊரை உலைமூடியான் மறைக்கவா!! வைஷ்ணவருட் டமிழ்க் காப்பியஞ் செய்தார் வில்லிபுத்தூராழ்வார் ஒருவரே. இவர் அருணகிரியிற் சிவநிந்தனை செய்து கண்ணிழந்து அச் சாப நீங்கும் →

இயற்றின தன்றிச் சர்வ சனோபகாரமாகிய கிரந்தம் ஒன்றுஞ் செய்திலர். இது தமிழ் தம் பெயருக்கு மோனையாகாத தோபம் போலும். சமணரோ அங்ஙனமாகாது தமிழ் விருத்தியில் மிக முயன்றவர்கள். தமிழ் கற்கப்புகும் மாணாக்கர், பெரும்பான்மையும் படிக்கும் நிகண்டு நன்னூல் காரிகை நம்பியகப்பொருள் முதலிய சிறு கிரந்தங்கள் மாத்திரமல்ல, புலவர் பெருமான்களாலுங் கல்வி வல்ல அரச ராதியோ ராலும் வியந்து துதிக்கப்படுஞ் சிந்தாமணி முதலிய பெருங் காப்பியங்களும் அனேகம் அவர்களாற் செய்யப் பட்டன. பெரியவுங் கடியவுஞ் சிறந்த நடையை யுடையவுமாகிய பல கிரந்தங்களுக்கு மிக மாண்பு பொருந்திய உரைக ளெழுதி வைத்த நச்சினார்க்கினியாரும் பின்பு சைவ மதத்தை அனுசரித்தவராயினும் முன்னர்ச் சமணர் கூட்டத்தைச் சேர்ந்தவர். இதனால் மேற்கூறிய கிரந்தமெல்லாம் ஈண்டு வகுத்த சமணகாலத்திற் செய்யப்பட்டன வென்று கொள்ளற்க. இவற்றுட் சில பின்வரும் இதிகாசாதீன காலங்களில் எழுதப் பட்டன. அவர்கள் தன்மை இன்னதென்று மெய்ப்பித்தற்கு எடுத்துக்காட்டாக இதனை ஈண்டுக் கூறினோம். இவர்கணூலுட் சிந்தாமணி யெழுதி இப்போது ஆயிரத் தெண்ணூறு வருஷமிருக்கலாம். இவர்களிடந் தமிழ் பரிபாலனம் பெற்றது ஒருத்தேசம் முந்நூறு வருஷத்திற்குண்டு.

இவர்கள் காலத்தில் அனேக சம்ஸ்கிருதப் பதங்கள் தமிழில் வந்து கலந்தனவாயினும், வண்டு கைக்கொண்ட கிருமி போலவும் வேரின்வாய்ப்பட்ட எருப்போலவுஞ் சம்ஸ்கிருத நிறமும் மணமுமின்றி ஆர்த்தபம் மயிடம் பகுதி விகுதி முதலியன போலச் சுத்த தமிழுருவமாகவே திரிந்து வந்தன.

## [இதிகாச காலம்]

அப்பால் முன்பின் எண்ணூறு வருஷம் இதிகாச காலம். பற்பல புராண காவியங்களுங் கலைஞான நூல்களும் இக்காலத்தில் எழுதப்பட்டன வாயினுந் தமிழிற் சிறந்த இதிகாசங்களாகிய நைடதம் பாரதம் இராமாயணம் இரகுவமிச மென்பன தோன்றிய காலமாதலில் இதிகாச காலமென்றாம்.

---

பொருட்டு சிவபரமாக ஒரு நூல் செய்ய ஆஞ்ஞாபிக்கப்பட்டுங் கொடிய வைஷ்ணவராதலிற் றன்மதாபிமானத்திற்குப் பங்கம் வராது சிவஸ்துதி இடையிடை விரவிவரவும் வெளித் தோற்றத்திற் கண்ணன் சரிதையாகவும் பிறர் மயங்கப் பாரதத்தைச் சாப நிவர்த்திக்காகவே செய்தனரென் றுணர்க. இதனுண்மை அருணகிரியார் சரித்திரத்தால் நன்கு வெளிப்படும்.

வடமொழியிலிருந்து புராணேதிகாசங்கள் சமயசாஸ்திர ஸ்தலமான்மியங்கள் கணித சோதிடாதிகள் சுத்த சம்ஸ் கிருதாகரமாய்த் தமிழில் மொய்க்கத் தலைப்பட்டதும் வடமொழிப் பிரளயத்தைக் கண்டு தமிழ் சகிக்கலாற்றாது மூழ்கியதும் இக்காலத்திலேதான். அதுமட்டோ? போகர் முதலிய ஆயுணூலாரும் பிரகர் முதலிய கணிதவல்லாருஞ் "செந்தமிழணங்கின் திருமேனியெலாம் – வெந்தழல் கொழுந்தி வெதுப்பிய வாவெனக் – கொடுந்தமிழ் மலிந்து கொப்புளித் தெழுந்து" புண்படச் செய்ததும் இக்காலமே. இதில் அதிவீரராமன், புகழேந்தி, ஒட்டக்கூத்தர், கம்பர், அம்பிகாபதி, தமிழ்த்தண்டி, வில்லிபுத்தூரார், வரந்தருவார் முதலிய பெரும்புலவர்கள் சேர சோழ பாண்டிய தேசங்களில் எழுந்து சொலித்தனர். தொண்டை மண்டலத்திற் கச்சியப்ப சுவாமிகள் சேக்கிழார் முதலிய புராண கவீச்சுரர்கள் சிறப்புற்றோங்கினர். ஈழமண்டலத்தில் அரசகேசரி செகராச சேகரர் முதலிய தமிழ் வல்லோர் தலைப்பட்டனர். பின்பு படிப்படியாகத் தமிழ்க் கல்விக்கு அரசபரிபாலனங் குறைந்தது. சம்ஸ்கிருதம் வல்லாருக்கு மேன்மையுண்டாயது. தமிழ் தனி நில்லாது தத்தளித்து, வடமொழி வல்லார் கைப்பட்டு அம்மை வார்த்த உடம்பு போலத் தேகமெல்லாஞ் சம்ஸ்கிருதத் தழும்பு ஏறியது. கொப்புளித்த திருமேனியிற் கொடு முள்ளும் ஏறிய தென்னத் திசைச் சொற்கள் வந்து மரீஇயின. ஈற்றில் ஏழரை நாட்டுச் சனியும் பிடித்தாற் போல,

ஆவீன மழைபொழிய இல்லம் வீழ
அகத்தடிமை சாவமனை யாள்மெய் நோவ
மாவீரம் போகுதென்று விதைகொண் டோட
வழியிலே கடன்காரர் மறித்துக் கொள்ளச்
சாவோலை கொண்டொருவ னெதிரே யெய்தத்
தள்ளவொண்ணா விருந்துவரச் சர்ப்பந் தீண்டக்
கோவேந்தன் றூதர்நின்று கடமை கேட்கக்
குருக்களுந்தட் சணைக்குவந்து குறுக்கிட் டாரே

யென்று துலுக்க சேனை வந்து விழுந்து தேசத்தைச் சூறையாடி ஆங்காங்கு இறவாதெஞ்சிய புத்தகங்களையும் அழித்தகன்றனர்.

## [ஆதீன காலம்]

அப்பாற் தற்காலத்து நிகழும் ஆதீன காலமாம். இது சந்தான குரவர் காலத்தையுஞ் சேர்த்து இற்றைக்கு *எழுநூறு

* காஞ்சி நகரத்திற் காமக்கோட்டி பீடமுங் கன்னட தேசத்திற் சிங்கேரிமடமும் இதற்கு வெகுகாலத்தின் முன் தோன்றி ஆண்டும் பல நூல்களும் பாஷியங்களுஞ் செய்யப்பட்டுள்ளவாயினும் அவையெல்லாஞ் சம்ஸ்கிருதத்தி லாயினமையால் அவற்றைச் சேர்த்திலேம். கூன்பாண்டியன் காலத்ததாதலிற் றிருஞானசம்பந்த →

வருஷத்தின் முன் தொடங்கியது. சரஸ்வதி யாலயமாய்க் கல்விக் களஞ்சியமாக முதன்முதற் றமிழ்நாட்டில் மடமேற் படுத்திய மகான்மா ஸ்ரீ கைலாச பரம்பரைத் திருவாவடுதுறை யாதீனத்துப் பிரதம பரமாசாரியராய் எழுந்தருளிய ஸ்ரீலஸ்ரீ நமச்சிவாய தேசிகரே. இவர் மரபில் முன்னர் நான்காஞ் சந்தான குரவராகிய உமாபதி சிவாசாரியரராற் சில சித்தாந்த சமய சாஸ்திரங்ளேயன்றிச் சாலிவாகன சகாப்தம் ௲௨௱ அளவிற் கோயிற் புராண முதலிய பல அரிய இலக்கியங்களுஞ் செய்யப்பட்டன.

பின்னர் ஈசான தேசிகரெனத் திருநாமம் வழங்கப்பெற்ற சுவாமிநாத குரவரால் இலக்கணக் கொத்தும், அவரது மாணாக்கர் சங்கர நமச்சிவாய தேசிகரால் நன்னூல் விருத்தியும், வேலப்ப தேசிகராற் பறியலூர்ப் புராணமும், அகத்தியர் வரத்தாற் செகத்தி லுற்பவித்து அவர் ஒரு கடலுண் டுமிழ்ந்தால் யாமிரு கடலுண் டுமிழேமா வெனத் தென்கலை வடகலைக் கடல்களை முற்றக் கற்றானந்தித்த சிவஞான யோகீஸ்வரராற் றொல்காப்பியச் சூத்திரவிருத்தி, தருக்க சங்கிரகம், அன்னம் பட்டியம், புத்தம்புத்துரை, காஞ்சி புராணம், முதுமொழி வெண்பா முதலிய மிக்க சாதுரிய கிரந்தங்களுங் கற்றுவல்லோர் அனைவராலும் நன்கு மதிக்கப்படும் பெருஞ்சிறப்பினை யுடைய திராவிட மகாபாஷியமுஞ் செய்யப்பட்டன.

கல்வி விருத்தி செய்து சமயஸ்தாபனம் பண்ணும் பொருட்டுத் தமிழ்நாட்டிற் றருமபுராதீனம், திருவண்ணாமலை யாதீனம், மதுரை யாதீனம், மங்கலபுரத்துச் சங்கமாதீனம் முதலிய மடங்கள் ஆதீனங்கள் வேறும் பல அங்கங்கே தர்மசீலோத்தமர்களால் ஏற்படுத்தப்பட்டன. அவற்றின் கண்ணும் இவ்வாறே காலத்திற்குக் காலஞ் சமய சாஸ்திரங்களன்றி இலக்கிய இலக்கண கலைஞான நூல்கள் செய்தோர் தருமபுரத்திற் குமரகுருபர சுவாமிகள், சம்பந்த சரணாலய சுவாமிகள், சம்பந்த சுவாமிகள், வெள்ளியம்பலத் தம்பிரான், சச்சிதானந்த தேசிகர், சிவப்பிரகாச சுவாமிகள், திருவாரூர் வைத்தியநாத நாவலர் முதலியோருந்,

---

மடம் இதற்கும் முந்தியதாயினும் முதலிலே மதுரையில் ஞானாசாரிய பீடமாக மாத்திரம் ஏற்பட்டுப் பின் நாயனார் காலத்திலே தானே திருநெல்வேலியைத் தனக்கு மூலஸ்தானமாகப் பெற்ற அம்மடம் அழிந்து போனமையானும் அதிற் றமிழ் பரிபாலிக்கப்பட்டுங் கிரந்தங்கள் எழுதப்பட்டும் இருந்ததாகத் தோன்றாமையானும் அதனையும் ஒழித்தனம். அதற்கு உபயமடமாகிப் பின் மூலத்தானத்துவம் பெற்று ஓங்கிய மதுரை மடமே திருவிளையாடற் புராணம் இயற்றிய பரஞ்சோதி முனிவர் முதலியோர் எழுந்தருளப்பெற்றுத் தமிழ்க் கல்வியைப் பரிபாலனஞ் செய்தது.

திருவண்ணாமலை யாதீனத்தில் அமிர்தலிங்க சுவாமிகள், குகை நமச்சிவாயர், ஞானப்பிரகாச சுவாமிகள், ஆடியபாத சுவாமிகள், சுப்பிரமணிய சுவாமிகள் முதலியோரும், மங்கலபுரத்திற் சிவப்பிரகாச சுவாமிகள் முதலியோரும் அனேகர் உளர்.

தம்மை யடைந்தவர்களுக்குக் கல்வி கற்பிப்பதும், அவருட் பரிபக்குவ தசையுடையோரை ஞானாசாரியராக அபிஷேகஞ் செய்து வைப்பதும் புலவராய்த் தம்பால் வந்தோர்க்குப் பல பரிசளிப்பதும் அவருட் சிரேஷ்ட வல்லமை யுடையோரைத் தமது ஆதீன வித்துவான்களாக நியோகித்துச் சிறப்புச் செய்வதும் இன்னோரன்ன பிறவுமாகிய ஆதீன பரிபாலனம் இல்லா தொழியின் இதுவரையிற் றமிழ் மிகவுங் குறைந்து போய்விடும். தமிழின் மகிமை இப்பொழுது இவர்களாலேயே நிலைபெற்றது.

அரசாட்சியாருந் தமது வித்தியாசாலை மாணாக்கருக்கு அவரவர் சொந்தப் பாஷையையுங் கற்பிக்கும் விருப்புடையராய்த் தமிழ்ப் பிள்ளைகளுக்கும் அவரது சுயபாஷையாகிய தமிழை ஒரோவழி ஓதுவிக்கின்றனர். நீந்துதற் றொழிலைக் கற்பிப்பான் ஒரு நீராசிரியன் கற்பானை ஏரி நதி கிணறு குளங்களில் இறங்க விடாது குடத்திற் றண்ணீர் மொண்டு சிறு குழியில் விட்டுக் கால்மறையாத் தண்ணீரில் மாரடிக்க விட்டாற்போலக், கடனீரெனில் உடல் கசியும் உப்புப் பூக்குங், குளநீரெனிற் சளிபிடிக்குந் தலைநோவுண்டாம், யாற்று நீரெனிற் சர்ப்பந் தீண்டும் முதலை பிடிக்கும் என்று ஒரோர் நூலுக்கு ஒரோர் குற்றஞ் சாற்றி ஒன்றிலும் இறங்கவிடாது ஒரு நூலில் ஒரு குடமும் இன்னொரு நூலிற் பின்னொரு குடமுமாக அள்ளி வைத்துப் படிப்பிக்கும் அவரது முயற்சியாற் பெரும் பயன் விளைவதேயில்லை. அவரிடங் கற்றுத் தமிழ் வல்லோராயினாரை யாண்டுங் கண்டிலேம். அன்றியும் இவ்வித்தியாசாலைகளில் *நிகண்டுகற் கற்றிலக்கிய வாராய்ச்சி யில்லாதார்க்குச் சிற்றிலக்கணங்களை மாத்திரங் கற்பித்தலால் அன்னோர் வா வந்தானெனக் கண்டு கா கந்தானென்றுஞ் சா செத்தா னெனக் கண்டு தா தெத்தானெனவுங் கூறுவார் போலத் தமிழைப் பலவாறு விபரீதப்படுத்துகின்றனர். இதனாற் றமிழுக்கு வருங் கெடுதியைக் குறித்து மிக அஞ்சுகின்றோம்.

---

* ஐரோப்பைய பாஷைகள் போல ஒவ்வொரு மொழியுந் தன் சுயரூபமாகப் பக்குவிட்டு நில்லாது பலவாறு பிரியுந் தன்மையவாய்ப் புணர்ந்து நிற்குஞ் சம்ஸ்கிருத தமிழ் வாக்கியங்களை, அவற்றுள்ள பதங்களை அர்த்தத்தோடு முன்னர் உணர்ந்தாலன்றிப், பிரித்துப் பயன் கொள்ளுதல் அருமையாதலில், அமரம் நிகண்டு முதலிய முதலே கற்றல் மிக அவசியமென்பது இத்தேச மொழிவல்லார் துணிவு.

இவ்வாறு விளைந்த விபரீதங்களுக்குச் சில உதாரணங் காட்டல் தகுதியாயினும் பிறர்க்கு விரோதமா மென்று விடுத்தனம்.

இலக்கியங்களைப் போதுமான அளவு கற்பிப்பாராயின் இலக்கணத்தை ஒருங்கே ஒழித்துவிடினுங் குற்றமுறாது. இலக்கிய வல்லாருக்கு இலக்கணந் தானாயமையும். இஃது எந்தப் பாஷைக்குஞ் சாதாரண தர்மம். இங்கிலீஷ் பாஷையில் மகா பாண்டித்திய முள்ளோர் சிலர் தாம் இங்கிலீஷிலக்கணஞ் சிறிதுங் கற்றதேயில்லை யென்று சொன்னதை நாம் காதாரக் கேட்டிருக்கின்றோம். தமிழில் நல்ல பிரபந்தங்கள் நூல்கள் எழுதினோர் பலர், அவ்வாறிலக்கணப் பயிற்சி இல்லாதா ரென்பது யாருமறிவர்.

மேல்வகுத்த காலங்களுள் இந்நூலுடையார் காலஞ் சமணர் காலமென்று கொள்க. வீரராசேந்திர னெனவும் விக்கிரம சோழ னெனவும் பெயர் வழங்கிய வீரசோழன் காலத்தில் அவன் கீழ்ப் பொன்பற்றியூரிற் சிற்றரசு புரிந்த புத்தமித்திர அரசனால் எழுதப்பட்டு அவ்வீர சோழனது பெயர் வகிக்கப் பெற்றமையே இந்நூலெழுதி முன்பின் ஆயிரத்தைஞ்ஞூறு வருஷஞ் சென்றிருத்தல் வேண்டு மென்பதற்குச் சான்றாகும்.

மேலும், “ஏதமறு சகாத்த மெழுநூற்றில்” ஸ்ரீ கச்சியப்ப சுவாமிகள் ஸ்காந்தம் அரங்கேற்றிய போது “திகடசக்கரம்” என மொழிபுணர்ந்ததற்கு விதி காண்பிக்கும் பொருட்டு இந்நூல் கொண்டுவரப்பட்டமையானும், அக்காலத்துப் புலவர்களுக்கு இந்நூற் பெயருந் தெரியாம லிருந்தமையானும், தமது காலத்து நூலாயின் அவர்கள் தமக்கு நூதனமாயிருந்த அவ்விதியை ஆட்சேபியாமல் ஒத்துக்கொள்ளார்க ளாதலானும், இந்நூலின் அருமையை அவர்கள் மிக வியந்து கொண்டமையானும் இஃது அவர் காலத்திற்குப் பல நூறு வருஷங்களின் முன்னர்ச் செய்யப்பட்ட தென்பதற்கு மயக்கமில்லை.

இந்நூலாசிரியர் ஒரு சமணர். உரையாசிரியருஞ் சமணரே. அந்தச் சிறப்பில் அவர்க்குப் பெருந்தேவ னென்று பெயர் குறித்திருப்பினுஞ் சமணர் தமது வித்துவான்களைத் தேவரென்று சாதாரணமாய்ச் சொல்லும் வழக்க முண்டாதலின் இவர தியற்பெயர் வேறாயிருக்கலாம். பாரதப் பெருந்தேவனாருங் கவிசாகரப் பெருந்தேவனாரும் ஆயிரம் வருஷத்துக்கு மேற்பட்ட இவர் காலத்துக்கு முன் இருந்தவர்க ளாதலின், அவர்கள் இவரினின்று வேறென்பது சொல்ல வேண்டியதில்லை. அன்றியும் அவர்கள் சமணரல்லர்.

உரையில் எடுத்துக்காட்டாகப் பல செய்யுட்களை விக்கிரம சோழன் மகன் மகனாகிய அநுபமன சோழனது புகழாகப் பாடிச் சேர்த்ததனால் உரையாசிரியரும் ஆசிரியரும் ஓரே காலத்தினரா யிருத்தல் வேண்டும். உரையைக் "கடனாகவே நவின்றான்" என்றுரைச் சிறப்புப் பாயிரத்தார் கூறினமையால் அவர் புத்தமித்திரனார் மாணாக்கரி லொருவரென உத்தேசிப்பாரும் பலருண்டு.

முதல் வழி சார்பு மொழிபெயர்ப் பென்னு நாலனுள் இது சார்பு நூல். அகத்தியத்தின் வழி இயற்றமிழ் விரித்துணர்த்திய தொல்காப்பியமுங் காதந்திர காவிய தரிசனங்களும் இதற்கு முதனூலென்ப. பொருளதிகாரத் துரையில் நாடகத் தமிழும் விரவிவரும் அலங்காரத்தைத் "தண்டி சொன்ன – படிவட நூலின் படியே யுரைப்பன்" என ஆசிரியர் கூறியது தண்டியாசிரியர் வட நூலில் இயற்றிய காவிய தரிசனமா மெனக் கொள்க. அதனைத் தமிழில் வடநூலின்படி தண்டியாசிரியர் இயற்றிய தண்டியலங்கார மெனச் சிலர் மயங்குப. சிலர் ஒரு தண்டியே வடமொழி தென்மொழி இரண்டினும் வல்லராய் உபயகவியென நாமம் வழங்கப் பெற்றிருந்தன ரென்றும் அவரே காவிய தரிசன தண்டியலங்காரம் இரண்டிற்கும் ஆசிரியரென்றும் ஆதலால் அவற்றுள் எதனை முதலாகக் கொள்ளினும் அமையு மென்றுங் கூறுப. இரு சாரார் கூற்றுந் தப்பென மறுக்க. தண்டியலங்காரம் இயற்றினார் அம்பிகாபதியின் புத்திரர். அம்பிகாபதி கம்பர் மகன். கம்பர் குலோத்துங்க சோழன் காலத்தில் வெண்ணெய் நல்லூர்ச் சடையப்ப முதலியார் முன்னர், "எண்ணிய சகாத்த மெண்ணூற் றேழின்மேற்" தமது இராமாயணம் அரங் கேற்றியவர். இதற்கு நூற்றேழு வருஷத்தின் முன் குமர கோட்டத்தில் அரங்கேறிய ஸ்காந்தத்திற்கு வீரசோழியத் தினின்று இலக்கண விதி காட்டப்பட்ட தாதலால் இஃது பொருந்தாமை காண்க. அன்றியுங் காவிய தரிசனஞ் செய்த தண்டியாசிரியர் ஒரு சமணர். தண்டியலங்கார முடையார் சைவர். ஆதலால் இருவரும் வேறு. மிகப்பழைய நூலாகிய காவிய தரிசனமே வீரசோழிய வலங்காரம் தண்டியலங்காரம் இரண்டிற்கும் முதனூலா யிருந்ததென்க.

கரலிகிதங்களால் ஏட்டுப் பிரதிகளிற் காலந்தோறும் புக்க அக்ஷர வழுவுஞ் சொற்சிதைவும் வாக்கியப் பிறழ்வும் இத்துணையவென்று சொல்லற்பாலதன்று. இதிகாச சிரோ ரத்தினமாகிய இராமாயணத்தை எழுதி அரங்கேற்றிய கம்பர் சோழன்மேற் கொண்ட சில வெறுப்பினால் அவனூரை விட்டு இருபது முப்பது வருஷஞ் சேரனிடம் போயிருந்து

பின்பு சோழனைக் காண அபேட்சை யுடையராய்த் திரும்பி வரும் வழியில் ஒரு மடத்திலே சில வித்துவான்கள் சேர்ந்து இராமாயணப் பிரசங்கம் செய்து கொண்டிருந்தனர். அது தனது இராமாயணப் பிரசங்கமெனத் தெரியாதிருந்துங் கற்றாரைக் கற்றார் காமுறுதல் இயல்பாதலின், கம்பர், யாது பிரசங்கமாயினு மாகுக கல்விப் பிரசங்கங் கண்டுங் கம்பன் புறம்பொழுகலாமா வென்று, தன்னை யின்னானென்று அன்னோர்க்குத் தெரிவியாது யாரோ வழிப் பிரயாணக்காரன் போல உள்ளே சிலநேரம் போயிருந்து, ஒன்றையொன்று பார்த்தெழுத எழுதப் பிரதிகள் தோறும் புக்க வழூக்களுந் திரிபுகளும் அதிகப்பட்டிருந் தமையால் அது தனது இராமாயண மென்று மட்டிடாமற், றன்வாக்குஞ் செய்யுட்களும் இடைக்கிடை யாரோ சொருகுகவிகள் சேர்த்தி ருப்பதாகச் சொன்னாராம். ஒருவர் காலத்திலே இவ்வளவாயின் ஆயிரத்தைஞ்ஞூறு வருஷத்துத் திரிபு எப்படியிருக்கலா மென்பதை அனுமானித்துக் கொள்க.

ஒரு தேசத்தில் வழங்கிவரும் பிரதிகளை மாத்திரம் பார்த்தார்க்கு இம்மாறுபாட்டின் பெருக்கந் தோன்றாது. மதுரைப் பிரதி திருநெல்வேலிப் பிரதிக்கு வேறு. யாழ்ப்பாணத்துப் பிரதி இவ்விரு தேசப் பிரதிகட்கும் வேறு. தஞ்சாவூர்ப் பிரதி முதன் மூன்றற்கும் வேறு. சென்னபட்டணப் பிரதிகள் இவை யெல்லாவற்றிற்கும் வேறு. எழுத்ததிகாரத்துஞ் சொல்லதிகாரத்தும் அத்துணைப் பெரும் வித்தியாசம் இல்லை. அதற்கு நியாயஞ் சொல்லிக் காட்ட வேண்டியதில்லை. அப்பால் மூன்றதிகாரங்களிலும் பிற்காலத்தோராற் செய்யுள் உரை உதாரண மென்றிவை யெல்லாந் தங்கடங்கள் மனம் போன வழியே மாற்றப்பட்டன. சில செய்யுளும் உரையும் ஒருங்கே தள்ளப்பட்டன. பழைய உதாரணங்களை நீக்கிப் புது உதாரணங்கள் பின்னூல்களிலிருந் தெடுத்துப் பதிலாகச் சேர்க்கப்பட்டன. தென்தேசப் பிரதிகளில் அலங்காரத்தின் பிற்பகுதி முழுவதும் யாப்பிற் சில பகுதியும் மூலமும் உரையும் ஒருங்கு பிறழ்ந்து செய்யுட் டொகையொடு மாறிப் போயின. இதனாற் பிற்காலத்தாராற் சேர்க்கப்பட்ட உதாரணங்கள் இப்பதிப்பிலும் பலவிடத்துச் செறிந்திருக்கு மென்றஞ்சுகிறோம். அது கண்டு நூலின் பழமையை மறுக்கற்க.

மூன்று விரலைக் காட்டிக் கட்டிலிற் கால்போலப் பஞ்ச பாண்டவரையும் ஆறு கோணத்திலும் நிறுத்துக என்பான் தொகை விபரீதத்தோடு விரலை வாலென்றுங் கட்டிலைக் கடலென்றும் பஞ்ச பாண்டவரைப் பிஞ்சுப் பாகற்காயென்றும் மாற்றி எழுதிவைத்தால் அம்மொழியைச் சரிப்படுத்தல்

இலேசாகுமா? அதுபோலவே "விலாசம், பரிசர்ப்பம், விதூதம், சமம், நாபம், நமதூதி, பிரகமம், நிரோதம், பரியுபாசனம், வச்சிரம், புட்பம், உபநியாசம், வருணசங்காரம் இவை பயிர் முகத்தில் அங்கம் பதின்மூன்று" என்பது "பிவாசம், விருத்தியபம், விவாசம், தாவனபம், சயதூரகம், மரிசோதம், பரியானம், பாவைச்சிரம், செல்வம், வருணசங்கரம் இவை பிரதிமுகத்திலங்கும் பதின்மூன்று" எனக் கிடந்த ஏட்டுப் பிரதிகளோடு பட்ட பிரயாசைக்குப் பிரயாசை யென்னுஞ் சொல் போதுமா? முதலினின்று முடிவுவரைக்கும் ஒரொருவரி ஒரொரு நொடியாகவே கொண்டுழைத்தோம். *ஏடுகளிலிருந்த பிரகாரம் ளஎகூ-வது பக்கத்திற் பதிப்பித்திருக்கும் "மால வன முதலிய" என்னுஞ் செய்யுளை எடுத்துத் திருத்த முயல்வோருக்கு இந்நூலில் யாமெடுத்த உழைப்புச் சிறிதே விளங்கும்.

பிரதி எத்துணைப் பழையதோ அத்துணை அதன் மாறுபாடுகள் குறைவு. ஆனாலும் பூர்வ பிரதிகள் பாண வாய்ப்பட்டு எழுத்தொன் றற்குப் பாணவரி மூன்றென்றால் யாதுதான் செய்யத்தக்கது!! "ஔவையா ராணை யொன்று" என்று சாபம் பெற்றுக்கிடந்த பிரதிகளின் ஏடுகளை ஒன்றைவிட் டொன்று பிரித்தெடுத்ததே பேரற்புத மாயிற்று.

பழம் பிரதிகளுள் ஸ்ரீலஸ்ரீ திருவாவடுதுறைப் பெரிய சற்குருநாத சுவாமிகள் தயைகூர்ந்து கட்டளையிட்டருளியது

---

* வேறும் ஒரு பிரதியில் அகப்பட்ட நான்காவது ரூபத்தைத் திருநெல்வேலித் தாசில்தார் ம-ள-ள-ஸ்ரீ சின்னத்தம்பிப் பிள்ளை யவர்கள் அனுப்பி வைத்தனர். அச்செய்யுளைச் சரிப்படுத்த முயல்வோர்க்கு உபயோகமா மென்றெண்ணி அதனையும் ஈண்டுக் குறிக்கின்றோம்:

"மாலவன முதலிய விமையவாதி பவானபுயிரெவண மிககால னெழிலல னனகாரிய வியலஙகிககெ செடனின குருவாம தெவாகாங கக வான ஙகமில தாசில னெனற பொனறிவுன னெதிரிபவன பகவன மகாமுணாவா சொனன மணகாலன னறுவெத நானெனனான கழகுநாடன மிலகன றுனனிய வெனறு கநது சொரிய மிரெயிலெய தாயொவினொங கூதாதாதம ரொஙகூ மவாம மாணடாா நதவிணாக கொலபபூண மாலைச சாபின மகிழடித தொனறி கயசசடை யெதபூணடினியுயிா மெறப காடெணணியலாநன னெடுமாலை யிடககிளியை ததமால கொளாய விணணினிலாாமனல லாாவிழி ததனா சிறபபுக கூவிசிபன னொறக ரொபபெண ணாநதுநிக கிலுவாயத தாாஙகொளகை யினொயதிா ததாா லிவிவி லொயவெக துதுணையா வெலவென றுவள வினவிகுதிரொ."

"கயிலிய கொவள னறனனை ககிாம"

"பாரிநனகுடை யிணடஙகவெ – சொரிநிாதற கிருநத மாலனெ"

"கொவணமாலை மாாவாரொநதா வாாமாலை மாறுச"

"காதமதணிடததுல கணணினமாண பெநது
மானி தாதுகுமா ணடதனது குறுமானி"

"புவிதானிட நதுலவி ரணடா ாாடடயதுநா
டாளாகி முடடவி ாாாசெநதினி"

நெடுங்காலத்தது. கைவிட்டுக் கடன் கொடுத்த கைப்பிரதிகள் திரும்பி உடையார்பால் மீள்வதரிதாகிய இயல்பினை யுடைய இக்காலத்தில், முன் நம்மை அறியாதவர்களாயினும் நமது பிரார்த்தனையை மறாது கிருபை புரிந்ததுமன்றி, ஆதீனத்துப் பழம் பிரதிகளுட் பல நாளாகத் தமது பரிசனத்தைக் கொண்டு தேடுவித்து எடுத்தனுப்பிய பரிபூரண கிருபைக்காக மிக்க கடமைப்பட்டிருக்கின்றோம். பெரிதும் ஈனஸ்திதியி லிருப்பதால் உங்கள் காரியத்திற்கு உபயோகமாகாதென் றெண்ணுகின் றோம், என்று சுவாமிகள் கட்டளையிட்டருளிய பிரதியே அவர்கள் ஆசீர்வாதத்தினால் நமக்கு மற்றெல்லாவற்றிலுஞ் சிரேஷ்ட பிரதி யாயினது. சமுசயம் நிகழ்ந்த இடமனைத்திலும் அதனையே ஆதாரமாகக் கொண்டு மற்றத் தேசத்துப் பிரதிகளை அதற்கு உபபலமாக வைத்துப் பரிசோதனை செய்து, எடுத்த முயற்சியை ஒருவாறு நிறைவேற்றினோம்.

ஆயினுந், தற்காலத்திற் றமிழ் நாடுகளில் வழங்கும் பிரதிகள் அனைத்தினும் இப்பொழுது யாம் அச்சிட்டு வெளிப்படுத்தும் ரூபம் மேலானதென்று கொள்வதேயன்றி, ஏட்டுப் பிரதியின் ஆதாரமில்லாது யாம் ஒரு மொழியும் மாற்றிலேமாயினும், இதுதான் ஆசிரியரெழுதிய சுத்த ரூபமென்று கொள்ளற்க. அனைத்து மாறுபாடுந் திருத்தி ஆதிரூபங் காட்டுதல் இனி எத்துணை வல்லார்க்கும் அரிது. பிறநூற் றுணிவிற்கு மாறுபட்டுந் தற்கால வழக்கத்தை விரோதித்துஞ் சரியான அர்த்தம்[+] புலப்படாமலுஞ் சமுசயம் நிகழ்ந்த இடத்தும் எல்லா தேசத்துப் பிரதியும் ஒத்திருந்தனவற்றை யாம் சிறிதுந் திருத்திப் பதிப்பித்திலேம். அவற்றைத் தம் மதத்தின்படி திருத்துதல் அறிவுடையோர்க்கு இயல்பன்று.

> முன்னோர் மொழிபொருளே யன்றி யவர்மொழியும்
> பொன்னேபோற் போற்றுவர் பொற்புலவர் – அன்னோர்
> நடையிடையத் தம்வழியே நாட்டிமொழி மாற்றல்
> கடையிடையர் மாட்டுவினை காண்

[+] அர்த்தம் புலப்படாதனவற்றிற்குச் சில உதாரணம் கஉஎ–வது பக்கத்தில் யாப்புப் படலம் ருரு–வது காரிகை யுரையில் வரும் மேற்கோட் சூத்திரங்களிற் காண்க. பெரும்பான்மைய பிரதிகளில் ஒழிக்கப்பட்டமையானும், அவற்றிற்கு ஆதாரம் வடநூல்களினுங் காணப்படாமையானும், அர்த்தந் தெரியாதனவற்றை அச்சிட்டும் பயனின்மையானுஞ் சில வித்வசனர்கள் அவற்றை நீக்கிவிடும்படி சொன்னார்கள். இறந்துபோகவிடாது, நிலைநிறுத்துவதே யன்றி உலகத்திற்கு வீரசோழியத்தை உணர்த்துவது நமது நோக்கமன்றாதலானும் இவ்வாறு பொருள் விள்ளாதிருந்தன சில பின்னர் வீசகணி தாதாரமாகக் கணக்கேற்றியபோது புலப்பட்டமையானுங் கூட்டுதலும் மாற்றுதலும் போலக் குறைத்தலும் ஒருவர் நூலைப் பதிப்பிப்போர்க்குப் பெருங் குற்றமாதலானும் அவற்றை இருந்த வண்ணம் ஒப்பித்தனம்.

என்னுஞ் செய்யுளிற் கூறியபடி அஃது துணிவு, திரிபு, ஐயம் இவற்றினை முறையே உடைய உத்தமர், மத்திமர், கடைஞருள் விபரீத அறிவினை யுடைய மத்திமர்க்குஞ் சந்தேக ஞானத்தையுடைய அதமர்க்கும் உரிய தொழில் என்றுணர்க. பிரதிகள் அனைத்தும் ஒத்திருந்தமைபற்றி நாந் திருத்தா தொழித்து விட்டவற்றை வழுவெனக் கண்டுழித் திருத்திக் கொள்ளுதல் நூலை வாசிப்போர் கடனாம். ஆதலால் அவர்க்கு,

ஓரா தெழுதினே னாயினு மொண்பொருளை
ஆராய்ந்து கொள்வ தறிவுடைமை – சீராய்ந்து
குற்றங் களைந்து குறைபெய்து வாசித்தல்
கற்றறிந்த மாந்தர் கடன்

என்று உரையாசிரியரே எழுதியிருப்பதை இவ்விடம் நினைப் பூட்டுகின்றோம். நல்ல வித்துவான்களுள்ளும் அனேகர் தாம் வீரசோழிய மென்னும் பெயரைக் கேட்டதன்றி நூலைப் பார்த்தறியே மெனப் பலபல சமயங்களில் நமக்கு நேரே சொல்லினர். ஆதலால் அழிந்திறந்து போன நூல்களுட் டானு மொன்றாகி இன்னுஞ் சில காலத்தில் மருந்துக்கும் அகப்படாமற் போய்விடு மென்றஞ்சி, அதன் பாலிய யவ்வன சொரூபங் கிட்டாதாயினுங் கிடைத்தவரைக்கும் அதனைக் காப்பாற்றுதலே இதனை இப்போது அச்சிடுவித்த நோக்கமென் றுணர்க.

வடநூற் பயிற்சி யில்லாத எனக்குப் பொருள் யாப்பலங் காரங்களில் வரும் அரிய சம்ஸ்கிருத விதிகளிற் றுணை செய்தோராய, அடியேனது பரமாசாரியர் வேதாரணி யாதீனம் ஸ்ரீலஸ்ரீ கைலாயநாத சந்நிதிக்கும், சென்னபட்டணம் பச்சையப்ப முதலியார் பாடசாலைச் சம்ஸ்கிருத பண்டித ராகிய ஸ்ரீமத் மண்டைக்குளத்தூர் கிஷ்ண சாஸ்திரியாருக்கும், யாழ்ப்பாணம் நீர்வேலி ம-ா-ா-ஸ்ரீ சிவ சங். சிவப்பிரகாச பண்டிதருக்கும் மிக்க வந்தனஞ் சொல்லுகின்றனன்.

சந்தனத் தாருவைச் சார்ந்திடு வேம்புந் தகைமணமே
தந்திடு மென்பவச் சால்பெதற் காமிந்தத் தாரணியில்
அந்தமில் கேள்வி அறிஞரை நாளு மடைந்த வென்சொல்
சந்தமுறா திருந்தாற் றவறார் வயிற் சார்வதுவே.

**சி.வை.தா.**

சென்னபட்டணம்
விசு ஞூ சித்திரை மீ

உ
கணபதி துணை

ஸ்ரீகைலாச பரம்பரைத்
திருவாவடுதுறை ஆதீனத்துக்
கச்சியப்பமுனிவர்
அருளிச்செய்த

# தணிகைப்புராணம்

ஷை ஆதீனம்
ஸ்ரீ-ல-ஸ்ரீ
சுப்பிரமணியதேசிகசுவாமிகள்
அநுமதியினோடு

யாழ்ப்பாணம்
சி.வை. தாமோதரம்பிள்ளையால்
பலபிரதிரூபங்களைக்கொண்டு
பரிசோதித்து

ஷை ஊர்
தி. குமாரசாமிச்செட்டியாரால்
பதிப்பிக்கப்பட்டது.

சென்னபட்டணம்.

*சுபாநு ௵ சித்திரை ௴*

PRINTED AT THE SCOTTISH PRESS,
BY GRAVES COOKSON AND CO.,

Registered Copyright

*[1883]*

---

*இந்நூலுக்குப் பதிப்புரை இல்லை.*

உ

கணபதிதுணை.

ஸ்ரீகைலாசபரம்பரைத்

திருவாவடுதுறை ஆதீனத்துக்

கச்சியப்பமுனிவரர்

அருளிச்செய்த

# தணிகைப்புராணம்.

ஷை ஆதீனம்

ஸ்ரீ - ல - ஸ்ரீ.

சுப்பிரமணியதேசிகசுவாமிகள்

அநுமதியினோடு

யாழ்ப்பாணம்

சி. வை. தாமோதரம்பிள்ளையால்

பலபிரதிரூபங்களைக்கொண்டு

பரிசோதித்து

ஷை ஊர்

தி. குமாரசாமிச்செட்டியாரால்

பதிப்பிக்கப்பட்டது.

சென்னபட்டணம்.

சுபாநு௵ சித்திரை மீ.

PRINTED AT THE SCOTTISH PRESS,

BY GRAVES COOKSON AND CO.,

உ
சிவமயம்

# இறையனாரகப்பொருள்

இஃது
மதுரைக் கடைச்சங்கத்துக்
கணக்காயனார் மகனார் நக்கீரனார்
கண்டருளிய உரையோடு

யாழ்ப்பாணம்
சி.வை. தாமோதரம்பிள்ளையால்
பலதேசப் பிரதிரூபங்களைக்கொண்டு
பரிசோதித்து

ஷை ஊர்
தி. குமாரசாமிச்செட்டியாரால்
பதிப்பிக்கப்பட்டது.

சென்னபட்டணம்.

*சுபானு ஹூ சித்திரை மீ*

PRINTED AT THE SCOTTISH PRESS,
BY GRAVES COOKSON AND CO.,

Registered Copyright

*[1883]*

---

*இந்நூலுக்குப் பதிப்புரை இல்லை.*

உ

சிவமயம்.

# இறையனாரகப்பொருள்

இஃது

மதுரைக் கடைச்சங்கத்துக்

கணக்காயனார்மகனார்நக்கீரனார்

கண்டருளிய உரையோடு

யாழ்ப்பாணம்

சி. வை. தாமோதரம்பிள்ளையால்

பலதேசப் பிரதிரூபங்களைக்கொண்டு

பரிசோதித்து

ஷை ஊர்

தி. குமாரசாமிச்செட்டியாரால்

பதிப்பிக்கப்பட்டது.

சென்னபட்டணம்.

சுபானுஹு சித்திரைமீ.

PRINTED AT THE SCOTTISH PRESS,
BY GRAVES COOKSON AND CO.

*Registered Copyright.*

உ
சிவமயம்

## இறையனாரகப்பொருள்

மதுரைக் கடைச்சங்கத்துக்
கணக்காயனார் மகனார் நக்கீரனார்
கண்டருளிய உரையோடு
பலதேசப் பிரதிரூபங்களைக்கொண்டு
பரிசோதித்து

யாழ்ப்பாணம்
றாவ் பகதூர்
சி.வை. தாமோதரம்பிள்ளையால்
பதிப்பிக்கப்பட்டது.

[இரண்டாம் பதிப்பு]

சென்னபட்டணம்.

*விகாரி வு சித்திரை மீ*

PRINTED AT THE V.N. JUBILEE PRESS
BY A. VAJRAVELU PILLAI

Registered Copyright

[1899]

உ

சிவமயம்.

# இறையனாரகப்பொருள்

மதுரைக் கடைச்சங்கத்துக்

கணக்காயனார்மகனார் நக்கீரனார்

கண்டருளிய உரையோடு

பலதேசப் பிரதிரூபங்களைக்கொண்டு

பரிசோதித்து

---

யாழ்ப்பாணம்

ராவ் பகதூர்

சி. வை. தாமோதரம்பிள்ளையால்

பதிப்பிக்கப்பட்டது.

இரண்டாம் பதிப்பு.

சென்னபட்டணம்

விகாரி௵ சித்திரைமீ.

PRINTED AT THE V. N. JUBILEE PRESS,

BY A. VAJRAVELU PILLAI.

Registered Copyright.

# பதிப்புரை

இறையனாரகப்பொருள் இரண்டாம் பதிப்புத் தோற்றிபதினாற் பதினாறு வருஷத்தின் முன் அச்சான முதற் பதிப்புச் செலவாகி இப்பதிப்பிற் கையிட நேரிட்டதென்று நினையற்க. கஅஅச-ம் ௵ என் புத்திரன் அமிர்தலிங்கம் பிள்ளையினது கல்யாணத்திற்காக யான் ஊருக்குப் போனபோது கும்பகோணம், சத்திரங்கருப்பூரில், யான் வசித்த வீட்டிலே, தணிகைப்புராணம் வீரசோழியம் இறையனாரகப் பொருள் இம்மூன்றின் பிரதிகளை யெல்லாம் ஒரு பெட்டியில் அடுக்கிவைத்துத், தகுந்த காவல் நியமித்துப் போயினேன். மூன்று மாதஞ் சென்று திரும்பிவந்து பார்த்ததிற் சிற்சில பிரதியன்றி மற்றவை அனைத்துஞ் செற்றின்று மண்ணாய்க் கிடந்தன. அதுதான் இப்பதிப்பிற்கு ஏதுவாயிற்று. இறையானா ரகப்பொருளில் மீந்த சில பிரதி விலையாகப் பதினாறு வருஷஞ் சென்றது. விற்பனையினாற் போட்ட முதலுக்கு வட்டியும் வராமற் போயினும், உரையாசிரியர் எடுத்துக் காட்டிய மேற்கோள்களைச் சரிவரப் பரிசோதிக்க அவற்றின் முதனூல்கள் யாவையென்று பெரும்பாலும் அப்பொழுது தெரியாமலுந், தெரிந்தவிடத்தும் அம்முதனூல்கள் அகப் படாமலும் முதற் பதிப்பில் ஆங்காங்குப் புக்க வழுக்களைத் தக்கவாறு திருத்திப் பதிக்கவேண்டு மென்று விரும்பி அதனை மறுபடியும் அச்சிடலானேன்.

திருத்தங்களிற் பெரும்பாலன சென்னைச் சருவ கலாசாலை *வித்தியா வினோதன் ம-ா-ா-ஸ்ரீ தி. த. கனகசுந்தரம் பிள்ளை யவர்கள் தமது பிரதியிலே குறித்திருந்தவற்றை, இரண்டாம் பதிப்பு வருவது கேள்வியுற்று, லோகோபகாரமாக அனுப்பிவைத்தார். அதுவுமன்றி, யான் அப்பொழுது

* எவ்.ஏ.(*F.A.*) பீ.ஏ.(*B.A.*) எம்.ஏ.(*M.A.*) எல்எல்.டீ.(*LL.D.*) என்பனவற்றிற்கு முறையே வித்தியார்த்தி வித்தியாவினோதன் வித்தியாநாயகன் வித்தியாபண்டித னென்ற இவை தக்க மொழியாகு மென்றெண்ணி, அவை வழக்கத்தில் வருமாறு பீ.ஏ.(*B.A.*)க்குப் பதிலாக வித்தியாவினோத னென வரைந்தனன். அஃது உலகிற்கு ஒக்குமெனிற் கொள்க.

நயனத்திற் சிறிது நோவடைந்திருந்தமை அறிந்து, அச்சுப் பிழைகள் புகாவண்ணம் பரிசோதனைப் பத்திரங்களையுந் தாமே தயைசெய்து பார்த்துக் கொடுத்தனர். இதற்காக அவர்க்கு மிக்க நன்றி பாராட்டுகின்றேன்.

இப்பொழுது யான் பரிசோதித்துவரும் அகநானூறு போதுமான கையெழுத்துப் பிரதிகள் அகப்படாமையால் இன்னும் அச்சிற் போகத் தடைபடுகின்றது. ஏட்டுப்பிரதி வைத்திருக்கும் பெரியோர் தத்தம் பிரதிகளைச் சில காலத்திற்கு எனக்கு இரவலாகத் தருவாராயின், நூல் அச்சானவுடனே அவரவர் அனுப்பிவைத்த புத்தகத்துடன் ஒவ்வொரு புத்தகத்திற்கு இவ்விரண்டு அச்சுப்பிரதியும் என் நன்றிக் குறியாக உபகாரமாய் அனுப்புவேன். அன்றியும் அவர் அருளிச்செய்கை தமிழ்க் கல்வி விருத்திக்குப் பேருதவி யாகுமன்றோ! அவர்கள் பெயரும் பதிப்புரையிற் பகிரங்கஞ் செய்யப்படும். அந்நூற் பிரசுரத்திற்கு அதிக திரவிய சகாயஞ் செய்யுங், கொழும்பு சுப்பிறீங்கோர்ட் அத்துவக்காத், காளிகட்டடஞ் சருவகலாசாலை வித்தியா வினோதன் ஸ்ரீ. பிறிற்றோத் துரை யவர்களுக்கு யான் மிகக் கடமைப் பட்டிருக்கிறே னென்பதையும் இதனாற் தெரிவிக்கின்றேன்.

**சி.வை.தா.**

சென்னபட்டணம்
விகாரி ௵ சித்திரை ௴

உ

திருச்சிற்றம்பலம்

# தொல்காப்பியம்
# பொருளதிகாரம்

இஃது
பாரத்துவாசி
நச்சினார்க்கினியார்
இயற்றிய உரையோடும்
பலதேசப் பிரதிரூபங்களைக்கொண்டு
பரிசோதித்து

யாழ்ப்பாணம்
சி.வை. தாமோதரம்பிள்ளையால்
பதிப்பிக்கப்பட்டது.

*பார்த்திப ஞூ ஆவணி மீ*

Copyright Registered

Madras:
PRINTED AT THE SCOTTISH PRESS,
BY GRAVES, COOCKSON AND CO.

1885

உ

திருச்சிற்றம்பலம்

# தொல்காப்பியம்.

## பொருளதிகாரம்.

இஃது

பாரத்துவாசி

**நச்சினார்க்கினியார்**

இயற்றிய உரையோடும்

பலதேசப்பிரதிரூபங்களைக்கொண்டு

பரிசோதித்து

யாழ்ப்பாணம்

**சி. வை. தாமோதரம்பிள்ளையால்**

பதிப்பிக்கப்பட்டது.

பார்த்திப௵ ஆவணி௴

Madras:

PRINTED AT THE SCOTTISH PRESS, BY GRAVES, COOKSON AND CO.

1885

உ
சிவமயம்

# பதிப்புரை

யானை யானனனைத் தேனிமிர் கடம்பனை
வானமர் குழவியா லோனுறை சடையனை
இமய சிமிலமென் குமரியென் றமையும்
உமையைத் தமியேன் றமமலந் துமிப்பப்
போத சற்குருவாய் மாதொரு பாகன்
வேத வனத்தெழூஉ மேதகு கயிலாய
நாத தேசிகன் பாதவருட் கொடுதொழீஇக்
கற்றறி வில்லாக் கடையனேன் றனக்கு
நற்றமிழ் கொளுத்திய நாவலன் சுன்னை
முத்துக் குமார வித்தக னடியிணை
சித்தத் திருத்திமற் றுத்தம புலவர்
அடிக்கம லங்களென் முடிக்கணி கொடுக்க நின்று

அடியேன் கூறுவது ஒன்றுளது.

உலகிலுள்ள கல்லெல்லாஞ் சாதி ரத்தினமாயின், அவை உயர்வுடையனவாமா? இழிந்தனவும் உளவாயினன்றே ஒழிந்தன உயர்வாவது? ஆதலாற் றம் உயர்வு விளங்குதற் பொருட்டாகவாவது என் புன்மொழியையும் பெரியோர்தம் பொன்மொழியி னடுவே வைத்த லொழியா ரெனத் துணிந்தனன்.

*வீங்குகட லுடுத்த வியன்கண் ஞாலத்துத்
தாங்கா நல்லிசைத் தமிழ்க்குவிளக் காகென
வானோ ரேத்தும் வாய்மொழிப் பல்புக
ழானாப் பெருமை யகத்திய னென்னு
மருந்தவ முனிவ னாக்கிய முதனூல்

எனப் புகழப்பெற்ற அகத்தியம், முதற்சங்கத்தார் காலத்திற் றொல்காப்பியத்திற் றலைமை பெற்றும், இடைச்சங்கத்தார் காலத்தில் அதனோடு கூடநின் றுலவியுங், கடைச்சங்கத்தார் காலத்தில் இறந்து விட்டது. அதன்பின் இதுவரைக்குந்

* புறப்பொருட் பன்னிருபடலம், சிறப்புப்பாயிரம்.

தமிழுக்குப் பேரிலக்கணமாயுள்ளது தொல்காப்பியமே. இஃது அகத்தியர்பாற் றமிழ் நன்குணர்ந்த அவர் மாணாக்கர், திரணதூமாக்கினி, அதங்கோட்டாசான், துராலிங்கன், செம்பூட்சேய், வையாபிகன், வாய்ப்பியன், பனம்பாரன், கழாரம்பன், அவினயன், காக்கைபாடினியன், நற்றத்தன், வாமனன் என்னும் பன்னிருவருள் முதன்மாணாக்கரென்று தம்மனோ ரனைவரானுந் துதிக்கப்பட்ட திரணதூமாக்கினி யென்னும் இயற்பெயரினை யுடைய தொல்காப்பிய முனிவரர் அருளிச்செய்தது.

அகத்தியர் மாணாக்கர் அனைவருள்ளும் இவரே மிகச் சிறந்தரென்பது "தொல்காப்பியன்ற னாணையிற் றமிழறிந் தோர்க்குக் கடன்" எனவும், அகத்தியரிடம் "பொருந்தக் கற்றுப் புரைதப வுணர்ந்தோர் நல்லிசை நிறுத்த தொல்காப்பியன்" எனவும் பல்காப்பியத்தும் பன்னிருபடலத்தும் விதந்தோதப் பட்டமையானும், மற்றையோருட் சிறந்து இவரோடொருதலை அகத்தியனார் பொருட்டு முரணிய "அதங்கோட்டாசாற் கரிறபத் தெரித்து" எனப் பனம்பாரனாராற் றுதிக்கப் பட்டமையானும் உணர்க.

அகத்தியர் உத்தரதிசையினின்று நீங்கித் தெக்ஷணத்தில் வதிந்தபின் தமிழிற்கு இலக்கணஞ் செய்வான் கருதி, இயலிசை நாடகங்களில் ஆங்காங்குத் தமது ஆராய்ச்சியின்கண் எதிர்ந்தவாறே குறிக்கப்பட்ட விதிகளைப் பின்னர் ஒருங்கு திரட்டி அகத்திய மெனப் பெயரிட்டுக் கொடுத்தனர். அது நெறிமுறைமைப்பட இயைக்கப்பட்டிலது. இயலிசை நாடகத் தமிழ்களும், இயலுள்ளும் எழுத்துச் சொற் பொருள்களும், ஒருங்கு விரவிப் பெரிதும் பரந்துகிடந்ததோர் நூலாயிற்று. அதனை வெவ்வேறு பிரித்து அடைவுபடுத்தித் தொல் காப்பியமுடையார் இயற்றமிழையும், பெருநாரை பெருங்குருகு முதலிய நூலுடையார் இசைத்தமிழையும், முறுவல் சயந்தங் குணநூல் செயிற்றியமென் றிவையுடையார் நாடகத் தமிழையும், வகுத்தும் விரித்தும் மயக்கற முறை காட்டித் தத்தம் நூல் யாத்தனர்.

இவற்றுள்ளும் "முந்துநூல் கண்டு முறைப்பட வெண்ணி", "மயங்கா மரபி னெழுத்துமுறை காட்டி" ஐந்திர நிறைந்தெழுந்த தொல்காப்பியத்தின் மாண்பு, இளங்கதிர் கான்றுதித்த பாலசூரியன் உச்சிடைந்து சொலித்தாற்போல வர வர அதிகரிக்கத், துரோணர்புக்க விடத்து முன் குலவி விளங்கிய கிருபாசாரி யாஞ்ஞையை யொத்து அகத்தியாப்பியாசங் குன்றினமையானுந், தவத்தான் மனந் தூயராய்

முக்குணங்களையுங் கடந்து இறைவனருள் பெற்றுடையாராகிய தொல்காப்பியர் ஒருகாலத்துத் தமக்கு அகத்தியனாரால் வந்ததோர் மனத்தாபத்தி னிமித்தம் இட்ட சாபத்தின் வலிமையினானும், அகத்தியம் இறந்துபோக நேர்ந்தது. அல்லாக்கால் என்றென்றுஞ் சிரஞ்சீவியாயிருக்கப்பெற்றுள்ள அகத்தியனார் அருளிச்செய்த நூல் சங்கத்தார் காலத்திற் றானே வீழ்ந்து போகாது. ஆசாரிய வழிபாட்டிற் குறைவில்லாத திரணதூமாக்கினி அவ்வாறு சபித்தற்பாலரோ என்பாரு முளர். அதுவன்றே அவர் ஆசாரியரைச் சபியாது அவராற் செய்த நூலைச் சபித்ததென்க. சீஷரது சாபத்தை ஆசாரியர் தடுக்க வன்மையிலரோ வெனில் ரிஷிகள் சாபத்தைக் கடவுளர் தடுக்கும் வன்மையில ரெனின் இது கடாவன்றென மறுக்க.

பராக்கிரம பாண்டியனை வென்று துலுக்கர் முதன்முதல் மதுரை யாண்டு எண்ணூற்றைம்பது வருடத்தின் மேலாயிற்று. சங்கத்தார் காலத்திற்கும் பராக்கிரம பாண்டியன் காலத்திற்கும் இடையிலே சோமசுந்தர பாண்டியன் முதலாக நாற்பத்திரண்டு அநுலோம பாண்டியர் அரசு செய்திருக்கின்றனர். ஆதலாற் கடைச்சங்கம் ஒழிந்த காலம் இரண்டாயிரம் வருஷத்திற் குறையாது.

முடத்திருமாறன் முதல் உக்கிரப் பெருவழுதி யீறாகக் கடைச்சங்கம் இரீஇய நாற்பத்தொன்பதின்மர் பாண்டியர் அரசு புரிந்தகாலம் இரண்டாயிரம் வருஷமும், வெண்டேர்ச் செழியன் முதல் முடத் திருமாற னீறாக இடைச்சங்கம் இரீஇய ஐம்பத்தொன்பதின்மர் பாண்டியர் அரசு புரிந்தகாலம் மூவாயிரத்தைஞ்ஞூறு வருஷமுங், காய்சினவழுதி முதற் கடுங்கோன் வழுதி யீறாக முதற்சங்கம் இரீஇய எண்பத்தொன்பதின்மர் பாண்டியர் அரசு புரிந்த காலம் நாலாயிரத்தைஞ்ஞூறு வருஷமுமாம்.

ஆகவே முதற்சங்கத்திற்கு முன்னரே முதனூல் கண்ட ஆசிரியர் அகத்தியனாரிடந் தமிழ்கற்று, அச்சங்கத்திற் றாமும் உடனிருந்து தமது நூல் நிலவச் செய்த திரணதூமாக்கினி முனிவரர் தொல்காப்பியம் இயற்றிய பின் சென்ற காலம் எவ்விதத்தானும் பன்னீராயிரம் வருடத்திற் குறையாது. இக்கால விவரணம் வீரசோழியப் பதிப்புரையில் விரிவாக ஆக்ஷேப நிவாரணத்தோடும் எழுதியிருக்கின்றேன். ஆங்குக் கண்டுணர்க.

இவ்வாறு பன்னீராயிர வருஷகாலத்தின் மேற்பட நிலை பெற்றோங்கித் தமிழ்க்கோர் தனிச்சுடர் போலப்

பிரகாசித்துவந்த தொல்காப்பியமுந், தற்காலத்து இலக்கணங் கற்போர் அனைவரும் அதன்வழித் தோன்றிய சிற்றிலக் கணங்களையே கற்று அம்மட்டோடு நிறுத்திவிடுதலால் எழுதுவாரும் படிப்பாருமின்றிப் பழம்பிரதிக ளெல்லாம் பாணவாய்ப்பட்டுஞ் செல்லுக்கிரையாகியுஞ் சிதைவுபட்டுப் போக, யாவராயினும் ஒருவர் வாசிக்க விரும்பியவழியுங் கிடைப்பது அருமையாய்விட்டது. தமிழ் நாடனைத்திலும் உள்ள தொல்காப்பியப் பொருளதிகாரப் பிரதிகள் இப்போது இருபது இருபத்தைந்திற்கு மேற்படா. அவையும் மிக்க ஈனஸ்திதி அடைந்திருப்பதால் இன்னுஞ் சில வருஷத்துள் இறந்து விடுமென்று அஞ்சியே அதனை உலோகோபகாரமாக அச்சிடலானேன்

**இ**ந்நூற்கு உரையெழுதினோர் இளம்பூரணர் கல்லாடர் பேராசிரியர் சேனாவரையர் நச்சினார்க்கினியார் ஐவர். இவருள் 'வடநூற்கடலை நிலைகண்டுணர்ந்த' சேனாவரையர் சொல்லதிகாரம் உரையெழுதினர். இளம்பூரணர் பேராசிரியருரைகள் முழுவதும் இப்போது இல்லை. கல்லாடருரை மிகச் சுருங்கியது. நச்சினார்க்கினியா ருரையே பிற்காலத்தது. பூரணமாகவும் விரிவாகவும் உள்ளதும் பெரும்பாலும் ஓதிவரப் பெற்றதும் அஃதொன்றே.

**அ**து கடைச் சங்கத்தார் காலத்தின்பின் சமணர் தமிழ்ப் பரிபாலனஞ் செய்த காலத்துத் தோன்றிய தாதலானும், நச்சினார்க்கினியாரும் பரிமேலழகரும் ஒரே காலத்தின ராதலானும், இற்றைக்கு ஆயிரத்திருநூறு வருஷத்தின் முன்பு எழுதப்பட்டிருத்தல் வேண்டும். அன்றியுந் தமிழிற் சிறந்த இதிகாசங்களாகிய இராமாயணம் பாரதங்களினின்றும் பெருங்காப்பியமாகிய கந்தப்புராணத்தினின்றும் உதாரணங்கள் கொள்ளப்படாமையே இதற்குச் சான்றாகும். இவைகள் எழுதப்பட்டு ஆயிரத்திருநூறு வருஷஞ் சென்றமை யாவரானும் மறுக்கப்படாது.

**செ**ன்னபட்டணத்தில் இற்றைக்கு ஐம்பதறுபது வருஷத்தின் முன்னிருந்த வரதப்ப முதலியாரின் பின் எழுத்துஞ் சொல்லுமே யன்றித் தொல்காப்பியப் பொருளதி காரத்தை உரையுதாரணங்களோடு பாடங்கேட்டவர்கள் மிக அருமை. முற்றாய் இல்லையென்றே சொல்லலாம். வரதப்ப முதலியார் காலத்திலுந் தொல்காப்பியங் கற்றவர்கள் அருமையென்பது அவர் தந்தையார் வேங்கடாசல முதலியார் அதனைப் பாடங்கேட்கும் விருப்பமுடைய ரானபோது பிறையூரிற் றிருவாரூர் வடுகநாத தேசிகர் ஒருவரே

தொல்காப்பியம் அறிந்தவர் இருக்கிறாரென்று கேள்வியுற்றுத் தமது ஊரைவிட்டு அதிக திரவியச் செலவோடு அவ்விடம் போய் இரண்டு வருஷமிருந்து பாடங்கேட்டு வந்தமையானும், வரதப்ப முதலியார் ஒருவரே பின்பு அதனைத் தந்தைபாற் கேட்டறிந்தவ ரென்பதனாலும், அது காரணமாக அவருக்குத் 'தொல்காப்பியம் வரதப்ப முதலி'யா ரென்று பெயர்வந்தமை யானும், பின்பு அவர் காலத்திருந்த வித்துவான்கள் தமக்கு யாதாயினும் இலக்கண சமுசயம் நிகழ்ந்துழி அவரையே வினவி நிவாரணஞ் செய்தமையானும் நிச்சயிக்கலாம்.

பொருளிலக்கண ஆராய்ச்சி குறைவுபட்டது தற்காலத்து மாத்திரமன்று. கடைச்சங்கத்தார் காலத்திலேயே உக்கிரப் பெருவழுதி, "நூல் வல்லாரைக் கொணர்க வென்று எல்லாப் பக்கமும் போக்க, எழுத்ததிகாரமுஞ் சொல்லதிகாரமும் யாப்பதிகாரமும் வல்லாரைத் தலைப்பட்டுக் கொணர்ந்து, பொருளதிகாரம் வல்லாரை எங்குத் தலைப்பட்டிலே மென்று வந்தார். வர, அரசனும் புடைபடக் கவன்று, என்னை? எழுத்துஞ் சொல்லும் யாப்பும் ஆராய்வது பொருளதிகாரத்தின் பொருட்டன்றே!! பொருளதிகாரம் பெறேமே யெனின் இவை பெற்றும் பெற்றிலேம், எனச் சொல்லி வருந்தினான்" என்றும், மதுரை ஆலவாயெம்பெருமான் இறைவனார் அகப்பொருட் சூத்திரம் அறுபதும் அருளிய வழியும் அவற்றின் பொருள் காண்பாரின்றி வருந்திக் கடவுளையே தன் சங்கத்தாரோடு சென்றிரந்து பொருள்காண வல்லானொருவனைப் பெற்றானென்றுஞ், சங்கப் புலவர் சிகாமணியாகிய நக்கீரர் வாயாற் கூறப்பட்டுக் கிடக்கின்றதே. பின்னை இக்காலத்து அதன் அருமை ஆச்சரியமாமா?

இந்நூலைப் பரிசோதித்து அச்சிட முயன்றபின் தமிழ்நாடுகளில் ஆங்காங்குத் தேடிப் பல பிரதிகள் சம்பாதிப்பது பெரும் பிரயாசையும் நெடுங்கால வேலையுமாயிற்று. இது தமிழ்நாட்டிற்கு ஓர் பேருபகாரமான முயற்சியென்று கண்டு ஸ்ரீ கைலாச பரம்பரைத் திருவாவடுதுறை ஆதினத்து மஹாசந்நிதானமுந் தம்மை அடைந்தோர்க்குப் பெருங் கருணைத் திருவுருவமுமாகிய ஸ்ரீலஸ்ரீ சுப்பிரமணிய தேசிகமூர்த்திகளுஞ், சைவ சமயாபிமானியுஞ் செந்தமிழ்ப் பரிபாலகருமாகிய ஸ்ரீமத் யாழ்ப்பாணம் ந.க.சாதசிவப் பிள்ளை யவர்களும், எனது அதி இஷ்டராகிய திருநெல்வேலித் தாசில்தார் ஸ்ரீ கணிதசிங்கம் வை. சின்னத்தம்பியா பிள்ளை யவர்களும் பல பழைய ஏட்டுப் பிரதிகள் அழைப்பித்துத் தந்தனர். இவர்கள் செய்த நன்றியை எஞ்ஞான்றும் மறக்கற்பால னல்லேன். இப்பிரதிகளோடு ஸ்ரீ திருத்தணிகைச் சரவணப்

பெருமாளையர் பௌத்திரர் துரைசாமியையர் பிரதி யொன்றும், புரசபாக்கம் ஸ்ரீ சாமுவேற் பண்டித ரவர்கள் தமது சொந்தக் கையினாலே எழுதிவைத்திருந்த பிரதி ஒன்றும், அடியேன்வசமிருந்த தொல்காப்பியம் வரதப்ப முதலியார் பிரதியொன்றும், மதுரைப் பிரதி யொன்றுஞ் சேர்த்து இவற்றுள், திருநெல்வேலிப் பிரதி இரண்டு, மதுரைப் பிரதி இரண்டு, தஞ்சாவூர்ப் பிரதி மூன்று, சென்னபட்டணப் பிரதி மூன்று, யாழ்ப்பாணப் பிரதி இரண்டாகப் பன்னிரண்டு பிரதி கொண்டு பரிசோதித்து என் விருப்பத்தை ஒருவாறு நிறைவேற்றினேன்.

**ஆ**யினும் இஃது இப்போது வழுவறப் பிரசுரஞ் செய்யப் பட்ட தென்று கொள்ளற்க. எனக்குச் சந்தேகம் பிறந்துழி யெல்லாந் தற்காலத்துப் பெயர் போந்த வித்துவான்களா யுள்ளோர் பலரையும் வினவியும் அயனூற்றுணிபுகள் மேற்கோள்களோடு சீர்தூக்கியும் இன்னும் ஐயமறுத்துக் கொள்ளாத இடங்கள் அநேகம் உள. அவைகளைக் கூடிய மாத்திரம் பிரதிகளி லிருந்தவாறு அச்சிடுவித்தனன். ஆயினும் பொருட்தொகுதி, போருட்தொகுதி, பேரர் உட்தொகுதி பேர் அருட்தொகுதி, பேரருட் தேர்குதி, போருட்தேர்குதி, பொருட்தேர்குதி என்றற் றொடக்கத் தனவாய் இன்னும் பல பாடபேதமாகப் படித்தற்கிடம் பெற்றுப் பொருட்டொகுதி என்றெழுதிக்கிடந்த தொன்றை யான் அவற்றுள் ஒன்றாக என் சிற்றறிவு சென்றவழிக் குறியிட்டுப் பதிப்பித்தமைபற்றி அதுவே பாடமென்று நிச்சயிக்கற்க. சமுசய நிகழ்வுழி யெல்லாஞ் சந்தியை மீளவும் இலக்கணப்பிரகாரம் புணர்த்துத் தீர்க்க பேதத்தையும் புள்ளியையும் நீக்கிப் பாடபேதப்படுத்திப் பார்க்குமாறு வேண்டிக்கொள்கின்றேன்.

**ச**ம்பளத்திற்காக ஏடெழுதுவோரது சாதாரண கல்வித் திறமையையும், எழுத எழுத வழுக்கள் அதிகப்படும் வீதத்தையும், பழைய காலத்து ஏட்டுப் பிரதிகள் அடைந் திருக்கும் ஈன ஸ்திதியையும், பாடங்கேட்டார் இல்லாத தன்மையையும் நோக்கில், அநேக வித்துவான்களாய் ஒரு சபை சேர்ந்து ஒருவரோடொருவர் தீர்க்க ஆலோசனை செய்து பதிப்பினும் பல வழுக்கள் புகுதற்கிடனாய இவ்வரிய நூலை, யான் ஒருவனாய்ப் பரிசோதித்துப் பிரசுரஞ் செய்தமையால் இடமிடந்தோறும் பலபல வழுக்கள் செறிந்திருத்தல் இன்றியமையாமையாம்.

**ஐ**யந்திரிபறத் தாங் கற்றறியாததோர் நூலை இவர் இங்ஙனம் வழுவுற அச்சிடவேண்டிய தென்னையென யாரும்

வினவுவாராயின், வழுச்செறிந்ததாயினும் அடியோடழிந்து போகின்ற நூலை அடியேன் பாதுகாத்தது பேருபகாரமன்றோ என்க. மேலும், இதனை உரையுதாரணங்களோடு பாடங் கேட்டவர் யாராவது உளராயினன்றோ அவரையின்றி யான் செய்தது தவறாவது? யார் செய்யினும் இதுவே முடிவாயின் அடியேன்மேற் குறை கூறுதல் தர்மமன்று.

**அ**ன்றியுஞ் சும்மாகிடந்த அம்மையாருக்கு அரைப் பணத்துத் தாலி போதாதா? காண்டற்கும் அரிய நூலைக் கைக்கெட்டப் பண்ணினது கேடாமா? பிரதி கிடைப்பதே மிக அருமையாயுங், கிடைப்பினுங் குறைப்பிரதிகளாகவும், அவைதாமும் ஒரோவொரு வரிக்குப் பல வழுவாக ஆயிரக்கணக்கான வழு உடையனவாகவும் இருக்க, அடியேன் அவ்வழுத் தொகையைக் குறைத்து நூற்றுக்கணக்காக்கி விட்டதா என்மேற் குறையாயிற்று?

**அ**ங்ஙனமாயின், இவரினும் வல்லோராய் இன்னும் அநேக வழுக்கள் குறையப் பிரசுரஞ் செய்யத்தக்க வித்துவான்கள் இலரோ வெனின், உளராயின் ஏன் செய்தில ரென விடுக்க. பல பெரும் வித்துவான்கள் இந்நூலை அச்சிடவிரும்பியதும், முயன்றதும், இரண்டொரு பிரதிகள் தேடிப் பார்வையிட்டதுந், தமக்கு நிகழ்ந்த சந்தேகங்களான் இதனை அச்சிடிற் றம் பெயர்க்குக் குறைவு நேரிடுமென்று தம் முயற்சியைக் கைவிட்டதும் அடியேன் பூரணமாக அறிவேன். ஆதலாற் பண்டிதர் கவிராஜபண்டிதர் மஹாவித்துவான் புலவ ரென்றின்னன பெரும்பட்டச் சுமையைத் தலைமேலேற்றிக் கொள்ளாது இன்னும் பலகாலந் தமிழ் படித்தற் குரிமைபூண்டு நிற்கும் என்போலியரே இதிற் கையிடுவது பேரவசியமாயிற்று.

**ப**ஞ்சகாவியம் பஞ்சவிலக்கியம் அகநானூறு புறநானூறு நற்றிணை கலித்தொகை நெடுந்தொகை குறுந்தொகை திணைமரபு செய்யுட்டொகை கல்லாடம் பதிற்றுப்பத்து ஐங்குறுநூறு பரிபாடல் தகடூர்யாத்திரை பெருந்தேவனார் பாரதம் பதினெண் கீழ்க்கணக்கு வெண்பாமாலை யென்று இன்னோரன்ன இலக்கியங்களும் புறப்பொருட் பன்னிரு படலம் வையாபிகம் வாய்ப்பியம் அவினயம் காக்கை பாடினியம் நற்றத்தம் வாமனம் பல்காயம் பல்காப்பிய மென்று இன்னோரன்ன இலக்கணங்களும் முற்றக் கற்று வல்லோரே இந்நூலைப் பரிசோதித்தற்கு அருகராவர். அப்படிச் சிறந்துளோர் தற்காலத் திலரென்பது யான் கூறவேண்டிய தில்லை.

"விடியல வெங்கதிர் காயும வெயமல கலறை" என்னும் வாக்கியத்தையும் ஓர் பரிபாடற் செய்யுளையுஞ் சரியாய்ப் பிரித்துணர்தற்கு எத்தனை புலவரிடங் கொண்டு திரிந்தேன்? எத்தனை வித்துவான்களுக்குக் கடிதமெழுதிக் கைசலித்தேன்? எனக்கு வந்த மறுமொழிகளை வெளியிட்டுச் சொன்னால் மிகவும் வெட்கக்கே டென்றறிக. அவை ஸ்ரீலஸ்ரீ ஆறுமுக நாவலர் பெருமான் மகத்துவத்தை நன்கு விளக்கின.

மேலுஞ், சரகத்தைச் சாகமென்றும், அளபை அன்பென்றும், இதரவிதரத்தை இதாவிதாவென்றும், திகந்தராளத்தைத் திகந்தாரளமென்றும், மென்மையை மேன்மையென்றும் தபுதார நிலையைத் தபுதரா நிலையென்றும் மூதலவன் என்பதை முதல்வனென்றும் இன்னும் பலவாறாக மயங்கினோர் பெயர் பெற்ற வித்துவான்களே யாதலின் ஏட்டுப் பிரதியோடு ஊடாடிய சிரேஷ்ட புலவர்கள் அடியேன் தவறுகளைப் பாராட்டாது பொறுத்தருளுவது மன்றி இன்னும் இம் முயற்சியை வியந்து கொள்வார்க ளென்பதிற் சந்தேகமில்லை. ஏடு பிடித்து வாசிக்க அறியாத அச்சுப்பிரதி வித்துவான்களுந், தமதகத்து மெய்ப்பெருமை யொன்றிலராய்ப் பிறரைக் குறைதூற்றலாற் றாம் நிறைவுடையார்போலத் தோற்றலாமென மயங்கும் போலி வித்துவான்களுமே இவ்வித வழுக்களைக் குறித்து என்னை இகழ்வர்; எனக்கு அது குறைவன்று. இவர் கூற்றைப் பெரியோருங் கவனியார்.

குறைகூற இஷ்டமுள்ளவர்கள் இன்னும் அச்சிலே தோற்றாதனவாய், அடியேன் காட்டுங் கிரந்தங்களில் இரண்டொரு ஏட்டையாயினும் எழுத்துப்பிழையற மாத்திரம் வாசித்துக் காட்டுவாராயின் அவர்கள் பாதாம் புயத்தை உச்சிமேற்சூடி அவர்கட்குத் தொண்டுபூண்டொழுகுவே னென்று அறிவாராக. ஏடு கையிற் பிடித்தவுடன் அதன் எழுத்துத் தேகவியோகமான தந்தை கையெழுத்துப்போற் றோன்றிற்றென்று கண்ணீர் பெருக அழுத கதையு முண்டன்றோ?

காலாந்தரத்தில் நூல்களுஞ் செய்யுட்களும் அடைந் திருக்கும் மாறுபாடு இவ்வளவிற் றெனற்பாலதன்று. கம்பர் சேர தேசத்திலிருந்து வரும் வழியிற், பாலைக்காட்டிலே, சிலர் செய்த இராமாயணப் பிரசங்கத்தைக் கேட்டபோது, தமது பாட்டுக்களும் இடைக்கிடை வருவனவாகச் சொல்லிய கதை கேள்வியுற்றிருக்கலாமே.

அடிசிற் கினியாளே யாக்கஞ் செய்வாளே!
படிசொற் கடவாத பாவா – யடிவருடிப்

பின்றூங்கி முன்னெழூஉம் பேதையே! போதியோ
வென்றூங்கு மென்கண் ணினி?

எனத் திருவள்ளுவநாயனார் சொல்லியதாக இக்காலத்து வழங்கும் பாட்டுக்கும், நமது உரையாசிரியர் தமது காலத்து வழங்கியபடி எழுதியிருக்கும்,

அடிசிற் கினியாளை யன்புடை யாளைப்
படுசொற் பழிநாணு வாளை – யடிவருடிப்
பின்றூங்கி முன்னுணரும் பேதையை யான்பிரிந்தா
லென்றூங்கு மென்க ணெனக்கு

என்பதற்கும் எவ்வளவு பேதம்!

**அ**டித்தொகை சீர்த்தொகைகள் மாறுபட்டுப் பாவே வேறுபட்டுப் போயினவும் அநேகம் உள. இப்போது அறுசீரடியாசிரிய விருத்தமாக வழங்குகின்ற

முன்னைத் தஞ்சிற்றின் முழங்கு கடலோத மூழ்கிப் பெயர
வன்னைக் குரைப்ப னறிவாய் கடலேயென் றலறிப் பெயருந்
தன்மை மடவார் தணந்துகுத்த வெண்முத்தந் தகைசால் கானற்
புன்னை யரும்பென்னப் போவாரைப் பேதுறுக்கும் புகாரே யெம்மூர்!

என்னும் புகார்ச் சிறப்பை ஆசிரியர் மூன்றாம் அடி நான்கு சீரேயுடையதாக வேறு பாவின் பாற்படுத்தி உதாரணங் காட்டினர். இவ்வாறு மாறுபட்ட செய்யுட்கள் அநேகம் உரையகத்து ஆங்காங்குக் காணப்படும். அவைகள் ஆசிரியர் காலத்திற்கு முன்னர்த் தானே எத்துணைத் திரிபடைந் தனவோ? இனி இவற்றின் பூர்வ சொரூபம் நிச்சயித்தல் யார்க்கும் அரிது அரிது.

**இ**ந்நூலின் இயலடைவுகளேயன்றி அதிகாரத் தொகை தானும் உரையாசிரியர் காலத்திற்கு முன்னரே பிறழ்ந்து போயின. அவையிற்றை ஆசிரியர் பலவிடத்துங் குறித்த கண்டனைகளா னுணர்க.

**உ**ரையாசிரியர் காட்டிய உதாரணச் செய்யுட்களிற் தற்காலத்திலுள்ள வில்லங்கத்தைக் குறித்துஞ் சில மொழி சொல்வது யான் அவற்றோடு பட்ட பிரயாசத்தை ஒருவாறு விளக்கும்.

*"விண்டு தாங்குகைம் மேலையோன் மால்வரை சென்றான்" எனவும், +"வாம்பெருந்திரை வளாகமென் மொழியசெவ் வழியாழ்" எனவும் மோனையுந் தவறாது அடியளவும் விகாரப்படாது இரண்டு உதாரணம் குறிக்கப்படுமாயின், இவற்றை ஒன்றொன்று ஒரோவொரு செய்யுளின் முதலும் ஈறுமென்பது அச்செய்யுட்களைக் கந்தப்புராணத்தி லும் பெரியபுராணத்திலுங் கண்டறிந்தோர்க் கன்றி மற்றையோர்க்குப் புலப்படுவ தெங்ஙன்? "மண்டமாலோ", "தண்ணுறுங் கோங்கமலை" என்பன "மண்டமா. . . . . .லோ", "தண்ணறுங் கோங். . . . . .மலை" என முன்னையதில் ஓரெழுத்தும் பின்னையதில் இரண்டெழுத்துமே மாத்திரம் அவ்வச் செய்யுளின் ஈற்றெழுத்து எனக் கண்டுபிடிப்பது எந்த ஞானக்காட்சி கொண்டோ! இவற்றுள் அநேகம் இக்காலத்து இல்லாத நூல்களில் உள்ளனவாயின் யாதுதான் செய்தற்பாலது? உள்ள நூற்கும் எல்லாவற்றுக்கும் பெயர் குறித்தாரா?

இதுமட்டோ? ஓரோரிடத்தில் ஒன்றினின்று ஒன்றைப் பிரிக்கும் அடைசொல்லாவது குறியாவது இன்றி முதலும் ஈறும் முதலும் ஈறுமாகப் பல செய்யுட் குறிப்பு ஒரு தொடராய் வருவனவும் உள. இவற்றின் அடிமுடி தேடுவது ஸ்ரீ அருணாசலேஸ்வரனுடைய அடிமுடி தேடிய பிரம விஷ்ணுக்களின் பிரயாசைக்கு எட்டுணையேனுங் குறையுமா?

இதனால் உரையாசிரியர்மேற் குற்றஞ் சொல்கின்றே னென்று கொள்ளற்க. அவர்காலத்து அச்செய்யுட்களும் அவற்றையுடைய கிரந்தங்களும் வழக்கத்துள்ளன வாதலால் அவர் அப்படிச் செய்யலாயிற்று நமது தேசத்துக் கிரந்த மண்டபங்கள் துலுக்கரால் அக்கினி பகவானுக்கு அளிக்கப்படுமென்றும், தப்பிக் கிடந்தனவும் எழுதுவாரும் படிப்பாருமின்றி ஒன்றொன்றாய் இத்தனை இலேசில் இறந்து

---

* விண்டு தாங்குறு முலகுயிர் முழுதுமோர் விரலிற்
கொண்டு தாங்குறு குறட்படை கோடிநூ றிண்டப்
பண்டு தாங்கலந் தரியர னிருவரும் பயந்த
செண்டு தாங்குகைம் மேலையோன் மால்வரைச் சென்றான்.

(கந்தப்புராணம், கணங்கள்செல் படலம், அ)

\+ வரம்பெ ருந்திரை வளாகமுன குடிபயில் வரைப்பிற்
றாம்ப ரப்பிய கயல்களின் விழிக்கய றவிரக்
காம்பி னோர்வரு தோளியர் கழிக்கயல் விலைசெய்
தேம்பொ திந்தசின் மழலைமென் மொழியசெவ் வழியாழ்.

(பெரியபுராணம், திருக்குறிப்புத்தொண்டநாயனார் புராணம், ௩அ)

விடுமென்றும் அவர் கனவிலும் நினைத்தவரல்லர். அவை இறந்துபோன இக்காலத்திற்கே இஃதோர் பெருஞ் சங்கடமாயினது. அல்லதூஉம், அவர் குறியீடு கொடுத்துப் பிரித்தும் இருக்கலாமே.

**இ**னிச் செய்யுண் முழுவதுங் காட்டப்பட்டவற்றுள்ளும் இஃது இன்ன பா இன்ன பாவின மென்று நிச்சயிப்பதும் பலவிடத்து மிக அருமையாயினது. கலியினமான சில செய்யுட்களை அடி பிரிப்பதிற் சந்தேகமுற்றுப் பல தக்க பண்டிதரை எழுதி விசாரித்தபோது அவர்களும் மயங்கி இணைக்குற ளாசிரியப்பாவாகப் பிரித்தனுப்பினர். யாது செய்யுளைத்தான் இணைக்குற ளாசிரியமாகப் பிரிக்கக் கூடாது?

**மு**தலில் ஒரே செய்யுளென அடியேன் கொண்டதோர் உதாரணம் பின்னர் அயனூல் உதாரணச் செய்யுட்களால் வெவ்வேறு நூலிலிருந்து எடுத்துக்காட்டப்பட்ட இரண்டு செய்யுளெனக் கண்டு அவ்வாறு மாற்றலாயிற்று. பொருட் சுவையே பெரிதெனக்கொண்டு மோனை எதுகை ஆதிய சிறப்புக்களைப் பாராட்டாத சங்கச் செய்யுட்களைப் பழம் ஏட்டுப் பிரதிகளில் வாசித்து அடிவகுத்தறிந்த பெரியோர்க்கு இதன் பிரயாசை தெரியாதிராது.

இனி, * "இனி, 'என்சொற் கொள்ளன் மாதோ' என்பதற்கு என் வார்த்தையைக் கேட்டல் நினக்கு விருப்பமோ? விருப்பமாகில் யான் கூறுகின்றதனைக் கொள்க" என்றாற் போலவும் + "அறுசுவைக்கு முதலாகிய வேம்புங் கடுவும் உப்பும் புளியுங் கரும்பும் போல்வன" என்றாற் போலவுஞ் சொன்முடிவு பொருண்முடிவு பூரணப்படாமல் நின்றுழியும், ஆக்ஷேப விடைகள் பிறர்கோட் கூறல் தன் மதங் கோட லென்றிவற்றில் ஆசிரியர் மதமிது பிறர் மதமிது வெனக் காட்டற் கவசியமான அடைகள் சிதைவுற்றுக் கிடந்துழியும், இன்னோரன்ன பிறழ்ச்சி பிற அநுமானிக்கப் பெற்றுழியும், பிரதிகள் அனைத்தும் ஒத்திருப்பனவற்றை எட்டுணையும் யான் மாற்றிலேன். எவ்வகைப் பொருட்டிருத்தமும் யானாகச் செய்ததின்று. துடங்கல் கலிழ்த லாதியவற்றின் ரூபத்தை மாத்திரம் இக்காலத்ததாகத் தொடங்கல் கலுழ்த லென மாற்றியிருக்கின்றேன்.

---

* ௪௦௦-ம் பக்கம், ௯௪-ம் வரி.

+ ௪௭௪-ம் பக்கம், ௪-ம் வரி.

இலக்கிய இலக்கணங்களில் வல்ல பெரியோர் இப் பதிப்பிலுள்ள குற்றங்களை அடியேனுக்குத் தெரிவிக்கும்படி பலமுறையும் பிரார்த்திக்கின்றேன். அன்னோர் அறிவிக்குந் திருத்தங்களைத் திரட்டி, இன்ன இன்ன வழு இன்ன இன்ன வித்துவான்களால் உணர்த்தப்பட்டனவென்று குறிப்பிட்டுத், தொல்காப்பியப் பதிப்புத் திருத்தமென் றொன்று உடனே அச்சிட்டு வெளியிடக் காத்திருக்கின்றேன். ஐம்பது புதுத் திருத்தங்களுக்கு ஒரு பிரதி என் நன்றியறிவிற்கோர் அடையாளமாக அனுப்புவேன். இந்நூல் பிழையற வழங்கச் செய்தல் ஓர் பெரும் லோகோபகார மென்று உணர்வாராக.

இதனைப் பதிப்பித்ததில் அச்சிற்குங் காகிதத்திற்கும் வந்த செலவினும் பரிசோதனைச் செலவு இருமடங்கிற்கு மேலே சென்றதாகலானும், இப்பெயர்ப்பட்ட அரிய நூல்களைப் படிக்க விரும்பி வாங்குவோர் சிலரே யாதலானும், இதுவித முயற்சியிற் கையிடுவது கைம்முதலுக்கே நஷ்டத்தை விளைவிக்கின்றது. ஆதலாற் றமிழ்விருத்தியில் அபிமானமுள்ள பொருட் செல்வர்களாற் சிறிது சகாயம் பெற்றாலன்றி இன்னும் இதுபோல அழிகின்ற தசையை அடைந்திருக்கும் அரிய கிரந்தங்களைப் பரிசோதித்துப் பதிப்பித்தலில் ஊக்கஞ் செல்லாது. இதுவரையும் அச்சுமணமும் பெறாத பூர்வ கிரந்தங்களையே தேடிப் பதிப்பிக்கும் நோக்கமுடையேற்குக் கல்வியருமை தெரிந்த திரவிய சீலர்கள் கைகொடுப்பார்க ளென்று நம்புகின்றேன்.

ஓரொருவர் ஓரொரு நூலைத் தமது செலவிற் றமக்கு இஷ்டமான வித்துவான்களைக்கொண்டு பரிசோதித்து அச்சிடுவிப்பனுந் தமிழ்த் தேசத்திற்கு எவ்வளவு பேருபகார மாகும்? எத்தனை அரிய நூல்கள் இறவாதொழியும்? அடியேன் வேண்டுகோளின்படி, முன்பு திருவனந்தபுர அரசற்கு மந்திரியாயிருந்த கனம்பொருந்திய ஸ்ரீமத். அ. சேஷைய சாஸ்திரியா ரவர்கள் கலித்தொகையையும், கூடலூர்ப் பிரபுக்களில் ஒருவருந் தர்மசீலருமாகிய ஸ்ரீமத் மஞ்சக்குப்பம் இராஜரத்தின முதலியா ரவர்கள் தொல்காப்பியம் சொல்லதி காரத்தையும், நச்சினார்க்கினியா ருரையோடு தமது செலவாகப் பரிசோதித்துப் பதிப்பிக்கும்படி உத்தரவு செய்திருக்கின்றார்கள். இவர்கள் முன்மாதிரியைப் பிறரும் அனுஷ்டிப்பாராக. இதில் முந்தி நிற்க வேண்டியர்வர்கள் மடாதிபதிகள். இவர்கள் கருத்து இதிற் செல்லுமாறு சரஸ்வதி கிருபை புரிவாளாக.

திரவிய லாபத்தை எவ்வாற்றானுங் கருதி முயன்றிலேன். கைநஷ்டம் வராதிருப்பதொன்றே எனக்குப் போதும். இதுவரையிற் பதிப்பித்த நூல்களால் எனக்குண்டான நஷ்டங் கொஞ்சமல்ல. இவ்வித முயற்சியிற் கையிடுவோர் நஷ்ட முறாதிருத்தற் பொருட்டுச் சர்வகலாசாலைப் பரீக்ஷையிற் றேறி, ஆங்காங்குப் பெரும் உத்தியோகம் வகித்திருப்போர் தத்தஞ் சொய பாஷையில் அச்சிடப்படும் பூர்வ கிரந்தங்களில் ஒரு பிரதி வாங்குதல் அவர் கடமையென் றெண்ணுகின்றேன்.

இந்நூலைப் பதிப்பித்தற்கு வேண்டிய காகிதத்திற்காகத் திரவிய சகாயஞ் செய்த கண்ணிய தருமசீலர் இருவர் உளர். அவர்களுக்கு மிக்க நன்றி கூறுகின்றேன்.

**சி.வை.தா.**

கும்பகோணம்
பார்த்திப ஸ்ரீ ஐப்பசி மீ

உ

நல்லந்துவனார்

# கலித்தொகை

மதுரை—பாரத்துவாசி
நச்சினார்க்கினியார்
உரையோடும்

யாழ்ப்பாணம்
சி.வை. தாமோதரம்பிள்ளையால்
பலதேசப் பிரதிரூபங்களைக்கொண்டு
பரிசோதித்து

ஸ்ரீ தொண்டமான் புதுக்கோட்டை மகாராசாவின்
மந்திரியும் பிரதிகாவலருமாகிய
கௌரவ அ. சேஷைய சாஸ்திரிகள் C.S.I.

காருண்யோபகார திரவியத்தைக்கொண்டு
பதிப்பிக்கப்பட்டது.

*சர்வஜித்து ஞு ஆடி மீ*

Copyright Registered

MADRAS
PRINTED AT THE SCOTTISH PRESS
BY GRAVES, COOKSON AND CO.

1887

நல்லந்துவனூர்

# கலித்தொகை.

மதுரை-பாரத்துவாசி

நச்சினார்க்கினியார்

உரையோடும்

யாழ்ப்பாணம்

சி. வை. தாமோதரம்பிள்ளையால்

பலதேசப்பிரதிரூபங்களைக்கொண்டு

பரிசோதித்து

ஸ்ரீ தொண்டமான் புதுக்கோட்டை மகாராசாவின்

மந்திரியும் பிரதிகாவலருமாகிய

கௌரவ அ. சேஷையசாஸ்திரிகள்

C. S. I.

காருண்யோபகார திரவியத்தைக்கொண்டு

பதிப்பிக்கப்பட்டது.

சர்வஜித்துஸு ஆடிமீ

**Copyright Registered.**

MADRAS.

PRINTED AT THE SCOTTISH PRESS, BY GRAVES, COOKSON AND CO.

1887.

# பதிப்புரை

கயிலை மன்னிய கடவுட னனுக்கிர கத்தி
னியல்பு காட்டிமற் றேழையேம் பொருட்டுரு லேய்ந்த
செயல்கை லாயநா தக்குரு திருமறைக் காட்டிற்
பயில வாய்ந்ததென் றாய்ந்தவ னிணையடி பணிவாம்.

திங்க ளாம்பலுஞ் செங்கதிர்ச் செல்வன்
கொங்கவிழ் நறையிதழ்ப் பங்கய மலகு
நீர்மிசை யலர்த்துஞ் சீர்வறி தரக
வளமலி யுலகி லுளநிறை புலமைக்
கலைக்கதிர் கொடுகருஞ் சிலைக்கிணை கடந்த –

என் இதயமுங் சிறிதளவு உதயமாம்படி பார்மிசைப் பக்குவிட நெகிழ்த்திய மிக்க சிறப்பினையுடைய,

சுன்னை முத்துக் குமாரன் றுணைக்கழல்
சென்னி நாவொடு சிந்தை திருந்தவைத்
தன்ன மூதறி வாளர் பதந்துதித்
திந்நி லத்திவ் வுரையின் றியம்புகேன்.

தமிழ் சுயபாஷை யென்பதூஉம், அதன் பெயர் திரவிட மரூஉவன்று தமிழ் மொழியே யென்பதூஉம், அஃது பரத கண்டத்தில் எப்பாஷைக்கும் பிந்தியதன் றறென்பதூஉம், எவ்வாற்றானும் பிறபாஷைக்கும் பிறபாஷைகளுக்குத் தாழ்ந்த தொன்றன் றென்பதூஉம் வீரசோழியப் பதிப்புரையில் ஆக்ஷேப நிராகரண சகிதமாக விவரித் தெழுதியிருக் கின்றேன்.

ஆயினும் என் கூற்றை நன்குணராது, திரவிடமென்னுஞ் சம்ஸ்கிருத பதந் தமிழெனத் திரிதற்கு மார்க்க மில்லையென்று யான் மறுத்தது போலச் சிலர் மயங்கி, வெகு கஷ்டப்பட்டு விதிநாட்டித், திரவென்பது தவ்வாகியும், வகர டகரங்கள் மகர ழகரங்க ளாகியும் மருவி அம்மீறு கெட்டுத் தமிழாயிற்றென்று பல்லுதாகரணங்கள் காட்டி வாதித்து, இனி யான் தம்மதத்திற்கு உட்படுதலே தக்கதென்றும்

போதித்தனர். இப்படி மருவுதற்கு விதியிலதென்று யான் யாண்டுஞ் சாதித்திலேன். இதுவும் ஒரு பெருமயக்கே. தமிழென்பதற்குந் திரவிட மென்பதற்கும் உள்ள சப்த பேதத்தைக் குறித்து விசாரிப்புழியன்றே இது பயன்படுவது? அன்றியும் மரூஉ மொழி யிலக்கணமு மொன்று உளதாக விதிவிதி யென்று மாரடிக்க வேண்டிய தலைவிதிதா னென்னோ? மரூஉவிற்கு ஒருவழிப்பட்ட விதியுண்டா? திரவிடந் தமிழென மரீஇயிற் றென்றாற் போதாதா? தமிழென்னுஞ் சொல் தமிழ்ப்பாஷைச் சுயமொழியா திரவிட மென்னும் வடமொழித் திரிபா எஃதுண்மையென ஆராய்ச்சி செய்வான் புகுந்தபோதே திரவிட மென்பது தமிழென மாறுதற்கு விதியுண்டென்று யான் ஒத்துக் கொண்டதுதானே போதருமல்லவா?

இனி, இவர் கூற்றின் சாராமிசத்தைச் சிறிது கவனிப்பேம். மதுரையில் ஒரு திருமலை நாயக்கன் இருந்தனன். சென்னையில் ஒரு திருமலை நாயக்கன் இருந்தனன். இருவரும் வடுகர். சென்னைக்கும் மதுரைக்கும் மிகச் சுளுவிலும் விரைவிலும் போய்வரத்தக்கதாகப் புகைரத வீதியுண்டு. ஆதலால் இரண்டிடத்தும் இருந்தது ஒரே திருமலை நாயக்கன்தா னென்பதே. இஃதென்ன தர்க்க லக்ஷணம்! என்ன விபரீதம்!! ஒரே காலத்தில் இருந்தாரென்று கொள்ளினும் இது சித்தாந்தமாகாதே. பின்னை அகத்தியர் காலத்தின் முன் தொட்டுள்ள பதினாறாயிரம் வயதுள்ள தமிழ்ப் பதத்தையும் உச்சயினிபுரத்தில் இரண்டாயிரம் வருஷத்தின்முன் பிறந்த திரவிட பதத்தையும் ஒன்றென்றால் யார்தான் நகையார்? மூதாதை திருமன்றலிற் பௌத்திரன் சந்தன தாம்பூலம் பரிமாறினா னென்பதற்கும் இதற்கும் யாது பேதம்? தமிழென்னும் பதத்தை எடுத்தாண்ட அகத்திய தொல்காப்பியர் காலத்துச் சம்ஸ்கிருத நூலுடையோராய நாரத வியாச வசிஷ்டராதியர் வாய்மொழியினின்று திரவிட சப்தம் வழங்கியதை முதற் காட்டியன்றோ பின்னர் இம் மதம் நாட்டப் புகுதல் வேண்டும்? சிவபெருமான் அகத்தியரைப் பொதியிற்கு அனுப்பிய கதை ஸ்காந்தம் முதலிய பழைய புராணங்களில் உளதாகவும், ஆண்டுத் திரவிட சப்தத்தைக் காண்கிலமே. ஆலசியபுராணம் பாகவதம் முதலிய பிற்றைநாள் நூல்களிலன்றோ அது முளைத்தது? யான் போகும் இடங் கலைவல்லோரும் முனிவரும் நிறைந்த பெருமாண்பின தாதலில் அவர்கள் மொழியை உபதேசித்து என்னை ஆண்டனுப்புக என்றதன்றித் திரவிடமென்று கேட்ட தில்லையே.

வியாசர் புராணங்கள் செய்த காலத்திற் றமிழ் இல்லை, இருப்பினன்றோ அதன் பெயர் வரும். இஃதொன்றே தமிழ் பிற்றைநாளது என்பதற்குச் சான்றாகு மென்றும் வாதிப்பார் போலும். புராண இதிகாசங்களி னகத்துச் சேய்ஞ்ஞலூர் மணலியூர் முதலிய சுத்த தமிழ்ப் பெயர்கள் கூறப்பட்டுக் கிடப்பதே தமிழ் அவர் காலத்து உண்மைக்குச் சான்றாகும்.

ஒன்றினின்று ஒன்று பிறந்தது உண்மையாயின், அதற்கு வேறு ஏது காட்டி முடிவு செய்யாமல், எழுத்திலக்கண விதியினால் ஒன்றனை ஒன்றன் யாயென்று கூறி, அதுமாத்திரத்தாற் றமது மதந் தாபிக்கப்பட்டதென்று முழங்குவது ஆன்றோர் அறிவிற்குப் பெருமையன்று. மேலும் ஸ்தாபனப் பொறுப்பும் அவரதே. எழுத்திலக்கண விதி யொன்று மாத்திரமே கொண்டு நியாயம் பேசில் *(Wall)* உவால் என்னும் அங்கிலேய பதம் பந்தல் பந்தர் சாம்பல் சாம்ப ரென்றாற்போல லகரம் ரகரமாகிப் பிரவாளம் பவளம் பிரயாணம் பயண மென்றாற்போல ஆகாரங் குறுகிச் சீலம் சுசீலம் சுகம் சுசுக மென்றாற்போலச் சுப்பிரயத்தியம் பெற்றுச் சுவரென்னுந் தமிழ்ச் சொற் சனித்த தென்றுஞ் சிவிறி விசிறி யென்றாற்போல *(Horse)* ஹோர்ஸ் குதிரையென்றும் *(Rice)* றைஸ் சோறென்றும் ஆயிற்றென்றுஞ் சொல்லலாமே. *(Sunday)* ஸன்டே முதலிய வாரப் பெயர்களெல்லாம் ஸன்னினின்று சூரியனும் மூனிலிருந்து சோமனுந் தியூஸ் ஸ்யூத்தென மாறிச் செவ்வாயும் பிறந்ததென்று சாதிக்கலாமே. இதுவா அந்தோ! இவர்கள் கற்ற எழுத்திலக்கண முடிவு?

இனிக் கால நிர்ணயத்தையாவது கொஞ்சமேனுங் கவனிக்கின்றார்களா? சோமசுந்தர பாண்டியனென்ற பெயரை ஒருவற் கதிகம் வகித்தல் தகாதென்றாற் போலக் கிரேக்கர் இந்தியாவிலே ஒரு சோமசுந்தர பாண்டியனோடு இற்றைக்கு கரு00-வருஷத்திற்கு முன் கொண்டாட்ட முடையரா யிருந்தன ராதலால் அவனே ஆதி சோமசுந்தர பாண்டியனென மயங்கி மதுரைத் திருவிளையாடற் சரிதை யெல்லாம் முந்தநாளைச் சரிதையென்று துணியுங் காலுவலாசிரியர் கூற்று எத்தன்மையது? இன்னோ ரன்னோர்க்குத் தமிழ்க்கு கசூ000-வயதும் திரவிடத்துக்கு உ000-வயதுமென்று யாங் காட்டுவதனால் யாது பயன்?

மேலும், ஆனனம் பங்கசங் கிரீடமென் றின்னன வொப்பத் தமிழென்பதுந் திரவிட மென்பதும் ஒரு பொருளனவா? அதுவுமன்று. அங்கம் வங்கங் குலிங்கம் வங்காள மென்றாற்போலத் திராவிடம் முதலில் நாட்டைக் குறித்துப்

பின்னர் ஆகுபெயராய் அந்நாட்டு மொழியைக் குறிப்பது. அங்கர் வங்கர் போலத் திராவிட ரென்பது திராவிட தேசத்தா ரென்னும் பொருளதன்றித் திராவிட பாடை பேசுவோ ரென்னும் பொருளுடையதன்று. தமிழ் அங்ஙனமன்று. தமிழ ரென்றாற் றமிழ் நாட்டா ரென்னும் பொருள் தொனியாது தமிழ்மொழி பேசுவோ ரென்னும் பொருளே தொனிப்பது. சம்ஸ்கிருதத்தினின்று தமிழில் வந்த சொற்களுக்கு இவ்வாறாய பொருட்பேதமின்று. சம்ஸ்கிருதத்திற் குறிக்கும் பொருள் எதுவோ அதுவே தமிழகத்துங் குறிக்கப்படும். இதனானுந் தமிழுந் திரவிடமும் வேறுவேறென்பது போதரும்.

இன்னும் இரண்டொரு நியாயந் தமிழ் வழக்கை ஒட்டி ஈண்டுக் கூறுவன். தமிழ் திராவிடத்தின் திரிபாகிய வட மொழியாமாயிற் பஞ்ச திரவிட மென்பார் பஞ்ச குற்றம் பஞ்ச கேள்வி பஞ்ச தொழில் பஞ்ச தாயர் பஞ்ச திணை பஞ்ச பாலென்று இன்னோரன்ன தொகைகளை ஒழித்துவிட்டாற் போலப் பஞ்ச தமிழென்பதனையும் விலக்கிவிட்ட தென்னோ? ஐவகைப் பொருள் தொக்க வடமொழிப் பெயர்க ளெல்லாம் பஞ்ச என்னும் எண்ணுப் பெயர் புணர்தற்பால வன்றோ? முத்தீயைத் திரிதீ யென்னார்; முப்பழத்தைத் திரிபழ மென்னார்; அஃதொப்ப முத்தமிழைத் திரிதமி ழென்னார். மேலுந் திரிபுரத்தைத் திரிபட்டண மென்னார்; பஞ்ச பாதகத்தைப் பஞ்சமற மென்னார்; அவ்வாறே பஞ்ச திரவிடத்தையும் பஞ்ச தமிழென்னார். வேறென்ன சாட்சி வேண்டும்? சிறுகால் அருகி வழங்குஞ் சதுர்மறை சத்தகட லென்னும் அற்பவழக்கு விலக்கென் றொழிக. அதுவும் அடிபட்ட ஆன்றோர் வழக்கன்று. கொடுந்தமிழின் பாற்பட்ட இழிவு வழக்கேயாம். பஞ்ச தமிழ் திரிதமி ழென்று அங்ஙனே இழிந்தும் வழங்கிற்றில தென்பது யான் கூறவேண்டியதில்லை.

உரியநெய் தாளதாமரை எனல்போலத் தமிழப் பிள்ளை தமிழப் பல்லவன் தமிழவண்ணல் தமிழநாகன் எனத் தமிழென்னுஞ் சொல் அகரச் சாரியை பெற்று வருதலும் அஃது ஆரியமொழி யல்லாத சுத்த தமிழ்ச் சொல்லாதல் பற்றியே யென்றறிக. தமிழில் மகர ஈறு பெற்று அதுபற்றி அத்துச் சாரியை சேரப்பெற்ற சில மொழி தவிர யாதொரு சொல் தமிழ்ச் சாரியை பெற்றது? அது தமிழ்ச் சொல்லென்றே துணிக.

இனி, ஆரியத்தில் வழங்கிய திரவிட மென்னும் பெயர் யாது பொருளைக் குறித்தது? அப்பொருள் உள்ள இடத்தில்

யாது பெயர் அதற்கு நிகழ்ந்தது? பல்லாயிர வருஷமாகத் தமிழ் தனக்கொரு பெயரில்லாமலா இருந்தது? என்று யான் கேட்டதற்கு முகமென்னும் பெயர் வடமொழியினின்று வருதற்கு முன்பே தமிழில் முகத்திற்கு யாது பெயர் வழங்கிற் றென்றுங் கேட்பாருளர். யாதாயினும் ஒரு மொழியில் இரண்டோ ரெழுத்துச் சம்ஸ்கிருதத்திற்குந் தமிழிற்கும் பொதுவாயின் அது சம்ஸ்கிருதத்திலிருந்து வந்ததென்று சாதித்தல் சரியன்றென்றும் இங்கிலீஷிலுள்ள பாதர் மதர் ஒப்பத் தமிழிற் பிதா மாதா என்றிருத்தலால் ஒன்றினின்று ஒன்று வந்ததல்ல வென்றும் யான் வற்புறுத்தியதைச் சிந்தை செய்தனராயின் முகமென்பதும் அங்ஙனே இரு மொழிக்கும் பொதுவென்று கொள்ளாது இவ்வாறு கேட்பது சாத்தியக் கோளென்னும் போலி நியாயமல்லவா? சம்ஸ்கிருத மொழி ஒன்றாவது பயிலாத கலித்தொகை முதலிய சங்கத்தார் நூல்களில் முகமென்பது எத்தனையோ இடத்தில் வருகின்றதே. அன்றியும் முகமென்னும் பலபொரு ளொருசொல் தமிழ்த் திரிசொல் லென்பது அதற்குச் சம்ஸ்கிருதத்தில் வழங்காத பொருள்களும் வழங்குவதினாற் போதரும். இதுபோலத் திரு அகம் புதன் தாமரை மனமென்றற் றொடக்கத்து அளவிறந்த சொற்கள் இருமொழிக்கும் பொதுவா யுள்ளனவற்றை ஒன்றற்கே உரியதென்று கோடல் நடுவுநிலைமை யன்று. ஒருமொழி, பல பாஷைக்குப் பொதுவாய் நிகழ்வது பாஷா சம்பந்தம் உணர்ந்தோர்க்கு நூதனமன்று. திருமண் திருநீறு திருவிழா அங்கை அஞ்செவி புதன்கிழமை செந்தாமரை முதலிய செந்தமிழ் வழக்கும் புணர்ச்சியும் சம்ஸ்கிருத மணமுமில்லாத பண்டைய சுத்த தமிழ் நூல்களில் ஆங்காங்குப் பல இடங்களிலுங் காணலாம்.

இவற்றோடு பெரும்பாலும் ஊடாடாது பிற்றைக் காலத்தனவாகிய இதிகாச புராணாதிகளிலுஞ் சமய சாஸ்திரங்களிலும் மிக்க பயிற்சியுடையோரே தமிழின் தொன்மையையுஞ் சுவயத்துவத்தையும் நன்குணராமல் அதனை வடமொழியினின்று உற்பத்தியாயிற் றென்பர். இலக்கணக் கடலாகிய ஈசானதேசிகரே இவ்வாறு மயங்கின ரெனின் மற்றையோர் பிழைப்பது அதிசயமா? இவர், "அன்றியுந் தமிழ்நூற் களவிலை யவற்று – ளொன்றே யாயினுந் தனித்தமி ழுண்டோ" என்று கூறியதே அவர் இந்நூல்களிற் பயிலாமைக்குச் சான்றாம். தமிழ் செய்த தவக்குறைவே அன்னோர் வடமொழிச் சாகரத்தில் மூழ்கி ஆனந்தித்துத் தமிழை அலட்சியஞ் செய்தது.

*வடநூற் பயிற்சியில்லாத என்போலியர் இவ்வித ஆராய்ச்சியில் ஒரு முடிவுகாண அருகரன்றென்று சிலர் வாதித்தனர். காண்டல் கருதல் உரை யென்னும் மூன்று பிரமாணங்களே அறிவிற்குக் கருவியாம். அவற்றுள் முன்னையது இவ்வாராய்ச்சிக்கு ஒவ்வாது. பின்னை யவற்றுள்ளுங் கருதல் காண்டலானும் உரையானும், பெற்ற சாதனங்கள்மேற் சென்று நிகழ்வது. ஆதலால் உரையே ஈண்டு இன்றியமையாததாம். இனி இவ்வுரைப் பிரமாணங் கல்வி கேள்விகளால் அடைவது. இவற்றுட் கேள்வியில்லாக் கல்வி சிறப்புறாது. கல்வியின்றியுங் கேள்வி சிறப்புறும். "முற்றப் பகலு முனியா தினிதோதிக் – கற்றலிற் கேட்டலே நன்று" திருவள்ளுவ நாயனாருஞ் "செல்வத்து ளெல்லாந் தலை" என்றது அதனையே. பின்னைச் சம்ஸ்கிருத நூற்களின் பொருள் அந்நூற்களில் வல்ல புலவர் வாயிலாகக் கேட்டறிந்த அறிவின்மேல் யுத்தி பூர்வமாகக் கருதல் நடந்துழி வருங் குறைவு யாதோ? அன்றியுங் கல்வியாலாகும் அறிவிற் கேள்வியான் வருவது நூறு மடங்காகுமே. ஆதலாற் பலகாலும் விபரீத உணர்ச்சியையுந் தருவதாகிய கல்வியே இதற்கு உபகாரப் படுவதென்றென மறுக்க. எப்பொருள் யார்யார்வாய்க் கேட்பினு மப்பொருண் மெய்ப்பொருள் காண்ப தறிவு.

வடமொழியின் மகத்துவத்தை யான் எஞ்ஞான்றும் எட்டுணையும் அவமதித்திலேன். தமிழ் அனாதி யென்றாவது சம்ஸ்கிருதத்திற்கு முந்திய தென்றாவது கொள்கிலேன். ஆரியர் வருவதற்கு முன் பரதகண்டத்திலிருந்த பாஷை தமிழென்றும் ஆரியரால் முறியடிக்கப்பட்ட தமிழர் +தென்றிசைச் சென்று

---

* "வடநூற் பயிற்சியில்லாத எனக்கு" என்று யான் வீரசோழியப் பதிப்புரையில் எழுதியது அப்பாஷையறிவு சிறிதும் இன்மையானன்று. சம்ஸ்கிருதத்திற் சந்தியுங் கிரியையும் பாடம் பண்ணி, அமரமும் நானார்த்தரத்தினாவலியும் ஓதி இதோபதேசமும் ரகுவமிசமும் பார்த்துளே னாயினுஞ் சின்னூல் கற்றுப் பன்னூற் புலவர்போலத் தம்மை மதிப்பார் போலாது என் வடமொழியுணர்ச்சி ஒருணர்ச்சி யன்றென்று யான் கருதியமைபற்றியே யெனக் கொள்க. தமிழிலேதானும் யான் என்னை ஒரு பொருளாக மதியாமை தொல்காப்பியப் பதிப்புரையிற் பண்டிதர் கவிராசர் வித்துவான் புலவனென் றின்னோரன்ன பட்டத்திற்கு அருகனாகாது இன்னும் பலகாலத் தமிழ்ப் படித்தற்கு உரிமை பூண்டு நிற்கும் என்போலிய ரென்பதனான் விளங்கும். நமது தமிழ் நூல்களுக்கு வந்த விதியையும் கையெழுத்துப் பிரதிகளின் கதியையும் அவை அடைந்திருக்கும் ஸ்திதியையும் பார்த்துச் சகிக்கமாட்டாமை யொன்றே என்னை இத்தொழில்களில் வலிப்பது.

+ இதற்கு அயற் சாட்சிகளும் பிற உளவென்றேன். சென்னை ஹைகோர்ட் சிரேஷ்ட நியாயாதிபதியாயிருந்த சர் சாள்ஸ் தேணர் துரையவர்கள் இமயமலைச் சாரலில் இருக்கும் ஒரு வேடச் சாதியாருடைய பாஷை தமிழோ டொற்றுமை யுடையதென்று தெரிவித்தனர். இதனால் தென்றிசைச் சென்றோர் பலராகச் சிலர் வடதிசைச் சென்று மலையடிவாரங்களிற் குடியுறைந்தன ரென்றுங் காலாத்தரத்திற் பல விகற்பங்களை யடைந்த அவர் தமிழ் இப்பொழுது பிறிதொரு பாஷையாயிற் றென்றுங் கொள்ளலாம். இங்கு வந்த தமிழரினின்று சிதறி நீலகிரியிலுங் குடகத்திலும் வதிந்த தோடர் குடகர் பாஷைகளும் அன்ன என்றறிக.

142 தாமோதரம்

சேர சோழ பாண்டிய ராச்சியங்களை ஏற்படுத்தினார்களென்றும் ஆதலாற் பரத கண்டத்திற்குத் தமிழே முந்தியதென்றுஞ் சாதிப்பா ருளராகவும், யான்,

இருமொழிக்குங் கண்ணுதலார் முதற்குரவ ரிசைவாய்ப்ப
இருமொழியும் வழிப்படுத்தார் முனிவேந்த ரிசைபரப்பும்
இருமொழியு மான்றவரே தழீஇயினா ரென்றாலிவ்
இருமொழியு நிகரென்னு மிதற்கைய முளதேயோ

என்ற முனிவரார் பதத்தைச் சிரமேற் றாங்கி இருமொழியுஞ் சமத்துவமுடையன வென்றும் ஆகவே தமிழிற்குச் சம்ஸ்கிருதந் தாய்மொழி யன்றென்றுந் தமிழின் பெயர் திரவிட மென்பதன் மரூஉ வன்றென்றுஞ் சாதிப்பான் நின்றனன்.

ஆயினுஞ் *சுதேசமித்திரன்* வாயிலாகத் தோன்றிய இருவர் யான் கூறாத கூற்றுக்களையும் என் தலைமேலேற்றிச் சம்ஸ்கிருதத்திலும் வைஷ்ணவத்திலும் அசூயை கொண்டிருக்கின்றே னென்று பழிசுமத்தினர். சைவருஞ் சமணரும் போல வைஷ்ணவர் தமிழைப் பரிபாலித்தில ரென்று யான் சாற்றியதில் வைஷ்ணவ நிந்தை எவ்வாறு பெறப்பட்டதோ? "வைணவர்கள் திராவிடத்தைப் பள்ளித் தமிழென்று ஏளனமாயுரைப்பர்". "வைணவக் கிரந்தந் தமிழிற் செய்தால் அது தமிழுக்குக் கவுரவம்" என்று கழறிய அவர் கூற்றே என் சொல்லை மெய்ப்பிக்கவில்லையா? பின்னை என்மேல் ஏன் அவர்க்கு இவ்வளவு நிந்தனை! விதவையை மொட்டையடிக்கும் உறவினர் அவள் அளகத்தின்மேற் கொண்ட வெறுப்பினாலா அவ்வாறு செய்விக்கின்றனர்?

யானை தன் தலைமேல் மண்ணை வாரிப் போட்டுக் கொள்வதுபோல் இன்னும் பல சைவ நிந்தனைகளுக்கும் சைவாசிரிய நிந்தனைகளுக்கும் இவர் தம்மை ஆட்படுத்திக் கொண்டதனால் எனக்கு யாதும் மனக்கோட்டமிலது. ஆயினும் அவர் கடிதத்தில் என் கூற்றுக்கு ஆக்ஷேபமாகச் சில வாதந் தொடுக்கப்பட்டமையால் அவற்றை மாத்திரம் ஈண்டு நிராகரிக்கின்றேன்.

"ஆரிய சம்பந்த மின்றித் தமிழ்க் கிரந்தங்கள் கிடையா" என்றார். இது பிறவிக் குருடன் சூரிய சந்திர ருண்மையை மறுத்த தொக்கும். இதனை முன்னரே நிராகரித்திருக்கின்றேன். இதன் பொய்ம்மையை மதுரைச் சங்கத்து நூல்களுள் ஒன்றையாவது பார்த்து உணர்வாராக. இக் கலித்தொகையே இதற்குச் சான்று பகரும்.

"அகத்தியத்திற் கீர்வாணத் தோரணைகள் அநேகங் காணலாம். நாடகத்தை நாடகமெனவே அகத்தியர் கூறுவர்"

என்றார். அகத்தியத்தை இப்பெருமான் யாண்டுக் கண்டனரோ! இரண்டொரு தோரணைகளைக் காட்டி உதாகரித்தாலன்றோ அஃது ஆரியச் சிறப்புத் தோரணை யென்று தெரியலாம்? அங்கிலேய பிராஞ்சிய ஜர்மானிய ருஷிய கிரேக்க லத்தீனாதி பாஷைகளின் வியாகரணங்களி லெல்லாஞ் சம்ஸ்கிருதத் தோரணை காணலாமே. எழுவாய் பயனிலை கொண்டு முடியுமென்றால் இது எந்தப் பாஷைத் தோரணை? வியாகரண மென்ற போதே எல்லாப் பாஷை வியாகரணங்கட்கும் பொது இலக்கண முண்டாயிருத்தல் அவசியமாமே. இய லிசை நாடகத் தமிழெனத் தமிழிற் கூறிய நாடகமும் புராண இதிகாச காவிய நாடகமென வட மொழியார் கூறும் நாடகமும் வேறு வேறென்று அவர் அறிந்திலர் போலும். ஒன்று மொழியியைபு விலாசங்களைக் குறிப்பது; மற்றது கிரந்த நடை சுவைகளைக் குறிப்பது. இவை தம்முள் வேற்றுமையாம்.

"தமிழெழுத்துக்களே கிரந்தாக்ஷரங்களின் திரிபு" என்றார். இதனாற் போந்ததென்? கிரந்தாக்ஷரம் முந்திய தென்றாகும். தருமன் துரியோதனனுக்கு மூத்தவ னென்றாற் பாண்டு திரிதராட்டிரன் தமையனாவானா? இனி, "ஆதிகாலத்தில் மனு மான்கள் தேவபாடை பேசினதாகத் தெரியவருகிறது. மூலவாக்கிய வேதம் கீர்வாணமே" என்றதனாற் சித்தாந்த மானது யாது? வடமொழி முந்தியதென்பதே. அவ்வாறு வட மொழியே முந்தியதாகுக. காலத்தால் முந்தியதெல்லாம் பிந்தியதற்குக் காரணமாமா? அதிதி முந்தியவ ளாதலால் தைத்தியருக்குத் தாயாயினாளா? ஒன்றைச் சித்தாந்தஞ் செய்யும் போது அதன் பூர்வோத்தர பக்ஷங்கள் திருட்டாந் தங்களை நிச்சயித்தன்றோ துணிதல் வேண்டும்?

"காசியிற் சங்கத்தை அடக்கத் தவம் புரிந்து வரம் பெற்றுத் தமிழை யடைந்தது உலகம் அகத்தியன் மூலம்" என யான் எஞ்ஞான்றுங் கூறிற்றிலேன்.

"கீர்வாண நாயகனை மணந்தவள் வேட்கை வேளையில் மாத்திரம் அவனை இச்சித்துத் தன் மன வழியே நடந்ததினா லன்றோ அந்தப்பட்டி சோபியாமல் இழிவடைந்தாள்" என்று திட்டியுங் "காளமேகமே நீ எமது நாளை மேகம்போல் பொய்த்தனையே! சிறப்புத்தா னுனக்கு" என்று புலம்பியும் இன்னோரன்ன இழிமொழிகள் செறிந்தும் வருங் கூற்றுக் களுக்கு யான் விடையெழுதுவே னல்லேன். உலகத்தில் இவர் போலியராற் திட்டப்படுவதற்குத் தகுந்த யோக்கியதையாவது உள்ளவனாக யான் மதிக்கப்பட்டதே எனக்குப் பெருஞ் சிறப்பென்று கொண்டனன்.

தமிழுக்குக் காலாந்தரத்தில் இரண்டு பெரும் பூதங்களால் இரண்டு பேரிடையூறுகள் நிகழ்ந்தன. குமரியாறும் அதன் தெற்கணுள்ள நாடுகளுஞ் சமுத்திரத்தின் வாய்ப்பட் டமிழ்ந்திய போது தமிழ்ச் சங்கத்திற்கு ஆலயமாய்ச் சர்வ தமிழ்க் கிரந்த மண்டபமாயிருந்த கபாடபுரம் அதன்கண் இருந்த எண்ணாயிரத் தொருநூற்று நாற்பத்தொன்பது கிரந்தங்களோடு வருண பகவானுக்கு ஆசமனமாயிற்று. பாண்டிய நாட்டின் வடபாலில் ஆங்காங்குச் சிதறுண்டு குலாவிய சாதாரண சன விநோதார்த்தமான சில கிரந்தங்களும் பள்ளிக்கூடங்களிற் சிறுவர்தங் கல்வித் தேர்ச்சிக்குரியவாய் வழங்கிய சிறு நூல்களுஞ் சில்லறை வாகட சோதிடாதிகளுமே பிற்காலத்தார் கைக்கு எட்டுவனவாயின.

ஏரண முருவம் யோக மிசைகணக் கிரதஞ் சாலந்
தாரண மறமே சந்தந் தம்பநீர் நிலமு லோகம்
மாரணம் பொருளென் றின்ன மானநூல் யாவும் வாரி
வாரணங் கொண்ட தந்தோ வழிவழிப் பெயரு மாள

எனப் புலம்பிய நமது முன்னோரிடத்திலிருந்து நாம் அடைந்த பிதிரார்ச்சிதம் வெறும் பெயரினுஞ் சிலவேயாம்.

இப்பால் வடமதுரைச் சங்கம் ஏற்பட்டு, இடமிடந்தோறும் நடைபெற்றுள்ள சுவடிகளைச் சேகரித்துத், தமிழ்ப் பரிபாலனம் பண்ணித், தன் காலத்தும் நானூற்றைம்பது புது நூல்களை அரங்கேற்றி வைத்தது. அதன் பின்னர்ச் சமண வித்துவான்கள் தலையெடுத்துப் பலபல நூல்கள் இயற்றித் தமிழை வளர்த்தனர். அதன்மேல் இதிகாச புராணாதிகள் சம்ஸ்கிருத மொழி யினின்று வித்துவான்களால் மொழிபெயர்க்கப்பட்டு மறுபடியுந் தமிழ் தலையெடுத்தபோது, நாடு முகமதீயர் கைப்பட, அவர்கள் கோறானுக்கு மாறாகவும் வீறாவதோ கிரந்தங்கள் மண்மேல் என்று மத வைராக்கியங் கொண்டு, அந்தோ! நமது நூற்சாலைகள் அனைத்தும் நீறாக அக்கினி பகவானுக்குத் தத்தஞ் செய்தனர். இவர்கள் கைக்குத் தப்பின சின்னூல்களே இந்நாளில் நமக்குப் பெரிய அரிய நூல்களாயின. அவையும் இக்காலத்து இன்னுந் தமக்கு என்ன பேரவதி வருமோவென்று பயந்தாற்போல இங்கும் அங்கும் ஒளித்துக் கிடந்து படிப்பாரும் எழுதுவாரும் பரிபாலிப்பாரு மின்றிச் "செல்துளைத்த புள்ளியன்றி மெய்ப்புள்ளி விரவாத சென்னாளேட்டிற் – பல்துளைத்து வண்டு மணலுழுத வரியெழுத்து" உடையவாய்ச் செல்லினால் அரிக்கப்பட்டும் பாணங்களாற் றுளைக்கப்பெற்றும் மூன்றாவது பூதமான மண்ணின் வாய்ப்படுகின்றன.

என் சிறுபிராயத்தில் எனது தந்தையார் எனக்குக் கற்பித்த சில நூல்கள் இப்போது தமிழ் நாடெங்குந் தேடியும் அகப்படவில்லை. ஒட்டித் தப்பியிருக்கும் புத்தகங்களுங் கெட்டுச் சிதைந்து கிடக்கும் நிலைமையைத் தொட்டுப் பார்த்தாலன்றோ தெரியவரும்! ஏடு எடுக்கும் போது ஓரஞ் சொரிகிறது; கட்டு அவிழ்க்கும்போது இதழ் முரிகிறது. ஒற்றை புரட்டும் போது துண்டு துண்டாய்ப் பறக்கிறது. இனி எழுத்துக்களோ வென்றால் வாலுந் தலையுமின்றி நாலு புறமும் பாணக் கலப்பை மறுத்து மறுத்து உழுது கிடக்கின்றது.

இது நிற்க, இக்காலத்துப் புத்தகங்களைத் தேடிப் பரிசோதித்து அச்சியற்றும் வித்வசனர்களோ தமக்குப் பொருள் வரவையே கருதி விரைவில் விலைபோகும் விநோத நூல்களையும் பள்ளிக்கூடங்களுக்கு உபயோகமான பாடப் புத்தகங்களையும் சர்வகலாசாலையாராற் பற்பல பரீக்ஷைகளுக்கு ஏற்படுத்தப்பட்ட போதனா பாகங்களையுமே அச்சிடுகின்றனர். சரஸ்வதியின் திருநடனஞ் சொலிக்கப் பெற்றனவாகிய சங்க மரீஇய நூல்கள் சிதைந்தழியவும் அவைகளில் அவர்களுக்குச் சற்றேனுந் திருட்டி சென்றிலது.

இதனைக் கண்டு சகிக்கலாற்றாது மனநொந்து அழிந்து போகுஞ் சுவடிகளை இயன்றமட்டுந் தேடி, அவற்றுட் டமிழிற்குப் பேரிலக்கணமாகிய தொல்காப்பியம் சொல்லதிகாரஞ் சேனாவரையம், அதன் பொருளதிகாரம் நச்சினார்க்கினியம், வீரசோழியம், இறையனாரகப்பொருள், திருத்தணிகைப் புராண மென்று இன்னவற்றைப் பல தேசப் பிரதிகள் கொண்டு பரிசோதித்து அச்சிடுவித்தேன். இதனால் எனக்குப் பிரதிகள் விலைபோகாமல் மூவாயிரத்தைஞ்ஞூறு ரூபாய்வரையிற் றிரவிய நஷ்டம் நேரிட்டது. இவ்வாறான நஷ்டத்தைத் தரும சீலரான பிரபுக்கள் நன்கொடை முதலிய சகாயஞ்செய்து பரிகரித்தாலன்றி என் முயற்சியைக் கைவிடும்படி நேரிடுவது கண்டு பரிபவமுற்றுச் சென்ற வருஷம் ஆடி மாதம் ஹிந்து பத்திர வாயிலாக ஓர் அபயம் எழுதி என் குறைமுறையை உலகத்திற்குத் தெரிவித்ததுமன்றி எனது இஷ்டர்கள் பலர்க்குந் தமிழ்ப் பிரபுக்கள் சிலர்க்கும் அக்கடிதத்தின் பிரதியைப் பிரத்தியேகமாகவும் அனுப்பினேன். அதுகண்டு அநுதாப முற்றோர் சிலரன்றி இலர்.

விசு ஷ தொல்காப்பியம் பொருளதிகாரம் அச்சிட ஆரம்பித்தபோது மேல்வரும் நஷ்டத்தை முன்னுணர்ந்து யான் மனந் தளர்ந்தது கண்டு என்னை உற்சாகப்படுத்தி அதனை அச்சிடப் பிடிக்குங் காகிதச் செலவிற்காக, இப்பொழுது

மைசூர் சீப்-கோர்ட்டு நியாயாதிபதிகளில் ஒருவராக இருக்குங் கவுரவ அ. ராமச்சந்திரைய ரவர்கள் ௧௨௫-ரூபாவுஞ் சென்னை இராஜதானி வித்தியாசாலைக் கணிதாசிரியர் இராயபஹதூர் பூ. அரங்கநாத முதலியா ரவர்கள் ௧௦௦-ரூபாவும் முன்னேறக் கொடுத்ததுமன்றி, அந்நூலைப் பதிப்பித்தலால் எனக்கு நஷ்டம் நேரிடும் பட்சத்தில் தாங் கையளித்த பணத்தை யான் தமக்குத் திரும்பக் கொடுக்க வேண்டியதில்லை யென்றும் மிக்க தயாளத்தோடு துணைபுரிந்தனர். இவர்களது பாஷாபிமான சிந்தை எவராலும் ஏத்தித் துதிக்கற்பாலதன்றோ?

திருத்தணிகைப் புராணச் செலவை எனது உயிர் நண்பரும் யாழ்ப்பாணத்தில் ஒரு வித்துவானும் பிரபுவுமாகிய கொழும்புத்துறை ஸ்ரீ தி. குமாரசாமிச் செட்டியா ரவர்கள் தருவதாக ஒத்துக் கொண்டனர்.

ஹிந்து பத்திரிகை வாயிலாக வெளிப்படுத்திய கடிதத்தைக் கண்டு, ஈண்டுப் பக்கத்திலே குறித்திருக்கும் பிரபுக்கள் தங்கள் தங்கள் பெயர்க்கு நேரே காட்டிய தொகையை எனது முயற்சிக்கும் பிரயாசைக்குந் தமது வெகுமதியாக அனுப்பி உபசரித்து என்னை மிகவுங் கௌரவப் படுத்தினர். அவர்கள் தயாளத்தையும் பரோபகார தேசோபகார சீலத்துவத்தையும் பாராட்டி யான், அவர்கள் அனைவர்க்கும் மிக்க நன்றி கூறுகின்றேன். சென்னைப் பாடசாலைப் புத்தக சமாசீயர் முதலியோர் என் முயற்சிக்குத் துணை செய்யும் பொருட்டு வாங்கிய புத்தகங்களின் கிரயமும் ஷ வெகுமதிகளின் தொகையுஞ் சில்லறையில் விலையானதுஞ் சேர்ந்து இப்போது யான் செலவிட்ட பணத்தில் முக்காற் பங்கு வந்துவிட்டது எனக்குப் பேரூக்கத்தைக் கொடுத்தது.

| | ரூபாய் |
|---|---|
| இராஜா சர் த. மாதவராயர் | ௧௦௦.௦௦ |
| சர் ச. இராமசாமி முதலியார் | ௧௦௦.௦௦ |
| கவுரவ நியாயாதிபதி அ. இராமச்சந்திரையர் | ௩௫௦.௦௦ |
| கவுரவ இராயபஹதூர் சூ.ச. சுப்பிரமணியையர் | ௫௦.௦௦ |
| கவுரவ ப. சென்சல்ராயர் | ௧௦.௦௦ |
| பேரூர் ஜமீன்தார் முத்துவிஜய ரகுநாத தும்பையசாமி தும்பச்சி நாயக்கர் | ௫௦.௦௦ |
| ஊற்றுமலை ஜமீன்தார் இருதாலய மருதப்ப தேவர் | ௧௦௦.௦௦ |
| கும்பகோணம் சப்-கோர்ட் நீதிபதி தி. கணபதியையர் | ௨௦.௦௦ |

கும்பகோணம் சப்-கோர்ட் வக்கீல்
சா. இராகவையங்கார் ௨௫.00

கும்பகோணம் துரைத்தன வித்தியாசாலைத் தலைவர்
ஜே.பி. பில்டர்பெக் துரை ௨0.00

கும்பகோணம் துரைத்தன வித்தியாசாலை
பாஷாசிரியர் சா. சேஷையர் ௫0.00

*கொழும்பு சுப்பிறீம் கோர்ட் நியாயதுரந்தரர்
பொ. குமாரசாமி முதலியார் ௨௫.00

*கொழும்பு சுப்பிறீம் கோர்ட் அத்வக்காத்து கவுரவ
பொ. இராமநாத முதலியார் ௨௫.00

*மாத்துறை டிஸ்திரிக்ட் கோர்ட் நீதிபதி
பொ. அருணாசல முதலியார் ௨௫.00

யாழ்ப்பாணம் வலிகாமம் மேற்கு மணியம்
ஆ. இரகுநாத முதலியார் ௨0.00

+சீகாழி கிருஷ்ணசாமி முதலியார் ௨0.00

ஸ்ரீமத். திருப்பனந்தாளாதீனம் குமாரசாமித் தம்பிரான் ௫0.00

வித்தியா விசாரணைக் கருத்தர் கு. நாகோஜிராயர் ௩0.00

கவித்தலம் துரைசாமி மூப்பனார் ௧0.00

ராவுஸாகிப் சேலம் இராமசாமி முதலியார் ௨0.00

தஞ்சாவூர் சப்கோர்ட்டு நீதிபதி ஸ்ரீ திரு. கனகசபை முதலியாரவர்கள் எனக்கு இம்முயற்சியிற் பணத்திலும் பார்க்கப் பிராசீன நூல்கள் தேடித்தருவதே மிக்க உபயோகமாமென உணர்ந்து மதுரையிலிருந்து ௩௫-பூர்வக்கிரந்த ஏட்டுப் பிரதிகள் அழைப்பித்துத் தந்தார்கள். இவற்றை யான் அத்துணைப் பொன் மொகராவாக மதித்து அவர்களுக்கு வந்தனஞ் செய்கின்றேன்.

---

* இவர்கள் மூவரும் யான் இனிமேற் பிரசுரஞ் செய்யும் ஒவ்வொரு கிரந்தத்திற்குத் தலைக்கு இருபத்தைந்து ரூபா உபகரிப்பதாக எழுதியிருக்கின்றனர்.

+ இவர் இதனை யான் அனுப்பிய பிரதிகளின் கிரயமென்றுந் தாம் யாதாயினும் ஒரு நூலை முழுச் செலவுந் தந்து பதிப்பிப்பதாகவும் எழுதியனுப்பினார். இவரிடத்தும், எனது பரமாசாரியர் வேதாரணியாதீனம் சற்குருநாத சுவாமிகள் ஸ்ரீலஸ்ரீ கைலாசநாத தேசிக மூர்த்திகளிடத்துந், திருப்பனந்தா ளாதீனம் ஸ்ரீ குமரகுருபர சுவாமிகள் மரபிலெழுந்தருளிய ஸ்ரீமத் குமாரசாமி முனிவரிடத்தும் பெரும் ஒத்தாசையை எதிர்பார்த்திருந்தேன். எனது தவக்குறையோ தமிழின் துரதிஷ்டமோ தெரிகிலேன் இம்மூவரும் இளம் வயதிலே சிவபதமடைய என் நம்பிக்கை நிறைவேறாமற் போய்விட்டது.

தொண்டமான் புதுக்கோட்டை மகாராஜாவின் மந்திரியும் பிரதிகாவலருமாகிய கவுரவ. அ. சேஷைய சாஸ்திரியா ரவர்கள், பூர்வக் கிரந்த பரிபாலனங் காரணமாக யான்படும் பிரயாசையையும் அதனால் எனக்கு நேரிடும் நஷ்டத்தையும் சொல்லக் கேட்டலும் பரமதயாள சீலத்துவம் முகத்தே நின்று சொலிக்கத், தமிழாகிய தமது தாயாருக்கு வந்த நிலைமையான் மிக நாணமுற்றார் போல, “யான் யாது செய்தல் வேண்டும்” என்று என்னையே கடைக்கணித்தார்கள். ஏதாவது ஓர் பழைய நூல் தாங்கள் தங்கள் பொறுப்பிற் பதிப்பித்தால் நல்லதென்று யான் சொல்லி முடிக்கா முன்னரே, தொல்காப்பியப் பதிப்புரையிலும் *ஹிந்து* பத்திரிகையிற் கடிதத்திலும் யான் கூறியிருக்குமாறு, ‘அப்படியாகுக’ என்று உத்தரவருளிச் சங்கத்தார் காலத்துப் பேரிலக்கியமாயுள்ள தொன்றைத் தெரிந்து கொள்ளும்படி ஆஞ்ஞாபித்தார்கள். உடனே “கற்றறிந்தா ரேத்துங் கலியே” அவ் இலக்ஷணஞ் செறிந்த தெனவும் முன்னரே இதனை அச்சிடுதற்கு யான் கொண்ட அவா நிறைவேறுதற்கு இஃது சரஸ்வதி கடாக்ஷ மெனவுந் துணிந்து, இதனை அவர்கள் காருண்ணிய திரவியோப காரத்தைக் கொண்டு இப்பொழுது அச்சிட்டு முடிக்கலாயி னேன். அதன் செலவு முழுவதும் அவர்களே கொடுத் தருளினமையாற், கலித்தொகைப் பிரதிகள் விற்பனவாகும் பணத்தைக் கொண்டு பின்னர்க் குறிக்கப்படும் எட்டுத் தொகையில் இன்னும் இரண்டொரு நூலை அவர்கள் பெயரால் அச்சிடுவிக்க உத்தேசித் திருக்கின்றேன்.

*ஹிந்து* பத்திராதிபர்களாகிய ஸ்ரீ க. சுப்பிரமணியையர், ஸ்ரீ மு. வீரராகவாசாரியா ரிருவரும் ௩௦–௩௫-பாரத்திற்கு மேற்படாமல் ஒரு நூல் காகிதச் செலவோடு கூடத் தமது அச்சியந்திரசாலையிற் பதித்துத் தருவதாக உத்தரவு செய்தார்கள். இருவர்க்கும் மிக்க வந்தனை செய்து இவர்களைக் கொண்டு பதிப்பிக்கும்படி, இன்னும் ஒருவராலும் அச்சிற் றோற்றாத தொல்காப்பியம் நச்சினார்க்கினியம் சொல்லதிகாரத்தையும், இஃது என் பொருளதிகாரத்தோடு கூடி நச்சினார்க்கினியம் பூரணமாதற் பொருட்டு, முன் மகாலிங்கையரால் அச்சிடப்பட்ட சொற்ப பாகமாகிய எழுத்ததிகாரத்தையுஞ் சேர்த்து ஏட்டுப் பிரதிகள் தேடிப் பரிசோதித்து வருகின்றேன். இவர்கள் முன்மாதிரியைப் பின்பற்றிப் பிற அச்சுக்கூடத் தலைவர்களுந் தலைக்கொரு பழைய நூலைத் தத்தம் யந்திரசாலையில் தக்க வித்துவான் களைக் கொண்டு பரிசோதிப்பித்துப் பதிப்பாராயின் எத்தனை நூல் அழியா தொழியும்? அன்றியும் அஃது அருந்தந்திரங்கள்

இறவாமல் நிலைபெறுவதற் கானதோர் பெருந் தந்திர மாகுமன்றே?

மதுரைத் தமிழ்ச் சங்கத்தார் முன்னர் அவ்வக் காலத்துப் புலவர் கொண்டு வந்து அரங்கேற்றிய நூல்கள் பல்லாயிர மாகும். அவை யல்லாமல் அச்சங்கத்தார் தாமாக நமக்கு அருளிய நூல்கள் அனேகம் உண்டு. அவற்றுட் கடைச் சங்கத்தார் அருளியன எட்டுத்தொகை பத்துப்பாடல் பதினெண் கீழ்க்கணக் கென்று மூவகைய. அவை இன்னன வென்பது முறையே:

நற்றிணை நல்ல குறுந்தொகை யைங்குறுநூ
றொத்த பதிற்றுப்பத் தோங்கு பரிபாடல்
கற்றறிந்தா ரேத்துங் கலியே யகம்புறமென்
றித்திறந்த வெட்டுத் தொகை

முருகு பொருநாறு பாணிரண்டு முல்லை
பெருகு வடமதுரைக் காஞ்சி – மருவினிய
கோல நெடுவாடை கோல்குறிஞ்சி பட்டினப்
பாலை கடாத்தொடூஉம் பத்து

நாலடி நான்மணி நானாற்ப தைந்திணைப்முப்
பால்கடுகங் கோவை பழமொழி – மாமூல
மின்னிலைசொல் காஞ்சியுட னேலாதி யென்பவே
கைந்நிலைய வாங்கீழ்க் கணக்கு

என்னுஞ் செய்யுட்களான் அறிக. இவற்றுட் கோவை யென்றது ஆசாரக் கோவையை. முப்பாலென்றது திரிகடுகம் ஆசாரக் கோவை பழமொழி பஞ்சமூலம் ஆதிய போன்று நாலடி வெண்பாவான் இயன்று அக்காலத்திலே வழங்கிய மூன்று சிறுத் தரும நூல்களை யென்றும் இன்னிலை சொல் என்றது இன்னிலை இன்சொல் என்னும் பெயரிய இரண்டு நூல்களின் பெயரை யென்றும் உத்தேசிக்கின்றேன். அன்றேல் ஐந்திணை அகப்பொருட் டுறைத்தாய் ஐம்பது செய்யுளான் மாறன் பொறையனார் இயற்றியது ஓர் நூலாக, இவர்க்குக் கீழ்க்கணக்குத் தொகை பதினெட்டாய தெவ்வாறோ? இவ்விடர் நோக்கிப் போலுஞ் சிலர் ஐந்திணையை ஐந்தொகை யென்று பாடம் ஓதுவர். அன்னோர் நெடுந்தொகை யொன்றொழிய வேறு தொகை யின்மையிற் சட்டி சுட்ட தென்று நெருப்பிற் பாய்ந்த கள்வனார் போலப் பின்னர் எட்டுத் தொகைக்கு நூல் காணாது பேரிடர்ப்படுவர். “இன்னிலைய காஞ்சியுட னேலாதி யென்பவே” என்றும் பாடமுண்டு. அதனால் இன்னும் இரண்டு குறைவதன்றிக் கணக்குச் சரிபெறாது.

இவ்வாறு கொள்ளாது சிலர் கோவை முப்பால்களை, வாத புரீசராகிய மாணிக்கவாசக சுவாமிகள் திருவாய் மலர்ந்தருளிய திருச்சிற்றம்பலக் கோவையாருஞ் சங்கத்தாரைப் பங்கப்படுத்தி அழித்து விட்ட தெய்வப்புலமைத் திருவள்ளுவ நாயனாரது பொய்யாமொழித் திருக்குறளுமென்று மயங்கித் தடுமாறுப. பெயர்படைத்த வித்துவான்களுள்ளுஞ் சிலர் இவ்வாறு மயங்கினது நம்போலியரை மிக மயக்குகின்றது. இவ்விரண்டும் நமது தமிழ்வேத மென்றாவது சிந்தித்தாரில்லை. திருச்சிற்றம்பலமுடையார் கையெழுத்தா கீழ்க்கணக்கின் கீழகப்பட்டது! இதனை நிராகரிக்க அயற்சாட்சியும் வேண்டுமா? பன்னிரண்டு திருமுறையையும் ஒருங்கு சேர்த்து முப்பதாக்கி விட்டாரில்லை!! மேலும் "நாலடி நான்மணி" என்றற் றொடக்கத்துச் செய்யுள் யாரது? யார் காலத்தது? யாண்டையது? சங்கத்தார் காலத்துச் சங்கத் திருமுன்னர்ச் சங்கப் புலவரு ளொருவராற் சொல்லப்பட்ட தென்பது உண்மையாயின், நாயனார் திருக்குறளின் பின் சங்கம் எங்கேயிருந்தது? இருப்பினன்றோ குறளுங் கூட்டிக் கூறப்படும்! நாற்பத்தொன்பதின்மர் புலவருங் கூடி மனத்தாலும் வாயாலும் வாழ்த்திய மாலையின் சாரம் அதனைத் தமது சிறு நூல்களோடு ஒக்க வைத்தற் கருத்தினை யுடையதா?

இந்நூல், முதலிற் குறித்த எட்டுத்தொகையுள் ஒன்று. அது மதுரைக் கடைச்சங்கத்துப் புலவர் நாற்பத்தொன்பதின்மருள் ஒருவராகிய நல்லந்துவனார் இயற்றியது. சிலர் இவர் இஃது இயற்றினோரன்று, சிறந்த கலிச் செய்யுட்களைப் பல நூல்களிலுமிருந்து திரட்டித் தொகுத்தவ ரென்பர். அவ்வாறு தொகுக்கப்பட்ட அகம் புறம் நற்றிணை யென் றின்னோரன்ன நூலுளெல்லாம் அவ்வச் செய்யுளின் கீழ் அதன் ஆக்கியோன் பெயர் குறிக்கப்பட்டதுபோல இதனுட் குறிக்கப்படாமை யானும், நல்லந்துவனார் தொகுத்தா ரென்று பல்லாசிரியர்கள் கூறிய இடம் அனைத்தும் அவர் "முல்லை குறிஞ்சி மருத நெய்தலெனச் – சொல்லிய முறையாற் சொல்லவும் படுமே" எனவும், "நடுவ ணைந்திணை நடுவண தொழியப் – படுதிரை வையம் பாத்திய பண்பே" எனவும் ஆசிரியர் தொல் காப்பியனார் அடுக்கிய முறை பிறழப் பாலை குறிஞ்சி மருதம் முல்லை நெய்தலெனக் கோத்த தொகுதியையே கொள்ளக் கிடத்தலானும், உச்சிமேற் புலவர்கொள் நச்சினார்க்கினியார் "புரிவுண்ட புணர்ச்சி" யென்றற் றொடக்கத்து நெய்தற்கலியின் கீழ்ச் "சொல்லொடுங் குறிப்பொடு முடிவுகொ ளியற்கை – புல்லிய கிளவி யெச்ச மாகும்" என்பதனாற் சொல்லெச்சமுங் குறிப்பெச்சமுமாகத் தம் பேரறிவு தோன்ற ஆசிரியர் நல்லந்துவனார் செய்யுட் செய்தாரெனக் கூறியமை யானும்

இஃது அவ்வாசிரியராற் றாமே இயற்றப்பட்டமை தெள்ளிதின் விளங்கக் கிடந்ததெனக் கூறி மறுக்க.

இது சங்கத்தார் காலத்து இலக்கியங்களுக் கெல்லாம் பேரிலக்கியமாக மதிக்கப்பட்டதென்பது அவராற் றாமே கொடுக்கப்பட்ட "கற்றறிந்தா ரேத்தும்" என்னும் விசேஷணத்தாற் பெறப்படும். ஆகவே இதன் சிறப்பு இத்துணைத் தென்பது எம்போலியரால் எடுத்துச் சொல்லக்கடவ தொன்றன்று. இதன் மகத்துவத்திற்கு யான் காரணங் கற்பிக்கப் புகிற் பொன்னின் மாட்சிமைக்கு மங்கலகரமாகிய மஞ்சணிறத்தையும் வைரத்தின் பெருமைக்கு அதன் துல்லிய வெண்மையையுங் கூறி மெய்ப்பிக்கப் புகுவதொக்கும்.

இது சம்ஸ்கிருத மொழிகள் தமிழோடு வந்து கலக்கப் பெறாத சுத்த தமிழ்க் காலத்த தென்பது இக்கவிகளுள் வடமொழி யென்ற மணமும் இல்லாமையே தெரிவிக்கும். நற்றிணை முதற் புறநானூ றீறாகக் கிடந்த தொகை யனைத்தும் இப்பெருஞ் சிறப்பு வாய்ந்தனவாகவும் "ஒன்றேயாயினுந் தனித்தமி ழுண்டோ" என்று ஈசானதேசிகர் கூறியது, இன்றைக்கு இருநூறு வருஷத்தின் முன் இவர் காலத்தே தானே இந்நூற்கள் கற்பார் கைக்கு அகப்படாது அருமையாய் மறைந்துவிட்டன என்பதற்குச் சான்றாகு மெனிற் பிழையாமா? பின்னை இக்காலத்தில் இதன் அருமை கூறல் வேண்டுவதென்? இவற்றைக் கற்றோரைக் கண்டாரைக் காண்டலுங் கார்த்திகைப் பிறையாயிற்று.

இது கடைச் சங்கத்தார் காலத்து நடுக்கூற்றின்கட் டோன்றியது. கடைச்சங்கம் ஒழிந்து இரண்டாயிரம் வருடமாயிற் றென்பது வீரசோழியப் பதிப்புரையிற் றமிழின் கால நிரூபணம் கூறிய இடத்துச் சித்தாந்தஞ் செய்து காட்டியிருக்கின்றேன். ஆதலால் இந்நூல் உண்டு பட்டு இப்போது எவ்வாற்றானும் இரண்டாயிரத்தைஞ்ஞூறு வருஷத்திற் குறையாது. மூவாயிர மெனினும் இழுக்காகாது.

இதற்கு உரையெழுதினார் மதுரையாசிரியர் பாரத்துவாசி நச்சினார்க்கினியார். இம்மகான் இதற்கு உரை எழுதிவையா தொழியின் இந்நூலைப் படித்துணர்தல் இக்காலத்தார்க்கு இசையாது. ஆகவே இத்தமிழ் நமக்கு நச்சினார்க்கினியார் இட்டதோர் பிச்சை யென்றுணர்க.

பச்சைமா லனைய மேகம் பவ்வநீர் பருகிக் கான்ற
எச்சினாற் றிசையு முண்ணு மமிழ்தென வெழுநா வெச்சில்

மெச்சிநா ணாளும் விண்ணோர் மிசைகுவர் வேத போத
நச்சினார்க் கினியா னெச்சி னறுந்தமிழ் நுகர்வர் நல்லோர்

என்றதன் வாய்மைக்கு இஃதொன்றே திருஷ்டாந்தமாம்.

"பாலெல்லா நல்லாவின் பாலாமோ" என்ற உவமைக்கு உவமேயமாக "நூலிற் றெரித்தவுரை யெல்லாம் பரிமேலழகர் – பரித்தவுரையோ பகர்" என்ப. அது பெரும்பான்மைபற்றி அவரது சொல்வன்மையையும் பொருணுண்மையையுமே நோக்கியது. இஃது அவற்றோடு, "உள்ளுறை யுவமமும் இறைச்சிப் பொருளும் – வள்ளிய நவரச வாரிச மளைஇத் – தெள்ளிதின் விளக்கிய தீந்தமிழ் செறிந்தது."

பரிமேலழகரும் நச்சினார்க்கினியாரும் ஒரே காலத்தினர். அவர் திருக்குறள் ஒன்றற்கே உரையெழுதினவர். இவரோ தமது காலத்து உரைபெறாது சிக்குமுக்காய்க் கிடந்த பன்னூல்களைப் பட்டப்பகலில் வெட்டவெளிபோல மயக்கறுத்துக் காட்டி உரை வகுத்த மஹா வியாக்கியானி. பேராசிரியரும் விளங்காமற் றடுமாறிய குறுந்தொகை இருபது பாட்டிற்குப் பொருள் இவரே யாவர்க்கும் இனிது புலப்பட மொழித்திறத்தின் முட்டறப் பிட்டுக்காட்டியவ ரென்றால் இவர் வல்லபத்திற்கு வேறு சான்று வேண்டிலது.

தொல்காப்பியச் சொல்லதிகாரத்திற்குச் சேனாவரைய ருரையும் திருக்குறளுக்குப் பரிமேலழக ருரையும் இவருரையி னின்றும் வியந்து கொண்டாடப் படற்பாலன வென்றே கொள்ளினுங் கொள்க. அதனால் அவர்கள் இவரிலும் பெருஞ்சிறப்பும் பயனும் உடையவர்க ளாகார்கள். என்னை? அன்னோ ரிருவரும் தாந்தாம் தாமெடுத்த ஒரொரு நூலுக்கே உரையியற்றியவ ராதலின். இருவரும் வடநூற்கடலை நிலை கண்டுணர்ந்து அதன் இயைபு கொணர்ந்து நாட்டியவர்கள். இவரும் வடநூற் பயிற்சியில்லாதவ ரல்லர். தமிழிற்கு அவரினுங்காட்டிற் சிறந்த அதிகாரி. இது கருத்தானன்றே "நச்சினார்க்கினியார் சேனாவரையர் பரிமேலழகர் உரை யாசிரியர் முதலாயினோர்" என நன்னூல் விருத்தியுரையார் முறைப்படுத்தி வைத்தது! தமிழிலுள்ள நுணுக்கங்களை இவர் போல எடுத்துக்காட்டி மாணாக்கர்க்கு மிக உபயோகமாம்படி பெரு நூல்கட்கு உரை செய்த ஆசிரியர் யாரும் இலர்.

இதனால் இவரினுந் தமிழ் வல்லோர் இருந்தில ரென்று சொல்லப் புகுந்தே னல்லேன். அகத்திய மஹாமுனிவர் வரத்திற் றோன்றி மிகக் கூரிய விவேகமும் வடகலைப் பயிற்சியும் நுண்ணிய தமிழறிவு முடையராய், ஸ்ரீ கைலாச பரம்பரைத்

திருவாவடுதுறையி லெழுந்தருளி விளங்கிய சிவஞானசுவாமிகள் இவரையும் புறங்காண வல்லரென்பது அவர் சங்கர நமச்சிவாய தேசிக ரியற்றிய நன்னூல் விருத்தியுரையிற் செய்த திருத்தங்களானுந் தொல்காப்பிய முதற் சூத்திரத்திற்கு விரித்துரையாக இயற்றிய தொல்காப்பியச் சூத்திர விருத்தியானும் நன்கு துணியப்படும். ஆயினும் இலக்கிய இலக்கணங்களுள் யாதாயினுமோர் அரிய பெரிய நூற்கு அவர் உரை யெழுதாமையானுஞ், சித்தாந்த சாத்திரத்தை விளக்குதலே முக்கிய கருத்தாயினுந், தமிழின் சிறப்பும் அதன் நுண்மையும் அருமையும் இடந்தொறுஞ் சொலிக்க அவர் செய்த சிவஞான பாடியம் அவராதீனத்து மடாதிபதிகட்கு ஓர் இரத்தின மகுடமாய்க் கிடந்து துலங்கப் பெறுவதன்றித் தமிழ்ப் புலவர் கைக்கு அகப்படாமையானும் அவர் சாமர்த்தியத்துக்குத் தக்க பெரும் பயனைத் தமிழுலகம் அடைந்திலது.

இவரது மகாபாடியத் திவ்வியாமிர்தத்தை உலகம் உண்டுகளிக்க வையாதது, சந்திரனுக்குக் களங்கமுஞ் சூரியனுக்குப் பன்முரிவும்போல, ஒன்றானுங் குறைவின்றி எல்லாச் சுகுணமும் நிறைந்திலங்கும் பரம தயாள மூர்த்திகளாகிய ஸ்ரீலஸ்ரீ சுப்பிரமணிய சுவாமிகளுக்கும் ஒரு குறைவுண்டென்று சொல்வதற்கு ஏதுவாகின்றது. பூலோகத்தில் ஒரு குறைவாயினுந் தம்பால் இருக்கப் பெறாதார் இலராதலிற் திருஷ்டி பரிகார நிமித்தமாய் இக்குறைவைச் சகித்திருக் கின்றனர் போலும். சைவசமய சாத்திரமாதலிற் பரிபக்குவர்க் கன்றி அளித்தற் காகாதெனிற், சித்தாந்த சாத்திரமெல்லாம் அச்சின்வாய்த் தோன்றி அகிலலோகமும் பரவிக்கிடக்கும் இஞ்ஞான்றைக்கு ஈதமையா தென்றன்றோ மறுக்கப்படும். மகா சந்நிதானத்தின் திருவுள்ளம் இதனைச் சற்றே சிந்தித்தற்குச் சிவபெருமான் கிருபை புரிவாராக.

நச்சினார்க்கினியார் சமணர் காலத்தராதலின் இந்நூற்கு இவர் உரையெழுதி ஆயிரத்திருநூறு வருஷத்திற் குறையாது. சங்கமரீஇய நூல்களிற் போலச் சீவக சிந்தாமணி முதலிய பிற்றை நூல்களினின்று தமது உரைகட்கு வேண்டிய உதாரணங்கள் ஆங்காங்கு எடுத்து ஆண்ட இவர், அவைகள் மலிந்து கிடக்கும் பாரத ஸ்காந்த ராமாயணங்களி லிருந்து ஓர் இலக்கியமுங் காட்டாததே இவையனைத்தும் இவர் காலத்திற்குப் பிந்தியனவென்று உள்ளங்கை நெல்லிக்கனி போலக் கொள்ளக்கிடக்கின்றது. இந்நூற்களின் காலமே அவ்வளவாயிற்றே.

இந்நூற் பதிப்பை ஏட்டுப் பிரதிகளின் போக்கிலே விடாது சிற்சில இடங்களிற் சில விகற்பங்கள் செய்திருக்கின்றேன். அவை இன்னனவென உணர்த்தல் என் கடமையாம்.

க. பாட்டுக்க டோறும் முதலிலே அவ்வப் பாட்டின் முதற்குறிப்பைச் சொல்லி இஃதின்ன துறைத்தென்று கிளவி கூறிப் பின்னர்ப் பாட்டுவரும். அதனை யான் மாற்றி முதலிலே பாட்டை அச்சிட்டு அதன்கீழ் இஃதின்ன கிளவியெனக் கூறுங் கருத்துரையை அச்சிட்டிருக்கின்றேன்.

உ. பாட்டு முழுதும் ஒருங்கே தொடர்ந்து வராது எடுத்துக் கொண்ட உரைக்கு வேண்டிய அளவாய்ப் பிளவுபட்டுப் பின்னம் பின்னமாய்க் கிடந்ததை ஒரு தொடராகச் சேர்த்து ஒவ்வொரு கலிப்பாவையும் முடித்த பின்னர் அவ்வப் பகுதியை முதலும் ஈறுங் காட்டி மீளவும் பகுத்து அப்பகுதியின் உரையைப் பதித்திருக்கின்றேன்.

ங. விசேட உரைகள் சில உரைக்கு முன்னுஞ் சில உரைக்குப் பின்னுஞ் சில இடைப்பிறவரலாக உரைக் கிடையினுங் கிடந்தவற்றை ஒரு கிரமப்படுத்தி அனைத்தும் பாடமும் உரையுமான பின்னரே வரும்படி சேர்த்திருக்கிறேன்.

ச. தரவு தாழிசை தனிச்சொல் சுரிதக மென நிகழும் பாட்டுறுப்புக்களில் மூலம் ஒன்றினும் உரை ஒன்றினுமாகச் சில இடங்களிற் பிறழ்ந்து கிடந்தவற்றை இரண்டும் ஓரிடத்தாம்படி உரையிடத்தை மாற்றியிருக்கின்றேன்.

இவைகளுக் கெல்லாம் உதாரணம் எடுத்துக்காட்டி விளக்கின் மிக விரியு மென்றஞ்சியும் அதனால் ஒரு பெரும் பயனில்லாமை நோக்கியும் ஒழித்தனன். இவ்விகற்பங்களி லெல்லாம் ஓரிடத்துக் கிடந்த வாக்கியத்தைப் பின்னோரி டத்தில் இடமாற்றி வைத்ததேயன்றி ஆசிரியர் மொழி நடைகளில் ஓரெழுத்தையாவது யான் மாற்றியதே யில்லை.

ரு. "முன்னோர் மொழி பொருளே யன்றி யவர் மொழியும் – பொன்னே போற் போற்றுதல்" அவரினின்று வேறாக வழி நூல் சார்பு நூல் செய்தோர்க்குங் கடனாகவே, அவர் நூலையே அச்சொரூபமாக எடுத்துப் பதிப்பிப்போர் ஓர் அக்ஷரமாவது மாற்றுதல் பெருந் தவறென்பது யார்க்கும் உடம்பாடே. ஆயினும் இந்நூல் துரைத்தன வித்தியாசாலை களிலும் பிற கல்லூரிகளிலும் பாடசாலைகளிலும் பயிலல் வேண்டுமென்னும் அவாவினாற் தற்காலம் அவையிற்றுக்கு இணங்காததோர் இழிசொல்லும் மகளிர் சிறப்பவயத்தின் இடக்கர்ப் பெயருமாகிய குஃறொடர்ந்த அன்மொழி

இந்நூல் முழுதினும் பதினோரிடத்திற் பிரயோகிக்கப் பட்டதை ஒழித்துஞ் செய்யுள் ஊனமுறாதிருத்தற் பொருட்டு அதற்குப் பதிலாக அவ்வவ்விடத்திற்கு இசைந்த பிற அவயவத்தின் பெயரைச் சந்தத்திற்கு வேண்டிய அளவு விசேஷணத்தோடு புணர்த்தியும் இருக்கின்றேன். அவ்வாறு சொருகியது இன்ன இன்ன மொழி இன்ன இன்ன பாட்டில் இன்ன இன்ன அடியிலென்பதை யாவரொருவராயினும் அறிய விரும்பின் அவற்றை ஈண்டுக் காண்க. மாற்றி வைத்த பிரதிமொழியின் பொருளே, உரையகத்தும் மாறியிருக்கு மென்பதும் சொல்ல வேண்டியதில்லை. நாலாவது பந்தியில் நட்சத்திரக்குறி அக் குஃறொடர்ந்த அன்மொழித் தானத்தைக் காட்டும்:

| கலி. | பாட்டு | வரி | முன் பாடம் | பிரதி மொழி |
|---|---|---|---|---|
| கடவுள் வாழ்த்து | – | 6 | அகல்* | அகல்குறி |
| பாலை | 13 | 5 | அகன்ற* | ஆரெழிற்றிதனி |
| குறிஞ்சி | 14 | 24 | *என்றோழி | ஆகத்தென் றோழி |
| ” | 16 | 16 | அகல்* ஆள் | அமர் நுசுப்பி னாள் |
| ” | 24 | 4 | வரியார்ந்த* ஆய் | மயிலியன் மடநல்லாய் |
| மருதம் | 2 | 10 | அகல்* | பிறைநுதல் |
| ” | 15 | 21 | *வரி | ஒல்குமிடை |
| ” | 22 | 37 | அகல்* காழகம் | அரைசெறி காழகம் |
| முல்லை | 8 | 2 | அகல்* | நகிலம் |
| ” | 9 | 10 | அகல்* | அகல்குறி |
| நெய்தல் | 8 | 17 | தடவர* | தடவரவாகம் |

இவ்வாறு மாற்றியது குற்றமாயின் அதனை உலகம் மன்னிக்கும்படி பலமுறையும் பிரார்த்திக்கின்றேன்.

நொந்தி ரந்தனர் நுவல்குறை பொறுத்திடா ராக்கஞ்
சிந்து மென்பது செகத்தினிற் சுருதியா கமங்கள்
முந்து வாய்மையின் மொழிந்தது நீதியு மதுவே
தந்த தாமெனி லீண்டது தவிர்க்கலாந் தகைத்தே.

நெய்தற்கலி உகூ-ம் செய்யுள் எ-ம் அடியில் "உண்கணிறைமல்க" எனவும் கசுா-ம் அடியிற் "தூவற" எனவும்

பாடமாக, உரையில் அவற்றிற்கு முறையே, "உண்கண்நீர் நிறைகையினாலே" எனவும் "வலியறும்படி" எனவும் பொருள் கூறியிருப்பது பிற்காலத்து ஏடெழுதுவோரால் நேரிட்ட தவறென்றும் நீரென்றதற்கும் வலியென்றதற்கும் இயையுமாறு பாடத்தை உறையென்றுந் தாவென்றும் மாற்றிவிடுதல் தகுதியென்றுஞ் சில தக்கோர் சொல்லியும் யான் அதற்கு உடம்பட்டிலேன். நீரிற்கு உறையென்பது போல இறையென்றும் வலிமைக்குத் தாவென்பது போலத் தூவென்றும் முற்கால வழக்கு இருந்திருக்கலாமே. எத்தனை சொற்கள் தற்கால வழக்கில் எடுத்தாளாத பொருளிற் பண்டையோராற் பிரயோகிக்கப்பட் டிருக்கின்றன.

இலக்கிய இலக்கண ஆதாரமாக ஒன்றனைத் தவறென்று ஒருதலையாக நிச்சயித்துழி யன்றி ஏட்டுப் பிரதிகள் யாவும் ஒத்திருந்தனவற்றை யான் மாற்றகில்லேன். அடியேன் சிற்றறிவுக்கேற்ற மட்டும் பரிசோதனை செய்து அச்சிட்டு அடியோடழிந்து போகும் பழைய நூற்களை நிலைநிறுத்துவான் புகுந்தே னாதலின் நூலைத் திருத்துவதும் பொருள் இசையச் செய்வதும் என் கடமையன்று. இயன்றளவும் பூர்வ ரூபம் பெறச் செய்வதும் இயலாத இடத்து இருந்தபடி உலகிற் கொப்பிப்பதுமே யான் தலையிட்ட தொழி லென்பதை இன்னும் ஒருகால் உலகத்தார்முன் விண்ணப்பஞ் செய்து கொள்கின்றேன். பிழையாயினவற்றைத் திருத்திப் படித்தல் ஆன்றோர் கடன். கண்ணுக்கும் அகப்படாமற் கிடந்த ஏட்டுப் பிரதிகளைக் கடிதத்திற் பல பிரதிரூபஞ் செய்து கைக்கெட்டப் பண்ணுகின்றே னென்றே கொள்ளுக.

முற்றும் வழுவறப் பரிசோதித்துப் பிரசுரஞ் செய்ய வல்லோர்க்குத், தொல்காப்பியப் பதிப்புரையில் யான் விவரித்துக் கூறிய பல ஏதுக்களால் இவ்வித முயற்சியிற் சிந்தை சென்றிலதாதலி னன்றோ, சகிக்கலாற்றாத பரிதாப சிந்தையோடு, பதினாலாம் நாளைப் போரிற் றுரியோதனன் தன் சேனாதிபதியிடஞ் சென்று முறையிட்டு இனி அர்ச்சுனனோடு சண்டையிட யானாவது போகின்றே னென்று போனதை யொப்ப யான் இத்தொழிலிற் பிரவேசித்தது. ஆதலால் என்னைக் கடந்து சிற்சில வழுக்கள் இலைமறை காய்போல் அங்குமிங்குங் கிடப்பின் அதையிட்டு என்மேற் குற்றமேற்றல் மறைமுகத்தாற் றர்மமாகாது போவதினில்லாது நேர்முகத்தாற் பேரநியாயமா மென்றறிக.

இலக்கணக் கொத்துடையார், நூலாசிரியர் உரை யாசிரியர் போதகாசிரியரென வகுத்த மூவகை ஆசிரியரோடு யான் பரிசோதனாசிரிய ரென இன்னுமொன்று கூட்டி,

இவர் தொழில் முன் மூவர் தொழிலினும் பார்க்க மிகக் கடிய தென்றும் அவர் அறிவு முழுவதும் இவர்க்கு வேண்டிய தென்றும் வற்புறுத்திச் சொல்கின்றேன். தூக்கினாலன்றோ தெரியுந் தலைச் சுமை? பரிசோதனாசிரியர் படுங் கஷ்டமும் ஓர் அரிய பழைய நூலைச் சுத்த மனச்சாட்சியோடு பரிசோதித்து அச்சிட்டார்க்கன்றி விளங்காது. இவையெல்லாம் அனுபவத்தாலன்றி அறியப்படாப் பொருள்கள். ஒன்றற் கொன்று ஒவ்வாத இருபது இருபத்தைந்து பிரதிகளையும் அடுக்கி வைத்துக்கொண்டு என் கண்காணச் சிந்தாமணி பரிசோதனை செய்து பதிப்பித்த கும்பகோணம் வித்தியா சாலைத் தமிழ்ப்பண்டிதர் ஸ்ரீமத் வே. சாமிநாதையரைக் கேட்டால் இந்நால்வகை யாசிரியர் பாட்டின் தாரதம்மியம் சற்றே தெரியலாம். எனக்கு அவரும் அவருக்கு நானுமே சாட்சி.

ஒரு நூலைப் பரிசோதித்து அச்சிடுதற்கு முதலிற் கையெழுத்துப் பிரதிகள் சம்பாதிப்பதே மஹா பிரயாசை. அதிலும் ஒரு நூல் பழையதும் இலேசில் விளங்காததுமானால் எழுதுவாரும் ஓதுவாரு மில்லாமல் இருக்கிற இடமுந் தெரியாமற் போய் விடுகின்றது. கலித்தொகைப் பிரதிகள் தேட யான் பட்ட கட்டம் வாயினாற் கூறும் அளவைத்தன்று. முதன்முதல் யான் பார்த்தது புதுவை நயனப்ப முதலியாரது மூலபாடப் பிரதி. அது தலையுங் கடையுமின்றிய குறைப் பிரதி. மேலும் பெரும்பாலும் எழுத்துக்கள் சிதைந்து ஒரு பாட்டின் ஒருறுப்பாவது முற்றும் வாசிக்க முடியாமற் கிடந்ததாற் படிப்பதற்கே வெறுப்புண்டாகி நீக்கிவிட்டேன்.

பின்னர்த் தொல்காப்பியப் பரிசோதனைக்காகத் தேடிய போது ஸ்ரீலஸ்ரீ ஆறுமுக நாவல ரவர்கள் பிரதி அகப்பட்டது. அது கொண்டு கலித்தொகை அருமையுணர்ந்து அதனை எப்படியும் உலகிற்குப் பயன்பட அச்சிட வேண்டுமென்னும் அவாவுற்று ஸ்ரீ ஆதீன மடாதிபதிகளுக்கு விண்ணப்பஞ் செய்துகொண்டேன். காருண்ணியமுங் கலாபரிபாலனமுமே தமது திருமேனியாகக் கொண்டு விளங்குந் திருவாவடுதுறைச் சற்குருநாத சுவாமிகள் உடனே தங்கள் மடத்துப் பிரதியுடன் வேறும் இரண்டு பிரதி தென்றேசத்தினின்று வருவித் தனுப்பி அச்சிட்ட பிரதியும் உo-எடுத்துக் கொள்வதாக உத்தரவு செய்தது. இப்பேருபகாரத்திற்கு யானே அங்கு அடிமையாவ தன்றி வேறு யாது கைம்மாறுளது?

விண்ணாடு கைலைவழித் தேசிகர் வெவ்வினைக்கு நெற்றிக்
கண்ணா னனசுப்ர மண்யசு வாமிகள் கான்மலரை
நண்ணாத் தலையி னசைதீரத் தாங்கநற் கோகழிவாய்
மண்ணாய்ப் பிறந்தில னேஐய கோ! இந்த வையகத்தே.

சிரமாலை யாகவுஞ் சின்முடி யாகவுஞ் செய்யகண்ட
சரமாலை யாகவும் யானடி யேனினை யேன்றருவாய்
பரமார் கயிலைப் பரம்பரைக் கோகழிச் சுப்ரமண்யா
மரமாய்நின் பாத குறடாய் வருதற் கொருவரமே.

மதுரை மடாதிபதிகள் அத்தருணத்தில் தெக்ஷணத்திலே ஸ்தல யாத்திரையிற் பிரசன்னமாகி யிருந்தமையாற் றிரும்பி ஆதீனம் வந்து சேர்ந்ததன்மேல் என் விண்ணப்பங் கவனிக்கப் படுமென்று கட்டளையிட்டருளியது. பின்னர் அதனைத் திருவுள்ளத்து அமைத்திலது போலும். எஞ்சிய மடங்களிலிருந்து யாதும் பதில் வராமையால் இந்நூல் ஆண்டு இலதென்று தீர்மானித்துக் கொண்டேன்.

சுவாமிகள் அனுப்பிய பிரதிகளைக் கொண்டு மூலபாடத்தை யாவது பரிசோதித்து, ஓர் அரும்பத அகராதியும் இலக்கணக் குறிப்புஞ் சேர்த்து முதலில் அச்சிட உத்தேசித்து, அதனை நல்ல பரம்பரைத் தமிழ் விற்பத்தியுங் கூரிய விவேகமு முடைய யாழ்ப்பாணம் நல்லூர் ஸ்ரீ சிற். கைலாச பிள்ளையைக் கொண்டு எழுதுவித்தேன். பின்னர் மேலே தெரிவித்தவாறு கவுரவ சேஷைய சாஸ்திரியா ரவர்கள் ஆஞ்ஞை கிடைக்கப் பெற்றமையால் வேறு பிரதிகளுந் தேடுவான் முயன்று பல இடங்களுக்கும் எழுதலாயினேன்.

யாழ்ப்பாணத்து மல்லாகம் விசுவநாத பிள்ளை யவர்கள் புத்திரருந் தமிழ்க்கலை விநோதந் தமக்குப் பொழுது போக்காக உடையவருமான ஸ்ரீ கனகசபைப் பிள்ளை யவர்கள் தமது பிரதியுந், திருமணம் கேசவ சுப்பராய முதலியார், மயிலை இராமலிங்கப் பிள்ளை பிரதியுந் தயை செய்தார்கள். சென்னைப் பிராசிய கிரந்த மண்டபந் தஞ்சைச் சரஸ்வதி ம(க)ாலிலும் இங்கும் அங்குஞ் சிதறுண்ட சில ஒற்றைகளைச் சேர்த்துக் கட்டி ஓரொரு பிடி யேடு கலித்தொகை யென்று அபிதானஞ் சூட்டி வைக்கப்பட்டிருந்தது. இவற்றாற் பிரயோசன மிராதென்று நீக்கிவிட்டு வேறு எவ்விடத்தும் பிரதி அகப்படாமையால் அகப்பட்ட பிரதிகளை வைத்துக் கொண்டு அச்சிட ஆரம்பித்தனன். போகப் போக ஒன்றொன்றாக ஆங்காங்கு முடிவுபெற்று நான்காவது முல்லைக்கலி முடியுமுன்னந் திருவாவடுதுறைப் பிரதி ஒன்றொழிய ஏனைய அனைத்துந் தலைகட்டிக்கொண்டன. இத்தசையில் யாது செய்வதென்று தெரியாது மயங்கி, வேலையை நிறுத்தி, இன்னும் பிரதி தேடும்படி ஓரொரு திசைக் கொருவராகக் குணாது தெனாது குடாது மூன்றற்கும் மூன்று பெயரை அவ்வத் திசையினுள்ள தக்க

உத்தியோகஸ்தர்கள் பெரிய மனுஷர்களுக்குக் கடிதமெழுதி அனுப்பிவைத்து வடாது திக்கிற்கு யானே பிரயாணமானேன்.

யான் முப்பத்தைந்து வருஷத்தின் முன் பிரமாதீச வருஷம் ஒருதரம் அருமையான தமிழ் நூல்கள் தேடி யாழ்ப் பாணத்தினின்று இக்கண்டத்தில் வந்து நடமாடிய போது, கூடலூரில் மஞ்சக்குப்பத்திற் சண்முக உபாத்தியாய ரென்றோர் வயோதிகரும் புதுச்சேரியில் நெல்லித் தோப்பிற் சொக்கலிங்க பிள்ளை யென்றோர் தமிழ்ப் பண்டிதருங் கலித்தொகை வைத்திருந்தது என் ஞாபகத்திற்கு வர, அந்த இடங்களிற் சென்று விசாரித்தேன். முன்னையவர் இருந்த இடமுந் தென்பட்டிலது. பின்னையவர் இருந்த இடத்தில் விசாரித்து, அவர் வமிசத்தில் அவரது தௌகித்திரியுங் குடும்பமும் அடுத்த ஊரில் இருப்பதாகக் கேள்வியுற்று, ஆங்கடைந்து தௌகித்திரி யின் நாயகனை வினவியபோது, அவர் ஏதோ ஒரு கட்டுச் சுவடிகள் பூர்வார்ச்சிதமாக வைத்திருக்கின்றோம், நமக்கு அவற்றின் பெயருந் தெரியாது, தங்களுக்கு வேண்டிய திருந்தாற் பார்த்து எடுத்துக் கொள்ளலாமென்று மகா உதாரத்துவத்தோடு ஏட்டுக்கட்டை அளித்தனர். ஏடுகள் இருந்த நிலைமை கண்டு யானுற்ற பரிபவத்திற்கு என் விழியினின்று பெருகிய கண்ணீரே சாக்ஷி. கலித்தொகையும் அங்கும் இங்கும் மிக ஊனம் அடைந்திருந்தும் எனக்கு வேண்டிய நெய்தற்கலி யிருந்தமை யால் மிக மகிழ்வோடு வாங்கி வந்தேன்.

அப்பால், திண்டிவனத்திலும் ஒரு பிரதி அகப்பட்டது. அதில் நெய்தற் கலியின் முதற் பாகம் இருந்தது.

திரிகோணமலை ஸ்ரீ த. கனகசுந்தரம் பிள்ளை யவர்கள் சென்னைப் பிராசிய கிரந்த மண்டபத்திற் றான் நெய்தற்கலி பார்த்தேனென்று உறுதியாகச் சொன்னமையால் மீளவும் அவ்விடஞ் சென்று முன் யான் நீக்கி வைத்த ஏடுகளே இப்பொழுது எனக்கு வேண்டிய நெய்தற்கலி யுடையவா யிருத்தல் கண்டு அளவற்ற சந்தோஷமடைந்தேன். அஃதல்லாமற் பின்னும் ஒரு பிரதி நெய்தற்கலி உரு-ம் செய்யுள் வரைக்கும் அம்மண்டபத்தே அகப்பட்டது. உடனே பிள்ளை யவர்களும் யானுமாக இருந்து அதனை எனது பிரதியோடு ஒத்துப் பார்வையிட்டு ஆங்காங்குக் கண்ட பாட பேதங்களைக் குறித்துக் கொண்டோம்.

பின்னர்த் திருத்தணிகைக் குருசாமி ஐயர் கிருகத்திற் சென்று, சென்னையில் மிகப் பெயர்பெற்றிருந்த வித்துவானாகிய அவரது பிதாமகன் ஸ்ரீ சரவணப் பெருமாளைய ருடைய புத்தக நாமாவளியைப் பார்வையிட்டதில், அவரது

கலித்தொகைச் சுவடி கோயமுத்தூரில் ஒருவர் கையிற் போயிருப்பதாகத் தெரியவந்தது. அதனைச் சின்னாள் இரவலாக வாங்கி யனுப்பும்படி அவ்வூரிற் பெரிய மனுஷர் சிலருக்குக் கடிதம் விடுத்தேன். அவர்கள் அரவின் கடிகை அரதனத்திற்கும் ஆழிவாய் இப்பியுண் முத்திற்கும் அவை உயிரோ டிருக்குங்காறும் ஆசை கொளல் வேண்டாவாறு போல, இம் மஹானுடைய சீவதசையில் இவர் கைப்பட்ட புஸ்தகங்களைக் கண்ணாற் பார்க்கும் அவாவினை ஒழிகவென்று பதிலெழுதினர். சிவனே! சிவனே! இதுவுங் கலித்தொகையைப் பிடித்ததோர் கலித்தொகையோ என்று உளநொந்தேற்குக் கடைசியில், அஃதும் மற்றைப் பெரும் பான்மைய பிரதிகளொப்ப நெய்தல்வளம் பெறாது முல்லையோடு முடிந்த பிரதியெனக் கேள்வியுற்றுச் சஞ்சலம் ஒழிந்தேன்.

ஸ்ரீ இராமசாமி சாஸ்திரிகள், ஸ்ரீ கோபாலகிஷ்ணமச் செட்டியார், ஸ்ரீ வைத்தியலிங்கச் செட்டியார் முதலிய உத்தியோகஸ்தர்களும், ஸ்ரீ வெங்கட்டரமண சாஸ்திரிகள், ஸ்ரீ திருச்சிற்றம்பல பிள்ளை, ஸ்ரீ விசுவலிங்க பிள்ளை, ஸ்ரீ சொக்கலிங்கக் கவிராயர் முதலிய வித்துவான்களும் யான் கடிதவாயிலாகக் கேட்டுக் கொண்டபடி தங்கடங்களாலான பிரயாசப்பட்டும் பிரதி கிடையாமையால் அவர்களிடம் யான் அனுப்பி வைத்த மூவரும் வெறுங்கையாய் வந்து சேர்ந்தார்கள். ஆதலால் நெய்தற்கலி முழுமையும் பரிசோதித்தற்கு உபயோகப்பட்டது மூன்று பிரதியே.

குறைப் பிரதியாயினும் முழுப் பிரதியாயினும் அகப்பட்ட இப்பத்துப் பிரதிகளையுங்கொண்டு கலித்தொகையைப் பதிப்பித்து நிறைவேற்றியதில் ஸ்ரீ தொண்டமான் புதுக் கோட்டை மஹாராஜாவின் மந்திரியும், பிரதி காவலருமாகிய கவுரவ சேஷைய சாஸ்திரியா ரவர்கள் காருண்ணியத்திற்கு மிக்க கடமை பூண்டொழுகுகின்றேன். இன்னும் இவ்வகைப் பட்ட பழைய அருமையான நூல்களைத் தேடி எடுத்து உலோகோபகாரமாக அச்சிட்டுப் பரிபாலனம் பண்ணத்தக்க ஸ்திதியில் அவர்கள் என்னை வைத்திருப்பதற்காகத் தமிழ் நாடு முழுவதும் அவர்களுக்கு ஒருங்கு கடமைப்பட்டிருக் கின்றது.

இது நிற்க, இக்காலந் தமிழிலக்கணங் கற்போர் பெரும்பாலும் நன்னூலொன்றையே கற்றுப் பொருள் யாப்பணிகளின் பயிற்சி குன்றிப் போவதால், இலக்கண விளக்கம் ஐந்திலக்கணமுஞ் சேர்ந்திருப்பத னாலும், பேரறிவினர்க்கே புலப்படுந் தகைத்தாய தொல்காப்பியம்

போலாகாது சாதாரண மாணவகர்களுக்கும் உபயோகமாதற் பாலதாதலானும், அது கற்போர்க்கு எளிதின் அகப்படாது ஏட்டுப் பிரதிகளில் மிக அருமையாக மறைந்து கிடத்தலானும், அதனை அச்சிட்டாற் றமிழ் நாடனைத்திற்கும் பேருபகாரமா மென்று எண்ணினேன். அஃது இற்றைக்கு இருநூறு வருஷத்தின் முன், திருவாரூரிலுள்ள அபிஷேகத்தர் மரபிலுதித்த தமிழ் ஞானபானுவாகிய வைத்தியநாத நாவலர் அருளிச்செய்தது. அதனது மகத்துவத்தை அதற்கு இன்றுகாறுஞ் சான்றோரால் வழங்கி வருங் 'குட்டித் தொல்காப்பிய' மென்னும் பெயரே இனிது விளக்கும். அன்றியும் அது தோன்றிய பின்னர் நன்னூற் பயிற்சி குன்ற, அதுவே தலையெடுத்து வந்தமை ஒன்றுமே அதன் மாட்சியை நன்கு புலப்படுத்தும். ஐம்பது வருஷத்தின் முன் சரவணப் பெருமாளையர் நன்னூற் காண்டிகையை அச்சிட்டு யாவர்க்கும் மிக எளிதில் அகப்படச் செய்யும் வரைக்குங் கற்போர் யாரும் ஓதிவந்ததும் அதுவே.

சூறாவளி மாறாய் மோதியென்? சூத்திர விருத்தி வான் ஆர்த்ததிர்த் திடித்தென்? கன்ன துரோண சயித்திரதர் என்ன துரோகம் இயைத்திடினுந் "தேரொன்று கிடையாத குறையன்றோ களத்தவிந்தான் சிறுவன்". அச்சுவாகனங் கிடையாத குறையன்றோ இலக்கண விளக்கம் மடங்கியது?

அதனை யான் எடுத்துப் பிரசுரஞ் செய்யத் துணிந்தும் இது வரையும் அச்சிட்ட நூல்களால் எனக்கு நேரிட்டிருக்கும் நஷ்டம் இடங்கொடுத்தில தாதலாற் பிறர் திரவிய சகாயம் அவசியம் வேண்டியதாய் அது விஷயத்தை ஆங்காங்குள்ள சில மஹான்களுக்குத் தெரிவித்தேன். அப்பொழுதுந் திருவாவடுதுறை மகாசந்நிதானம் அம்மடத்துப் பிரதிகளும் அனுப்பி க௦௦- ரூபாயும் தருவதாக உத்தரவு செய்தது.

அதனை அச்சிட க௦௦௦- ரூபா பிடிக்குமென்று யான் பகிரங்கஞ் செய்ததோர் விளம்பரத்தைக் கண்ணுற்று, இறங்கூன் கமிஷனராபீஸ் மானேஜர் எனது சகோதரன் செல்வச் சிரஞ்சீவி இளையதம்பிப் பிள்ளையும் அவரது இஷ்டர் சிலருஞ் சேர்ந்து ரு௦௦- ரூபா அனுப்பி வைத்தார்கள். அவ்வுதவியை முன்னிட்டு இலக்கண விளக்கம் அச்சிடத் தொடங்குவதற்குள், மதுரை போடிநாயக்கனூர் ஜமீந்தார் ஸ்ரீ திருமலை போட்டய காமராசய பாண்டிய நாயக்கர் துரையவர்கள் செலவு முழுவதுந் தாமே தருவதாக ஒத்துக் கொண்டு, ரு௦௦- ரூபா அனுப்பி, மீதி அச்சிட ஆரம்பித்தபின் தருவதாகத் தயைபுரிந்தார்கள். இவர்கள் தயாளத்துவம் யாவரானும் வியக்கற்பாலதே. இலக்கண விளக்கம் இப்போது அதிவிரைவில்

அச்சாகி வருகின்றது. சர்வதாரி வருஷத்தோடு பவனி வருமென்று நம்புகின்றேன்.

இறங்கூனிலிருந்து வந்த பணத்திற்கு அதனை அனுப்பினோரது சம்மதி பெற்றுப் பஞ்ச காவியங்களுட் சிறந்த சூளாமணியை அச்சிடக் கருதிப் பரிசோதித்து வருகின்றேன். இஃது யாப்பருங்கலக் காரிகை யுரைக் குணசாகர முனிவர் முதலியோராற் றமக்கு மேற்கோளாக எடுத்தாளப் பட்ட மாண்பினையுடையதோர் அரிய பூர்வக்கிரந்தம். தமிழ் நாடனைத்தினும் இதற்கு மூன்று கையெழுத்துப் பிரதியே அகப்பட்டது. பின்னை இஃது எவ்வளவு சீக்கிரத்தில் அந்தரத்தான மடையும் ஸ்திதியிலிருந்த தென்பது வாசிப்போரே உணர்வாராக.

சங்கமரீஇய நூல்களாய் வகுக்கப்பட்ட எட்டுத்தொகை பத்துப்பாடல் பதினெண் கீழ்க்கணக்குட் டலமை பெற்ற எட்டுத் தொகைகளில் இக் கலித்தொகையும், பத்துப்பாடலுட் திருமுருகாற்றுப் படையுமே இப்பொழுது அச்சில் வந்தன. எஞ்சிய பதினாறனையும் பெயர் மாத்திரையானே அறிந்தாற் போதுமா? பதினெண் கீழ்க்கணக்குட் டானும் இன்னும் வெளிவராது கிடப்பன உள. இவைகளைத் தங்கள் தங்களால் நன்கு மதிக்கப்பட்ட சில வித்வாம்சர்களைக் கொண்டு பரிசோதிப்பித்து வெளியில் வரச் செய்யத்தக்க சீமான்கள் யாரும் இல்லையா! தமிழின் அருமையுணர்ந்த பெரியோர் மடாதிபதிக ளென்றின்னோர் இவற்றிற் கடைக்கண் பதிக்குமாறு சரஸ்வதியே அநுக்கிரகிப்பாளாக.

பழைய சுவடிகள் யாவுங் கிலமாய் ஒன்றொன்றாய் அழிந்து போகின்றன. புது ஏடுகள் சேர்த்து அவற்றை எழுதி வைப்பாரும் இலர். துரைத்தனத்தாருக்கு அதின்மேல் இலட்சியமில்லை. சரஸ்வதியைத் தம்பால் வகிக்கப்பெற்ற வித்துவான்களை அவள் மாமி எட்டியும் பார்க்கின்றா ளில்லை. திருவுடையீர்! நுங்கருணை இந்நாட் டவரினால் பின்பு தவம் புரிந்தாலும் ஒருதரம் அழிந்த தமிழ் நூற்களை மீட்டல் அரிது. யானைவாய்ப்பட்ட விளாம்பழத்தைப் பின் இலண்டத்துள் எடுத்துமென்? ஓடன்றோ கிட்டுவது! காலத்தின் வாய்ப்பட்ட ஏடுகளைப் பின் தேடி எடுப்பினுங் கம்பையும் நாராசமுந்தான் மீரும். அரைக் காசுக் கழிந்த கற்பு ஆயிரம் பொன் கொடுத்தாலும் வாராது. சங்கமரீஇய நூல்களுட் சில இப்போது தானுங் கிடைப்பது சமுசயம். முப்பால் அப்பாலாய் விட்டது. என் காலத்தில் யான் பார்க்கப் பெற்ற ஐங்குறுநூறு இப்பொழுது தேசங்க டோறுந் தேடியும் அகப்பட்டிலது.

எத்தனையோ திவ்விய மதுர கிரந்தங்கள் காலாந்தரத்தில் ஒன்றன் பின் ஒன்றாய் அழிகின்றன.

சீமான்களே! இவ்வாறு இறந்தொழியும் நூல்களில் உங்களுக்குச் சற்றாவது கிருபை பிறக்கவில்லையா? ஆச்சரியம்! ஆச்சரியம்!! அயலான் அழியக் காண்கினும் மனந் தளும்புகின்றதே! தமிழ் மாது நுந் தாயல்லவா! இவள் அழிய நமக்கென் னென்று வாளா இருக்கின்றீர்களா! தேசாபிமானம் மதாபிமானம் பாஷாபிமானமென்று இவையில்லாதார் பெருமையும் பெருமையாமா! இதனைத் தயைகூர்ந்து சிந்திப்பீர்களாக.

இந்நூலைப் பதிப்பிக்கும்பொருட்டு ஏட்டுப் பிரதி யளித்த கனவான்களுக்கும் இதனைப் பரிசோதித்து அச்சிடுவதில் எனக்கு அப்போதப்போது சகாயஞ்செய்த ஸ்ரீமத் ந.க. சதாசிவப் பிள்ளை யவர்கட்கும் ஸ்ரீ யாழ்ப்பாணம் சிந்தாமணி உபாத்தியாயர் வேலுப் பிள்ளை யவர்கட்கும் ஸ்ரீ நல்லூர் சிற். கைலாச பிள்ளை யவர்கட்கும் ஸ்ரீ திரிகோணமலை ந.த. கனகசுந்தரம் பிள்ளை யவர்கட்கும் என் நன்றி கூறுகின்றேன்.

இந்நூற் பதிப்பில் யாவர்க்காயினுங் குற்றங்கூற இஷ்ட முளதாயின் அன்னோர் இன்னும் அச்சிற் றோற்றாத நற்றிணை பரிபாடல் அகம் புற மென்றிவற்றி னொன்றைத் தாமாகப் பரிசோதித்து அச்சிடுவித்து அதன்மேற் குறை கூறும்படி வேண்டிக் கொள்கின்றேன். யான் வித்தியாகங்காரத் தினாலாவது திரவிய ஈட்டத்தினாலாவது இதில் ஏற்பட்டவ னல்ல னென்பதை இன்னுமொருகால் வற்புறுத்துகின்றேன்.

குற்றமே தெரிவார் குறுமாமுனி
சொற்றபாவினு மோர்குறை சொல்வராற்
கற்றிலாவென் கவிவழு வாயினும்
உற்றுநாடி வல்லோ ருய்த்துரைக்கவே.

கயிலாயநாத குரவே நம:

திருச்சிற்றம்பலம்

இங்ஙனம்,
**சி.வை.தா.**

புதுக்கோட்டை
சர்வஜித்து ஞு ஆவணி மீ ௩ ௨

உ
கணபதி துணை
திருச்சிற்றம்பலம்

திருவாரூர்
வைத்தியநாததேசிகர்
இயற்றிய

## இலக்கணவிளக்கம்
### மூலமும் உரையும்

இஃது
யாழ்ப்பாணம்
சி.வை. தாமோதரம்பிள்ளையால்
பலதேசப் பிரதிரூபங்களைக்கொண்டு பரிசோதித்து
மதுரை ஜில்லா போடிநாயக்கனூர் ஜமீன்தார்
ம-ரா-ரா-ஸ்ரீ

திருமலைபோடயகாமராசயபாண்டிய
நாயக்கர் துரையவர்களின்
காருண்யோபகார திரவிய சகாயத்தினால்

சென்னபட்டணம்:
வித்தியாநுபாலன யந்திரசாலையில்
பதிப்பிக்கப்பட்டது.

விரோதி ☙ புரட்டாதி மீ

இதன் விலை ரூபா—௫

(Copyright Registered)

[1889]

உ

கணபதி துணை.

திருச்சிற்றம்பலம்.

திருவாரூர்

வைத்தியநாததேசிகர்

இயற்றிய

# இலக்கணவிளக்கம்

மூலமும் உரையும்.

இஃது

யாழ்ப்பாணம்

சி. வை. தாமோதரம்பிள்ளையால்

பலதேசப்பிரதிரூபங்களைக்கொண்டு பரிசோதித்து.

மதுரைஜில்லா போடிநாயக்கனூர் ஜமீன்தார்

ம-ா-ா-ஸ்ரீ

திருமலைபோடயகாமராசயபாண்டிய

நாயக்கர் துரையவர்களின்

காருண்யோபகாரதிரவியசகாயத்தினால்,

சென்னபட்டணம்:

வித்தியாநுபாலனயந்திரசாலையில்

பதிப்பிக்கப்பட்டது.

விரோதி௵ புரட்டாசி௴

இதன்விலை ரூபா-௧.

உ
கணபதி துணை

# பதிப்புரை

திங்க டங்கிய செஞ்சடை முடியினன் றிருத்தாட்
பங்க யங்கயி லாயநா தனைமுனிப் பழிச்சிச்
சங்க மங்களத் தமிழ் முத்துக் குமாரன்றன் மலர்ப்பா
தங்கள் வங்கமாத் தமிழ்க்கட லிடைப்படி குவனே.

முத்தமிழ் வாணர்தம் வித்தக வடியிணை
சித்தமெய் மொழிகளில் வைத்து வாழ்குவனே.

பூமிசைத் தென்மலைப் புங்கவன் புகன்ற—சீர்மிகும் அகத்தியம் பார்மிசை இறந்துபட்டதாதலின் அன்னோன் மாணாக்கர் பன்னிருவருட் டலைமைபெற்ற திரணதூமாக்கினி யென்னும் இயற்பெயரினை யுடைய தொல்காப்பிய மகாரிஷி அவ்வகத்தியகத்தின் வழித் தந்தருளிய தொல்காப்பியமே மதுரைக் கடைச் சங்கத்தார் காலந்தொட்டு ஐயாயிர வருஷமாகத் தமிழுக்கு ஆதாரமான பேரிலக்கணமாயுள்ளது. அது மிக ஆழியதோர் கடலனையது. ஆதலாற் கற்று வல்லோர்க்கன்றி மற்றையோர் அறிதற்கு அரியதாயிற்று. அது கொண்டு சிறுவர் முதலியோர் இலக்கணம் பயிறற்கு உபயோகமாகப் பவணந்தி யாதியோர் பலரும் நன்னூல் சின்னூல் காரிகை என்றின்னன சிற்றிலக்கண நூல்கள் பல செய்வாராயினார். அவை பெரும்பாலும் தமிழ் நன்கறிதற்கு இன்றியமையாத ஐந்து இலக்கணங்களையும் முற்றக் கூறாது ஒன்றொன்று ஒன்றிரண்டு மாத்திரம் உணர்த்தா நின்றன. சிறுபான்மை வீரசோழியம் போன்றன ஐந்தும் எடுத்துக் கூறினவேனும் மிகச் சுருங்கியவாய்க் கற்போர்க்கு வேண்டிய அளவு இலக்கண ஞானங் கொடாமையிற் பெரும்பயன் தருவனவல்லவாயின. இவ்விரு திறத்தனவும் போலாது பஞ்சலக்ஷணமும் மாணாக்கர்க்குப் போதுமான அளவு செறிந்தது இலக்கண விளக்கமொன்றே. இதன் மகிமை இதற்குச்

சான்றோரால் வழங்கி வரும் "குட்டித் தொல்காப்பியம்" என்னும் பெயரானே இனிது விளங்கும்.

இந்நூல் மூலமும் உரையுமாகச் செய்தவர், மன்னார்குடித் தாலுகாவிலுள்ள ஆதித்தேச்சரத்திற்கு அணித்தான திருக்களரில் இப்பொழுது அதிவயோதிபரா யிருக்கின்ற ஸ்ரீமத் சூரியமூர்த்தி தேசிகரைத் தமக்கு ஆறாவது சந்ததியாக உடையவரும் இற்றைக்கு உரு௦-வருஷத்தின் முன் சத்தவிடங்கத் திவ்விய க்ஷேத்திரங்களில் முதன்மையுடைத்தாகிய திருவாரூரின்கண், அவ்வூர் அபிஷேகத்தர் மரபிற் சிறப்புற்றோங்கிய ஸ்ரீ வன்மீகநாத தேசிகர் குமாரருமாகிய வைத்தியநாத தேசிகர். இராமநாதபுரத்தில் கசுஅரு-ம் ஆண்டுமுதல் களஉங-ம் ஆண்டுவரையும் அரசு புரிந்த இரகுநாத சேதுபதியின் சமஸ்தான வித்துவானான படிக்காசுப் புலவர், இந்நூலாசிரியரிடங் கல்வி கற்றவராதலானும் சற்றேறக்குறைய கஅ௦-வருஷத்தின்முன் நன்னூல் விருத்தியுரை இயற்றிய சங்கர நமச்சிவாயப் புலவரது இயற்றமிழாசிரியராகிய சாமிநாத தேசிகர் இவர் காலத்துச் சிறு வயதினரா யிருந்தமையானும், இவர் காலம் இற்றைக்கு உரு௦- வருஷத்தின் முன்னென்பது போதரும்.

நூற்கு உரையும் பாயிரமும் அணியியலிற் சொல்லணிச் சூத்திரங்களும் வைத்தியநாத தேசிகருடைய புதல்வர் ஐவருள் மூத்தவராகிய சதாசிவ தேசிகரால் இயற்றப்பட்டன எனக் கூறுவாருமுளர். ஆயினும் ஆசிரியரை நேரிலே பார்த்து அறிந்தவரும் மகாவித்துவானுமாகிய ஸ்ரீ கைலாச பரம்பரைத் திருவாவடுதுறை ஈசான தேசிக சுவாமிகள் தமது இலக்கணக் கொத்தில் ஓருரைச் சூத்திரத்தி னகத்துத் தாமே தமது நூற்கு உரையியற்றியதற்கு மேற்கோளாக "என்கண்காணத் – திருவாரூரிற் றிருக்கூட்டத்திற் – றமிழ்க்கிலக்காகிய வைத்திய நாத – னிலக்கண விளக்கம் வகுத்துரை யெழுதினன்" எனக் கூறுமாற்றானும், "பொருளணி சொல்லணி யெனவலங்கார – மிருவகை நெறியா னியலு மென்ப" என நிறுத்திப் புகுந்து பொருளணி உணர்த்திய ஆசிரியர் நிறுத்த முறையானே சொல்லணியும் ஒருவாறாவது உணர்த்தா தொழியா ராகலானுஞ், சதாசிவ தேசிகர் சொல்லணிச் சூத்திரங்களுட் சிலவும் பாயிரமும் மாத்திரமே செய்தவரென்றும் இலக்கண விளக்கம் மூலமும் உரையுமாகவே ஆசிரியரால் இயற்றப்பட்ட தென்றுங் கொள்வதே தகுதி. சொல்லணி யகத்துத் தந்தையார் சூத்திரமிவை மைந்தனார் சூத்திரமிவை யெனப் பகுத்தறிய ஏதியாதுங் காண்கிலேம்.

இந்நூற் பாட்டியல் வைத்தியநாத தேசியர் இயற்றியதன்று. யாப்பிலக்கணஞ் செய்தார் பிற ரநேகர்போல இவரும் அதனாற் பெரும்பய னின்றென்று கூறாதொழிந்தனர் போலும். ஆயினும் அஃதில்லாததோர் குறைவை அவரது இரண்டாவது புத்திரராகிய தியாகராச தேசிகர் நிவிர்த்தி செய்தனர். பாட்டியல் செய்தார் தியாகராச தேசிகர் என்பது நூற்பாயிரம் புனைந்தருளிய சதாசிவ தேசிகர் குமாரர் தியாகராச தேசிகர் எழுதிய பதிகச் செய்யுளான் அறிக. இதனாற் பாட்டியலுடையார் தமது நூலுக்குத் தாமே பதிகம் பாடினவரல்லரென்பதூஉம் ஒரே பெயரினராயினும் இருவரும் வேறென்பதூஉம் பதிகத்தார்க்குப் பாட்டியலுடையார் சிறியதந்தை என்பதூஉம் உணர்க.

நமதாசிரியர் வமிசம் முன்னும் பின்னும் பல தலைமுறையாகப் பேர்பெற்ற வித்துவான்களாற் சிறப்புற்றதோர் வமிசமேயாம். வைத்தியநாத தேசிகர் தந்தையாகிய வன்மீகநாத தேசிகர் தமது பாவன்மையாற் பரிசு பெற்ற சூனாம்பேட்டை மானியமும் உப்பளமும் நாளது வரைக்கும் அவர் சந்ததியார் அநுபவித்து வருகின்றார்கள். வைத்தியநாத தேசிகர் கல்வித் திறமைக்கு இந்நூலின் வேறுசான்று வேண்டா. அவர் மலையாளத்தி ராசாவின் பேரிற் சில பிரபந்தம் பாடி அவ்வரசனாற் கிராமங்களுஞ் சன்மானங்களும் அளிக்கப் பெற்றதும், அவை அரங்கேற்றியஞான்று,

ஓதும்பிர பந்தங்க ளொருகோடி நிமிஷத்து
ரைக்கும்பிர சண்டவாக்கி
உத்தண்ட வமிர்தரச சித்திரவித்
தாரகவி யுபயகவி ராசராசன்
போதும் பசுந்தமிழ்ப் பலகையுங் குடிபுகப்
புலமக ளெனுங் குமாரி
புதுநலந் தனைநுகர்ந் தவனுநீ யாகிலுன்
புலமையை வழுத்த வசமோ ?
காதுங் கடுங்கொலைப் பாகடுங் கடதடக்
களியானை யரச வெள்ளங்
களிசுவைப் பரணிமட லந்தாதி தூதுலாக்
காதல்செய வோத வல்லாய்
மோதுந் தனிக்கொற்ற வாயிலாய் மூதண்ட
முழுதும் பரந்த சீர்த்தி
முருகுகமழ் தருகமலை வருவைத்திய நாதகுரு
முத்தமிழ்க் கவிராச னே!

என அவ்வரச சபையாராற் றுதிக்கப்பட்டதும் உலகறியாததல்ல. இந்நூலன்றிப் பல பிரபந்தங்களும் அவரால் இயற்றப் பட்டுள்ளன. மேலும் இவர் கல்வித்திறமையை அவர் காலத்து வித்துவான்களில் ஒருவராகிய கவி வீரராகவ முதலியார் சொல்லிய,

ஐம்பதின்மர் சங்கத்தா ராகிவிடா ரோநாற்பத்
தொன்பதின்ம ரென்றே யுரைப்பாரோ – இம்பர்புகழ்
வன்மீக நாதனருள் வைத்தியநா தன்புடலி
தன்மீதந் நாட்சரித்தக் கால்

என்னும் வெண்பா நன்கு புலப்படுத்தும்.

அவர் மாணாக்கரில் ஒருவராகிய படிக்காசுப் புலவர் ஒருகாற் செம்மற்பட்டிக்காடு வழியாகத் தமது குருபுத்திரர் சதாசிவ நாவலரைக் காண வந்தபோது அச்சதாசிவ தேசிகர் மாணாக்கர் சிலர் வனத்திற் தூதுளங்காய் பறிக்கையிற் காரிகையைப் பாராயணஞ் செய்து கொண்டிருந்த சத்தத்தைக் கேட்டு வியப்புற் றுவந்து,

கூடுஞ் சபையிற் கவிவார ணங்களைக் கோளரிபோற்
சாடுஞ் சதாசிவ சற்குரு வேமுன்னுன் றந்தை தம்மாற்
பாடும் புலவர்க ளானோமின் றிச்செம்மற பட்டியெங்குங்
காடுஞ் செடியுமென் னோதமிழ்க் காரிகை கற்றதுவே

என்று கொண்டாடினர்.

பாட்டியல் செய்த தியாகராச தேசிகர் இன்னோர் இளவலென்பது முன்னர்ச் சொன்னோம். இவர் தம்பி சிதம்பர தேசிகர் சிவஞானசித்தியாருக்கு ஓர் சிறந்த பொழிப்புரை செய்திருக்கின்றனர்.

சதாசிவ தேசிகர் மகன், பதிகச் செய்யுள் பாடிய தியாகராச தேசிகர் திருமுல்லைவாயிற் புராணம், தேவையந்தாதி, காழியந்தாதி முதலியன இயற்றி இராமநாதபுரத்தில் மந்திரியா யிருந்த தாமோதரம் பிள்ளையினாற் சூரியக்கோட்டை கிராமம் பரிசு பெற்றும், விஜய அருணாசல வணங்காமுடியார் பேரிற் கோவையும் உலாவும் பாடித் தண்டிகை வரிசையும் மரவனேந்தல் முதலிய மூன்று கிராமமும் பரிசு பெற்றும் மிகச் சிறப்புற்றிருந்தனர்.

இவர் குமாரர் சதாசிவ தேசிகர் அவர் காலத்திற் ஸ்ரீ கைலாச பரம்பரைத் திருவாவடுதுறை யாதீனத்தில் எழுந்தருளி யிருந்த மகாசந்நிதானத்தின் முன் கேட்டோர் யாவரும் அதிசயிப்ப ஒரு பெரும் வித்வப் பிரசங்கஞ் செய்தபோது ஆண்டிருந்த இலக்கணம் அம்பலவாணத் தம்பிரானால்,

வன்மீக நாதன் வரத்தா லவதரித்த
வன்மீக நாதன் மரபினோன் – வன்மீகர்
தாமோர் தமிழுருவாய்ச் சார்ந்த சதாசிவனை
யாமோ புகழவல்லே மீண்டு

எனத் துதித்து மதிக்கப்பெற்றவர். இவர் புத்திரனாகிய வன்மீகநாத தேசிகருடைய பிள்ளையே இப்பொழுது திருக்களரூரில் இருக்கும் ஸ்ரீமத் சூரியமூர்த்தி தேசிகர். இவ்வருஷம் இவர்க்கு எஎ-வயதும் இவர் தனயன் ஸ்ரீ சண்முக தேசிகருக்கு ௩எ-வயதும் நடக்கின்றது. இவர்களும், இருபெயரரும் தமிழ் நன்கு கற்ற வித்துவான்களாகவே இருக்கின்றார்கள். ஒருகால் அவ்வூர் மிராசுதார் ஸ்ரீ சீநிவாச முதலியார் பெருமையைக் குறிப்பிட்டு,

தேடிநிதி யங்கொடுக்குஞ் செல்வரைப்பார்த் தெள்ளளவும்
பாடிப் படிக்கப் படியாதே – நீடுபுகழ்
வாச மலர்த்தடஞ்சூழ் வண்களர்வாழ் வாஞ்சீநி
வாச னெனச்சொன்ன வாய்

என்று துதித்தவர் இச்சூரியமூர்த்தி தேசிகரேயாம்.

படிக்காசுப் புலவர் இந்நூலாசிரியர்க்கு மாணாக்கராகவே, இராமநாதபுரத்தில் கசூஅரு-ம் ஆண்டுவரையும் அரசாண்ட சேதுபதிபேரால் ஒருதுறைக்கோவை பாடிய அமிர்த கவிராயருங் கவி வீரராகவ முதலியாரை ஒப்ப இந்நூலாசிரிய ரோடு ஒரு காலத்தவரென்று கொள்ளல் தவறாகாது.

முதலில் இவர் நன்னூலிற்குச் சைன முனிவருரை தக்க உரையல்லவென்று கண்டு தாமோர் உரை யெழுதுவாராயினர். பின்னர் அதிற் பல இடங்களில் நன்னூலாரோடு தம்மதம் மாறுபட்டமையால் இந்நூலை இயற்றத் தொடங்கினர். அவ்வாறியற்றுவான் புகுந்தவர் நன்னூல்போல எழுத்துச் சொல் லிரண்டோடும் முடியாது உலகிற்குப் பெரும் பயன்பட ஐந்திலக்கணமும் முற்றுப்பெறச் செய்தனர். முற்றுப் பெற்றுமென்? அச்சின்வாய்த் தோற்றாமையாற் கற்போர்க்குக் கிடைத்தற் கரிதாகி அதனால் அடையற்பாலதாம் பயனை உலகம் பெறாமற் போகத் தக்கதாய் வந்துவிட்டது. இதனை உணர்ந்தே அடியேன் இப்பொழுது அதனை அச்சிட்டுப் பிரசுரஞ் செய்யத் தலையிட்டனன்.

அச்சின்வாய்த் தோற்றாமலும் பரிபாலனம் அடையாமலும் இருக்கும் நூல்கள் எத்துணைச் சீக்கிரம் இறந்து விடுகின்றன வென்பதற்குச், சொற்ப காலத்திற்கு முன்னர் உதித்த இந்நூலின் கடைசி இயல்களுக்குத் தமிழ்நாட்டிலே பிரதிகள் அகப்படாமையும், எங்கெங்குந் தேடியும் யாது முயற்சி செய்தும் பாட்டியலுக்கு இரண்டு பிரதிமாத்திரம் அகப்பட்டதுஞ் சான்று பகரும். சில சில இடங்களில் அகப்பட்ட பொருளதி காரப் பிரதிகள் அவிழ்த்துப் பார்ப்பதற்கும் உபயோகமில்லாத தசையடைந்து விட்டன.

இந்நூல் உலகிற்றோற்றிய காலமுதல், நூற்றைம்பது இருநூறு வருஷமாக, நன்னூல் முதலிய ஏனைய சிற்றிலக் கணங்க ளெல்லாம் பயிற்சி குன்ற, இதுவே தலையெடுத்து வந்தது. பதினேழாஞ் சகாப்தம் முதல் இற்றைக்கு ஐம்பதறுபது வருஷத்திற்கு முன் வரைக்குஞ் சென்னை, காஞ்சி, புதுவை, தஞ்சை, மதுரை, திருநெல்வேலி, யாழ்ப்பாண மென்றின் னோரன்ன தமிழ்த் தேசங்களில் இலக்கணங் கற்போர் பெரும்பாலும் ஓதிவந்ததும் இதுவே.

இஃது இவ்வாறு பிரசித்தியடைந்து வருகையில் ஸ்ரீ கைலாச பரம்பரைத் திருவாவடுதுறை ஆதீனத்தார், சோழ நாட்டிற் றமது ஆதீன மரபினை யொத்ததுஞ் சந்தான குரவர் வழித் தோன்றியதுமாயினும், பலகாலும் பல விஷயங்களில் தம்மோடு முரணிய தருமபுராதீன சம்பந்தம் இதற்கு ஒரோவழி யுண்மைபற்றி இதன் மகிமையைக் குறைக்க நினைந்தோ, அல்லது நன்னூலின் பண்டைக் கொள்கையான் அதன்மேற் பச்சாத்தாபங் கொண்டோ, நன்னூலை மேன்மைப்படுத்த எண்ணி, அதற்குத் தமதாதீனத்துச் சங்கர நமச்சிவாயப் புலவரால் ஒரு விருத்தியுரை எழுதுவித்தும் நன்னூலி னகத்தும் அதன் சமணவுரையி னகத்தும் முன்னரில்லாத பல விதிவிலக்குகளை உரையிற்கோடலாற் புணர்ப்பித்தும் இன்னும் அவ்வுரை சிறக்கும்படி சம்ஸ்கிருத திரவிடக் கடல்கள் முழுதுண்டு தேக்கிய ஸ்ரீ சிவஞான முனிவராற் றிருத்திப் புத்தம் புத்துரை எழுதுவித்தும், அதுவும் போதாதெனக் கண்டு அம்முனிவரரால் இலக்கண விளக்கச் சூறாவளி யென்று ஓர் அநியாய கண்டனம் இயற்றுவித்தும் இந்நூலை நசிக்க முயல்வராயினர். சமணர் காலத்தின் பின்னர்த், தான் தோன்றிய கால முதற் றென்னாடெங்குந் தமிழ்க் கல்வியை விர்த்தி செய்வதிலுஞ் சைவ சமயத்தை வளர்ப்பதிலும் முதன்மை பெற்றோங்கிய இவ்வாதீனத்தாருக்கு இஃதெஞ் ஞான்றும் ஒரு களங்கமேயாம். “திருவாரூரிற் றிருக்கூட்டத்திற் – றமிழ்க் கிலக்காகிய வைத்திநாதன்” என ஆசிரியர் தமிழ் வல்லமையைப் புகழ்ந்த ஈசான தேசிகரும் “முன்னூலொழியப் பின்னூல் பலவினு – னன்னூலார்தமக் கெந்நூலாரு – மிணையோவென்னுந் துணிவே மன்னுக” என நன்னூலையே புகழ்ந்தது தமதாதீன வைராக்கிய மென்றே கோடற்பாலதோ, அன்றேல் அவர் வைத்தியநாத தேசிகர் இந்நூலை மூலமும் உரையுமாகச் செய்து கொண்டிருந்ததைக் கண்டது மாத்திரமன்றி நூலைப் பார்த்தறிந்தவ ரல்லரோ அறிகிலேம்.

ஸ்ரீ கச்சியப்ப சுவாமிகள் திருத்தணிகையிற் கந்தப்பையர் முதலியோருக்குத் தமிழ் கற்பிக்கையிற் றம்மாணாக்கர்கள்

இலக்கியப் பயிற்சிக்காகச் சீவக சிந்தாமணியைப் பாராட்டியது கண்ணுற்றபோது தம்பாலெழுந்த சமயாபிமானத்தா னன்றோ அதற்கிணையாகச் சைவ இலக்கிய மொன்று நிலைபெறும்படி தணிகைப் புராணத்தைச் செய்தருளினார்!

பரசமய நூலை வாசித்தபோது அதிலோதிய பொருளை மெய்யென மயங்கி மகிழ்ந்த அநபாய சோழனை இடித் துரைத்துக் கண்டித்த அருண்மொழித் தேவர் போலாகாது சுவாமிகள் ஈண்டுச் சொற்சுவை பொருட்சுவைகளின்மேற் றம்மாணாக்கர் மனஞ்செலுத்திய இடத்தன்றோ பரிதாப மடைந்தனர்? பின்னை அபிஷேகத்தர் மரபிலுதித்துச் சுத்த சித்தாந்த சைவ சமயியாய்ச் சைவ சமயாசாரியராய் எழுந்தருளிய இந்நூலாசிரியர் இயற்றிய நூலும் உரையுஞ் சிறப்புடையனவாகவும், பஞ்சலக்ஷணமும் பொருந்திக் கற்போர்க்கு மிக்க பயன் தருவனவாகவும் இருக்க, அதனை விரோதித்துப், பாற்கடலிலுள்ள மீன்கள் அப்பாலை விரும்பாது வேறு பலவற்றை இச்சித்தல் போல, இரண்டிலக்கண மாத்திர முடைத்தாய்ச் சமணாசிரியராற் செய்யப்பட்டுள்ள நன்னூலைச் சிறப்பிக்க முயன்றது திருவாவடுதுறை யாதீனத் தார்க்குத் தகுந்த செய்கை யன்றென்பது சைவ சமயாபிமான முடையோர் அனைவராலும் ஒப்புக்கொள்ளற் பாலதேயாம்.

சகல சற்குணமும் எல்லாக் கல்விச் சிறப்புமுடையராய் வீற்றிருந்து இப்பொழுது அடைந்துபோன பரம தயாளுவாகிய ஸ்ரீலஸ்ரீ சுப்பிரமணிய தேசிக மூர்த்திகள் இவ்வாறு தமது ஆதீனத்தார் செய்தது தப்பென்று நேரிலே ஒத்துக்கொண்டது மன்றி, இலக்கண விளக்கம் அச்சில் வெளிப்படுமாயின் மீளவும் முன்னைச் சிறப்பு அடையாமற் போகா தென்று சொல்லி, அதனை எவ்வாற்றானும் அச்சிடுவிக்கவேண்டு மென்று அடியேற்குக் கட்டளையிட்டருளியது. மேலும் சிறு காப்பியங்களில் ஒன்றாகிய சூளாமணி இப்பொழுது எங்ஙனுங் கிடைத்தற்கு அரிதாகி இறந்துபோகுந் தசையடைந்திருத்தலால் அதையும் அச்சிடுவித்தல் உலகிற் குபயோகமாகு மென உத்தரவு செய்தது. இஃது இலக்கண விளக்கம் அச்சில் வெளிப்படும் போது நன்னூற் பயிற்சி சிதைவுறு மென்னும் நிச்சயத்தாற் சமணர்க்குச் செய்ததோர் நஷ்ட பரிகாரம் போலும். யான் அப்பணிகளைச் சிரமேற்கொண்டு,

<blockquote>
குறிப்பி னாலரிய குரவ ரெண்ணமது<br>
கூறு முன்புரி குணத்தினேன்<br>
பொறுப்ப னோவடிகள் புவியி லென்னையொரு<br>
பொருளெ னக்கொடு புகன்றநூல்
</blockquote>

சிறப்பு றப்பிழை திருத்தி யச்சில்வெளி
செய்தொ ரோர்பிரதி தேவரீர்
நறைப்பெ ருஞ்சரண நளின சந்நிதியி
னல்கி டாதினி யென்னாளினே

என விண்ணப்பஞ் செய்தனன். உடனே மடத்திலிருந்த இலக்கண விளக்கப் பிரதிகள் யாவுஞ், சூளாமணி மகாலிங்கையர் பிரதியொன்று தமது மடத்திலிருந்ததும் என் கைவசம் அனுப்பி, வழக்கப் பிரகாரம் மடத்திற்காக வாங்கும் பிரதிகளின் கிரயத்தோடு இந்நூல் ஒவ்வொன்றிற்கு க௦௦-ரூபா உபகாரமுங் கொடுப்பதாக அநுக்கிரகித்தது. சுவாமிகளது சீவ தசையில் இவை இரண்டன் பதிப்பும் முற்றுப் பெறாதது அடியேற்கோர் பெரும் விசனமே. ஆயினும் இவை விரைவில் அச்சாகி வருவதைச் சுவாமிகள் அறிந்திருந்தது என் மனத்திற்கு ஓர் ஆறுதலாம்.

இந்நூல் அச்சில் வராமையே அதன் பயிற்சி இஞ்ஞான்றுக் குன்றுவதற்குக் காரணமென்பது முன்பே கலித்தொகைப் பதிப்புரையிலும் "சூறாவளி மாறாய் மோதியென்? சூத்திர விருத்தி வான் ஆர்த்ததிர்த் திடித்தென்? கன்ன துரோண சயித்திரதர் என்ன துரோகம் இயைத்திடினுந் தேரொன்று கிடையாத குறையன்றோ களத்தவிந்தான் சிறுவன்? அச்சுவாகனங் கிடையாத குறையன்றோ இலக்கண விளக்கம் மடங்கியது" எனக் குறித்திருக்கின்றேன்.

இங்ஙனம் இதனைப் பாராட்டுதலாற் றவத்தாற் றூயராய் முக்குணங்களையுங் கடந்து இறைவனருள் பெற்றுள்ளாரது நூல்களோ டொத்த பெருஞ் சிறப்பினை யுடைய தென்று சொல்கின்றே னல்லேன். சிற்றறிவினோர் இயற்றும் எந்த நூலினுந் தப்பில்லாமற் போகாது. இலக்கண விளக்கமுடையார் மதங்களுள்ளுஞ் சில கற்றுவல்லோரால் அங்கீகரிக்கத் தகாதனவுள. ஆயினுந் தாரதம்மியச் சிறப்பானும் ஐந்திலக் கணமும் உடைமையானும் பின்னூ லெவற்றினும் இதன் மாட்சி பெரிதெனக் கொள்க.

இலக்கண விளக்கச் சூறாவளியை ஓர் அநியாய கண்டனமென்று யான் கூறியதை ஈண்டுத் தாபிக்கப் புகின் மிக விரியும். அஃது அன்ன இயல்பின தென்பது நடுவுநிலைமை குன்றாது அதனை வாசிப்போர் அனைவர்க்கும் புலப்படும். ஆயினும் அநியாய மென்றோர் குற்றமேற்றி, பின் அதற்குச் சில உதாரணமாவது காட்டாமற்போதல் சரியன்றென்று உட்கொண்டு, அங்குமிங்குந் தேடியெடாமற் சூறாவளியில் முதன்முதற் சொல்லியவற்றையே சொற்ற முறைப்படி எடுத்துக்கொண்டு அவை சிவஞான யோகீசுவரர்

உணர்த்தியவாறு நமதாசிரியர்மேற் போந்த குற்றமல்ல வென்பதை மாத்திரம் இங்ஙனம் காட்டுகின்றேன். காட்டுமுன் அடியேன் சொல்லவேண்டிய தொன்று உளது.

அகத்திய முனிவரர் வரத்தினாற் றோன்றித் தென்மொழி வடமொழிக் கடல்களின் நிலைகண்டுணர்ந்து, முன்னும் பின்னுந் தமக்கிணையின்றி வீறித், தமிழிலுள்ள நூல்களுக் கெல்லாஞ் சிரோரத்தினமாய்ச் சொல்லியா நிற்கும் மகாபாடியத்தை அருளிச்செய்த யோகீஸ்வரரது பேரறிவு இமயாசல மொப்பது. எளியேன் சிற்றறிவு அதன்முன் ஒரு பூதூளி போல்வது. அன்னோர், தப்பை ஒப்பென்று தாபிக்கவும், ஒப்பைத் தப்பென்று வாதிக்கவும் வல்லர். அஃது அவர் காஞ்சிபுரத்து வைஷ்ணவ வித்துவான்கள் கொண்ட இறுமாப்பை ஒழித்தற்பொருட்டு, அவர்கள் தலைமேற் கொண்ட இராமாயணத்து நாந்திச் செய்யுளை முதலிற் பங்கப்படுத்திப், பின்னர் அதனையே அவர்கள் தலைவணங்கித் தம் பிழையைப் பொறுத்தருள்கவென்று வேண்டியபொழுது சரியென்று நாட்டியதனான் விளங்கும். ஆதலால் இன்னோரன்ன பெருஞ் சிறப்பினரை எதிர்த்து இலக்கிய இலக்கணப் படைக் கலங்கள் தாங்கி அவர் சூறாவளியை மாறாயழிக்கப் புகுந்தேனென்று கொள்ளன்மின். அவரும் அவர் மரபினோரும் உவந்து பாராட்டிய நன்னூற்கு இந்நூல் இழிவுடைய தன்றென்னும் மாத்திரையே யான் சொல்லலாயினே னென்க.

க. "முன்னர்ப் பாயிரத்தை வைத்து இது பாயிரமென் றுரைத்துப் பின்னர் அது கேட்ட மாணாக்கர்க்கு நூலுரைப்பான் தொடங்கினார், இப்பாயிரம் உரைக்க வேண்டுவதென்னை என்னுங் கடா நிகழ்தற்கு இடனுள தாயவழி, இவ்விவ் வேதுக்களான் முன்னர்ப் பாயிரம் உரைக்க வேண்டுமென்று இறுத்தல் அமையும். அவ்வாறோர் இயைபு மின்றித் 'திருவிளங்கிய மாநகரம்' முதலாக எடுத்துரைக்கும் உத்தரஞ் செப்புவழூவும் மற்றொன்று விரித்தலுமாய் முடியுமென்க" என்றார். "வலம்புரி முத்திற் குலம்புரி பிறப்பும்" என்று தலையிட்ட ஆத்திரையன் பேராசிரியன் எந்தப் பாயிரத்தை முன்னர் வைத்து இது பாயிரமென்று உரைத்துப் போந்தனன்? ஆண்டு யாண்டையோ கடா நிகழ்ந்ததும் விடையிறுத்ததும் அமையப்பெற்றது?

"முகவுரை பதிகம்" என்றற் றொடக்கத்துப் பொதுப் பாயிர முதலியன கூறிய நன்னூலார்" மாடக்குச் சித்திரமும்" என ஈற்றிலே கூறியதனை இந்நூலார் முதலிலே எடுத்து

உரைத்தது தானா ஒரு தவறாயிற்று? இது குற்றமாயின் நன்னூலாரும் "முகவுரை பதிகம்" என்னுஞ் சூத்திரங் கூறற்கு முன்னர்த் தன் பாயிரத்தை வைத்து இஃதி யாது? இதன் பெயரென்னை? என்று கடா நிகழ்தற்கு இடனாயவழி யென்றோ அச்சூத்திரஞ் செய்தல் வேண்டும்! அவ்வாறின்றி "முகவுரை பதிக மணிந்துரை நூன்முகம் – புறவுரை தந்துரை புனைந்துரை பாயிரம்" எனச் சொற்றது செப்பு வழூவும் மற்றொன்று விரித்தலுமாகுமே. இதனைக் குற்றமென்று தெரிக்கப் புகுந்ததே குற்றமா மென்றொழிக.

உ. "அவயவமாகிய பாயிரத்துள் அவயவியாகிய நூல் அடங்கா தென்றார், அவற்றியல்பு உணராமையின்" என்றனர். இதற்கு விடை "இன்னும் 'நூனுதல் பொருளைத் தன்னகத்தடக்கி' என்பதனைத் தழீஇயனா ராகலின், நூலியல்பு பாயிரத்துள் அடங்காதென்றல் அவர்க்குங் கருத்தன்றென மறுக்க" என்னும் அவரது சொந்த வாய்மொழியே யாமெனக் கூறுக. நூல் குணியும் நூலியல்பு குணமு மாகலின், நூல் வேறு நூலியல்பு வேறென் றொழிக. ஆதலால் பல அவயவங்களை உடையதோர் அவயவி அவற்றொன்றில் அடங்காதாகுதல் பொருத்த முடைத்தென்றும் அடங்கு மென்பார் கூற்றிற்குப் பொருள் வேறென்றுங் கூறி விடுக்க.

ங. "எழுத்ததிகாரம் என்புழி அதிகாரம் முறைமை யென்றார். அதிகார மென்னும் வடசொற்கு அது பொருளன்மை தொல்காப்பிய விருத்தியிற் கூறியவாற்றான் அறிக" எனச் சொற்றனர். இதற்கு விடை "அதிகாரம் முறைமை" எனவே உச்சிமேற் புலவர்கொள் நச்சினார்க்கினியார் முதலியோர் கொண்டன ரென்க. மேலும் இப்பொருள் வடமொழியிலும் உண்மை சம்ஸ்கிருத அகராதிகளிற் கூறிக்கிடத்தலான் அறிக.

ச. மலைமக ளொருபான் மணந்துல களித்த –
தலைவனை வணங்கிச் சாற்றுவ னெழுத்தே

என்னும் எழுத்ததிகாரத் தற்சிறப்புப் பாயிரத்தில் நான்கு குற்றம் பாரித்து, முதலாவது, "மலைமக ளென்பது மலையும் மகளெனவும் அமங்கலப் பொருள்தந்து 'தொகையார் பொருள் பலவாய்த் தோன்ற லின்' மலை தன் மங்கலப் பயன் குறித்து வாராமை யறிக" என்றார். நன்னூலார் எடுத்தாண்ட "பூமலி" என்பது இலை நிறைந்த என்றும் இடம் அகன்ற என்றும் பொருள் தரத்தக்க தாகலால் 'தொகையார் பொருள் பலவாய்த் தோன்ற' இட மில்லையா? 'நீடாழியுலகம்' என்று மங்கலம் வகுத்த வில்லிபுத்தூ ராழ்வாரை அது நீள் தாழி எனவும் பகுக்கக்

கிடந்ததென்று குற்றப்படுத்தல் பொருந்துமா? அன்றியுந் தாமே ஒருகால் உவந்ததோர் மங்கலமொழியைப் பிறர் கொண்டக்காற் குற்றமென்பது பேரற்புதமே. மேலுந் தம் மரபினோர் அனைவருக்கும் அங்கீகாரமான *சிவதருமோத்தரத்தில்,*

மலைக்குமகள் பெற்றமகனைக், கயமுகத்தனை, மனத்தெழுகியா
னலற்பிணி பிறப்பற வணுக்களை யகத்திய முனிக்கருளினா
னுலப்பில் கருணைக்க டலுருத்திர னுருத்தனி லுதித்தகுமர
னிலக்குமியலைக் கலியிளைக்கவுமுரெப்பலுல கிட்டமுறவே

என மறைஞான சம்பந்த நாயனார் எடுத்தாண்ட மங்கல மொழியை அமங்கலப்படுத்தல் தன் தாயை வேசியென்று ஏசுதல் போலும்.

இரண்டாவது, "மணந்து" என்றதும் ஒரு குற்றம்; என்னை! இஃது ஈண்டு "இந்நூல் நின்று நிலவுதல் வேண்டி யென்றார்க்கு" மறுதலையாகப் பொருளதிகாரத்தில் "உமை யுருவுரு மடுத்தென்றது இந்நூல் நின்று நிலவாது இறுதல் வேண்டி எனப் பொருள் தருதலின்" என்றார். ஏனைய வற்றிற்கும் ஏற்குமாறு பொருள் விரித்துரைக்க" என்று ஆசிரியர் கூறினாராக, இவரை ஏலாமாறு பொருள் கொள்ளச் சொன்னது யாரோ?

மூன்றாவது, "உறுபொருள் முதலிய எல்லாவற்றிற்கும் உரிய வேந்தனை உல்கு பொருட்கு உரிய வேந்தனென்றல் அவன் இறைமைக்கு ஏலாதவாறு போல ஐந்தொழிற்கும் உரிய தலைவனை உலகளித்த தலைவ னென்பது தலையன்மை யின்" உலகளித்த தலைவ னென்றது குற்றம் என்றார். எழுத்ததிகாரத்தில் "உலகளித்த தலைவன்" எனவுஞ் சொல்லதிகாரத்தில் "உலகு புரந்தருளும் அமைவன" எனவும் பொருளதிகாரத்தில் "உலகிளைப் பொழிக்கும் இமையவன்" எனவும் ஆசிரியர் இறைவன் முத்தொழிலுங் கூறிப் புகுந்தா ராகலின் ஈண்டு பட்ட குற்றமென்னோ? ஆன்றோர் ஆங்காங்குக் கூறிய கடவுள் வணக்கத்திற் கடவுளின் தலைமை அனைத்தும் ஒருங்கு சொல்லாது இரண்டொரு குணமாத்திரையே விதந்து தலைமை கூறுவது பெருவழக்கேயாம். முனிவரர் இஃது உணராதவரா? இதனாற் 'குற்றமே தெரிவார் குறுமா முனி – சொற்ற பாவினும் ஓர்குறை சொல்லுவர்" என்பதற்குத் தம்மை இலக்கியமாக்கினா ரன்றோ!

நான்காவது, "வணங்குதல் சிறப்பு வினை யாவதல்லது பொது வினை யாகாமையின் வணங்கி யென்பது"

குற்றமென்றனர். "மனமொழி மெய்களின் வணங்குவது மகிழ்ந்தே என்புழி ஒப்புமை பற்றிக் கூறியதே யாம்" எனத் தாமே கூறும் இவர் "மனத்தாற் றுணிவு தோன்ற நினைத்தலும் மொழியாற் பணிவு தோன்ற வாழ்த்தலுந் தலையாற் றணிவு தோன்ற இறைஞ்சலும் அடங்கப் பொதுப்பட வணங்கி" என்று கூறிய ஆசிரியர்மேற் குற்றஞ் சொல்வதென்னை? சிருஷ்டியுந் திதியுஞ் சங்காரத்தில் ஒடுங்குவதாற் சங்காரத்திற்கு முதன்மை கூறுஞ் சுத்த சைவசித்தாந்த சாகரமாகிய யோகீஸ்வரர் நினைத்தலுந் துதித்தலுஞ் சேர்ந்து அந்தர்ப்பித்து நடைபெறும் வணக்கத்திற்கு முதன்மை கொடுப்பதே முறையாகும். வில்வணக்கந் தீது குறிப்பது போலச் சொல்வணக்கம் நன்மை குறிக்குமே. ஆதியில் வளைதற் பொருளிற் பிறந்த வணக்கம் ஒப்புமையால் இப்போது மனம் வாக்குக் காயம் மூன்றற்குஞ் செல்லுமென்று கொள்க.

ரு. "எண் பெயர் முறை பிறப்பு" என்னுஞ் சூத்திரத்தில் "எண்ணுதற்கும் பெயர் கருவியாதலின் அதனை முற்கூறாதது முறையன்று. எண்ணும் முறையும் போல்வனவற்றால் ஒரு பயனின்மையின், அவற்றை வகையுட் சேர்த்துக் கருவி செய்தல் பயனில் கூற்றாமாறறிக. போலியெழுத்தென ஒன்றில்லை யென்பது தொல்காப்பிய முதற் சூத்திர விருத்தியுட் காண்க" என்று மூன்று குற்றமேற்றினர். இஃது இலக்கண விளக்கச் சூறாவளி யன்று; நன்னூற் கருப்பைப் படையோடு சார்தற்பால தென்று விடுக்க.

சிவஞான முனிவரர் தெரிவித்த குற்றங்களின் இலக்ஷணம் எத்தன்மைய என்பதற்கு மேலே காட்டியுள்ள ஐந்து உதாரணமும் போதுமாதலின் இவ்வளவில் நிறுத்துதும்.

இன்னோரன்ன குதர்க்கங்களான் இலக்கண விளக்கம் எட்டுணையுந் தாழ்வடையாது தமிழ் நாடெங்கும் பரவி வருகையிற், திருத்தணிகைச் சரவணப் பெருமாளையர் நன்னூற்கோர் காண்டிகையுரை செய்து அச்சிற் பதிப்பித்தனர். பின்னர் அது மாணவர்கட்கு இலேசில் அகப்படற்பால தாயினமையின் அதனையே யாவரும் வாங்கிப் படிப்பா ராயினர். அதனால் அதன் விருத்தி யுரையையும் யாழ்ப்பாணம் நல்லூர் ஸ்ரீலஸ்ரீ ஆறுமுக நாவல ரவர்கள் அச்சிட்டு யாவர் கைக்கும் எளிதில் அகப்படச் செய்தார்கள். இனி ஐந்திலக்கணமுஞ் செறிந்த இலக்கண விளக்கத்தையே தமிழ் மாணாக்க ரனைவரும் ஆவலோடு வாங்கிப் படிப்பாரென்று நம்புகின்றேன்.

சூத்திரங்களைப் பாடம் பண்ணுவோர் ஒரு பொருளிற் புல சூத்திரத்தை நெட்டுருப் பண்ணுதல் வீண்காலக் கழிவென்று கொண்டு இலக்கணாசிரியர்கள் தத்தம் முதனூற் சூத்திரங்களையே தமக்கு வேண்டிய விகற்பத் தோடு எடுத்தாளுதல் பெருவழக்காதலின், இந்நூலாரும் பெரும்பாலுங் கற்போர்க்கு உபகாரமாகத் தமது காலத்தின் முன்னுள்ள சூத்திரங்களையே கூடியவரையும் வைத்துக் கொண்டனர்.

கலித்தொகை வீரசோழியங்களின் பதிப்புரைகளிற் றமிழைக் குறித்து யான் எழுதியவற்றிற் சில விஷயங்களுக்கு மாறாகக் கண்டனங்க ளெழுதினோர் இருவர் உளர். அக்கண்டனங்களை நிராகரிக்க வேண்டுமென்று எனது இஷ்டர்கள் பலர் கேட்டுக் கொண்டாலும் அவைகள் உலோகோபகாரங் கருதியும் உண்மையை ஆராய்ந்தறிய வேண்டுமென்று அவாவியும் எழுந்த வாதம் போல எனக்குத் தோற்றாமையால் யான் அவற்றைக் குறித்து யாதும் எழுதிற்றிலேன்.

இவருள் ஒருவர் ஸ்ரீமத் சபாபதி நாவலருடைய ஞானாமிர்த பத்திரிகாசிரியர். இவர் தாமோதரம் பிள்ளை யெனத் தன்பெயர் கைச்சாத்திட்டு அப்பத்திரிகையின் தமிழ் நடைக் கெல்லாந் தானே உத்தரவாதி யென்று விக்கியாபனஞ் செய்தவர். பின்னர்க் கலியாண சுந்தரப் பெயர் கொண் டெழுந்து, யான் தாமோதரம் பிள்ளை யென என் பெயரெழுதுதல் தவறென்றும் அது தாமோதரப் பிள்ளை என்றிருத்தல் வேண்டுமென்றுங் கிளம்புகின்றார். அப்படிப் பட்டவரோடு யாது வாதம் புரிவது? தன் பெயர் எழுதுதற்கே இன்னுங் கற்றுக் கொண்டிருக்கின்றார் போலும். இவரை எதிர்த்தல், “வென்றாலுந் தோற்றாலும் வசையே யன்றோ?” இக்காலத்துப் புலவர் பெருமானென யாவருங் கொண்டாடுந் திரிசிரபுரம் மீனாக்ஷிசுந்தரம் பிள்ளை யவர்கள், இராமநாதபுரம் வித்துவான் பொன்னுசாமித் தேவரவர்கள், ‘நவீன பவணந்தி’ எனச் சிறப்புப் பெயர் விளங்கிய ஐயம்பிள்ளை உபாத்தியாய ரவர்கள், திருமயிலை வித்துவான் சண்முகம் பிள்ளை யவர்களென்று இன்னோ ரெல்லாந் தம்பெயர் வல்லொற்று மிகாமல் எழுதுபவராயின் யான் தாமோதரம் பிள்ளை யென்று எழுதுதலும் விலக்காகுமன்றிக் குற்றமாகாதே. விதி, விலக்கு இரண்டும் உணர்ந்தாரன்றோ குற்றங்காட்டுதற்கு உரியராவர்? அப்ப சுவாமிகளையும் அப்பச் சுவாமிக ளாக்குவாரென் றஞ்சுகின்றேன். யான் சாதித்த மௌனத்தை என் இஷ்டர்கள் மன்னிக்க.

மற்றவர் தஞ்சை ஜனமித்திரனிற் றோன்றித் தூஷணப் படை கொண்டு ஒரு சிறுச்சண்டை செய்ய முயன்றனர் போலும். இன்னோ ரன்னோரோடு சண்டை செய்தற்கு யான் அருகனல்லேன். இவர் யான் வீரசோழியப் பதிப்புரையிற் றமிழ் என்னும் மொழி "எவ்வாறாயினும் ஆகுக." அது "தென்மொழிக்குத் தென் சொல்லாகிய பெயரே யாமெனக் கொள்க" என்று கூறியதனால் மொழியின் உற்பவத்தைக் குறித்து எனக்கு அதிக வாதமில்லை யென்றும் அது திரவிட மென்னும் வடமொழியினின்று வாராததோர் தென்மொழி யென்று சாதிப்பதே என் கருத்தென்றும் உணர்வாராக.

இன்னோர்போலாது ம-ா-ா-ஸ்ரீ கொ. ஸ்ரீநிவாச ராகவாசாரியா ரவர்கள் தாம் எழுதிய நாலடியார் நூல் வரலாற்றில் "நாலடி நான்மணி நானாற்ப தைந்திணைமுப்-பால்கடுங் கோவை பழமொழி" என்பவற்றுள், "ஐந்திணை அகப்பொருட் டுறைத்தாய் ஐம்பது செய்யுளான் மாறன் பொறையனார் இயற்றியது ஓர் நூலாகக், கீழ்க்கணக்குத் தொகை பதினெட்டாய தெவ்வாறோ?" என யான் கொண்ட *கொள்கைமாற, "ஐந்திணை என்றது திணைகளைப் பற்றிச் சொல்லும் ஐந்து நூல்கள்" எனக் கூறி, ஐந்திணை யைம்பது ஐந்திணை யெழுபது திணைமொழி யைம்பது திணைமாலை நூற்றைம்பது இந்நான்கும் அவ்வைந்திணையைச் சேர்ந்தன வென்றும் இவைபோன்றது இன்னும் ஒன்று இருத்தல் வேண்டு மென்றுஞ் சொற்றனர். கலித்தொகைப் பதிப்புரை எழுதிய பின்னர் மேற்கண்ட நான்கு நூல்கள் எனக்கும் அகப்பட்டன. ஐந்திணை விஷயத்தில் யான் கூறிய கூற்றுச் சரியன்றென்று ஒத்துக்கொள்வதுமன்றி ஆசாரியா ரவர்கட்கு என் வந்தனமுங் கூறுகின்றேன். பிறர் சிலரொப்பக் கோவையைத் திருச்சிற்றம்பலக் கோவை என்று கொள்ளாது யான் சொல்லியது போல ஆசாரக் கோவை என்று இவர்கள் உரையிட்டது சாலவும் பொருத்த முடைத்தேயாம்.

முப்பால் தெய்வப்புலமைத் திருவள்ளுவ நாயனாரது பொய்யாமொழித் தமிழ் வேதமாகிய திருக்குறளல்ல வென்பதற்கு யான் கூறிய நியாயங்களை முற்றச் சீர்தூக்கி ஆராயாது "ஆலும் வேலும் பல்லுக்குறுதி – நாலு மிரண்டுஞ் சொல்லுக்குறுதி" என்னும் பிற்றைநாண் மொழியைச் சங்கத்தார் காலத்து முதுமொழிபோற் கொண்டது ஆசாரியார்பால் ஒரு தவறென்றே இன்னும் வற்புறுத்துகின்றேன். கோவை திருக்கோவையா ராகாது ஆசாரக்கோவை யாயினாற்போல

* கலித்தொகை பதிப்புரை கஉ-ம் பக்கம். (காண்க: இந்நூல் பக்கம் 150)

முப்பாலும் நாயனார் தமிழ் வேதமாகாது நமது கைக்கு இன்னும் அகப்படாத பின்னொரு சிறு நூலே யாதல்வேண்டு மென்பது என் துணிவு மாத்திரமன்று; இது விஷயத்தில் யான் கண்டு பேசிய பல மடாதிபதிகள் வித்துவான்கட்கும் இஃதொப்பென் றறிக.

இஃதெழுதிய பின்னர், ஸ்ரீ திரு. த. கனகசுந்தரம் பிள்ளை யவர்கள் தமக்கு அகப்பட்டதோர் மிகப் பழைய கீழ்க்கணக்குச் சுவடியில், "நாலடி நான்மணி" என்னுஞ் செய்யுள் அதிகஞ் சிதைவுபட்டுக் கிடப்பதில், ஐந்திணை என்பதற்கு ஐந்திணை யைம்பது ஐந்திணை யெழுபது திணைமொழி யைம்பது திணைமாலை நூற்றைம்பது என்னும் நான்குமே உரையிற் குறிக்கப்பட்டிருக்கின்றன வென்றும், முப்பால் என்பதன் உரை நாயனார் திருக்குறளை ஒருவாற்றானுஞ் சுட்டாது முப்பாலென்றே கூறப்பட்டிருக்கின்ற தென்றுங், கைந்நிலை யென்பது அப்பெயரான் உரையோடு உள்ளதோர் தனிநூலாகக் கண்டிருக்கிற தென்றும் எழுதி யறிவித்தனர். இஃது என் கூற்றை நன்கு வற்புறுத்துகின்றது. இதனால் "நானாற்ப தைந்திணை" என்றதில் நாலென்னும் அடையை நாற்பது ஐந்திணை என்னும் இரண்டனோடும் ஒட்டி நானாற்பது நாலைந்திணை யென்று கோடல் வேண்டுமென்றும், ஐந்திணை, யான் கூறியவாறு, ஒரு நூலுமன்று. ஆசாரியா ரவர்கள் கூறுமாறு ஐந்து நூலுமன்று. ஐந்திணைப் பொருள் உணர்த்திய நான்கு நூல்களென்று கொள்ளத்தக்க தென்றுஞ் சொல்ல ஏதுவாகின்றது. அங்ஙனமாயின் முப்பாலென்றது ஒரே நூலாகவும், இன்னிலை சொல்லென்றது இன்னிலை இன்சொல் என இரண்டு நூல்களாகாது காஞ்சிக்கு விசேஷணமாகவுங், கைந்நிலை யென்றது வேறொரு தனி நூலாகவுங் கொள்ளல் தகும். இவ்வாறு கொள்ளிற் "கைந்நிலை யோடாங்கீழ்க் கணக்கு" என்று ஈற்றடிப் பாடந் திரிதல் வேண்டும். எட்டுத்தொகை பதினெண் கீழ்க்கணக்குக்களுள் இன்னும் அச்சிற் றோற்றாதன தேடி வெளிப்படுத்தும் நோக்கமாகச் சில நாட்களுள் மதுரை, திருநெல்வேலி, கோயமுத்தூர் முதலிய தேசங்களுக்கு ஓர் யாத்திரை செய்ய உத்தேசித்திருக்கின்றேன். அவ்வாறு போய்த் திரும்பியபின் இது விஷயத்தைப் பற்றி மறுபடியும் எழுதுவேன்.

மாணவர்கள் தமிழ் இலக்கணம் ஐந்தும் எவ்வாற்றானும் ஓதி உணர்தல் வேண்டுமென்னும் விருப்பம் மிக்குளே னாதலானும், அவர்களுட் பெரும்பான்மையோர் அதிக செல்வரல்ல ராதலானும், வித்தியாசாலைகளிற் றமிழ் கற்கும் மாணாக்கர்கள் உரு-பெயருக்குக் குறையாமல் ஒருங்கு சேர்ந்து தமது பாடசாலைத் தலைவர் மூலமாக நேரே என்னிடமிருந்து

அழைப்பிப்பின் இப்புத்தகம் அவர்களுக்கு அரை விலையாகக் கொடுக்கப்படும்.

உலோகோபகாரமுந் தமிழ்ப் பரிபாலனமுங் கருதி இந்நூலை அச்சிடும்படி திரவிய சகாயஞ் செய்து அடியேனை ஆதரித்த போடிநாயக்கனூர் ஜமீன்தார் ஸ்ரீ திருமலை போடய காமராசய பாண்டிய நாயக்கர் துரையவர்களுக்குப் பெருங் கடமைப்பட்டுள்ளேன். துரையவர்கள் வாய்மொழி தவறாது நிறைவேறச் செய்ய உடன்பட்டிருக்கும் அவர் தேவியராதி யானோர்க்கு மிகவும் வந்தனங் கூறுகின்றேன்.

எடுத்த முயற்சியில் யான் தளர்வடையாவண்ணம் அடிக்கடி என்னை உற்சாகப்படுத்திக் கொண்டிருக்குந் தொண்டமான் புதுக்கோட்டை இளவரசு ராஜா ஸ்ரீ பாலசுப்பிரமணிய ரகுநாத தொண்டமான் துரையவர்கள், பிரதிகாவலர் கௌவர அ. சேஷைய சாஸ்திரிகள், மைசூர் நியாயாதிபதி கௌரவ அ. இராமச்சந்திரரைய ரவர்கள் முதலிய கனவான்களுக்குந் தென்றேசப் பிரதிகள் தேடி யழைப்பித்துத் தருவதில் அதிக பிரயாசை வகித்துக் கொள்ளும் மாஜி திருநெல்வேலி நீதிபதி ம-ள-ள-ஸ்ரீ திரு. கனகசபை முதலியா ரவர்கட்கும் இவ்வேலை விரைவில் நடைபெறும்படி வேண்டிய ஒத்தாசைகள் செய்யும் ஸ்ரீமத் ந.க. சதாசிவப் பிள்ளை யவர்கள், ம-ள-ள-ஸ்ரீ திரு. த. கனசுந்தரம் பிள்ளை யவர்க ளென்றிவர் களுக்கும் நன்றி சொல்லுகின்றேன்.

என் முயற்சிக்கு ஸ்ரீகைலாசப் பரம்பரைத் திருவாவடுதுறை யாதீனத்துச் சற்குருநாத சுவாமிகளா யிருந்து அடைந்துபோன ஸ்ரீலஸ்ரீ சுப்பிரமணிய தேசிக மூர்த்திகள் செய்து வந்தது போலவும், இப்பொழுது ஷை சுவாமிகள் பட்டத்திற்கு எழுந்தருளியிருக்கும் ஸ்ரீலஸ்ரீ அம்பலவாண தேசிக மூர்த்திகள் செய்து வருவதுபோலவும், மற்றைத் தமிழ்நாட்டு ஆதீனங்களில் ஆங்காங்கு எழுந்தருளியிருக்கும் மகா சந்நிதானங்கள் கைகொடுத்து வருவார்களாயின் இன்னும் பல பண்டைக் காலத்துத் தமிழ்நூல்களை எடுத்துப் பரிசோதித்துப் பிரசுரிப்பதில் அதிக ஊக்கம் உடையவனாவேன்.

சென்னைப் பாடசாலைக் கிரந்த சுதேச பாஷா வித்தியா பரிபாலன சபையார் எனக்குச் செய்துவருஞ் சகாயம் யான் ஒருபொழுதும் மறக்கற்பாலதன்று.

**சி.வை.தா.**

தொண்டமான் புதுக்கோட்டை
விரோதி ஞூ ஐப்பசி மீ

உ

கணபதி துணை

திருச்சிற்றம்பலம்

இரண்டாவது காவியம்

தோலாமொழித்தேவர்

இயற்றியருளிய

# சூளாமணி

இஃது
யாழ்ப்பாணம்
சி.வை. தாமோதரம்பிள்ளையால்
பலபிரதிகளைக்கொண்டு பரிசோதித்து
இறங்கூனிலிருக்கும்
சில தமிழ்ப்பிரபுக்களது
காருண்ய திரவியோபகார சகாயத்தினால்

சென்னபட்டணம்:
வித்தியாநுபாலன யந்திரசாலையில்
பதிப்பிக்கப்பட்டது.

விரோதி ஸூ கார்த்திகை மீ

இதன் விலை ரூபா— கஉ

Copyright Registered

1889

உ

கணபதி துணை.

திருச்சிற்றம்பலம்.

இரண்டாவது காவியம்.

தோலாமொழித்தேவர்

இயற்றியருளிய

# சூளாமணி.

இஃது

யாழ்ப்பாணம்

**சி. வை. தாமோதரம்பிள்ளையால்**

பலபிரதிகளைக்கொண்டு பரிசோதித்து

இறங்கூனிலிருக்கும்

சில தமிழ்ப்பிரபுக்களது

காருண்யதிரவியோபகாரசகாயத்தினல்

சென்னபட்டணம்:

வித்தியாநுபாலனயந்திரசாலையில்

பதிப்பிக்கப்பட்டது.

விரோதி௵ கார்த்திகை௴.

இதன்விலை ரூபா-௧௰.

1889.

உ
கணபதி துணை

# பதிப்புரை

**குருவணக்கம்**

இறைவனோ ருருவுகொண் டெழுந்தாங்கு வீற்று
மறைசையா தீனத்து மன்னுபு வதிந்த
கரணை யம்பதிக் கைலாச நாத
குரவன திருபத மருமலர்
சிரமிசை யிருத்திவெங் கருமுதல் களைவாம்.

**தமிழாசிரிய வணக்கம்**

தெள்ளுதமிழ்க் கடல்கடந்து செழியகலைத்
துறைப்படிந்து திரிபில் ஞானக்
கொள்ளை கொண்டு நுகர்ந்தமுத்துக் குமாரகவி
மேகமிதைக் கொடிச்சுன் னாக
வள்ளலென துள்ளமதி கொள்ளநறை
விள்ளுதமிழ் மணஞ்சற் றேறி
வெள்ளறிவின் முடைநாற்றம் வீவித்தான்
விரைமலர்த்தாள் மிலைவன் யாதோ!

தமிழுஞ் சம்ஸ்கிருதமும் ஈஸ்வரன்பால் உதித்த இரட்டைப் பிள்ளைகளாம். சம்ஸ்கிருதத்திற்குப் பாணினியுந் தமிழிற்கு அகத்தியருஞ் செவிலித்தாய ராயினர். சம்ஸ்கிருதம் வடபாலில் நைமிசாரணியத்து ரிஷிகள் கோட்டத்திலுந் தமிழ் தென்பாலில் மதுரைப் பாண்டியர் அவைக்களத்திலும் வளர்ந்து முறையே வடமொழி தென்மொழி யெனும் நாமம் வழங்கப்பெற்றன.

இருமொழிக்குங் கண்ணுதலே முதற்குரவ ரியல்வாய்ப்ப
இருமொழியும் வழிப்படுத்தார் முனிவேந்த ரிசைபரப்பும்
இருமொழியுந் தழீஇயினா ரான்றவரே யென்றாலிவ்
இருமொழியு நிகரென்னு மிதற்கைய முளதேயோ.

அகத்தியர்க்குத் தமிழிலக்கணம் அறிவுறுத்தியவர் சுப்பிரமணியக் கடவுளெனச் சைவர் கூறுவர்; சமணர் அதனை மறுத்து அவர்க்கு அவ்வறிவுறுத்தினார் அவலோகித னென்பர்.

அகத்தியர் சைவோத்தம ராதலின் அது பொருந்தாது. அஃதெவ்வாறாயினும் ஆகுக; தமிழணங்கிற்குப் பாலருத்தி வளர்த்தவர் அகத்திய ரென்பது அனைவருக்கும் உடம்பாடேயாம்.

வளர்ந்த இடம் மதுரையாயினுந் தமிழின் சனன பூமி கங்காதீரமே யென்பதூஉம், ஆரியர் வடமேற் றிசையினின்று வந்த காங்காதீரத்திற் குடியேறினபோது ஆண்டு இருந்த தமிழர் அவரோடு இணங்கியிராது பிரிந்து பற்பல இடங்களிற் சென்று சிதறுண்டு வதிந்தன ரென்பதூஉம், அவர்களிற் றென்னாட்டிற்கு வந்தவர்களே ஈண்டுச் சேர சோழ பாண்டிய இராச்சியங்களை நாட்டினா ரென்பதூஉம், மதுரைச் சங்கத்தில் வளர்ந்து விருத்தியடைந்து சிறப்புற்ற தமிழோடு அவ்வாறு சிறப்புறாதனவாய்க் காலவேற்றுமை சிறிதடைந்து வழங்குந் தென்மேற்கிற் புக்கு உறைந்த மலையாளரதும், மேற்கிற் புக்கு உறைந்த குடகரதும் உதகமண்டலத்துப் புக்கு உறைந்த தோடரதும் வடக்கிற் புக்கு உறைந்த இமயமலைச் சாரலில் ஒருவகை வேடரதும் பாஷைகளுக்குள்ள ஒற்றுமையான் விளங்கும்.

சம்ஸ்கிருதம் உச்சாரண வன்மையானும் வேதாகம அதிகாரத்தானும் மந்திரோபதேசப் பயிற்சியானும் ஆடூஉ லக்ஷண முடையதாகத், தமிழ் தன் மிருதுத் தன்மையானுங் குயில் கிளி பூவைகள் தலைநாணும் ஓசையுங் கரும்பு தேன் பாகு பாலென் றிவற்றை வென்று தேவாமிர்தத்தோ டொத்த இனிமையும் உடைமையானுந் தேவார திருவாசகாதி களினாற் சாக்ஷாத் ஈஸ்வரனையும் மயங்கச் செய்யும் வசீகரணத்தினானுஞ் சங்கீத சாகித்திய செய்யுள் விநோதங் களானும் மகடூஉ லக்ஷண மேற்பட்டது. இரண்டும் ஒன்றோ டொன்று கலவாது விந்தகிரிக்கும் வேங்கடமலைக்கும் இடையே கிடந்ததோர் பேராரணியத்தாற் காக்கப்பட்டு வளர்ந்தன. ஆயினும் மங்கைப் பருவமுற்ற கன்னித்தமிழ் பின்னர்த் தன் புராணேதிகாச காலத்திற் சம்ஸ்கிருத நாயகனை மாலைசூட்டி மணம் புரிந்தது. ஆதலால் இஞ்ஞான்றைத் தமிழில் வழக்கினுஞ் செய்யுளினுஞ் சம்ஸ்கிருதம் எங்கணும் வியாபித்துக் கொண்டிருக்கின்றது. பண்டைத் தமிழோ அக் கலப்புடைய தன்று. இஃது இரண்டு பாஷையின் இலக்கண விதிகளாலுஞ் சங்கமரீஇய பழைய தனித்தமிழ் நூல்களாலும் உள்ளங்கை நெல்லிக்கனி போலத் தெள்ளிதிற் புலப்படும்.

நைமிசாரணிய ரிஷீஸ்வரர்கள் காலத்தின் பின்னர்ச் சம்ஸ்கிருதம் ஆரியப் பிராமணா சிரியர்களாற் பராமரிக்கப் புட்டது போல மதுரைச் சங்கத்தார் காலத்தின் பின்னர்த்

தமிழிற்குக் கைகொடுத்துப் பரிபாலனஞ் செய்தவர்கள் சமணரென்பதூஉம், இக்காலத்திற் றமிழ் கற்போர் இலக்கிய இலக்கணப் பயிற்சிக்காக ஓதிவரும் நூல்களிற் பெரும்பான்மையன சமணர்காலத்திற் சமணாசிரியர்களால் எழுதப்பட்டன வென்பதூஉம் முன் வீரசோழியப் பதிப்புரையிற் கூறியிருக்கின்றேன். அவற்றுட் சீவகசிந்தாமணி முதலிய பெருங்காப்பியங்க ளொத்த சிறப்புடைய தமிழிற் சமணர் எழுதிவைத்த யசோதர காவியம் உதயண காவியம் நாககுமார காவியம் சூளாமணி நீலகேசி யெனும் பெயரிய சிறு காப்பியங்களும் உள. இன்னும் அநேக பிரபந்தங்கள் இதிகாசங்கள் புராணங்கள் சமயாசார தத்துவ சாஸ்திரங்கள் உள. அவைகள் காலாந்தரத்தில் ஏடெழுதுவோராற் பெருகிய பிழைகளினாற் பேதப்பட்டு மிக விகாரமுற்றுக் கிடக்கின்றன.

இற்றவர் தேவராய்ப் பிறப்ப ரீண்டுடல்
பற்றிய விசும்பிடைப் பரவு மாமுகி
றெற்றென வீழ்ந்தெனச் சிதைந்து போகுமான்
மற்றினி மக்கடம் வண்ணஞ் செப்புவாம்

என்னுஞ் சிந்தாமணிச் செய்யுளின் மூன்றாம் அடி ஒரோவொரு பிரதியில் "அற்றென முற்றிலு மழிந்து போகுமால்" எனவுந், "தெற்றென வீந்தென வீந்து போகுமால்" எனவும், "இற்றென விழிந்தென வீந்து போகுமால்" எனவுஞ் சில பிரதிகளில் முதலடி யொழித்து ஏனை மூன்றடியும் முற்றும் ரூபம் மாறி "அற்றமில் பறவைகளடையக் கொண்டு போய்ச் – சுற்றிய பாற்கட றுளும்ப வீட்டிடும் – பொற்றிரள் வரையொடு மின்னுப் போலவே" எனவும் பிறழ்ந்து கிடப்பின் இவ்விகாரங்கள் இத்துணையவென்று கூறற்பாலவல்ல பழஞ் சுவடிகளை ஒப்பிட்டுப் பரிசோதனை செய்பவர்களுக்கே இவைகளால் நேரிடும் வருத்தந் தெரியும்.

சூளாமணி இரண்டாவது காவியமென அதன் பிரதிகளிலிருக்குங் குறியீட்டினாற் றெரியவருகின்றது. முதலாவது காவியம் எதுவென்றும் மற்றைய காவியங்களின் வரிசைக் கிரமம் இன்னதென்றும் விளங்கவில்லை. நீலகேசி என் கைக்கு அகப்படவில்லை. ஆயிரத்து நானூற்றுச் சொச்சஞ் செய்யுளுள்ள மேருமந்தர புராணத்தில் முதற்பாகமும் யசோதர காவியமுங் காஞ்சிபுரத்தி லிருந்த ஸ்ரீ பாகுபலி நயினாரால் அச்சிடப்பட்டன. எஞ்சியன அச்சில் வரவில்லை. சுரவிரத காவியம் என்று ஒன்று வடமொழியில் இருப்பினுந் தமிழிற் செய்யப்பட்டதாகத் தோற்றவில்லை.

யாப்பருங்கல விருத்தியிலும் அதனை முதனூலாகக் கொண்டு அமுதசாகரர் இயற்றிய காரிகைக்குக் குணசாகரர்

சகாப்தம் உ௦௦- ௩௦௦- அளவில் எழுதிய விரித்துரையிலுஞ் சூளாமணியி லிருந்து அநேக செய்யுட்கள் இலக்கியமாக எடுத்துக்காட்டப்பட் டிருத்தலானுஞ், சூளாமணியின் காலஞ் சோழமண்டலத்திற் கார்வெட்டி நகரத்திலிருந்து அரசு புரிந்த விசயராசன் காலமென்பது நூற் சிறப்பிற், "திக்கெட்டும் புகழ் படைத்த திறல் விசயன்" என்றற் றொடக்கத்துச் செய்யுளான் அறியக் கிடத்தலானும், கார்வெட்டி நகரின் காலம் உறந்தைக்கு முந்திய தாதலானும் இந்நூலின் வயது ஆயிரத்தைஞ்ஞூறு வருஷத்திற் குறையாது.

எவ்வெப் பாஷையினும் பெருங் காவியங்கள் தோற்றிய பின்னரும் ஆங்காங்குக் காலந்தோறுஞ் சிறு காவியங்கள் உதித்து நடைபெறுதல் வழக்காயினும், சிலபல சிறு காவியங்கள் செனித்த பின்னரே பெருங்காவியங்கள் பிறத்தல் இயல்பு. மேற்கூறிய சிறு காவியங்களை ஒழித்தாற் சமணருக்குட் சிந்தாமணிக்கு முன்னர்த் தோற்றிய சிறு காவியங்கள் வேறில்லை. இருந்து இறந்ததாகவுங் கேள்வியில்லை. அன்றியுங் குணசாகரர் காலத்திற் சிந்தாமணி முதலிய பெருங் காவியங்கள் இருந்தனவாகில் விசேஷமாக அவற்றினின்றே உதாரணங்கள் காட்டியிருப்பர். ஆதலால் இந்நூல் ஆருகதப் பெருங் காப்பியங்களுக்கு முந்தியதென்று கொள்ளல் தவறாகாது.

யகர ஆசெதுகைக்குக் "காய்மாண்ட" என்னுஞ் சிந்தாமணிச் செய்யுள் காட்டாக எடுத்து ஆளப்பட்டிருக் கின்றதாலோ வெனின், ஆண்டு உரையாசிரியர்கள் காட்டியது. *"வேய்காயு மென்பணைத் தோள்" என்னுஞ் சூளாமணிச் செய்யுளொன்றும், அஃது ஆசிரியராற் சவலை விருத்தத்திற்கு ஓர் இலக்கிய மாதற்பொருட்டு வைக்கப்பட்டது உணராது, +கொகுடி யென்பதோர் மரப்பெய ருளதென்று அறியார் கோங்கமென்று மாற்றினாற்போல, அச்செய்யுளில் இரண்டாம் #அடி சீர் குறைந்திருப்பது பிற்காலத்துச் சிதைவென்று கருதி, அதனை ஒழித்து, அதற்குப் பதிலாகக் "காய்மாண்ட" என்றற் றொடகத்துச் செய்யுளை இக்காலத்தில் யாரோ சொருகி விட்டார்க ளென்றும், எழுபது எண்பது வருஷத்திற்கு முந்திய பழஞ் சுவடிகளில் "வேய்காயு மென்பணைத் தோள்" என்னும் உதாரணமே இன்னுங் காணலா மென்றும், ரகர ழகர ஆசெதுகை மூன்றாமெழுத் தெதுகை முதலியவைகட்குச்

* சூளாமணி அரசியற் சருக்கம் ௬௦௬–ம் செய்யுள்

+ சூளாமணி தூதுவிடு சருக்கம் ௬–ம் செய்யுள்

# சிந்தாமணி நாமகளிலம்பகம் உ–ம் செய்யுள்

188 தாமோதரம்

சூளாமணி யிலக்கியங் கொண்ட உரையாசிரியர்கள் யகர மொன்றற்கு மாத்திரஞ் சிந்தாமணியிற் கைவைத்தற்கோர் அவசியம் இருக்கமாட்டா தென்றுஞ், சிந்தாமணியிற் புதிதாகத் தேடி எடுத்த தென்பதற்கு அஃது அக்காப்பியத்தின் முதலாவது இலம்பகத்தின் முதலிலே கிடப்பதே ஒரு சான்றென்றுங் கூறி விடுக்க. நூல் முழுவதிலுஞ் சிந்தாமணி உதாரணம் வேறில்லையே.

நாலைந்து வருஷத்தின் முன் யான் ஸ்ரீ கைலாச பரம்பரைத் திருவாவடுதுறை யாதீனத்துச் சற்குருநாத சுவாமிகள் ஸ்ரீலஸ்ரீ சுப்பிரமணிய தேசிக மூர்த்திகளைத் தரிசிக்கப் போயிருந்த போது சுவாமிகள் சூளாமணி ஓர் அருமையான நூலென்றும் அஃது இப்பொழுது மரணதசை அடைந்திருப்பதால் அதனை அச்சிட்டுக் காப்பாற்றுதல் தக்கதென்றுந் தமிழ்ப் புராதன நூல்களை என்னால் இயன்றமட்டுந் தேடிப் பரிசோதித்து வெளியிடும் முயற்சியிற் கையிட்டிருப்பதால் யானே அதனைச் செய்தல் வேண்டுமென்றுங், கட்டளையிட்டதுமின்றிச், சென்னை மகாலிங்கையர் பிரதியொன்று தமது ஆதீனத்தி லிருந்ததை எடுத்து என்வசம் அனுப்பியு மருளியது. அதனை வாங்கி வாசித்துப் பார்த்தபோது, காரிகையில் இலக்கியமாகக் காட்டப்பட் டுள்ளனவுஞ் சொற்சுவை பொருட்சுவைகளிற் சிறந்தனவாயினும் யாது நூலகத்திலிருந்து எடுக்கப்பட்டன வென இக்காலத்து அதனை ஓதுவார்க்குத் தெரியாதெனவு மாகிய விருத்தங்கள் ஆங்காங்குக் கிடத்தல் கண்டு, அஃதோர் அரிய இலக்கியமே யெனத் தேறிச் சுவாமிகள் கட்டளையைச் சிரமேற் றாங்கி, வேறு பிரதிகள் தேட ஆரம்பித்தனன். அவ்வவ் இடங்களில் இருக்கும் எனது இஷ்டர்களான உத்தியோகஸ்தர்கள் வித்துவான்களுக்குப் பிரதிகள் விசாரித்துச் சம்பாதிக்க எழுதியதில், அப்பொழுது கருவூரிலிருந்த பண்டிதர் ஸ்ரீமத் வெங்கட்டராமையங்கா ரவர்கள் தம்மிடம் இருந்ததோர் பிரதியை அனுப்பினதுமன்றி மன்னார்குடியிற் சைன தெருவில் ஒரு பிரதி இருப்பதாகவுந் தெரிவித்தார்கள். அந்தப் பிரதிக்காக ஆளனுப்பி, அது கும்பகோணத்துச் சாசனப் பதிவுசாலையில் உத்தியோகமா யிருந்த சைன மாணவகன் ஒருவர் எடுத்துப் போயிருப்பதை அறிந்து, அவரிடம் நேரிலே சென்று கேட்டதற்கு, அவர் யான் அப்பொழுது கலித்தொகைப் பரிசோனையிற் கையிட்டிருந்தமை பற்றித் தன்னிடம் இருக்கும் புத்தகம் எனக்கு எப்போது வேண்டுமோ அப்போது அனுப்பி வைப்பதாக வாக்களித்தனர். மற்ற இடங்களிலிருந்து இப்பெயருள்ளதோர் நூலிருப்பதாகவும் அங்குள்ளவர்களுக்குத் தெரியவில்லை யென்று பதில் வந்தது.

இம் மூன்று பிரதிகள்தாம் தமிழ் நாட்டி லுண்டென்று எண்ணிக்கொண்டு, அதுகாறும் பிரசுரஞ் செய்த நூல்களால் எனக்கு நேரிட்ட செலவைக் குறித்து ஆலோசித்து, இந்நூலைச் சென்னைச் சர்வகலா சங்கத்தார் தமது பொறுப்பில் அச்சிடுவித்து நாலைந்து வருஷத்திற்குப் பிரவேச பரீக்ஷைக்கு ஏற்படுத்தினால் உத்தமமாக இருக்குமென்று அச்சங்கத் தலைவர்களுக்கு விண்ணப்பஞ் செய்தேன். அவர்கள் தங்கள் உத்தியோகத் தவணையை அதிக்கிரமித்து நாலைந்து வருஷத்திற்குப் பாட நியமனம் பண்ணுதல் கிரமத் தாழ்வென்று உத்தேசித்துப் போலுஞ், சென்னைச் சம்ஸ்கிருத திரவிடக் கிரந்த பரிபாலன சபையாரால் என் விண்ணப்பங் கவனிக்கப்படும்படி அச் சங்க லிகிதருக்கு என் விண்ணப்பத்தை அனுப்பினார்கள். அச் சபையார் நூலை அச்சிடுதற்கு இசைந்து என் சந்தேகங்களைப் பூரணமாகத் தெரிவிக்கும்படி எனக்கு எழுதினர்.

இதற்குள் இந்நூற் பிரகடனாதி செலவுகட்கு யான் காத்திரா வண்ணம் ஒருவழி ஏற்பட்டது. தமிழ் கற்கும் மாணாக்கருக்குப் பஞ்ச லக்ஷணப் பயிற்சி உண்டாதற் பொருட்டுத் திருவாரூர் வன்மீகநாத தேசிகர் குமாரர் வைத்தியநாத தேசிகர் இயற்றியருளிய 'இலக்கண விளக்கம் மூலமும் உரையும்' அச்சிட எண்ணி அதன் செலவிற்காக ஒரு விளம்பரஞ் செய்திருந்தேன். அப்பொழுது அச்செலவில் ஒரு பாதியைத் தாங்கள் பொறுத்துக் கொள்வதாக றங்கூன் டிப்டிக் கமிஷனராபீசில் மானேஜராக இருக்கும் எனது சகோதரன் செல்வச் சிரஞ்சீவி இளையதம்பிப் பிள்ளையும் அவர் இஷ்டர்கள் சிலருஞ் சேர்ந்து ரூ00- ரூபா அனுப்பி வைத்தார்கள். பின்பு அந்நூற் பிரகடனச் செலவு முழுவதுந் தாமே தருவதாகப் போடி நயக்கனூர் ஜமின்தார் ம-ள-ள-ஸ்ரீ திருமலை போடய காமராசய பாண்டிய நாயக்கர் துரை தெரிவித்தனர். அதனை அவர்களுக்கு அறிவித்து அவர்கள் அனுப்பிய பணத்தை வேறொரு பூர்வக் கிரந்த பிரகடனத்திற்காகச் செலவு செய்யலாமா எனக் கேட்பித்தேன். அவர்கள் அனைவரும் அதற்குச் சம்மதி கொடுத்தார்கள்.

இஃதிவ்வாறிருக்க என் கலித்தொகைப் பதிப்பு வெளிப்பட்டது. அது சென்னைச் சர்வகலா சங்கப் பரீக்ஷகளுக்கு உபயோகமாதற் பொருட்டு, அதன் பதிப்புரையில் யான் தெரிவித்தவாறு அதிற் பதினோரிடத்திற் குஃறொட ரன்மொழி வந்தனவற்றை மாற்றியிருந்தனன். பற்பல சிரேஷ்ட கனவான்கள் அச்செய்கையை மிகவுங் கண்டித்து எனக்குக் கடிதம் எழுதினார்கள். அதனால்

அஃதன்ன இடக்கர் மொழிகளைச் சிதைத்து அச்சிடுதல் தர்மமல்ல வென்று தெளிந்தும், ஷெ சபையார் அவற்றின் செறிவோடு நூல்களைப் பிரசரியா ரெனத் துணிந்தும், அவ்வாறு பிரசரித்தல் எனக்குக் கட்டளையிட்டருளிய சுவாமிகளின் அனுமதிக்கு மாறாகுமென்று நினைத்துஞ், செலவிற்கு வேறுவழி ஏற்பட்டத்தைப் புகழ்ந்தும் யானே எவ்வாற்றானும் இந்நூலை அச்சிடத் தீர்மானித்தேன். இறங்கூன் பணம் அதற்கு உபயோகமாயினது.

இப்பால் முன் தஞ்சாவூர்க் கீழ்க்கோர்ட் நீதிபதியாயிருந்த ம-ள-ள-ஸ்ரீ திரு. கனகசபை முதலியா ரவர்கள், என் முயற்சிக்கு எஞ்ஞான்றுந் தமது கஷ்டத்தைப் பாராமற் கையெழுத்துப் பிரதிகள் தேடி உபகரிப்பவர். அப்பொழுதும் பற்பல இடங்களினுந் தமதிஷ்டர்கள் மூலஞ் சூளாமணிப் பிரதிகள் தேடுவாராய், வேதாரணியம் ஸ்ரீ அருமைப் பெருமாள் முதலியார் மகன் அனந்த விஜய முதலியார் பிரதி யொன்றும் பெருமண்டூரிலுள்ள ஒரு சைன வித்துவானுடைய பிரதி யொன்றுமாக இரண்டு பிரதி தமக்கு அகப்பட்டதை அனுப்பிவைத்தனர். அதன் மேல் விழுப்புரம் டிஸ்ற்றிக்ட் முன்சிப் ம-ள-ள-ஸ்ரீ இராமச்சந்திரைய ரவர்கள் வழியாக வீடுர்ச் சைன வித்துவ சிரோமணி ஸ்ரீமான் அப்பாசாமி சாஸ்திரிகள் பிரதியொன்று அகப்பட்டது. மன்னார்குடிப் பிரதியை வேண்டியபோது தருவோமென்று வாக்குப்பண்ணிய மாணவகன் இதற்குள் இறந்துவிட, அப்பிரதி யாவர் கையிற் சிக்குண்டதென்று எவ்வளவு தூரம் விசாரித்துந் தெரியவர வில்லை. கிடைத்த பிரதிகள் ஐந்தில் வேதாரணியப் பிரதியுங் கருவூர்ப் பிரதியும் வீடூர்ப் பிரதியைப் பார்த்து எழுதப்பட்டன வாதலாற் பரிசோதனைக்குப் பயன்படத்தக்க சுயபிரதிக ளாகாமற் போய்விட எஞ்சிய மூன்று பிரதிகளையுங் கொண்டே அச்சிட ஆரம்பித்தேன்.

நூறு பக்கம் அளவு அச்சான பின்பு, தென்றேசப் பிரதியொன்று, எனது நண்பரும் பண்டைத் தமிழ்நூல் ஆராய்ச்சியே தமக்குப் பொழுதுபோக்கும் வினோதமாக உடையவருஞ் சென்னைத் தபாலாபீசுகளின் மேல் விசாரணைத் தலைவருமாகிய ம-ள-ள-ஸ்ரீ மல்லாகம் வி. கனகசபைப் பிள்ளை யவர்களுடையது, அவரிடந் திரிசிராப்பள்ளியிற் றமிழ் முனிஷி ஒருவர் வாங்கி வைத்திருந்து இறந்துபோகக், கும்பகோணத்தில் ஒரு ஹெட் கன்ஸ்டேபில் கையிற் சேர்ந்திருந்ததை அறிந்து, அதனை அவ்விடத்திற் போலீஸ் மேல் விசாரணையி லிருக்கும் ம-ள-ள-ஸ்ரீ கிருஸ்ணசாமி நாயுடு அவர்கள் சகாயத்தாற் றருவித்தேன். அதற்கும் முதன்

மூன்று பிரதிகளுக்கும் அனேக வேறுபாடுகள் இருந்தமையால் இன்னுஞ் சில பிரதி எவ்விடத்தாயினும் இருக்குமாயின் அவற்றையுந் தேடி ஒத்துப் பார்த்துக் கொண்டே அச்சிடுதல் அத்தியாவசியக மென்று உட்கொண்டு, அங்கங்கே சமணர்கள் குடியிருக்கும் இடங்களுக்கெல்லாம் நேரிலே ஒரு சுற்றுப் பிரயாணம் பண்ணிக் காஞ்சிபுரத்தில் மாத்திரம் ஒரு மிகப் பழம் பிரதி கண்டு அதனை வாங்கி வந்தேன்; இவ்விரண்டோடும் ஒத்துப்பார்த்ததில் முன்பு அச்சிட்ட அவ்வளவும் மறுபடி திருத்தி அச்சிடவேண்டியதாயிற்று. வேறு பிரதி எங்கும் அகப்படவில்லை. கும்பகோணத்திற் போயிருந்ததாக யான் முன்னர்ச் சொன்ன மன்னார்குடிப் பிரதி வீடூர்ப் பிரதியையே பார்த்தெழுதப்பட்ட தென்று அதன் சொந்தக்காரர் மன்னார்குடியிற் சொன்மையால் அதனை யான் பின்பு இச்சித்துத் தேடவில்லை.

காலாந்தரத்தில் ஏடெழுதுவோராற் பெருகிப் பெருகி வந்த பிழைகளினாற் காவியங்கள் மிகவும் பேதப்பட்டு விகாரம் அடைந்திருக்கின்றமை முன்னமே சொன்னேன். இம் மாறுபாடுகளைக் குறித்து இந்நூல் பதிப்பில் அடியேனுக் கோர் துணிவு புதிதாகப் பிறந்தது. இதுகாறும் அச்சிட்ட பழைய நூல்களில் ஒரு பிரதியின் ஆதாரமாவது இல்லாமற் பாட பேதத்தைத் திருத்துதல் ஒழிந்த யான், இப்பொழுது பிரதிகள் அனைத்தும் பிழையென்றும் பிரதிகளில் இருக்கும் பாடம் ஆக்கியோன் வாய்மொழியாய் இருக்கமாட்டா தென்றும், எந்தப் பிரதிவழிச் சென்றாலும் அச்சில் வருவது ஆசிரியரினின்றும் வேறுபட்ட பிழைபாடமென்றும் நிச்சயிக்க ஏது உண்டான இடங்களில் இரண்டொரு எழுத்தையாவது மொழியையாவது சந்தர்ப்பத்திற்கும் பொருளுக்கும் இயையுமாறு திருத்தத் துணிந்தேன். அவ்வாறு செய்யாவிடின் நூலின் சிறப்பு அழிவதுமன்றிச் சில பாடங்கள் ஒரு பயனுந் தராமலுஞ் சில முன்பின்னோடும் பிற நூல்களோடும் விரோதப்பட்டும் நிற்குமாதலிற் றிருத்தம் அத்தியாவசியக மாயிற்று. இதனை உலகம் அறியச் சொல்லாமல் விடுவதே தப்பென்று உணர்ந்து இங்ஙனந் தெரிவிக்கலாயினேன்.

பிரகடனாசிரியர்கள் நூலிலுள்ள தப்பு ஒப்பிற்கு உத்தரவாதிகளல்லரே! ஆசிரியர் பாடம் இஃதென்று நிச்சயித்து உணராவழி இருந்த வண்ணம் நூலை உலகிற்கு ஒப்பிக்கிறது தானே! வீரசோழியம் தொல்காப்பியம் முதலியவைகளில் அப்படி ஒப்பிக்கவில்லையா என்பா ருளராயின், அன்னோர் மேல்வரும் நியாயங்களைச் சீர்தூக்கி என் செய்கையை மன்னித்தருள்வாராக.

முதலாவது, அந்நூல்களிற் பிரதிகளில் இருந்தபடி ஒப்பித்த வழுக்கள் மூலபாடத்தின் கண்ணாவது அம்மூலபாடத்தின் அர்த்தத்திலாவது உள்ளன அல்ல. மூலத்திலும் அர்த்தத்திலும் வரும் வழுக்கள் ஒன்றாலொன்றன் பூர்வ சொரூபம் அறிந்து திருத்தப்படற் பாலனவாம். உரையாசிரியர்கள் பிற நூல்களிலிருந்து எடுத்துக்காட்டிய உதாரணச் செய்யுளிலாவது மேற்கோள்களிலாவது புகுந்த வழுக்களே பிரதிகளிற் கண்டபடி ஒப்பிக்கப்பட்டன. அவைகள் அவ்வவ நூலாராய்ச்சியாற் பிறர் அப்பப்போ திருத்திக் கொள்ளக் கூடியன. இவை அவ்வாறு பின் எக்காலத்துந் திருத்தப்படா.

இரண்டாவது, உதாரணங்கள் மேற்கோள்களிற் புகுந்திருக்கும் வழுக்கள் தாமும் ஆங்காங்கு எடுத்தோதிய பொருட் டுணிபிற்கு எம்மாத்திரம் வேண்டியதோ அதனுட் புகுந்த வழுவல்ல. எஞ்சிய பாகங்களில் ஏதாவது வழுக்கிடத் தலாற் கற்போர் பெறக் கருதிய பயன் எவ்வாற்றானுஞ் சிதைவுபடாது. உதாரணமாகச் "செய்யுளுளும் முந்தாகலு முரித்தே" என்னும் இலக்கணமும் அதனுரையும் வழுப் படாமல் ஆராய்ந்து பதித்திருக்க, அதற்கு இலக்கியமாகக் காட்டிய செய்யுள்கள் "தெண்டிரை மிசைப் பாயுந்து", "நீர்க்கோழி கூப்பெயர்க்குந்து" என்று பிரிந்தாலென்! "தெண்டிரைமிசைப்பாயுந்துநீர்", "கோழிகூப்பெயர்க்குந்து" என்று பிரிந்தாலென்! "தெண்டிரை" என்றிருப்பினென்! "தண்டிரை" என்றிருப்பினென்! தெண்டிரையோ தண்டிரையோ என்பதும் "நீர்" எதனைச் சேர்தல் சரியென்பதும் அவ்விலக்கியங்கள் இருந்து எடுக்கப்பட்ட நூல்களாற் றிருந்த உணர்தற்பாலவாயினும் "பாயுந்து", "பெயர்க்குந்து" என வரும் விதியினை உணரும் உணர்ச்சி அவ்வழுவாற் சிதைவு படாதன்றோ? நீர்க்கோழிக்குக் கூவுதற் றொழிலில்லை யாதலானும் பாயுந்து என்னும் எச்சத்திற்கு முடியும் பெயர் வேண்டு மாதலானுஞ் சிறிதாலோசனையால் "நீர்" முன்வாக்கியத்தோடு சேர்தற்பால தென்றும் புத்தி நுட்பக் குறைவால் ஏட்டுத் தொடரெழுத்தைப் பிரிக்க அறியாமல் வழுப்பட்ட தென்றுஞ் சொல்வீராயின், அற்றன்று; கூவுதற்கு அழைத்தற் பொருளும் உண்டென்றும் நீர்க்கோழி தன் துணையைத் தன்னோடு செல்வான் அழைத்துப் பெயர்த்தல் இயல்பென்றும், பெயருந்து என்னாது பெயர்க்குந்து என்றதால் தன் பெயர்ச்சியைக் கருதாது துணையைப் பெயர்தலைக் கொள்ளலுந் தகுமென்றும் "பாயுந்துநீர்" என முடியுஞ் சொல் சேர்ந்ததாயின் பெயர்க்குந்து யாண்டையோ முடிந்ததென்றும் விடுத்தொழிக.

இன்ன நூலிலிருந்து உதாரணம் எடுக்கப்பட்டதென்று அறிந்து அந்நூலையுந் தேடிப்பார்த்தா லன்றி யதார்த்த ரூபம் அறிதல் அசாத்தியமென்க. அவ்வாறு எட்டுத்தொகை பத்துப்பாட லென்றின்னோரன்ன சங்கத்தார் காலத்து நூல்களைத் தேடிப்பார்த்து அவற்றால் அறியத் தக்கன பின்னர்த் திருத்தற் பொருட்டாகவே தொல்காப்பியப் பொருளதிகாரத்து உதாரணச் செய்யுள்களிற் சில பிழைகளைப் பிழையென்று நிச்சயமா யுணர்ந்தும் பிரதிகளிற் கிடந்தபடி விட்டிருக்கின்றேன். நற்றிணையாதிய தொகைகளிலும் பத்துப் பாட்டிலும் பின்னாராய்ச்சியால் யான் இப்பொழுது செய்து வைத்திருக்கிற திருத்தங்களுள் அனேகம் அப்பொழுது யான் இவை இன்னவாறு இருத்தல் வேண்டுமென்று உத்தேசித்த படியே இருக்கின்றன. ஆயினும் பூர்வ சொரூபம் இதுதானென்ற நிச்சயமின்மையானும், ஒருகால மில்லாதிருந்தால் வேறொரு காலத்தில் எப்படியும் பூர்வ சொரூபந் தேடி அறிதற்பாலவாயின மையானும் அவற்றை என் உத்தேசத்தின் பிரகாரந் திருத்தத் துணிந்திலேன்.

மூன்றாவது, உரை எழுதப்பட்டிராததோர் இலக்கிய நூலின் மூலபாடத்திற் சாஸ்திர முடிபுங் கதைப் பொருத்தமுமே அயனூ லாராய்ச்சி கொண்டு துணிதற்பாலன. வாக்கிய முடிபு அங்ஙனமன்று. அது பலபல பிரதி ரூபத்தின் சகாயத்தால் மாத்திரமே அறிதற்பாலது. நாடெங்குந் தேடியும் வேண்டிய அளவுக்குப் பிரதிகள் அகப்படாமல் வழுக்கள் நிறைந்து மரணதசையும் அடைந்ததோர் உரையில்லா நூலை ஒன்றிற் பிரசுரஞ் செய்யாமல் இறந்துபோக விட்டுவிட வேண்டும். அன்றேற் கற்போர்க்குப் பயன்படத் திருத்தியே அச்சிடல் வேண்டும். இவ்விரண்டில் எது தக்கது? எலும்பழுகிய நாசியைச் சத்திரம் பண்ணிப் பொன்னாசி பொருத்தினாற் போலப் பூர்வ சொரூபம் இறந்து பிறழ்ந்த இடத்தில் அஃதறிய வேறு வழியின்றேற் புதுத் திருத்தஞ் செய்வதை வழுவமைதியாக்கி மன்னிக்க.

நான்காவது, ஒரு திருத்தமுஞ் செய்யாது பழம்பிரதிகளின் படி ஒப்பிப்பதால் வரும் பயன் யாது? வீரசோழியத்திற் சில சில இடங்களில் பிழைப்பட்டனவற்றை இருந்த வண்ணம் ஒப்பித்தேனன்றோ? யாவர் அவற்றிற்குப் பூர்வ சொரூபந் தேடிக்கொடுத்தார்! தேட முயன்றவ ராயினும் உளரா! என்பு நொறுங்கிய காலை வெட்டியெறிந்து பொய்க்கால் வைத்தாற் போல அவற்றிற்குப் புத்துதாரணங்கள் செய்து சேர்த்திருப் பேனாயின் கற்போர்க்குச் சிறிதாவது பயன்படத்தக்கதா யிருக்குமே!

ஐந்தாவது, சிற்சில இடங்களிற் புதுத் திருத்த மானபின் இந்நூலைத் தோலாமொழித் தேவர் இயற்றியருளிய சூளாமணி யெனல் பொய்படுமன்றோ வெனின், புதுமொழி சில சேர்த்தமையை உலகிற்குத் தெரிவியாது சொருகிவைத்து யாவும் ஆசிரியர் வாக்கென்று நடைபெற விடுவதே தவறாவது. நன்னூற்குச் சங்கர நமச்சிவாயப் புலவர் இயற்றிய விருத்தியுரை யென்று இக்காலத்தார் கொள்வதெது! அன்னோருரையில் அங்குமிங்குஞ் சிவஞான முனிவராற் றிருத்தப்பட்ட புத்தம் புத்துரையன்றோ! முனிவரர் திருத்தியமை உணர்ந்தோராமல் அவராற் றிருத்தப்பட்ட விருத்தியுரை யென்று அச்சுப் பிரதிகளின் நாமதேய பக்கத்திற் போட்டிருப்பது யான் அறிந்துளேன். ஊரில் வழங்குங் கையெழுத்துப் பிரதிகளைப் பார்த்து அதிற் படித்தோரை இஃதி யாவருரை யென்று கேட்டறிக. கஅசஉ-ம் ௵ யான் நன்னூல் விருத்தியுரை எழுதிப் படித்த போது முனிவரரால் அது திருத்தப்பட்டதென்று கேள்விப்பட்டதுமில்லை. ஸ்ரீலஸ்ரீ நாவல ரவர்கள் அச்சிட்ட பின் எல்லாருஞ் சொல்லுவர். இப்பொழுதும் அதிற் புலவர் எழுதிய திது முனிவரர் திருத்திய திது என்று பகுத்தறியக் கிடக்கின்றதா?

நன்னூ லுட்கருத்துலகோ ரறியவுரை செய்கவென நரேந்திர சிங்கந்
தென்னூற்று மலைமருதப்பன் புகலப் பொருள் விளங்கச் செய்தான் பாரி
லெந்நூற்கு மெழுத்தொடுசொற் பொருளறி சங் கரநமச் சிவாயனென்னும்
பன்னூற் செந்தமிழ்ப்புலவன் சைவசிகாமணி நெல்லைப் பதியினானே

என்பதுதான் வெளி. வைத்தியநாத தேசிகர் செய்த இலக்கண விளக்கத்து அணியியலிற் சில சூத்திரங்கள் அவர் மகன் சதாசிவ தேசிகராற் சேர்க்கப்பட்டன வன்றோ! அதில் மைந்தனார் தந்தன இவையென யாவர் பிரித்துக்காட்ட வல்லார்? ஆதலால் உலகறியச் சொல்லித் திருத்தல் தவறிலதாக, முழுத் தோட்டமும் அகத்தி நாட்டினும், வெற்றிலைத் தோட்டம் வெற்றிலைத் தோட்டமேயா மென்க.

ஆறாவது, சுவடிகளிற் பிழைப்பட்டிருக்கும் ரூபம் ஆசிரியரதல்ல என்பது மலையிலக்கு. பின்னை எப்படியும் யான் பிரசுரஞ் செய்யத்தக்கது ஆசிரியர் செய்த ரூபமல்லாத போது பிழைப்பட்டு ஒரு பொருளுந் தராமலாவது விரோதப் பொருள் பயந்தாவது நிற்கும் ரூபத்தில் அவ்விரோத மில்லாதபடிக்கு யான் வைத்த ரூபந் தாழ்வுடைய தன்று.

ஏழாவது, ஓர் ஆருகத நூலை இவ்வாறு திருத்துவது சமணர்க்கு வெறுப்பா யிராதோ வெனின், திருத்திய இடம் அனைத்திலுஞ் சுவடிகளின் பாடமும் அவற்றின் குற்றமும் அவைகளில் யான் செய்த திருத்தமுஞ் சைன வித்துவான்களிற்

சிறந்தோர் பலர்க்குக் காண்பித்து அன்னோர் முழுச் சம்மதியுடனேயே பதிப்பித்தே னென்றறிக. இருந்தபடியே பதிப்பிப்பது நூலாசிரியரின் மகத்துவத்தை ஓரோவொரு இடத்தில் இழிவுபெறச் செய்யத் தக்க தாதலின் அதுவே அவர்க்கு வெறுப்பாயிருக்கு மென்பது அவர் மேருமந்தர புராணப் பதிப்பிற் காட்டும் அரோசிகத்தாற் றெளியலாம். மேலும் என் திருத்தங்களை அவர்கள் தங்கள் பிரதிகளிலுங் குறித்துக் கொண்டதே அவர்கள் சம்மதிக்குச் சான்றாகும்.

எட்டாவது, அப்படியாயின் இன்னாராற் றிருத்தப்பட்ட தென்று நாமதேய முகத்திற் போடுவதுதானே யெனில், இலைமறைகாய் போல் எங்கேயோ ஒவ்வொரு மாறுபாடு செய்ததால் நூல் என்னாற் றிருத்தப்பட்ட தாகாது. அல்லாமலும் ஆக்கியோன் மொழியினை யான் திருத்தினவ னல்லன். பின் புக்க வழுவையன்றோ யான் திருத்தியது? மேலும் எனது திருத்தமே பூர்வ சொரூபமாக இருப்பினும் இருக்கலாமே. நூலைத் திருத்தியவனென்ற மேன்மைக்கு யான் அருகனல்லேன். இக்காரணங்களால் உலகமென்னை மன்னிக்குமென்று முற்றிலும் நம்புகிறேன். என் திருத்தங்கள் எப்படிப்பட்டன வென்று யாவரொருவர் அறிய விரும்புவராயின் அவர்க்கு அதனைத் தெரிவித்தல் என் கடன். தெரிந்து எடாது கைக்கு எதிர்ப்பட்டபடியே அவற்றிற் சிலவற்றைக் குறிப்புப்பண்ணி ஓர் அநுபந்தமாகச் சேர்த்திருக்கின்றனன். ஆண்டுக் கண்டு கொள்க.

மேற்கண்ட பிரதிகளை வைத்துக் கொண்டு பரிசோதனை பண்ணுகையில் ஆருகத சமயக் கோட்பாடுகள், தத்துவ பேதங்கள், புராணக் கதைகள், சிறப்புப் பெயர்களிற் சில சமுசயங்கள் நேரிட்டன. அதற்காக வீடூர் வித்துவான் ஸ்ரீமான் அப்பாசாமி சாஸ்திரிகளை வரஅழைத்து மூன்று மாதக் காலம் அவர்களைக் கூட வைத்திருந்து எனக்குள்ள சமுசயங்களைத் தீர்த்துக் கொண்டதுமன்றி அவர்கள் போன பின்பு நிகழ்ந்தன சிலவற்றை அப்பப்போ அவர்களுக்குக் கடிதமெழுதித் தெரிந்து கொண்டனன். இன்னுஞ் சந்தேகந் தீராத இடங்களும் இரண்டொன்று உண்டு. அவர்கள் இத்தனை தூரம் வந்திருந்து எனக்குச் செய்த உதவியை எப்பொழுதும் மறவேன்.

இந்நூலுணர்ச்சிக்கு உபயோகமான சமண கிரந்தங்களை எனக்குக் காண்பித்ததுமன்றித் தமது கையிலிருக்கும் ஏடுகளில் எப்பொழுதேனும் யாதாயினும் வேண்டுமாயின் அதனை உடனே அனுப்பி வைப்பதாகத் தயைபுரிந்த மன்னார்குடி ஸ்ரீ மு. அப்பாண்ட முதலியாருக்குஞ் சித்தாம்பூர் முதலிய இடங்களிலுள்ள சமணர் வசம் இருக்கும் நூல்கள் வேண்டிய

காலங்களில் வாங்கி அனுப்புவதாக வாக்களித்த காஞ்சிபுரம் பச்சையப்ப பாடசாலைத் தமிழ் பண்டிதர் ம-ள-ள- ஸ்ரீ வ. கணபதிப் பிள்ளை யவர்களுக்கும் என் வந்தனஞ் சொல்லுகின்றேன்.

இந்நூல் ஆருகத மகா புராணத்திற் கூறிய நவவாசுதேவப் பிரதிவாசுதேவர்களிற் திப்பிரஸ்ட வாசுதேவனதும் அவ் வாசுதேவனுக்குப் பகையாய் அவரித்த அயக்கிரீவப் பிரதி வாசுதேவனதுஞ் சரித்திரத்தை விரித்துக் கூறிப், பெரும்பாலுஞ் சமண காவியங்கள் துறவும் முத்தியும் உணர்த்தி முடியுமாறு போல, இருபத்து நாலு தீர்த்தங்கரருட் சிரேயசுவாமி தீர்த்த காலத்திற் சுரமை நாட்டின்கண் போதனமா நகரத்திலிருந்து அரசு புரிந்த பயாபதி அரசன் தன் குமாரனான அவ் வாசுதேவனைப் பூமியாள வைத்துத் துறந்து தன் தேவிமாரோடு முத்தி பெற்ற கதையை எடுத்துச் சொல்லும்.

இந்நூற் சீயவதையும் வித்தியாதர விவாகமுஞ் சேடியர் சங்காரமுங் கிருஷ்ண சரித்திரத்திற் சேர்ந்தனவல்லவாயினுந், திவிட்டராசன் குணாதிசயங்கள் திருமாலின் அவதாரமாகிய கண்ண பெருமானதுந், திவிட்டனுக்கு மூத்தோனாகிய விசயன் குணாதிசயங்கள் கண்ணன் அண்ணன் பலபத்திரனதும் இலக்ஷணங்களோடு ஒருவாறு ஒத்திருக்கும்.

சீவக சிந்தாமணிச் சரித்திரத்தைச் சிந்தாமணிப் பதிப்பின் முதலிற் ஸ்ரீமத் சாமிநாதைய ரவர்கள் சுருக்கிக் காட்டியது போல, இந்நூலை எளிதிற் படித்து உணர்வதற்கு உபயோகமாக இதன் முதலிலுந் திவிட்டன் கதையைப் பொழிப்பாகக் காட்டும்படி எனது இஷ்டர் சிலர் கேட்டுக் கொண்டனர். இக்கதையை வசன ரூபமாக யாழ்ப்பாணம் வித்துவான் தாவடி ஸ்ரீ அம்பிகைபாக உபாத்தியார் எழுதி வருவதால் அதன் சாரத்தை இவ்விடம் வேறாகப் பதித்தல் அவசியமன்றென நிறுத்தினன். அன்றியும் இக்காலத்து மிகச்சிறந்த வித்துவான் ஒருவர், இந்நூற்கு உரையெழுதி அச்சிடுவிக்கக் கருதி யிருப்பதாகவுந் தெரியவருகின்றது.

இக்கதையில் வரும் அரசராதியோர் பெயர் ஊர் சம்பந்தம் முதலிய அறிதல் கதைத் தொடர்ச்சியை லேசில் உணர்தற்கு உபயோகமாகு மாதலின் அவற்றிற்கு ஓர் அகராதி சேர்த்திருக்கின்றேன்.

பிரதிகள் தேடிப் பரிசோதித்து இந்நூலைப் பதிப்பித்தற்கு உபயோகமான திரவியம் றங்கூனிலிருக்கும் என் சகோதரன் செல்வச் சிரஞ்சீவி இளையதம்பிப் பிள்ளையும் அவரது இஷ்டர் சிலருஞ் சேர்ந்து அனுப்பியதென்று முன் தெரிவித்தேன்.

அவர்களைப் போல்வார் பிறர்க்கும் இப்படிப்பட்ட விஷயத்தில் ஊக்கம் உண்டாதற்பொருட்டு அன்னோர் பெயர் விவரத்தை இவ்விடந் தருகின்றேன்:

## பணம் அனுப்பினோர் பெயர்வழி

| | | |
|---|---|---|
| ம-ா-ா-ஸ்ரீ | தி.எம். குட்டியா பிள்ளை´யவர்கள்,<br>றங்கூன் கமிசேரியட் றொட்டிச்சாலை<br>மானேஜர் | ரூ.க00.00 |
| ம-ா-ா-ஸ்ரீ | ஏ. சரவண முதலியா ரவர்கள்,<br>றங்கூன், கன்டிறோலர் ஆபீசு<br>சுப்பரின்டென்டன்ட் | ரூ. ௫0.00 |
| ம-ா-ா-ஸ்ரீ | வி. நமசிவாய பிள்ளை யவர்கள்.<br>எம்.ஏ.,பி;எல்.,<br>கல்கத்தா ஹைகோர்ட் வக்கீல் றங்கூன்<br>றிக்கார்டர்ஸ் கோர்ட் அட்வக்கேட் | ரூ. ௫0.00 |
| ம-ா-ா-ஸ்ரீ | பா. குப்புசாமி முதலியா ரவர்கள்,<br>றங்கூன் கமிசேரியட் மானேஜர் | ரூ. ௫0.00 |
| ம-ா-ா-ஸ்ரீ | தி.வி. கிருஷ்ணசாமி நாயுடுகாரு,<br>றங்கூன் கண்டிறாக்றர் | ரூ. ௫0.00 |
| ம-ா-ா-ஸ்ரீ | பி. வேதாசல முதலியா ரவர்கள்,<br>றங்கூன் பர்மா ஸ்டேட் றேல்வே<br>பொக்கிஷதாரர் | ரூ. ௫0.00 |
| ம-ா-ா-ஸ்ரீ | தி.எம். பொன்னுசாமிப் பிள்ளை யவர்கள்,<br>றங்கூன் பேப்பர் கறென்ஸி ஆபீசு<br>பொக்கிஷதாரர் | ரூ. ௫0.00 |
| ம-ா-ா-ஸ்ரீ | சி.வை. இளையதம்பிப் பிள்ளை யவர்கள்,<br>றங்கூன் டிப்டி கம்மிஷனர் ஆபீசு<br>ஹெட் அக்கவுண்டன்ட் | ரூ. க00.00 |
| | | ஆ. ரூ. ௫00.00 |

இவர்கள் செய்த இவ்வுபகாரத்தை யான் ஒருபோதும் மறவேன். இவர்கள் முன்மாதிரியைப் பின்பற்றி இன்னும் அனேகர் தத்தமக்கு ஏற்ற வித்துவான்களைக் கொண்டு பற்பல பழைய தமிழ் நூல்களை வெளிப்படுத்தி நிலைநிறுத்தக் கலைமகள் கடாட்சிப்பாளாக.

**சி.வை.தா.**

தொண்டமான் புதுக்கோட்டை }
விரோதி ஞு கார்த்திகை மீ }

உ

தோலாமொழித்தேவர்
இயற்றிய
## சூளாமணி

கஅகூசூ-ம் ஹூத்துப் பிரதமகலா பரீகூஷிக்கு
நியமிக்கப்பட்ட
முதல் மூன்று சருக்கமும்
அவற்றின் குறிப்புரையும்

யாழ்ப்பாணம்
சி.வை. தாமோதரம் பிள்ளையால்
பதிப்பிக்கப்பட்டது.

MADRAS

PRINTED AT THE S.P.C.K PRESS, VEPERY

1895

உ

தோலாமொழித்தேவர்

இயற்றிய

# சூளாமணி.

கஅகூசும்௵த்துப் பிரதமகலாபரீக்ஷைக்கு

நியமிக்கப்பட்ட

முதல் மூன்று சருக்கமும்

அவற்றின் குறிப்புரையும்.

யாழ்ப்பாணம்

சி. வை. தாமோதரம்பிள்ளையால்

பதிப்பிக்கப்பட்டது.

MADRAS:

PRINTED AT THE S. P. C. K. PRESS, VEPERY.

1895

உ

கணபதி துணை

# பதிப்புரை

சூளாமணி இரண்டாவது காவியமென அதன் பிரதிகளிலிருக்குங் குறியீட்டினாற் தெரியவருகின்றது. முதலாவது காவியம் எதுவென்றும், மற்றைய காவியங்களின் வரிசைக்கிரமம் இன்னதென்றும் விளங்கவில்லை. சிறுகாவியம் ஐந்து. அவை உதயண காவியம் சூளாமணி நீலகேசி நாககுமார காவியம் யசோதர காவிய மெனச் சிலர் சொல்லினும் அதற்கு நல்ல ஆதாரங் காணோம். நாககுமார காவியத்தை ஒழித்து மேருமந்தர புராணத்தைச் சேர்ப்பாரும் உளர். ஆயிரத்து நானூற்றுச் சொச்சஞ் செய்யுளுள்ள மேருமந்தர புராணத்தில் முதற்பாகமும் யசோதர காவியமுங் காஞ்சிபுரத்தி லிருந்த ஸ்ரீ பாகுபலி நயினாரால் அச்சிடப்பட்டன. மேருமந்தர புராணம் முழுவதும் ஸ்ரீ புஷ்பரதச் செட்டியாரால் அச்சிடப்பட்டிருக்கின்றது. எஞ்சியன அச்சில் வரவில்லை.

இந்நூல் ஆருகத மகாபுராணத்திற் கூறிய நவவாசுதேவர் பிரதிவாசுதேவர்களிற் திப்பிரஷ்ட வாசுதேவனதும் அவ் வாசுதேவனுக்குப் பகையாய் அவதரித்த அயக்கிரீவப் பிரதி வாசுதேவனதுஞ் சரித்திரத்தை விரித்துக்கூறிச், சுரமை நாட்டின்கண் போதனமா நகரத்திலிருந்து அரசுபுரிந்த பயாபதி அரசன் தன் குமாரனான அவ்வாசுதேவனைப் பூமியாள வைத்துத் தன் தேவிமாரோடு துறவியல் பூண்டு முத்திபெற்ற கதையை எடுத்துச் சொல்லும்.

திவிட்டராசன் குணாதிசயங்கள் திருமாலின் அவதாரமாகிய கண்ணபெருமானதும், திவிட்டனுக்கு மூத்தோனாகிய விசயன் குணாதிசயங்கள் கண்ணன் அண்ணன் பலபத்திரனதும் இலக்ஷணங்களோடு பெரும்பாலும் ஒத்திருக்கின்றன.

மகாபுராணத்தில் இக்கதை சுருக்கமாகக் காணப் படுவதாதலில் அதனை இதற்கு முதனூலென்று சொல்லப் போகாது.

விஞ்சைக் கிறைவன் விரைசூழ்முடி வேந்தன் மங்கை
பஞ்சிக் கனுங்குஞ் சிலம்பாரடிப் பாவை பூவார்
வஞ்சிக் கொடிபோல் பவள்கார ணமாக வந்த
செஞ்சொற் புராணத் துறையின்வழிச் சேறு மன்றே

எனத் தேவர் பாயிரத்திற் சொல்லிப் புகுந்தனர். மகாபுராணம் அப்படி ஒரு வித்தியாதர மகளிர் காரணமாகப் பிறந்ததாகவுங் கதையில்லை. அன்றியுந் தீர்த்தங்கரர் இருபத்து நால்வர் சக்கரவர்த்திகள் பன்னிருவர் பலதேவர் ஒன்பதின்மர் வாசுதேவர் ஒன்பதின்மர் பிரதி வ்ாசுதேவர் ஒன்பதின்மராகிய திரிசஷ்டி சலாகா புருஷர்களின் சரித்திரத்தைக் கூறும் மகாபுராணந் திவிட்டன்றேவி சுயம்பிரபையின் பொருட்டு எழுதப்பட்டதென்று சொல்வது பொருந்தாது. மேலும் திவிட்டன் முதல் வாசுதேவனும் பதினோராவது தீர்த்தங்கர ராகிய சிரேய சுவாமிகள் காலத்தவனுமாகவே அவனுக்குப் பின்னிருந்த தீர்த்தங்கரர் வாசுதேவப் பிரதிவாசுதேவர்கள் முதலியோருடைய கதைகள் அவள் நிமித்தம் எழுதப்பட மாட்டா. அவளேதுவாகப் பிறந்து சூளாமணிக்கு முதனூலாக இருந்ததோர் புராணம் வேறு இருத்தல் வேண்டும். பற்பல சமண வித்துவான்களிடத்து விசாரித்தும் அஃது இன்னதென்று விளங்கவில்லை. பெயருமில்லாது இறந்துபோன நூற்களில் அதுவும் ஒன்றாக இருக்கலாம்.

சூளாமணி யென்றோர் வடமொழிப் புராணம் இருந்ததாகவுந் தெரியவில்லை. செஞ்சொற் புராணத்து வஞ்சிக்கொடி போல்பவள் காரணமாக வந்த உரையின் வழியென்று அன்னுவயப்படுத்தி மகாபுராணத்தை முதனூலாகக் கொள்ளக் கிடந்ததாலோ வெனின், இக்கதை மகாபுராணத்தில் மிகச் சுருங்கிற்றென விடுக்க.

யாப்பருங்கல விருத்தியிலும் அதனை முதனூலாகக் கொண்டு அமுதசாகரர் இயற்றிய காரிகைக்குக் குணசாகரர் சகாப்தம் ௨௦௦ – ௩௦௦- அளவில் எழுதிய விரித்துரையிலுஞ் சூளாமணியிலிருந்து அநேகஞ் செய்யுட்கள் இலக்கியமாக எடுத்துக்காட்டப் பட்டிருத்தலானுஞ், சூளாமணியின் காலஞ் சோழமண்டலத்திற் கார்வெட்டி நகரத்திலிருந்து அரசுபுரிந்த விசயராசன் காலமென்பது நூற்சிறப்பிற் "திக்கெட்டும் புகழ்படைத்த திறல்விசயன்" என்றற் றொடக்கத்துச் செய்யுளான் அறியக்கிடத்தலானும், கார்வெட்டி நகரின் காலம் உறந்தைக்கு முந்தியதாதலானும், நூல் அரங்கேறியது சேந்த னவைக்களத் தாதலானும், இந்நூலின் வயது ஆயிரத்தைஞ்ஞூறு வருஷத்திற் குறையாது.

எவ்வெப் பாஷையினும் பெருங்காவியங்கள் தோற்றிய பின்னரும் ஆங்காங்குக் காலந்தோறுஞ் சிறு காவியங்கள் உதித்து நடைபெறுதல் வழக்காயினும், சிலபல சிறு காவியங்கள் செனித்த பின்னரே பெருங்காவியங்கள் பிறத்தல் இயல்பு. மேற்கூறிய சிறு காவியங்களை ஒழித்தாற் சமணருக்குட் சிந்தாமணிக்கு முன்னர்த் தோற்றிய சிறு காவியங்கள் வேறில்லை. இருந்து இறந்ததாகவுங் கேள்வியில்லை. அன்றியுங் குணசாகரர் காலத்திற் சிந்தாமணி முதலிய பெருங்காவியங்கள் இருந்தனவாகில் விசேஷமாக அவற்றினின்றே உதாரணங்கள் காட்டியிருப்பர். ஆதலால் இந்நூல் ஆருகதப் பெருங் காப்பியங்களுக்கு முந்தியதென்று கொள்ளல் தவறாகாது.

யகர ஆசெதுகைக்குக் "காய்மாண்ட" என்னுஞ் சிந்தாமணிச் செய்யுள் காட்டாக எடுத்து ஆளப்பட்டிருக் கின்றதாலோ வெனின், ஆண்டு உரையாசிரியர்கள் காட்டியது *"வேய்காயு மென்பனைத் தோள்" என்னுஞ் சூளாமணிச் செய்யு ளென்றும், அஃது ஆசிரியராற் சவலை விருத்தத்திற்கு ஓர் இலக்கியமாதற் பொருட்டு வைக்கப்பட்டது உணராது +கொகுடி யென்பதோர் மரப்பெயருள தென்று அறியார் கோங்க மென்று மாற்றினாற்போல, அச்செய்யுளில் இரண்டாம் அடி சீர் குறைந்திருப்பது பிற்காலத்துச் சிதைவென்று கருதி, அதனை ஒழித்து, அதற்குப் பதிலாகக் "காய்மாண்ட" என்றற் றொடக்கத்துச் செய்யுளை இக்காலத்தில் யாரோ சொருகி விட்டார்க ளென்றும், எழுபது எண்பது வருஷத்திற்கு முந்திய பழஞ் சுவடிகளில் "வேய்காயுமென்பணைத் தோள்" என்னும் உதாரணமே இன்னுங் காணலாமென்றும், ரகர ழகர ஆசெதுகை மூன்றா மெழுத்தெதுகை முதலியவைகட்குச் சூளாமணி யிலக்கியங் கொண்ட உரையாசிரியர்கள் யகரமொன்றற்கு மாத்திரஞ் சிந்தாமணியிற் கைவைத்தற்கோர் அவசியம் இருக்கமாட்டா தென்றுஞ், சிந்தாமணியிற் புதிதாகத் தேடி எடுத்ததென்பதற்கு அஃது அக்காப்பியத்தின் முதலாவது இலம்பகத்தின்# முதலிலே கிடப்பதுதானே ஒரு சான்றென்றுங் கூறி விடுக்க. நூல் முழுவதிலுஞ் சிந்தாமணி உதாரணம் வேறில்லையே.

**சி.வை.தா.**

---

* சூளாமணி அரசியற் சருக்கம், சுoசு-ம் செய்யுள்

\+ சூளாமணி தூதுவிடு சருக்கம், சு-ம் செய்யுள்

\# சிந்தாமணி நாமகளிலம்பகம், உ-ம் செய்யுள்

உ

திருச்சிற்றம்பலம்

# தொல்காப்பியம்
# எழுத்ததிகாரம்

மதுரையாசிரியர் பாரத்துவாசி
நச்சினார்க்கினியாருரையோடும்

யாழ்ப்பாணம்
சி.வை. தாமோதரம் பிள்ளையால்
பலதேசப் பிரதிரூபங்ககளைக்கொண்டு
பரிசோதித்து

ஸ்ரீ தொண்டமான் புதுக்கோட்டை
நியாயாதிபதி
ம. அண்ணாமலைப் பிள்ளை யவர்கள்
திரவியோபகார சகாயத்தினால்

சென்னபட்டணம்:
வித்யாநுபாலன யந்திரசாலையில்
பதிப்பிக்கப்பட்டது.

*கர ஷு வைகாசி மீ*

Copyright Registered

[1891]

உ

திருச்சிற்றம்பலம்.

# தொல்காப்பியம்

## எழுத்ததிகாரம்.

மதுரையாசிரியர் பாரத்துவாசி

**நச்சினார்க்கினியாருரையோடும்.**

யாழ்ப்பாணம்

**சி. வை. தாமோதரம்பிள்ளையால்**

பலதேசப்பிரதிரூபங்களைக்கொண்டு

பரிசோதித்து

ஸ்ரீதொண்டமான்புதுக்கோட்டை

நியாயாதிபதி

**அண்ணாமலைப்பிள்ளையவர்கள்**

திரவியோபகாரசகாயத்தினால்

சென்னபட்டணம்

வித்தியாநுபாலனயந்திரசாலையில்

பதிப்பிக்கப்பட்டது.

கரவருஷம் வைகாசிமீ

# பதிப்புரை

பேர ருட்கயி லாயநா தப்பெருங் குரவன்
சீர டித்துணை சிரத்தினிற் றிருத்திமுத் துக்கு
மார நற்கவி ராசனை வழுத்திமா லயனுந்
தேர கிற்றிலா நடேசர்தாள் சிந்தனை செய்வாம்.

சங்கம் மரீஇய இலக்கியங்களுக் கெல்லாம் இலக்கணமா யுள்ளது தொல்காப்பியம். இதன் உணர்ச்சியில்லார் அவ் விலக்கியங்களின் பொருட்டுறைகளை நுண்மையாக உணரப் பெறார். ஆதலாற் றமிழாராய்ச்சியிற் புகுவோர்க்கு இந்நூல் இன்றியமையாப் பெருஞ் சிறப்பிற்றாயது. இஃது அகத்தியர் மாணாக்கர் பன்னிருவருட் டலைமை பெற்றவருந் திரண தூமாக்கினி யென்னும் இயற்பெயரினை உடையவருமாகிய தொல்காப்பிய மகா ரிஷியினாற் செய்யப்பட்டு எழுத்துச் சொற் பொரு ளென்னும் மூன்று அதிகாரங்களை உடையது.

இதற்கு இளம்பூரணர், கல்லாடர், பேராசிரியர், சேனாவரையர், நச்சினார்க்கினியர் என்று ஐவரால் உரை யெழுதப்பட்ட தாயினும், பூரண உரையாய் நமது காலம் வரைக்கும் வந்திருப்பது நச்சினார்க்கினியராற் செய்யப்பட்டது ஒன்றுமே. அஃது ஆக்கியோன் பெயரினால் நச்சினார்க்கினிய மென வழங்கும். சேனாவரையர் சொல்லதிகாரத்திற்கு மாத்திரம் உரையிட்டனர். இளம்பூரணர் ஆதி யுரையாசிரிய ராதலின் அவர்க்கு 'உரையாசிரிய' ரென்னுஞ் சிறப்புப் பெயர் கொடுத்தே யாருஞ் சுட்டுவர். அவர் உரையில் எழுத்ததி காரமுஞ் சொல்லதிகாரமும் பொருளதிகாரத்துச் செய்யுளியலும் ஒழிந்து எஞ்சிய பாகம் இக்காலத்து இறந்தது போலும். கல்லாடர் பேராசிரியர் உரைகளிற் சிற்சில பின்னங்கள் மாத்திரம் இங்கும் அங்குஞ் சிதைந்து கிடக்கின்றன. யாதாயினும் ஓர் இயலுக்காவது பூரணமாயிருப்பது தெரியவில்லை.

எழுத்ததிகாரத்திற்கு இளம்பூரணமுஞ் சொல்லதி காரத்திற்குச் சேனாவரையமுஞ் சிறந்தனவாயிருந்தன. ஆயினும் நச்சினார்க்கினியம் மூன்றதிகாரத்து உரையும்

ஒருங்கொத்த சிறப்பினை யுடையதாய், அனைத்துரைகட்கும் பின்னாக எழுந்து, ஏனையோர் மதங்களை ஆங்காங்குக் கண்டித்ததனால், அவ்வுரையே பிற்காலத்து அனைத்தினும் மேலாக உபயோகப் படுவதாயிற்று.

இதன் எழுத்ததிகாரவுரை சென்னபட்டணம் சகலகலா சாலைத் தமிழ்ப் புலமை நடாத்திய மழைவை மகாலிங்கையரால் ஐம்பது வருஷத்தின் முன் அச்சிடுவிக்கப்பட் டிருந்தது. எழுத்திற்கு இளம்பூரணமுஞ் சொல்லிற்குச் சேனாவரையமும் பின் அச்சாயின. ஆதலால் யாதோருரை யாயினும் பிரசுரமாகாததும் எழுதுவாரும் படிப்பாருமின்றி மரணதசை யடைந்ததுமான பொருளதிகாரத்தை முதலில் அச்சிடுவித்தல் அவசியமெனக் கண்டு அதனை நச்சினார்க்கினியா ருரையோடு சென்ற பார்த்திப வருடம் பதிப்பித்து வெளிப்படுத்தினேன். பின்னர்ச் சொல்லதிகாரத்தையும் அவருரையுடன் பதிப்பித்துவிட்டாற், றொல்காப்பியத்திற்கு நச்சினார்க்கினியாருரை பூரணமாய் யாவர்க்கும் எளிதில் அகப்படற்பாலதா மென்று உட்கொண்டு, பல தேசத்தினின்றும் பிரதிகள் வரவழைத்துப் பரிசோதிக்கையில், என் இஷ்டர் அனேகர் சொல்லதிகாரம் பிரசுரமான பின்னரும் உரை பூரணமா யகப்படுதற்கு எழுத்ததிகாரப் பிரதி கிடையா தென்றும், அதனையும் யான் சேர்த்து அச்சிடா தொழியின், என் பிரதி வாங்குவோர் சொல்லும் பொருளும் பெற்றும் எழுத்தில்லாமற் றலையற்ற உடலையே தாங்கலாகு மென்றும், ஆதலால் எழுத்தையும் யானே சேர்த்து அச்சிடுதல் வேண்டு மென்றுங் கட்டுரைத்தனர். அதனால் ஐயர் பதிப்புச் சென்ன பட்டணப் பிரதிகளின் வழிப்பட்டது நோக்கி, அதனைத் தென்றேசப் பிரதிகளோடும் பரிசோதித்து அச்சிடுவித்தனன்.

புதுக்கோட்டைச் சமஸ்தானம் மகா மன்றத்து நியாயாதிபதிகளில் ஒருவராகிய ம-ா-ா-ஸ்ரீ ம.அண்ணாமலைப் பிள்ளை யவர்கள் இவ்வெழுத்ததிகாரத்தை அச்சிடுவதற்கு மிக்க திரவியோபகாரஞ் செய்தனர். அவருடைய தயாள குணத்தையும் பிரபுத்துவத்தையும் அதிக நன்றியறிவோடு பாராட்டுகின்றேன்.

ஒருமுறையாயினும் பிறர் பிரசுரித்த நூல்களை மீள அச்சிடுவிக்காத எனக்கு இவ்வெழுத்ததிகாரம் ஒரு விலக்காயிற்று. அன்றியும் ஒரு பெரு நூலின் முதலிலே யுள்ளதோர் சொற்ப பாகத்தை மாத்திரம் ஒருவர் பிரசுரஞ் செய்து காலகதி யடைந்துவிட்டாற், பின்னர் அந்நூல் முழுவதையும் அச்சிடுவோர் முதற் பாகத்தையுஞ் சேர்த்து அச்சிடுதல் தவறன்றாம். உலக வழக்கமும் அதுவே.

இப்பொழுது நச்சினார்க்கினியம் சொல்லதிகாரம் அச்சாகி வருகின்றது. எட்டுத்தொகை பரிசோதனையி லிருக்கின்றது. இதிற் புறநானூற்றுரை ஈற்றில் கசഠ-செய்யுளும் பரிபாடல் பூரண பிரதியும் பதிற்றுப்பத்தில் முதற் பத்துங் கடைசிப் பத்தும் இன்னும் அகப்படவில்லை. இவற்றை வைத்திருக்கும் மகான்கள் யாவராயினுஞ் சில நாளைக்கு அவற்றை இரவலாக அனுப்புவாராயின் அவர்க்கு மிகக் கடமைப்படுவதுமன்றி அன்னோர் அனுப்பிய பிரதி களோடுகூட எனது வழக்கப் பிரகாரம் இவ்விரண்டு அச்சுப் பிரதியும் அனுப்புவேன்.

தேடுவாரும் பரிபாலிப்பாரு மின்றி ஒன்றொன்றாய் அழிந்துபோகும் அருமையான பழைய தமிழ் நூல்களைப் பாதுகாத்தற் பொருட்டு அடியேன் ஏட்டுப் பிரதிகள் தேடிப் பரிசோதித்து அச்சிடுவதிற், புத்தகங்கள் விலை போகாமல் நேரிடும் நஷ்டத்தைக் குறித்து விய ௵ ஆடி ௴ *ஹிந்து* பத்திரிகை வாயிலாக ஓர் அபயம் எழுதித், தமிழபிமானமுந் தருமசிந்தையு முடைய பிரபுக்கள் என் நஷ்டத்தை நன்கொடை முதலிய சகாயஞ் செய்து பரிகரிக்குமாறு வேண்டிக் கொண்டேன். அப்பொழுது எனக்குக் கைகொடுத்து உதவிசெய்த கனவான்களின் பெயருந் தொகையும் அடுத்த சர்வசித்து ௵ ஆவணி ௴ எனது கலித்தொகைப் பதிப்புரையிற் காட்டியிருக்கின்றேன். அதன்பின்பு சில பிரபுக்கள் அளித்த உதவியையும் உலகிற்குத் தெரிவிப்பது என் கடனாதலின் அதனை ஈண்டுக் குறிக்கின்றனன்.

சென்னபட்டணம் வித்தியாசாலை விசாரணாதரிசி
ஸ்ரீ பம்மல் விஜயரங்க முதலியார் ரூபா ௩௫.00

கொழும்பு சுப்ரீம்கோர்ட் அத்வக்காத்
கி. பிறிற்றோ துரை
" ௭௫.00

திருநெல்வேலி சப்கோர்ட் பழைய நீதிபதி
ஸ்ரீ திரு. கனகசபை முதலியார்
" ௧௨௫.00

சென்னபட்டணம் வித்தியா பரிபாலகரின் விசேஷ
உபகிருதரும் போதனாசிரிய வித்தியாசாலைப்
பிரதம உபதேசகருமாகிய ஸ்ரீ யாழ்ப்பாணம்
சிந்தாமணி வேலுப்பிள்ளை
" ௧00.00

பாலக்காடு நகராதிகார மந்திரம் மாகாண
விசாரணைச் சபைகளில் ஒருவராகிய
ஸ்ரீ ஐ. சின்னச்சாமி பிள்ளை

" ௨௫.00

சென்னபட்டணம் பச்சையப்ப முதலியார்
தருமபரிபாலன சபாபதி ஸ்ரீபாளையம்
சோமசுந்தரச் செட்டியார்

" ௧00.00

இம்மகான்களை யொப்பப் பிறருந் துணைநின்று தத்தமக்கு இஷ்டமான அளவுக்குத் திரவிய சகாயஞ் செய்வாராயின் எட்டுத்தொகை, தகடூர்யாத்திரை முதலியன விரைவில் வெளிவரும். எவ்வெவ முயற்சிக்குந் துணைக் காரணம் பணம். அதன் குறைவினால் எனது முயற்சி மிகத் தாமசப்பட்டு நடைபெறுகின்றது. லோகோபகாரமாய் யான் கையிட்ட இத்தொழிலைத் தற்காலஞ் சர்வகலா சோதனைச் சங்கத்தில் எனக்கு வரும் பரீக்ஷா நிவேதனம் ஒன்றைக் கொண்டே நடத்தி வருகின்றேன். அது பிரதிகள் தேடி அப்பப்போ யான் செல்லும் பிரயாணங்களுக்கும் பரிசோதனைச் செலவிற்குமே முன்னோ பின்னோவென்று கட்டி வருகின்றது.

இங்ஙனம்,
**சி.வை.தா.**

சென்னபட்டணம்
கர ஷூ வைகாசி மீ

உ

திருச்சிற்றம்பலம்

# தொல்காப்பியம்
# சொல்லதிகாரம்

மதுரையாசிரியர் பாரத்துவாசி
நச்சினார்க்கினியாருரையோடும்

பலதேசப் பிரதிரூபங்ககளைக்கொண்டு
பரிசோதித்து

யாழ்ப்பாணம்
சி.வை. தாமோதரம்பிள்ளையால்

சென்னபட்டணம்:
விக்டோரியா ஜூபிலி யந்திரசாலையில்
பதிப்பிக்கப்பட்டது.

நந்தன வூ புரட்டாதி மீ

Copyright Registered

[1892]

திருச்சிற்றம்பலம்.

# தொல்காப்பியம்.

## சொல்லதிகாரம்.

மதுரையாசிரியர் பாரத்துவாசி

**நச்சினார்க்கினியாருரையோடும்**

பலதேசப்பிரதிரூபங்களைக்கொண்டு

பரிசோதித்து

யாழ்ப்பாணம்

**சி. வை. தாமோதரம்பிள்ளையால்**

சென்னபட்டணம்

விக்டோரியா ஜுபிலி யந்திரசாலையில்

பதிப்பிக்கப்பட்டது.

நந்தன௵ புரட்டாதி௴.

# நன்றி கூறல்

படிப்பாரும் எழுதுவாரு மின்றிப் பாணவாய்ப்பட்டுத் தேடுவாருந் தொடுவாருமின்றிச் செல்லுக்கிரையாகியுங் காலாந்தரத்தில் ஒன்றொன்றாய் அழிந்துபோகும் பழைய தமிழ் நூல்களை இயன்றமட்டும் அச்சிட்டு நிலைநிறுத்தத் தொடங்கிய என் முயற்சிக்கு உதவியாக ஆங்காங்குள்ள தரும சீலர்கள், சென்ற வருஷம் வைகாசி மாதம்வரையும் எனக்கு அவ்வப்பொழுது உபகரித்த பணத் தொகைஹயக் கலித்தொகை, தொல்காப்பிய எழுத்ததிகாரம் இவற்றின் பதிப்புரையிலே அவரவர் நாமதேயத்தோடு தெரிவித்திருக்கிறேன்.

அதன்பின்பு இறங்கூனிலே கடை வைத்திருக்கும் நாட்டுக்கோட்டைச் செட்டிப் பிள்ளைகளுள் ஸ்ரீ இராமநாதன் செட்டியென வழங்கப் பெயர்பெற்ற ம-ா-ா-ஸ்ரீ ரா.ம.சொ. சொக்கப்ப செட்டியார் ரூபா *50.00* அனுப்பிவைத்தார்; அவரது தயாள குணத்தை என்றும் மிகுந்த நன்றியறிவுடன் பாராட்டுவேன்.

தருமச் செலவுகளில் இக்காலத்தில் அதி பிரசித்தி யடைந்திருக்கும் நாட்டுக்கோட்டைச் செட்டிப் பிள்ளைகளில் வேறு பெயர்களும் இம் முன்மாதிரியை அனுசரித்து இப்படிப்பட்ட முயற்சி யுடையவர்களுக்கும் ஒருவாறு துணைசெய்யும்படி அவ்ர்கள் மனத்தில் எந்நாளுங் குடிகொண்டிருக்கும் ஸ்ரீ நடேசப்பெருமான் அருள்புரியுமாறு அவரது திருவடிகளைப் பிரார்த்திக்கின்றனன்.

**சி.வை.தா.**

நந்தன ஸ்ரீ புரட்டாதி மீ

உ

திருவாரூர்
வைத்தியநாததேசிகர்
இயற்றிய
# இலக்கணவிளக்கம்
செய்யுளியல்

---

ககஉஉ-ஆத்து பி.ஏ. பட்டப்பரீகைக்கு
உபயோகமாக
யாழ்ப்பாணம்
றாவ்பகதூர் சி.வை. தாமோதரம்பிள்ளையால்
பதிப்பிக்கப்பட்டது.

திருவல்லிக்கேணி
வை.மு. சடகோபராமாநுஜாசாரியாரால்
வெளியிடப்பட்டது.

சென்னை:
வெ.நா. ஜூபிலி அச்சுக்கூடம்

1900

இதன் விலை அணா-அ

உ

திருவாரூர்

வைத்தியநாததேசிகர்

இயற்றிய

# இலக்கணவிளக்கம்.

## செய்யுளியல்.

௧௯௦௨ - ௵த்து பி. ஏ. பட்டப்பரீக்ஷைக்கு

உபயோகமாக

யாழ்ப்பாணம்

ராவ்பகதூர் சி. வை. தாமோதரம்பிள்ளையால்

பதிப்பிக்கப்பட்டது.

திருவல்லிக்கேணி

வை. மு. சடகோபராமாநுஜாசாரியரால்

வெளியிடப்பட்டது.

சென்னை:

வே. நா. ஜூபிலி அச்சுக்கூடம்.

1900.

இதன் விலை அணா - ௮.

# பதிப்புரை

முத்தமிழ் வாணர்தம் வித்தக வடியிணை
சித்தமெய் மொழிகளில் வைத்து வாழ்குவனே.

பூமிசைத் தென்மலைப் புங்கவன் புகன்ற—சீர்மிகும் அகத்தியம் பார்மிசை இறந்துபட்டதாதலின், அன்னோன் மாணாக்கர் பன்னிருவருட் தலைமைபெற்ற திரணதூமாக்கினி யென்னும் இயற்பெயரினை யுடைய தொல்காப்பிய மகாரிஷி அவ்வகத்தியகத்தின் வழித் தந்தருளிய தொல்காப்பியமே மதுரைக் கடைச் சங்கத்தார் காலந்தொட்டு ஐயாயிர வருஷமாகத் தமிழுக்கு ஆதாரமான பேரிலக்கணமாயுள்ளது. அது மிக ஆழியதோர் கடலனையது. ஆதலாற் கற்று வல்லோர்க்கன்றி மற்றையோர் அறிதற்கு அரியதாயிற்று. அது கொண்டு சிறுவர் முதலியோர் இலக்கணம் பயிறற்கு உபயோகமாகப் பவணந்தி யாதியோர் பலரும் நன்னூல் சின்னூல் காரிகை என்றின்னன சிற்றிலக்கண நூல்கள் பல செய்வாராயினார். அவை பெரும்பாலும் தமிழ் நன்கறிதற்கு இன்றியமையாத ஐந்து இலக்கணங்களையும் முற்றக் கூறாது ஒன்றொன்று ஒன்றிரண்டு மாத்திரம் உணர்த்தா நின்றன. சிறுபான்மை வீரசோழியம் போன்றன ஐந்தும் எடுத்துக் கூறினவேனும் மிகச் சுருங்கியவாய்க் கற்போர்க்கு வேண்டிய அளவு இலக்கண ஞானங் கொடாமையிற் பெரும்பயன் தருவனவல்லவாயின. இவ்விரு திறத்தனவும் போலாது பஞ்சலக்ஷணமும் மாணாக்கர்க்குப் போதுமான அளவு செறிந்தது இலக்கண விளக்கமொன்றே. இதன் மகிமை இதற்குச் சான்றோரால் வழங்கி வரும் "குட்டித் தொல்காப்பியம்" என்னும் பெயரானே இனிது விளங்கும்.

இந்நூல் மூலமும் உரையுமாகச் செய்தவர், மன்னார்குடித் தாலுகாவிலுள்ள ஆதித்தேச்சரத்திற்கு அணித்தான திருக்களரில் உள்ள ஸ்ரீமத் சூரியமூர்த்தி தேசிகரைத் தமக்கு ஆறாவது சந்ததியாக உடையவரும், இற்றைக்கு உகூ௦-வருஷத்தின் முன் சத்தவிடங்கத் திவ்விய க்ஷேத்திரங்களில்

முதன்மையுடைத்தாகிய திருவாரூரின்கண், அவ்வூர் அபிஷேகத்தர் மரபிற் சிறப்புற்றோங்கிய ஸ்ரீ வன்மீகநாத தேசிகர் குமாரருமாகிய வைத்தியநாத தேசிகர். இராமநாதபுரத்தில் ௧௬அரு-ம் ஆண்டுமுதல் ௧ளஉ௩-ம் ஆண்டுவரையும் அரசு புரிந்த இரகுநாத சேதுபதியின் சமஸ்தான வித்துவானான படிக்காசுப் புலவர், இந்நூலாசிரியரிடங் கல்வி கற்றவராதலானும் சற்றேறக்குறைய ௧௬௦-வருஷத்தின்முன் நன்னூல் விருத்தியுரை இயற்றிய சங்கர நமச்சிவாயப் புலவரது இயற்றமிழாசிரியராகிய சாமிநாத தேசிகர் இவர் காலத்துச் சிறு வயதினரா யிருந்தமையானும், இவர் காலம் இற்றைக்கு உசு௦- வருஷத்தின் முன்னென்பது போதரும்.

நூற்கு உரையும் பாயிரமும் அணியியலிற் சொல்லணிச் சூத்திரங்களும் வைத்தியநாத தேசிகருடைய புதல்வர் ஐவருள் மூத்தவராகிய சதாசிவ தேசிகரால் இயற்றப்பட்டன எனக் கூறுவாருமுளர். ஆயினும் ஆசிரியரை நேரிலே பார்த்து அறிந்தவரும் மகாவித்துவானுமாகிய ஸ்ரீ கைலாச பரம்பரைத் திருவாவடுதுறை ஈசான தேசிக சுவாமிகள் தமது இலக்கணக் கொத்தில் ஒருரைச் சூத்திரத்தி னகத்துத் தாமே தமது நூற்கு உரையியற்றியதற்கு மேற்கோளாக "என்கண்காணத் – திருவாரூரிற் றிருக்கூட்டத்திற் – றமிழ்க்கிலக்காகிய வைத்திய நாத – னிலக்கண விளக்கம் வகுத்துரை யெழுதினன்" எனக் கூறுமாற்றானும், "பொருளணி சொல்லணி யெனவலங் கார – மிருவகை நெறியா னியலு மென்ப" என நிறுத்திப் புகுந்து பொருளணி உணர்த்திய ஆசிரியர் நிறுத்த முறையானே சொல்லணியும் ஒருவாறாவது உணர்த்தா தொழியா ராகலானுஞ், சதாசிவ தேசிகர் சொல்லணிச் சூத்திரங்களுட் சிலவும் பாயிரமும் மாத்திரமே செய்தவரென்றும் இலக்கண விளக்கம் மூலமும் உரையுமாகவே ஆசிரியரால் இயற்றப்பட்ட தென்றுங் கொள்வதே தகுதி. சொல்லணி யகத்துத் தந்தையார் சூத்திரமிவை மைந்தனார் சூத்திரமிவை யெனப் பகுத்தறிய ஏதியாதுங் காண்கிலேம்.

இந்நூற் பாட்டியல் வைத்தியநாத தேசியர் இயற்றியதன்று. யாப்பிலக்கணஞ் செய்தார் பிற ரனேகர்போல இவரும் அதனாற் பெரும்பய னின்றென்று கூறாதொழிந்னர் போலும். ஆயினும் அஃதில்லாததோர் குறைவை அவரது இரண்டாவது புத்திரராகிய தியாகராச தேசிகர் நிவிர்த்தி செய்தனர். பாட்டியல் செய்தார் தியாகராச தேசிக ரென்பது நூற்பாயிரம் புனைந்தருளிய சதாசிவ தேசிகர் குமாரர் தியாகராச தேசிகர் எழுதிய பதிகச் செய்யுளான் அறிக. இதனாற் பாட்டியலுடையார் தமது நூலுக்குத் தாமே பதிகம் பாடினவரல்ல ரென்பதூஉம்,

ஒரே பெயரினராயினும் இருவரும் வேறென்பதூஉம், பதிகத்தார்க்குப் பாட்டியலுடையார் சிறியதந்தை யென்பதூஉம் உணர்க.

நமதாசிரியர் வமிசம் முன்னும் பின்னும் பல தலைமுறையாகப் பேர்பெற்ற வித்துவான்களாற் சிறப்புற்றதோர் வமிசமேயாம். வைத்தியநாத தேசிகர் தந்தையாகிய வன்மீகநாத தேசிகர் தமது பாவன்மையாற் பரிசு பெற்ற சூனாம்பேட்டை மானியமும் உப்பளமும் நாளது வரைக்கும் அவர் சந்ததியார் அனுபவித்து வருகின்றார்கள். வைத்தியநாத தேசிகர் கல்வித்திறமைக்கு இந்நூலின் வேறுசான்று வேண்டா. அவர் மலையாளத்தி ராசாவின் பேரிற் சில பிரபந்தம் பாடி அவ்வரசனாற் கிராமங்களுஞ் சன்மானங்களும் அளிக்கப் பெற்றதும், அவை அரங்கேற்றியஞான்று,

ஓதும்பிர பந்தங்க ளொருகோடி நிமிஷத்து
 ரைக்கும்பிர சண்டவாக்கி
உத்தண்ட வமிர்தரச சித்திரவித்
 தாரகவி யுபயகவி ராசராசன்
போதும் பசுந்தமிழ்ப் பலகையுங் குடிபுகப்
 புலமக ளெனுங் குமாரி
புதுநலந் தனைநுகர்ந் தவனுநீ யாகிலுன்
 புலமையை வழுத்த வசமோ ?
காதுங் கடுங்கொலைப் பாகடுங் கடதடக்
 களியானை யரச வெள்ளங்
களிசுவைப் பரணிமட லந்தாதி தூதுலாக்
 காதல்செய வோத வல்லாய்
மோதுந் தனிக்கொற்ற வாயிலாய் மூதண்ட
 முழுதும் பரந்த சீர்த்தி
முருகுகமழ் தருகமலை வருவைத்திய நாதகுரு
 முத்தமிழ்க் கவிராச னே!

என அவ்வரச சபையாராற் றுதிக்கப்பட்டதும் உலகறியாததல்ல. இந்நூலன்றிப் பல பிரபந்தங்களும் அவரால் இயற்றப்பட்டுள்ளன. மேலும் இவர் கல்வித்திறமையை அவர் காலத்து வித்துவர்ன்களில் ஒருவராகிய கவி வீரராகவ முதலியார் சொல்லிய,

ஐம்பதின்மர் சங்கத்தா ராகிவிடா ரோநாற்பத்
தொன்பதின்ம ரென்றே யுரைப்பாரோ – இம்பர்புகழ்
வன்மீக நாதனருள் வைத்தியநா தன்புடலி
தன்மீதந் நாட்சரித்தக் கால்

என்னும் வெண்பா நன்கு புலப்படுத்தும்.

அவர் மாணாக்கரில் ஒருவராகிய படிக்காசுப் புலவர் ஒருகாற் செம்மற்பட்டிக் காடு வழியாகத் தமது குருபுத்திரர்

சதாசிவ நாவலரைக் காண வந்தபோது அச்சதாசிவ தேசிகர் மாணாக்கர் சிலர் வனத்திற் தூதுளங்காய் பறிக்கையிற் காரிகையைப் பாராயணஞ் செய்து கொண்டிருந்த சத்தத்தைக் கேட்டு வியப்புற் றுவந்து,

கூடுஞ் சபையிற் கவிவார ணங்களைக் கோளரிபோற்
சாடுஞ் சதாசிவ சற்குரு வேமுன்னுன் றந்தை தம்மாற்
பாடும் புலவர்க ளானோமின் றிச்செம்மற் பட்டியெங்குங்
காடுஞ் செடியுமென் னோதமிழ்க் காரிகை கற்றதுவே

என்று கொண்டாடினர்.

பாட்டியல் செய்த தியாகராச தேசிகர் இன்னோர் இளவலென்பது முன்னர்ச் சொன்னோம். இவர் தம்பி சிதம்பர தேசிகர் சிவஞானசித்தியாருக்கு ஓர் சிறந்த பொழிப்புரை செய்திருக்கின்றனர்.

சதாசிவ தேசிகர் மகன், பதிகச் செய்யுள் பாடிய தியாகராச தேசிகர் திருமுல்லைவாயிற் புராணம், தேவையந்தாதி, காழியந்தாதி முதலியன இயற்றி இராமநாதபுரத்தில் மந்திரியாயிருந்த தாமோதரம் பிள்ளையினாற் சூரியக் கோட்டை கிராமம் பரிசு பெற்றும், விஜய அருணாசல வணங்காமுடியார் பேரிற் கோவையும் உலாவும் பாடித் தண்டிகை வரிசையும் மரவனேந்தல் முதலிய மூன்று கிராமமும் பரிசு பெற்றும் மிகச் சிறப்புற்றிருந்தனர்.

இவர் குமாரர் சதாசிவ தேசிகர் அவர் காலத்தில் ஸ்ரீ கைலாச பரம்பரைத் திருவாவடுதுறை யாதீனத்தில் எழுந்தருளியிருந்த மகாசந்நிதானத்தின் முன் கேட்டோர் யாவரும் அதிசயிப்ப ஒரு பெரும் வித்வப் பிரசங்கஞ் செய்தபோது ஆண்டிருந்த இலக்கணம் அம்பலவாணத் தம்பிரானால்,

வன்மீக நாதன் வரத்தா லவதரித்த
வன்மீக நாதன் மரபினோன் – வன்மீகர்
தாமோர் தமிழுருவாய்ச் சார்ந்த சதாசிவனை
யாமோ புகழவல்லே மீண்டு

எனத் துதித்து மதிக்கப்பெற்றவர். இவர் புத்திரனாகிய வன்மீகநாத தேசிகருடைய பிள்ளையே திருக்களரூரில் உள்ள ஸ்ரீமத் சூரியமூர்த்தி தேசிகர். இவர் தனயன் ஸ்ரீ சண்முக தேசிகர் இவர்கள் இருபெயரும் தமிழ் நன்கு கற்ற வித்துவான்கள். ஒருகால் அவ்வூர் மிராசுதார் ஸ்ரீ சீநிவாச முதலியார் பெருமையைக் குறிப்பிட்டு,

தேடிநிதி யங்கொடுக்குஞ் செல்வரைப்பார்த் தெள்ளளவும்
பாடிப் படிக்கப் படியாதே – நீடுபுகழ்

வாச மலர்த்தடஞ்சூழ் வண்களர்வாழ் வாஞ்சீநி
வாச னெனச்சொன்ன வாய்

என்று துதித்தவர் இச்சூரியமூர்த்தி தேசிகரேயாம்.

படிக்காசுப் புலவர் இந்நூலாசிரியர்க்கு மாணாக்க ராகவே, இராமநாதபுரத்தில் கசூஅரு-ம் ஆண்டுவரையும் அரசாண்ட சேதுபதி பேரால் ஒருதுறைக்கோவை பாடிய அமிர்த கவிராயருங் கவிவீரராகவ முதலியாரை ஒப்ப இந்நூலாசிரியரோடு ஒரு காலத்தவரென்று கொள்ளல் தவறாகாது.

முதலில் இவர் நன்னூலிற்குச் சைன முனிவருரை தக்க உரையல்லவென்று கண்டு தாமோர் உரை யெழுதுவாராயினர். பின்னர் அதிற் பல இடங்களில் நன்னூலாரோடு தம்மதம் மாறுபட்டமையால் இந்நூலை இயற்றத் தொடங்கினர். அவ்வாறியற்றுவான் புகுந்தவர் நன்னூல்போல எழுத்துச் சொல் லிரண்டோடும் முடியாது உலகிற்குப் பெரும் பயன்பட ஐந்திலக்கணமும் முற்றுப்பெறச் செய்தனர்.

இந்நூல் நன்கு பிரசித்தியடைந்து வருகையில், ஸ்ரீ கைலாச பரம்பரைத் திருவாவடுதுறை ஆதீனத்தார், சோழ நாட்டிற் றமது ஆதீன மரபினை யொத்ததுஞ் சந்தான குரவர் வழித் தோன்றியதுமாயினும், பலகாலும் பல விஷயங்களில் தம்மோடு முரணிய தருமபுராதீன சம்பந்தம் இதற்கு ஒரோவழி யுண்மைபற்றி இதன் மகிமையைக் குறைக்க நினைந்தோ, அல்லது நன்னூலின் பண்டைக் கொள்கையான் அதன்மேற் பச்சாத்தாபங் கொண்டோ, நன்னூலை மேன்மைப்படுத்த எண்ணி, அதற்குத் தமதாதீனத்துச் சங்கர நமச்சிவாயப் புலவரால் ஒரு விருத்தியுரை எழுதுவித்தும் நன்னூலி னகத்தும் அதன் சமணவுரையி னகத்தும் முன்னரில்லாத பல விதிவிலக்குகளை உரையிற்கோடலாற் புணர்ப்பித்தும், இன்னும் அவ்வுரை சிறக்கும்படி சம்ஸ்கிருத திரவிடக் கடல்கள் முழுதுண்டு தேக்கிய ஸ்ரீ சிவஞான முனிவராற் றிருத்திப் புத்தம் புத்துரை எழுதுவித்தும், அதுவும் போதாதெனக் கண்டு அம்முனிவரரால் இலக்கண விளக்கச் சூறாவளி யென்று ஓர் அநியாய கண்டனம் இயற்றுவித்தும் இந்நூலை நசிப்பிக்க முயல்வா ராயினார். சமணர் காலத்தின் பின்னர்த், தான்தோன்றிய கால முதற் றென்னாடெங்குந் தமிழ்க் கல்வியை விர்த்தி செய்வதிலுஞ் சைவ சமயத்தை வளர்ப் பதிலும் முதன்மை பெற்றோங்கிய இவ்வாதீனத்தாருக்கு இஃதெஞ்ஞான்றும் ஒரு களங்கமேயாம். “திருவாரூரிற் றிருக்கூட்டத்திற் – றமிழ்க் கிலக்காகிய வைத்திநாதன்” என

ஆசிரியர் தமிழ் வல்லமையைப் புகழ்ந்த ஈசான தேசிகரும் "முன்னூலொழியப் பின்னூல் பலவினு – னன்னூலார்தமக் கெந்நூலாரு – மிணையோவென்னுந் துணிவே மன்னுக" என நன்னூலையே புகழ்ந்தது தமதாதீன வைராக்கிய மென்றே கோடற்பாலதோ, அன்றேல் அவர் வைத்தியநாத தேசிகர் இந்நூலை மூலமும் உரையுமாகச் செய்து கொண்டிருந்ததைக் கண்டது மாத்திரமன்றி நூலைப் பார்த்தறிந்தவ ரல்லரோ அறிகிலேம்.

இங்ஙனம் இதனைப் பாராட்டுதலாற் றவத்தாற் றூயராய் முக்குணங்களையுங் கடந்து இறைவனருள் பெற்றுள்ளாரது நூல்களோ டொத்த பெருஞ் சிறப்பினை யுடைய தென்று சொல்கின்றே னல்லேன். சிற்றறிவினோர் இயற்றும் எந்த நூலினுந் தப்பில்லாமற் போகாது. இலக்கண விளக்கமுடையார் மதங்களுள்ளுஞ் சில கற்றுவல்லோரால் அங்கீகரிக்கத் தகாதனவுள. ஆயினுந் தாரதம்மியச் சிறப்பானும் ஐந்திலக்கணமும் உடைமையானும் பின்னூ லெவற்றினும் இதன் மாட்சி பெரிதெனக் கொள்க.

இலக்கண விளக்கச் சூறாவளியை ஓர் அநியாய கண்டனமென்று யான் கூறியதை ஈண்டுத் தாபிக்கப் புகின் மிக விரியும். அஃது அன்ன இயல்பின தென்பது நடுவுநிலைமை குன்றாது அதனை வாசிப்போர் அனைவர்க்கும் புலப்படும். ஆயினும் அநியாய மென்றோர் குற்றமேற்றிய பின் அதற்குச் சில உதாரணமாவது காட்டாமற்போதல் சரியன்றென்று உட்கொண்டு, அங்குமிங்குந் தேடியெடாமற் சூறாவளியில் முதன்முதற் சொல்லியவற்றையே சொற்ற முறைப்படி எடுத்துக்கொண்டு அவை சிவஞான யோகீசுவரர் உணர்த்தியவாறு நமதாசிரியர்மேற் போந்த குற்றமல்ல வென்பதை மாத்திரம் இங்ஙனம் காட்டுகின்றேன். காட்டுமுன் அடியேன் சொல்லவேண்டிய தொன்று உளது.

அகத்திய முனிவர் வரத்தினாற் றோன்றித் தென்மொழி வடமொழிக் கடல்களின் நிலைகண்டுணர்ந்து, முன்னும் பின்னுந் தமக்கிணையின்றி வீறித், தமிழிலுள்ள நூல்களுக் கெல்லாஞ் சிரோரத்தினமாய்ச் சொல்லியா நிற்கும் மகாபாடியத்தை அருளிச்செய்த யோகீஸ்வரரது பேரறிவு இமயாசல மொப்பது. எளியேன் சிற்றறிவு அதன்முன் ஒரு பூதூளி போல்வது. அன்னோர், தப்பை ஒப்பென்று தாபிக்கவும், ஒப்பைத் தப்பென்று வாதிக்கவும் வல்லர். அஃது அவர் காஞ்சிபுரத்து வைஷ்ணவ வித்துவான்கள் கொண்ட இறுமாப்பை ஒழித்தற்பொருட்டு, அவர்கள் தலைமேற்

கொண்ட இராமாயணத்து நாந்திச் செய்யுளை முதலிற் பங்கப்படுத்திப், பின்னர் அதனையே அவர்கள் தலைவணங்கித் தம் பிழையைப் பொறுத்தருள்கவென்று வேண்டியபொழுது சரியென்று நாட்டியதனான் விளங்கும். ஆதலால் இன்னோரன்ன பெருஞ் சிறப்பினரை யதிர்த்து இலக்கிய இலக்கணப் படைக் கலங்கள் தாங்கி அவர் சூறாவளியை மாறாயழிக்கப் புகுந்தேனென்று கொள்ளன்மின். அவரும் அவர் மரபினோரும் உவந்து பாராட்டிய நன்னூற்கு இந்நூல் இழிவுடைய தன்றென்னும் மாத்திரையே யான் சொல்லலாயினே னென்க.

க. "முன்னர்ப் பாயிரத்தை வைத்து இது பாயிரமென் றுரைத்துப் பின்னர் அது கேட்ட மாணாக்கர்க்கு நூலுரைப்பான் தொடங்கினார், இப்பாயிரம் உரைக்க வேண்டுவதென்னை என்னுங் கடா நிகழ்தற்கு இடனுள தாயவழி, இவ்விவ் வேதுக்களான் முன்னர்ப் பாயிரம் உரைக்க வேண்டுமென்று இறுத்தல் அமையும். அவ்வாறோர் இயைபு மின்றித் 'திருவிளங்கிய மாநகரம்' முதலாக எடுத்துரைக்கும் உத்தரஞ் செப்புவழூவும் மற்றொன்று விரித்தலுமாய் முடியுமென்க" என்றார். "வலம்புரி முத்திற் குலம்புரி பிறப்பும்" என்று தலையிட்ட ஆத்திரையன் பேராசிரியன் எந்தப் பாயிரத்தை முன்னர் வைத்து இது பாயிரமென்று உரைத்துப் போந்தனன்? ஆண்டு யாண்டையோ கடா நிகழ்ந்ததும் விடையிறுத்ததும் அமையப்பெற்றது?

"முகவுரை பதிகம்" என்றற் றொடக்கத்துப் பொதுப் பாயிர முதலியவை கூறிய நன்னூலார்" மாடக்குச் சித்திரமும்" என ஈற்றிலே கூறியதனை இந்நூலார் முதலிலே எடுத்து உரைத்தது தானா ஒரு தவறாயிற்று? இது குற்றமாயின் நன்னூலாரும் "முகவுரை பதிகம்" என்னுஞ் சூத்திரங் கூறற்கு முன்னர்த் தன் பாயிரத்தை வைத்து இஃதி யாது? இதன் பெயரென்னை? என்று கடா நிகழ்தற்கு இடனாயவழி யன்றோ அச்சூத்திரஞ் செய்தல் வேண்டும்! அவ்வாறின்றி "முகவுரை பதிக மணிந்துரை நூன்முகம் – புறவுரை தந்துரை புனைந்துரை பாயிரம்" எனச் சொற்றது செப்பு வழூவும் மற்றொன்று விரித்தலுமாகுமே. இதனைக் குற்றமென்று தெரிக்கப் புகுந்ததே குற்றமா மென்றொழிக.

உ. "அவயவமாகிய பாயிரத்துள் அவயவியாகிய நூல் அடங்கா தென்றார், அவற்றியல்பு உணராமையின்" என்றனர். இதற்கு விடை "இன்னும் 'நூனுதல் பொருளைத் தன்னகத்தடக்கி' என்பதனைத் தழீஇயினா ராகலின், நூலியல்பு பாயிரத்துள் அடங்காதென்றல் அவர்க்குங் கருத்தன்றென மறுக்க"

என்னும் அவரது சொந்த வாய்மொழியே யாமெனக் கூறுக. நூல் குணியும் நூலியல்பு குணமு மாகலின், நூல் வேறு நூலியல்பு வேறென் றொழிக. ஆதலால் பல அவயவங்களை உடையதோர் அவயவி அவற்றொன்றில் அடங்காதாகுதல் பொருத்த முடைத்தென்றும் அடங்கு மென்பார் கூற்றிற்குப் பொருள் வேறென்றுங் கூறி விடுக்க.

ங. "எழுத்ததிகாரம் என்புழி அதிகாரம் முறைமை யென்றார். அதிகார மென்னும் வடசொற்கு அது பொருளன்மை தொல்காப்பிய விருத்தியிற் கூறியவாற்றான் அறிக" எனச் சொற்றனர். இதற்கு விடை "அதிகாரம் முறைமை" எனவே உச்சிமேற் புலவர்கொள் நச்சினார்க்கினியார் முதலியோர் கொண்டன ரென்க. மேலும் இப்பொருள் வடமொழியிலும் உண்மை சம்ஸ்கிருத அகராதிகளிற் கூறிக்கிடத்தலான் அறிக.

ச. மலைமக ளொருபான் மணந்துல களித்த
தலைவனை வணங்கிச் சாற்றுவ னெழுத்தே

என்னும் எழுத்ததிகாரத் தற்சிறப்புப் பாயிரத்தில் நான்கு குற்றம் பாரித்து, முதலாவது, "மலைமக ளென்பது மலையும் மகளெனவும் அமங்கலப் பொருள்தந்து 'தொகையார் பொருள் பலவாய்த் தோன்ற லின்' மலை தன் மங்கலப் பயன் குறித்து வாராமை யறிக" என்றார். நன்னூலார் எடுத்தாண்ட "பூமலி" என்பது இலை நிறைந்த என்றும் இடம் அகன்ற என்றும் பொருள் தரத்தக்க தாகலால் 'தொகையார் பொருள் பலவாய்த் தோன்ற' இடமில்லையா? 'நீடாழியுலகம்' என்று மங்கலம் வகுத்த வில்லிபுத்தூ ராழ்வாரை அது நீள் தாழி எனவும் பகுக்கக் கிடந்ததென்று குற்றப்படுத்தல் பொருந்துமா? அன்றியுந் தாமே ஒருகால் உவந்ததோர் மங்கலமொழியைப் பிறர் கொண்டக்காற் குற்றமென்பது பேரற்புதமே. மேலுந் தம் மரபினோர் அனைவருக்கும் அங்கீகாரமான *சிவதருமோத்தரத்தில்*;

மலைக்குமகள் பெற்றமகனைக் கயமுகத்தனை மனத்தெழுகியா
னலற்பிணி பிறப்பற வணுக்களை யகத்திய முனிக்கருளினா
னுலப்பில் கருணைக்க டலுருத்திர னுருத்தனி லுதித்தகுமர
னிலக்குமியலைக் கலியிளைக்கவுமுரெப்பலுல கிட்டமுறவே

என மறைஞான சம்பந்த நாயனார் எடுத்தாண்ட மங்கல மொழியை அமங்கலப்படுத்தல் தன் தாயை வேசியென்று ஏசுதல் போலும்.

இரண்டாவது, "மணந்து" என்றதும் ஒரு குற்றம்; என்னை! இஃது ஈண்டு "இந்நூல் நின்று நிலவுதல் வேண்டி

யென்றார்க்கு" மறுதலையாகப் பொருளதிகாரத்தில் "உமை யுருவுரு மடுத்தென்றது இந்நூல் நின்று நிலவாது இறுதல் வேண்டி எனப் பொருள் தருதலின்" என்றார். ஏனைய வற்றிற்கும் ஏற்குமாறு பொருள் விரித்துரைக்க" என்று ஆசிரியர் கூறினாராக, இவரை ஏலாவாறு பொருள் கொள்ளச் சொன்னது யாரோ?

மூன்றாவது, "உறுபொருள் முதலிய எல்லாவற்றிற்கும் உரிய வேந்தனை உல்கு பொருட்கு உரிய வேந்தனென்றல் அவன் இறைமைக்கு ஏலாதவாறு போல ஐந்தொழிற்கும் உரிய தலைவனை உலகளித்த தலைவ னென்பது தலையன்மை யின்" உலகளித்த தலைவ னென்றது குற்றம் என்றார். எழுத்ததிகாரத்தில் "உலகளித்த தலைவன்" எனவுஞ் சொல்லதிகாரத்தில் "உலகு புரந்தருளும் அமைவன்" எனவும் பொருளதிகாரத்தில் "உலகிளைப் பொழிக்கும் இமையவன்" எனவும் ஆசிரியர் இறைவன் முத்தொழிலுங் கூறிப் புகுந்தா ராகலின் ஈண்டு பட்ட குற்றமென்னோ? ஆன்றோர் ஆங்காங்குக் கூறிய கடவுள் வணக்கத்திற் கடவுளின் தலைமை அனைத்தும் ஒருங்கு சொல்லாது இரண்டொரு குணமாத்திரையே விதந்து தலைமை கூறுவது பெருவழக்கேயாம். முனிவரர் இஃது உணராதவரா? இதனாற் 'குற்றமே தெரிவார் குறுமா முனி – சொற்ற பாவினும் ஓர்குறை சொல்லுவர்' என்பதற்குத் தம்மை இலக்கியமாக்கினா ரன்றோ!

நான்காவது, "வணங்குதல் சிறப்பு வினை யாவதல்லது பொது வினை யாகாமையின் வணங்கி யென்பது" குற்றமென்றனர். "மனமொழி மெய்களின் வணங்குவது மகிழ்ந்தே என்புழி ஒப்புமை பற்றிக் கூறியதே யாம்" எனத் தாமே கூறும் இவர் "மனத்தாற் றுணிவு தோன்ற நினைத்தலும் மொழியாற் பணிவு தோன்ற வாழ்த்தலுந் தலையாற் றணிவு தோன்ற இறைஞ்சலும் அடங்கப் பொதுப்பட வணங்கி" என்று கூறிய ஆசிரியர்மேற் குற்றஞ் சொல்வதென்னை? சிருஷ்டியுந் திதியுஞ் சங்காரத்தில் ஒடுங்குவதாற் சங்காரத்திற்கு முதன்மை கூறுஞ் சுத்த சைவசித்தாந்த சாகரமாகிய யோகீசுவரர் நினைத்தலுந் துதித்தலுஞ் சேர்ந்து அந்தர்ப்பித்து நடைபெறும் வணக்கத் திற்கு முதன்மை கொடுப்பதே முறையாகும். வில்வணக்கந் தீது குறிப்பது போலச் சொல்வணக்கம் நன்மை குறிக்குமே. ஆதியில் வளைதற் பொருளிற் பிறந்த வணக்கம் ஒப்புமையால் இப்போது மனம் வாக்குக் காயம் மூன்றற்குஞ் செல்லுமென்று கொள்க.

சி.வை.தா. பதிப்புரைகள்

ரு. "எண் பெயர் முறை பிறப்பு" என்னுஞ் சூத்திரத்தில் "எண்ணுதற்கும் பெயர் கருவியாதலின் அதனை முற்கூறாதது முறையன்று. எண்ணும் முறையும் போல்வனவற்றால் ஒரு பயனின்மையின், அவற்றை வகையுட் சேர்த்துக் கருவி செய்தல் பயனில் கூற்றாமாறறிக. போலியெழுத்தென ஒன்றில்லை யென்பது தொல்காப்பிய முதற் சூத்திர விருத்தியுட் காண்க" என்று மூன்று குற்றமேற்றினர். இஃது இலக்கண விளக்கச் சூறாவளி யன்று; நன்னூற் கருப்பைப் படையோடு சார்தற்பால தென்று விடுக்க.

சிவஞான முனிவர் தெரிவித்த குற்றங்களின் இலக்ஷணம் எத்தன்மைய என்பதற்கு மேலே காட்டியுள்ள ஐந்து உதாரணமும் போதுமாதலின் இவ்வளவில் நிறுத்துதும்.

இன்னோரன்ன குதர்க்கங்களான் இலக்கண விளக்கம் எட்டுணையுந் தாழ்வடையாது தமிழ் நாடெங்கும் பரவி வருகையிற், திருத்தணிகைச் சரவணப் பெருமாளையர் நன்னூற்கோர் காண்டிகையுரை செய்து அச்சிற் பதிப்பித்தனர். பின்னர் அது மாணவர்கட்கு இலேசில் அகப்படற்பால தாயினமையின் அதனையே யாவரும் வாங்கிப் படிப்பாராயினர். அதனால் அதன் விருத்தி யுரையையும் யாழ்ப்பாணம் நல்லூர் ஸ்ரீலஸ்ரீ ஆறுமுக நாவல ரவர்கள் அச்சிட்டு யாவர் கைக்கும் எளிதில் அகப்படச் செய்தார்கள். இனி ஐந்திலக்கணமுஞ் செறிந்த இலக்கண விளக்கத்தையே தமிழ் மாணாக்க ரனைவரும் ஆவலோடு வாங்கிப் படிப்பாரென்று நம்புகின்றேன்.

சூத்திரங்களைப் பாடம் பண்ணுவோர் ஒரு பொருளிற் பல சூத்திரத்தை நெட்டுருப் பண்ணுதல் வீண்காலக் கழிவென்று கொண்டு இலக்கணாசிரியர்கள் தத்தம் முதனூற் சூத்திரங்களையே தமக்கு வேண்டிய விகற்பத்தோடு எடுத்தாளுதல் பெருவழக்காதலின், இந்நூலாரும் பெரும்பாலுங் கற்போர்க்கு உபகாரமாகத் தமது காலத்தின் முன்னுள்ள சூத்திரங்களையே கூடியவரையும் வைத்துக் கொண்டனர்.

**சி.வை.தா.**

உ

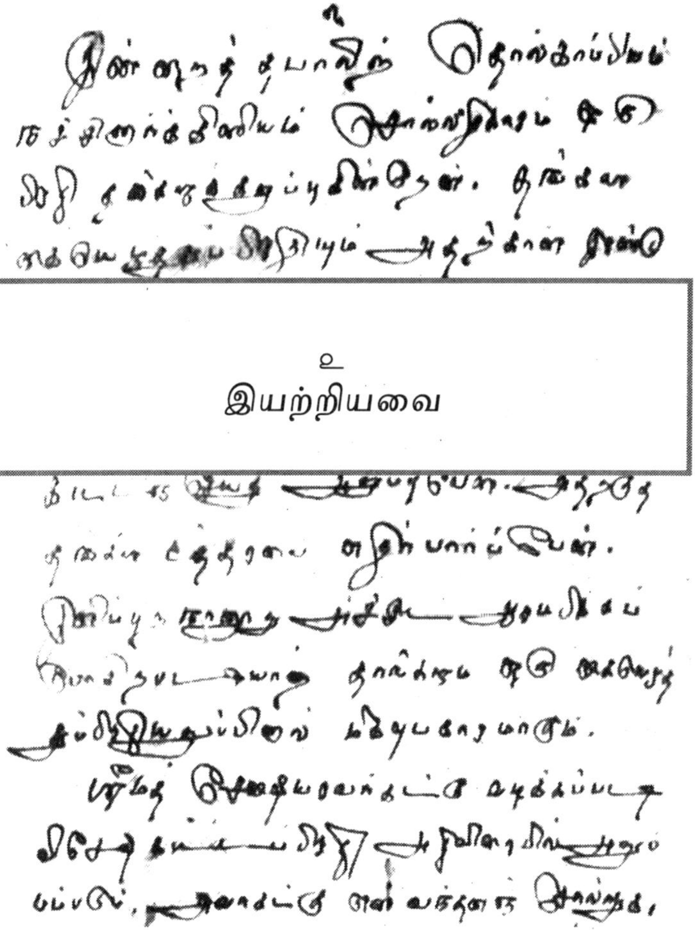

# இயற்றியவை

உ

# சைவ மகத்துவம்

இஃது
சைவசமய கிறிஸ்த சமயங்களின்
தாரதம்மிய விளக்கம்

பிள்ளை மதிச்சடையான் பேசாப் பெருமையினான்
கள்ளவிழும் பூங்கொன்றைக் கண்ணியான் – உள்ளபடி
கல்லாலின் கீழிருந்து கற்பித்தானோர் வசனம்
எல்லாரு மீடேற வே.

சென்னைபட்டணத்திலுள்ள
பற்பல சைவப்பிரபுக்களது
வேண்டுகோளின்படி

ஓர் வித்தியாபண்டிதரால்
இயற்றப்பட்டு
வர்த்தமான தரங்கிணி அச்சுக்கூடத்திற்
பதிப்பிக்கப்பட்டது

பிரபவ ௵

[1867]

---

*இந்நூலுக்குப் பதிப்புரை இல்லை.*

# சைவமகத்துவம்.

ஓ ஃ ந

சைவசமய கிறிஸ்தசமயங்களின்

## தாரதம்மியவிளக்கம்.

பிள்ளை மதிச்சடையான் பேசாப்பெருமையினை
கள்ளவிழும் பூங்கொன்றைக்கண்ணியான்-உள்ள
கல்லாலின் கீழிருந்து கற்பித்தானோர்வசனம்
எல்லாரு மீடேற வே.

சென்னைபட்டணத்திலுள்ள

பற்பலசைவப்பிரபுக்களது

வேண்டுகோளின்படி

ஓர் வித்தியாபண்டிதராற்

இயற்றப்பட்டு

வர்த்தமானதரங்கிணி அச்சுக்கூடத்திற்

பதிப்பிக்கப்பட்டது.

பிரபவ ௵

உ

# விவிலிய விரோதம்

[வர்த்தமான தரங்கிணி அச்சுக்கூடத்திற் பதிப்பிக்கப்பட்டது]

[பிரபவ ஹூ]

[1867]

இந்நூலுக்குப் பதிப்புரை இல்லை.

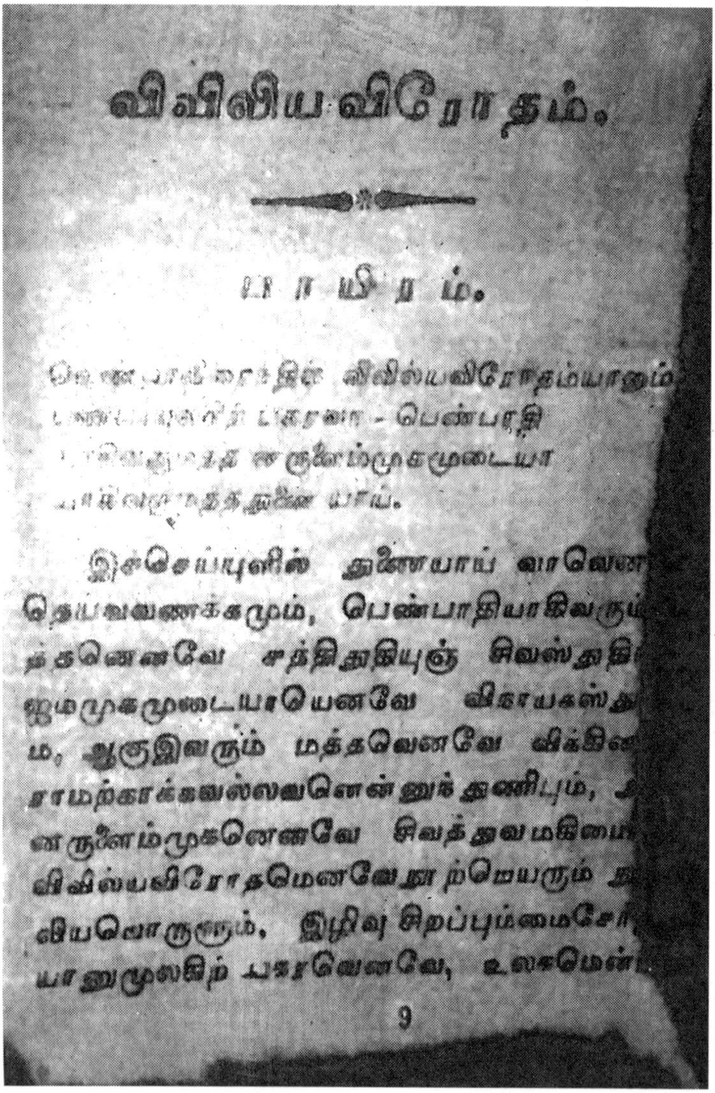

# விவிலிய விரோதம்.

பாயிரம்.

[illegible] விவில்யவிரோதம்யானும்
[illegible] - பெண்பாதி
[illegible] முகமுடையா
[illegible] யாய்.

இச்செய்யுளில் துணையாய் வாவென [illegible]
தெய்வவணக்கமும், பெண்பாதியாகிவரும் [illegible]
த்தனெனவே சத்திதுதியுஞ் சிவஸ்துதி [illegible]
ஜமுகமுடையாயெனவே விநாயகஸ்து [illegible]
ம, ஆறுஇவரும் மத்தனெனவே விக்கின [illegible]
ாமற்காக்கவல்லவனென்னுந் துணியும், [illegible]
னருளம்முகனெனவே சிவத்துவமகிமை [illegible]
விவில்யவிரோதமெனவேநூற்பெயரும் [illegible]
பெயவொருளும், இழிவு சிறப்புமமைசே [illegible]
யானுமுலகிற் பாசரவெனவே, உலகமென் [illegible]

9

உ

சிவமயம்

தோலாமொழித்தேவர்

இயற்றிய

**சூளாமணிக் காவியத்தை**

மாணாக்கர் எளிதிற் கற்றுணரும்படி
கத்தியரூபகமாகச் செய்த

# திவிட்டகுமாரன் கதை

அல்லது

# வசன சூளாமணி

தொட்டனைத் தூறு மணற்கேணி மாந்தர்க்குக்
கற்றனைத் தூறு மறிவு – குறள்

றாவ்பஹதூர்
சி.வை. தாமோதரம் பிள்ளை
பதிப்பு

PRINTED AT THE V.N. JUBILEE PRESS
BY A. VAJRAVELU PILLAY
1898

சென்னபட்டணம்
விளம்பி ௵ ஆவணி ௴

All Rights Reserved

உ

சிவமயம்.

தோலாமொழித்தேவர்
இயற்றிய
சூளாமணிக்காவியத்தை
மாணாக்கர் எளிதிற் கற்றுணரும்படி
கத்தியரூபகமாகச் செய்த

# திவிட்டகுமாரன்கதை

அல்லது

# வசனசூளாமணி.

“தொட்டனைத் தூறு மணற்கேணி மாந்தர்க்குக்
கற்றனைத் தூறு மறிவு.”—குறள்.

ராவ் பஹதூர்
சி. வை. தாமோதரம்பிள்ளை
பதிப்பு.

PRINTED AT THE V. N. JUBILEE PRESS,
BY A. VAJRAVELU PILLAY.
1898

சென்னபட்டணம்
விளம்பி௵. ஆவணி௴.

*All Rights Reserved.*

உ

# புறவுரை

தமிழிலே சிறந்த இலக்கியங்களென நிலைபெற்றன சிந்தாமணி சிலப்பதிகாரம் மணிமேகலை வளையாபதி குண்டலகேசி என்னும் *பெருங்காப்பியங்கள் ஐந்தும் நீலகேசி சூளாமணி உதயணன் கதை நாககுமார காவியம் யசோதர காவியம் என்னுஞ் +சிறுகாப்பியங்கள் ஐந்துமே. இச் சிறுகாப்பியங்களுட் தோலாமொழித் தேவர் இயற்றிய சூளாமணி யென்னும் இரண்டாவது காவியத்தை ஸ்ரீ கைலாசப் பரம்பரைத் திருவாவடுதுறை ஆதீனத்துச் சற்குருநாத சுவாமிகள் ஸ்ரீலஸ்ரீ சுப்பிரமணிய தேசிக மூர்த்திகளின் கட்டளைப் பிரகாரம், அடியேன் அச்சிடுவித்து வெளிப்படுத்தியபொழுது, அந்நூலை மாணவர்கள் எளிதிற் கற்றுணர்தற்கு உதவியாக, அதிற் கூறிய திவிட்ட குமாரன் சரித்திரத்தைக் கத்தியரூபமாக இயற்றிப் பகிரங்கஞ் செய்தால் மிகவும் உலோகோபகாரமாகு மென்று அனேகர் விரும்பிக் கேட்டுக்கொண்டனர். அதுகாலத்திற் புதுக்கோட்டை மகாராசாவின் ஹைகோர்ட் நியாயாதிபதிபதிகளில் ஒருவராக இருந்த யான் இடையிட்ட நேரங்களில் எல்லாம் இலக்கண விளக்கத்தைப் பரிசோதனை செய்து அச்சிடுவித்துக் கொண்டிருந்தமையால் எனக்குச் சாவகாசம் நேரிடாமல், என்னோடு கூடவிருந்த வித்துவான் ஸ்ரீ தாவடி அம்பிகைபாக உபாத்தியாயரைக் கொண்டு, அங்ஙனே அதனைச் சிறுவரும் வாசித்துத் தமிழ் பயிலத்தக்க தெள்ளிய நடையில் எழுதுவித்தனன்.

பின்னர் அதனைச் சென்னைச் சர்வகலாசங்கத்திற் பிரவேச பரீக்ஷைக்கு நியமிப்பான் கருதி அச்சங்கத்திற் திராவிட

---

* இவற்றுள் முதலன மூன்றுங் கும்பகோணம் அரசாங்க வித்தியாசாலைத் தமிழ்ப் பண்டிதர் ஸ்ரீமத் உ.வே. சாமிநாதையரவர்கள் தமது பெருமுயற்சியினால் அச்சிடுவித்துப் பிரசரித்துத் தமிழுலகத்தை மிகக் கடமைப்படுத்தி யிருக்கின்றார்கள்.

+ சூளாமணி இரண்டாவது காவிய மென்பதற்கன்றி எஞ்சியவற்றின் பெயர்முறைகட்குச் சமணவித்துவான்கள் கூறும் ஐதீக மொழிய வேறு பிரமாணங் கிடைக்கவில்லை.

பாடசபையாருக்கு அனுப்பினேன். அவர்கள் அதிற் தற்கால வித்தியா கிரமத்திற்கு ஒவ்வாதனவும் பூகோள ககோள சாஸ்திர உண்மைக்கு மாறானவுமான சத்த சமுத்திர தீவக அசலாதி பழைய தமிழ்நூற் கோட்பாடுகள் பலப்பல ஆங்காங்கு விரவியிருப்பதை நோக்கி மறுத்துவிட்டனர்.

அதன்மேல் அக்கோட்பாடுகளை நீக்கியுந், திவான் பஹதூர் வன்பாக்கம் கிருஷ்ணமாசாரியா ரவர்கள் மாதாந்தரம் பதித்துவரும் 'மஹாராணி' பத்திரிகையின் போக்குக்கேற்ப வாக்கியங்களையும் மொழிகளையும் மாற்றியும், அப்பத்திரிகையின் சென்ற வருடச் சம்புடத்திற் பாகம் பாகமாக அச்சிடுவித்தேன். அச்சில் வந்தபின் சபையார் சிலர் நடையை மெச்சிச் சரித்திரத்தை இன்னும் பெருக்கியும், பஞ்சதந்திரக் கதைபோலத் திரிசொற் பிரயோகத்தால் அர்த்தத்தைச் சற்றே அருக்கியும், ஒருபொருட் பன்மொழிகள் நெருக்கியும் வரைந்தாற், பிரதம வித்தியா பரீக்ஷைக்கு இனி நியமிக்க அருகமாகு மெனக் கருதினர்.

ஆதலாற் முதனூற்கு விரோதமாகாது கதையைப் பல்லாற்றால் அகல விரித்தும், நடையைப் பெரும்பாலும் உயரத் திரித்தும், இடைக்கிடையே ஒருபொருட்குப் பல பரியாயங்களைத் தெரித்தும், மூலநூலிலுள்ள அனேகஞ் செய்யுட்கள் அங்கும் இங்குங் கமழ வரித்தும், முழுவதும் மாற்றி எழுதலாயினேன். ஆயினும் இடந்தொறும் இடந்தொறும் உபாத்தியாயர் புத்தக வாக்கியம் இன்னும் இருத்தலாற் பாஷை நடை இரண்டுபட்டுத் தோன்றும். அஃது யான் மேற்கூறியதற்குச் சான்று. அக்குறைவை ஆன்றோர் மன்னித்தல் வேண்டும்.

**சி.வை.தா.**

சென்னப்பட்டணம்
விளம்பி ஞூ ஆவணி மீ

உ
சிவமயம்

தோலாமொழித்தேவர்
அருளிச்செய்த
**சூளாமணிக் காவியத்தை**
மாணாக்கர் எளிதிற் கற்றுணரும்படி

றாவ்பகதூர்
சி.வை. தாமோதரம் பிள்ளை
இயற்றிய

# வசன சூளாமணி
**அல்லது**
# திவிட்ட குமாரன் கதை

"தொட்டனைத் தூறு மணற்கேணி மாந்தர்க்குக்
கற்றனைத் தூறு மறிவு" - குறள்

[இரண்டாம் பதிப்பு]

MADRAS
PRINTED BY THOMPSON AND CO.
AT THE "MINERVA" PRESS, POPHAM'S BROADWAY

1900

சென்னபட்டணம்
விகாரி ஞு தை மீ

All Rights Reserved

உ

சிவமயம்

தோலாமொழித்தேவர்

அருளிச்செய்த

சூளாமணிக் காவியத்தை

மாணாக்கர் எளிதிற் கற்றுணரும்படி

ராவ் பகதூர் சி. வை. தாமோதரம்பிள்ளை

இயற்றிய

# வசன சூளாமணி

அல்லது

## திவிட்டகுமாரன் கதை.

"தோட்டனைத் தூறு மணற்கேணி மாந்தர்க்குக்
கற்றனைத் தூறு மறிவு."—குறள்.

இரண்டாம் பதிப்பு.

Madras:

PRINTED BY THOMPSON AND CO.,
AT THE "MINERVA" PRESS, POPHAM'S BROADWAY.
1900.

சென்னபட்டணம்,
விகாரி௵ தையீ

*All Rights Reserved.*

உ

# புறவுரை

தமிழிலே சிறந்த இலக்கியங்களென நிலைபெற்றன சிந்தாமணி சிலப்பதிகாரம் மணிமேகலை வளையாபதி குண்டலகேசி என்னும் *பெருங்காப்பியங்கள் ஐந்தும் நீலகேசி சூளாமணி உதயணன் கதை நாககுமார காவியம் யசோதர காவியம் என்னுஞ் +சிறுகாப்பியங்கள் ஐந்துமே. இச் சிறுகாப்பியங்களுட் தோலாமொழித் தேவர் அருளிய சூளாமணி யென்னும் இரண்டாவது காவியத்தை ஸ்ரீ கைலாசப் பரம்பரைத் திருவாவடுதுறை யாதீனத்துச் சற்குருநாத சுவாமிகள் ஸ்ரீலஸ்ரீ சுப்பிரமணிய தேசிக மூர்த்திகளின் கட்டளைப் பிரகாரம், அடியேன் அச்சிடுவித்து வெளிப் படுத்தியபொழுது, அந்நூலை மாணவர்கள் எளிதிற் கற்றுணர்தற்கு உதவியாக, அதிற் கூறிய திவிட்ட குமாரன் சரித்திரத்தைக் கத்தியரூபமாக இயற்றிப் பகிரங்கஞ் செய்தால் மிகவும் உலோகோபகாரமாகு மென்று அனேகர் விரும்பிக் கேட்டுக்கொண்டனர். அதுகாலத்திற் புதுக்கோட்டை மகாராசாவின் ஹைகோர்ட் நியாயாதிபதிகளில் ஒருவராக இருந்து இடையிட்ட நேரம் எல்லாம் இலக்கண விளக்கத்தைப் பரிசோதனை செய்து அச்சிடுவித்துக் கொண்டிருந்த எனக்குச் சாவகாசம் நேரிடாமல், அப்பொழுது என்னோடு கூடஇருந்த வித்துவான் ஸ்ரீ இனுவில் அம்பிகைபாக உபாத்தியாயரைக் கொண்டு, அங்ஙனே அதனைச் சிறுவரும் வாசித்துத் தமிழ் பயிலத்தக்க தெள்ளிய நடையில் எழுதுவித்தனன்.

பின்னர் அதனைச் சென்னைச் சர்வகலாசங்கத்திற் பிரவேச பரீக்ஷைக்கு நியமிப்பான் கருதி அச்சங்கத்திற் திராவிட

* இவற்றுள் முதலன மூன்றுங் கும்பகோணம் அரசாங்க வித்தியாசாலைத் தமிழ்ப் பண்டிதர் ஸ்ரீமத் உ.வே. சாமிநாதையரவர்கள் தமது பெருமுயற்சியினால் அச்சிடுவித்துப் பிரசரித்துத் தமிழுலகத்தை மிகக் கடமைப்படுத்தி யிருக்கின்றார்கள்.

+ சூளாமணி இரண்டாவது காவிய மென்பதற்கன்றி எஞ்சியவற்றின் பெயர்முறைகட்குச் சமணவித்துவான்கள் கூறும் ஐதீக மொழிய வேறு பிரமாணங் கிடைக்கவில்லை.

பாடசபையாருக்கு அனுப்பினேன். அவர்கள் அதிற் தற்கால வித்தியா கிரமத்திற்கு ஒவ்வாதனவும் பூகோள ககோள சாஸ்திர உண்மைக்கு மாறானவுமான சத்த சமுத்திர தீவக அஷ்டாசலாதி பழைய தமிழ்நூற் கோட்பாடுகள் பலப்பல ஆங்காங்கு விரவியிருப்பதை நோக்கி மறுத்துவிட்டனர்.

அதன்மேல் அக்கோட்பாடுகளை நீக்கியுந், திவான் பஹதூர் வன்பாக்கம் கிருஷ்ணமாசாரியா ரவர்கள் மாதாந்தரம் பதித்துவரும் 'மஹாராணி' பத்திரிகையின் போக்குக்கேற்ப வாக்கியங்களையும் மொழிகளையும் மாற்றியும், அப்பத்திரிகை யின் சென்ற வருடச் சம்புடத்திற் பாகம் பாகமாக அச்சிடுவித்தேன். அச்சில் வந்தபின் சபையார் சிலர் நடையை மெச்சிச் சரித்திரத்தை இன்னும் பெருக்கியும், பஞ்சதந்திரக் கதைபோலத் திரிசொற் பிரயோகத்தால் அர்த்தத்தைச் சற்றே அருக்கியும், ஒருபொருட் பன்மொழிகள் நெருக்கியும் வரைந்தாற், பிரதம வித்தியா பரீக்ஷைக்கு அருகமாகு மெனக் கருதினர்.

ஆதலால் முதனூற்கு விரோதமாகாது கதையைப் பல்லாற்றால் அகல விரித்தும், நடையைப் பெரும்பாலும் உயரத் திரித்தும், இடைக்கிடையே ஒருபொருட்குப் பல பரியாயங்களைத் தெரித்தும், மூலநூலிலுள்ள அனேகஞ் செய்யுட்கள் அங்கும் இங்குங் கமழ வரித்தும், முழுவதும் மாற்றி எழுதலாயினேன். ஆயினும் இடந்தொறும் இடந்தொறும் உபாத்தியாயர் வரிந்த வாக்கியம் பல இருத்தலாற் பாஷை நடை இரண்டுபட்டுத் தோன்றும். அஃது யான் மேற்கூறியதற்குச் சான்று. அக்குறைவை ஆன்றோர் மன்னித்தல் வேண்டும்.

**சி.வை.தா.**

சென்னப்பட்டணம்
விகாரி ஷு தை மீ

உ

கணபதி துணை

# கட்டளைக் கலித்துறை

சி. வை. தாமோதரம் பிள்ளை

சதாவதானம்
சுப்பிரமணிய ஐயரது
வித்தியாவர்த்தனி அச்சுக்கூடத்தில்
பதிப்பிக்கப்பட்டது

[இரண்டாம் பதிப்பு]

சென்னபட்டணம்

விசு ஹு வைகாசி மீ

[1881]

உ

கணபதி துணை.

# கட்டளைக்கலித்துறை.

இரண்டாம் பதிப்பு.

சதாவதானம்

சுப்பிரமணியஐயரது

வித்தியாவர்த்தனி அச்சுக்கூடத்தில்

பதிப்பிக்கப்பட்டது.

சென்னபட்டணம்

விசு௵ - வைகாசிமீ

# பதிப்புரை

### குருவணக்கம்

பிறைமதி யுறைசடைக் கறைமிடற் றிறைவன்
மறையறை யுருவ மறைத்தெனை யாண்ட
கரணையம் பதிவாழ் கருணா நிதிமல
அரணநீ ளிருண்மய வருணவத் தோங்கிய
எயிலார் திரிபுர மெரித்த
கயிலாய நாதன் கழறொழு தனனே.

### அகத்தியர் வணக்கம்

மருமலி சந்தனத் தருமல யன்றமிழ்ப்
பரமா சாரிதாள் பரவுதூஉந்
திருமலி செந்தமி ழொருவரங் குறித்தே.

வெண்பா அகவல் கலி வஞ்சி யென்னு நாற்பாவினுள் ஒன்றாகிய கலிப்பாவுக்கினமாய் வருங் கலித்துறை விருத்தக் கலித்துறை யெனவுங் கட்டளைக் கலித்துறை யெனவும் இருவகைப்படும்.

கலித்துறை யெனும் பெயரின் பொதுத்தன்மையை யொழித்துக் கட்டளைக் கலித்துறைக்கு அதனைக் காரண இடுகுறிப் பெயராகக் கொள்வாருமுளர். அஃது மேலெடுத்துக் காட்டும் இலக்கணச் சூத்திரங்களான் விளங்கும்.

கட்டளைக் கலித்துறையின் இலக்கணம் இலக்கணக் கடலாகிய தொல்காப்பியத்திற்* கூறப்பட்டிலது. விருத்தக் கலித்துறையின் இலக்கணமும் நேரே கூறாதொழிந்தன ராயினுந் தொல்காப்பியர் அதனைக் குறிப்பாற் கூறினமையும் அஃது

---

* இஃதோரிழுக் கென்றார் ஒருவர். கட்டளைக் கலித்துறையின் இலக்கணங் கூறிய தொல்காப்பியச் சூத்திரத்தை யெடுத்துக் காட்டினானன்றோ அவருண்மை விளங்கும். அஃதன்றி நிர்வாணியைச் சர்வ பூஷணதாரி யென்று மறுத்தலால் யாது பயன்? "கான முயலெய்த வம்பினில் யானை, பிழைத்தவே லேந்த லினிது" என்றது இதற்குத்தானா?

அவர் கூறிய பொருளிலக்கணத்தில் அமைந்து கிடந்தமையும் அந்நூற்குஞ் சிந்தாமணிக்கும் நச்சினார்க்கினியார் எழுதிய உரையாற் காணலாம். இதுகொண்டு கட்டளைக் கலித்துறை தோன்றிய காலஞ் சிறிதென ஒருசாரார் கூறுப. மற்றொரு சாரார் அஃது* அகத்தியத்து அமைக்கப்பட்டிருந்த தென்றும் விருத்தக் கலித்துறை யொப்ப அதனையுந் தொல்காப்பியர்+ உய்த்துணர வைத்தன ரென்றுஞ் சொல்லுப.

ஆயினும் ஆதிகாலத்து நூல்களிற் கட்டளைக் கலித்துறையை§ யாண்டுங் காண்கிலேம். கட்டளைக் கலிப்பாப் போல அஃதும் பிற்றைநாள் தோன்றியது என்பதே அமையும்.

இக்காலத்து யாப்பிலக்கணங் கேட்போர் பெரும்பாலுங் கற்பனவாகிய யாப்பருங்கலம் காரிகை யாதியவற்றுள்ளும்

'நெடிலடி நான்காய் நிகழ்வது கலித்துறை'

'கலித்துறையே நெடிலடி நான்காய் நிகழ்வது'

'ஐஞ்சீ ரடியி நடித்தொகை நான்மையோ
டெஞ்சா தியன்றன வெல்லாங் கலித்துறை'

எனக் கூறியது$ விருத்தக் கலித்துறையையே யாம். இஃது காப்பியக் கலித்துறை யெனவுங் கலிநிலைத்துறை யெனவும் பெயர்பெறும்.

---

* கட்டளைக் கலித்துறையான் இயற்றப்பட்ட ஆறெழுத்தந்தாதி அகத்தியர் செய்ததெனச் சிலர் கூறுவதே இவர்க்கு ஆதாரமாம். அது சங்கத்தார் காலத்தில்லாமையால் அகத்தியர் வாக்கன்று என்பது பெரும்பான்மையோர் துணிவு. ஊர் பெயரில்லார் நாட்டிலுயர்ந்ததைத் தெரிந்து சொல்லுஞ் சீரிஃதென்ன எத்தனை நூல்கள் அகத்தியர் தலையிலும் ஔவையார் தலையிலு மேறிக்கிடக்கின்றன.

+ அகத்தியத்துள் விரவிக்கிடந்த இயல் இசை நாடகமெனும் முத்தமிழுள் இயற்றமிழ்ப் பொருள் முழுவதும் அகத்தியத்தினின்றும் விரிவாகத் தொல்காப்பியராற் கூறப்பட்டதென்னும் ஆன்றோர் சாட்சிக்கு இது மாறாகும். அன்றியும் ஒரு பாவினத்தின் இலக்கணத்தை முற்றும் ஒழித்துவிடுவதா உய்த்துணரவைத்த லென்பது ?

§ நாயன்மார் தேவாரத் திருப்பதிகத்துட் கட்டளைக் கலித்துறை அமையப் பெற்றிருப்பினும் அதனை அக்காலந்தொட் டிதுகாறுந் திருவிருத்த மென்றே பெயரிட்டு வழங்குப. இஃதொன்றே பூர்வகாலத்திற் கட்டளைக் கலித்துறை பிரத்தியேகமாக ஓர் பாவினமாய் நடைபெற்று நிலவாததற்குச் சான்றாகும். சேரமான் பெருமானாயனார் பொன்வண்ணத் தந்தாதியே முதன்முதற் கட்டளைக் கலித்துறை யென்னும் பெயரினால் வழங்கியது. பின்பு திருக்கோவையார் தோற்றியது.

$ பொதுவிலே சிறப்பு அடங்காதாகவும் இவற்றினால் விருத்தக் கலித்துறைக்குங் கட்டளைக் கலித்துறைக்கும் இலக்ஷணம் பொதுவாகக் கூறி அவ் விலேசான கட்டளைக் கலித்துறையையும் அமைத்தாரென்பது பயனில் கூற்றென்க. இவ்வாறு கூறுவோர் நெடுங்கணக்கில் அடங்காத புலமையுமுண்டோ எனவுங் கேட்பார் போலும்.

கட்டளைக் கலித்துறை திலதக் கலித்துறை யெனவுங் கோவைக் கலித்துறை யெனவும் இருவகைப்படும். இவை தம்முட் பேதங் குறியாது கட்டளைக் கலித்துறையையே கோவைக் கலித்துறை என்பாருமுளர்.

கட்டளைக் கலித்துறையானே தந்நூலியற்றிய காரிகையார் சகல செய்யுட்கும் இலக்கணங் கூறித் தாமெடுத்துக் கொண்ட கட்டளைக் கலித்துறைக்கு இலக்கணங் கூறாதது ஆச்சரியம். தந்நூல் படித்தோர்க்குக் கட்டளைக் கலித்துறை இலக்கியப் பயிற்சியானே அமையுமெனக் கருதி அவ்வா றமைவ தொன்றற் கிலக்கணமுங் கூறுதல் மிகையென விடுத்தார் போலும் அல்லது தஞ்செய்யுட் சிறப்பைத் தாமே சொல்லுதல் தகாதெனத் தவிர்த்தனரோ அறியேம்.

கட்டளைக் கலித்துறைக்கு இலக்கணங் கூறப்புகுந்தோர் நால்வர். அவர்

முதற்சீர் நான்கும் வெண்டளை பிழையாக்
கடையொரு சீரும் விளங்கா யாக
நேர்பதி னாறே நிரைபதி னேழென்
றோதினர் கலித்துறை யோரடிக் கெழுத்தே

எனவுங்,

கலித்துறை நெடிலடி நான்கொத்த வற்று
ளிடைநேர் வெண்சீ ரியற்சீர் முதனான்
கிடைநிரை வெண்சீ ரிறுதிச்சீர் மோனையாய்க்
கடையே கொண்டிறுங் கட்டளைக் கலித்துறை

எனவும், இலக்கணமும் உதாரணமுமாக,

இடையேநேர் வெண்சீ ரியற்சீர் வருமுத லீரிருசீர்
கடையே யிடைநிரை வெண்சீராய் வெண்டளை காத்தடிநான்
குடையே கடையாய்க் கடைமோனை நான்கடி யோரெதுகை
நடையே கலித்துறை யாமெனக் கற்றோர் நவின்றனரே

எனவும்,

நேர்முந் துறிற்பதி னாறெழுத் தாகி நிரைமுதலாஞ்
சீர்முந் துறிற்பதி னேழாய் முடிந்துசெப் பாரடிக
ளோர்முந்து நான்கொத் திருபது சீரா லியன்றிடுமேற்
றோர்முந்து பேரல்குன் மாதே யஃது திலதமன்றே

எனவுங் கூறிய இலக்கணச் சூத்திரங்கள் குன்றக் கூறலென்னுங் குற்றமுடையன வாதலானும், பிற்றைநாட் டோற்றமுடைய தாயினும் பெரும்பாலும் இக்காலத்தில் அந்தாதிகள் தனியன்கள் கலம்பகம் கோவைத்துறை முதலியவைக ளெல்லாங் கட்டளைக் கலித்துறையான் இயற்றப்படுகின்றமை யானும் வெண்பாவும் விருத்தமு மொப்பச் சாதாரண வழக்கில்

வந்துபயிலும் இச்செய்யுளிலக்கணந் தமிழ் மாணாக்கர் அனைவர்க்கும் மிக உபயோகமாமெனக் கருதிப் பல நூல்களினும் ஆங்காங் கிலைமறை காய்போலக் கிடந்தவற்றைத் திரட்டி ஈண்டெழுதலாயினோம்.

நுண்ணறிஞர்பால் "யான்மொழிந்த – பருப் பொருடானும் விழுப் பொருளா" மெனத் துணிந்தவரைப் போற் புகுந்த நமக்குப் பயம் யாது? குற்றங் காணினுங் கவிவல்லோர் பொறுப்பர். மற்றையோர் யாது சொல்லியுமென்!!

உத்தமர்க ளுண்மை யுவப்பர்குறை யோதிலார்
மத்திமருக் கவ்விரண்டும் வையகத்தே – யொத்துலவுங்
குற்றங் குணமிதென்று கூறிடினுங் கொள்ளாரே
மற்றை யதமர் வகுத்து.

யாழ்ப்பாணம்
**சி. வை. தாமோதரம் பிள்ளை**

சென்னபட்டணம்
விஷு ஹூ வைகாசி மீ 21 உ

# TAMIL
# SIXTH READER

BY

E. MARSDEN, B.A.,
*Indian Educational Service (Retired)*

AND

RAO BAHADUR C.W. TAMOTHARAM PILLAY, B.A., B.L.,

ஆறாம் வாசக புத்தகம்

MACMILLAN & CO., LIMITED

MADRAS, BOMBAY, CALCUTTA AND LONDON

1918

Rights Reserved

Price 7 Annas]　　　　　　　　　　　　　[விலை 7 அணா

இந்நூலுக்குப் பதிப்புரை இல்லை.

சி.வை.தா. பதிப்புரைகள்　　　　　247

TAMIL

# SIXTH READER

BY

E. MARSDEN, B.A.

*Indian Educational Service (Retired)*

AND

RAO BAHADUR C. W. TAMOTHARAM PILLAY, B.A., B.L.

## ஆரும் வாசக புத்தகம்

MACMILLAN & CO., LIMITED

MADRAS, BOMBAY, CALCUTTA AND LONDON

1918

*Rights Reserved*

**Price, 7 Annas]** [விலை, 7 அணா

# TAMIL
# SEVENTH READER

BY

E. MARSDEN, B.A.,
*Indian Educational Service (Retired)*

AND

RAO BAHADUR C.W. TAMOTHARAM PILLAY, B.A., B.L.,

## ஏழாம் வாசக புஸ்தகம்

MACMILLAN & CO., LIMITED

MADRAS, BOMBAY, CALCUTTA AND LONDON

1918

Rights Reserved

Price 8 Annas]    [விலை 8 அணா

இந்நூலுக்குப் பதிப்புரை இல்லை.

சி.வை.தா. பதிப்புரைகள்

TAMIL

# SEVENTH READER

BY

E. MARSDEN, B.A.

*Indian Educational Service (Retired)*

AND

RAO BAHADUR C. W. TAMOTHARAM PILLAY, B.A., B.L.

## ஏழாம் வாசக புஸ்தகம்

MACMILLAN & CO., LIMITED
MADRAS, BOMBAY, CALCUTTA AND LONDON
1918

*Rights Reserved*

**Price, 8 Annas.]** [விலை, 8 அணா.

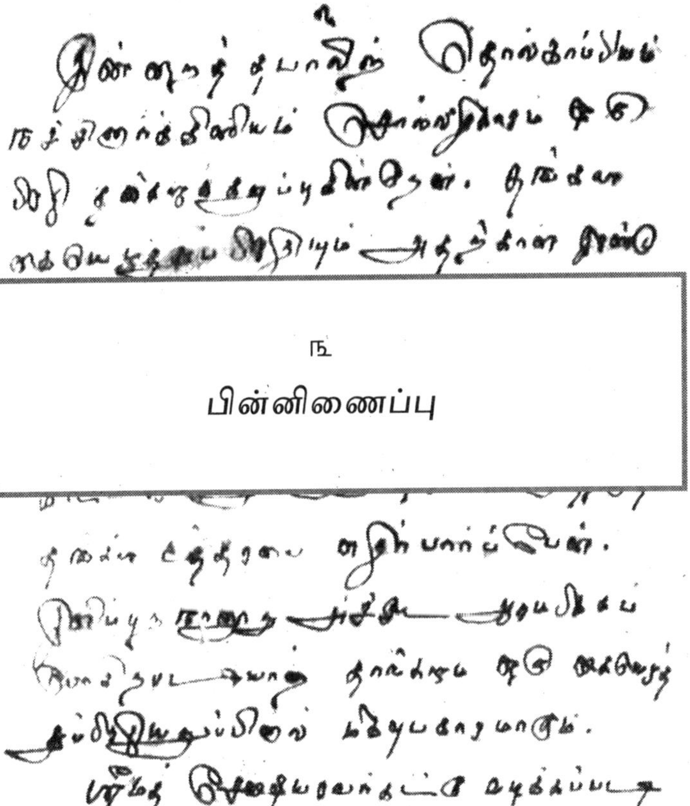

# பின்னிணைப்பு

# 1

## சி.வை.தா. பதிப்பித்த – இயற்றிய நூல்களில் இடம்பெற்ற
## சிறப்புப் பாயிரங்கள்

### வீரசோழியம் (1881) முதல் பதிப்பிற்கான சிறப்புக்கவிகள்

### 1. தஞ்சாவூர் சதாவதானம் - சுப்பிரமணிய ஐயர்

அறுசீர்க்கழி நெடிலடி ஆசிரியவிருத்தம்

சொல்துளைத்த நாவலர்க ளெழுதிவைத்த முதுவீர சோழி யத்தைச்
செல்துளைத்த புள்ளியன்றி மெய்ப்புள்ளி விரவாத சென்னா ளேட்டிற்
பல்துளைத்து வண்டுமண லுழுதவரி யெழுத்தெனக்கொள் பரிசி னாய்ந்து
கல்துளைத்த வெழுத்தாவச் சிட்டனன்தா மோதரனாங் கலைவல் லோனே.

### 2. புரசை அஷ்டாவதானம் - சபாபதி முதலியார்

நேரிசை வெண்பா

கல்லா மகலியைநீள் காசினிக்கு ராமனியல்
நல்லாளாச் செய்யு நலமென்கோ – சொல்லாருந்
தாமோ தரன்வீர சோழியமுன் தந்ததக்கோர்
தாமோ துருவாத் தரல்.

### 3. கோப்பாய் வித்துவான் - சபாபதிப்பிள்ளை

நேரிசை வெண்பா

மாயைதனி னின்றுலகம் வந்தவா வென்னுகோ
மேயவிந்திர சாலமென விள்ளுகோ – போயவுருத்
தொல்லையது போல்வீர சோழியந்தா மோதரன்றன்
வல்லமையா லின்றுபெற்ற மாண்பு.

### 4. துரைத்தன வித்தியாசாலைத் தமிழ்ப் புலவர் தொழுவூர் -வேலாயுத முதலியார்

அறுசீர்க்கழிநெடிலடி ஆசிரியவிருத்தம்

புனனாடென் றுரைக்குமுரை போயடங்க வொருகோழிப் பூழி யின்வீ
றினநாடா வகைபடைத்த வீரசோ ழியமெங்கே யெங்கே யென்னத்
தினநாடு புலவர்மனங் களிதூங்க வெளிப்படுத்த திறத்தை நோக்கிக்
கனநாடி யெவர்தாமோ தரமிவர்க்கென் றியற்பெயராற் கருதி னாரே.

### 5. திரிசிரபுரம் சோடசாவதானம்–சுப்பராயச் செட்டியார்

நேரிசை வெண்பா

வழுவாகும் வன்மகர வாய்ப்பட்ட நூலைத்
தழுவாத்தா மோதரவேள் சாலவ் – வழுநீக்கித்
தந்ததுமுன் வன்றொண்டர் சார்கரா வாய்ப்பனவற்
றந்ததனை யொக்குந் தகைத்து.

### 6. சொர்னநாதபுரம் துவாத்ரிம் சதாவதானம்–
### இராமசாமிச் செட்டியார்

நேரிசை வெண்பா

இறந்தபூம் பாவை யெலும்பினைச்சம் பந்தர்
சிறந்தபெண்ணாச் செய்த சிறப்பாம் – திறம்பலசேர்
தாமோ தரன்வீர சோழியத்தார் சாற்றுருவம்
பூமீ தியைத்ததெனப் போற்று.

### 7. சுன்னாகம் அ. குமாரசுவாமி உபாத்தியாயர்

கட்டளைக்கலித்துறை

பொன்னிற் பொலிந்திடும் பூணாக்கு மாக்களைப் போன்றசொல்விற்
பன்னரைப் பாரிற் பரவுவர் காண்வன் பரலுலத்தைச்
சொன்னம தாக்கிய தாமோத ரேந்திரன் றொல்புகழை
யென்னென்ப வோவிதற் கோர்ரச வாதமு மீடல்லவே.

○

### வீரசோழியம் இரண்டாம் (1895)பதிப்பிற்கு அஷ்டாவதானம்
### பூவை-கலியாணசுந்தர முதலியார் அளித்த
### சிறப்புப் பாயிரம்

(நிலைமண்டிலவாசிரியப்பா)

மணிவளர் கடல்சூழ் மாணிலந் தழீஇய
வணிவளர் கூல மனைத்து மரூஉஞ்
சூழல் பஃறலை சூழ்ந்து களுறுஞ்
சோழ மென்னுந் தொன்மண் டலத்தி
லிம்மையு மம்மையு மெம்மையு புரக்கு
மம்மை யிடமா ரப்பன் றளிகளுண்
மடம்பல வொரீஇ மகிழ்வீ டருளுங்
கடம்ப வனத்தைக் கழறு மான்மியந்
தரத்தினிற் புகழத் தவம்வளர்ந் துறூஉ
மிர்த்தின கிரிஎ்ய யிசைக்குஞ் சரிதந்
தாங்கரு மின்பந் தரூஉந் திவ்விய
வீங்கோய் மலையை யிறுத்த சரிதை
யாரியந் தன்னு ளறவோர் சொற்றவைச்
சீரியற் றேர்ந்து செவ்வே யாய்ந்தே
யமிழ்தமிழ் தென்ன வனைவரும் போற்றுந்
தமிழிற் பெயர்த்துத் தந்தன னன்கு

பரமன் பெருமை பரவ வுன்னிப்
பிரம வித்தியா பிரசுரஞ் செய்தங்
கானிய முழுது மரன்புகழ் பேசுஞ்
சீனி வாசச் சீரிய விப்பிர
ன்னன சரித்திர மழகுற நோக்கிச்
சொன்னயம் பொருணயந் தொடைநய மேவப்
பைந்தேன் சொட்டும் பன்மொழி நிறீஇச்
செந்தமிழ் தன்னிற் செப்பி வைத்தனன்
பேழ்ப்பா வலர்கள் பிறங்கப் பெறூஉம்
யாழ்ப்பா ணத்தில் யாணர் விளைக்கும்
பண்ணை விளைவுள் பணில நிறைஇ
வண்ணை நகரில் வந்த கவிஞன்
கடன்மடை திறந்த காட்சியைக் கடுக்கு
மடல்பிர சங்க மாங்காய் கியற்றி
விவிலிய யானைகள் வீறிட் டோட
விவித வினாவிடை விடுக்குஞ் சிங்க
மாமோ தைச்சிர வண்ண லடிபணி
தாமோ தரனெனுந் தகைவிற் பனனே
யிந்நா வலன்றா னியற்றிய நூல்களை
முந்நீர் வளைஇ முழுநிலம் பரவுபு
மெச்சிப் பெருமான் மேன்மை விளங்குவா
னச்சியி லிட்டிங் களித்தன னழகாய்த்
தடம்பல தாமரை தம்மிற் றழூஉங்
கடம்பர் கோயில் காணியாக் கொண்டோன்
தெய்வஞ் சிவமெனத் தேர்ந்த வைதிகச்
சைவவே ளாளர் தம்மில் வந்தோன்
சிவனடி யாரைச் சிவமென வெண்ணி
யவரடி பரவு மன்ப னாளன்
வாய்மை பொறுமை வண்மை பத்தி
தூய்மை யுண்மை தோன்றும் புண்ணியன்
கல்வி செல்வங் கருணை மிக்கோன்
நல்லவர் நாடு நற்குண மேரு
வித்தக விஞ்சையில் விருப்பங் கொளூஉ
முத்துவீ ரப்ப முதலியா ரென்னு
நன்னர் நாம நாட்டில் வழங்கும்
பொன்னம் பலனாம் புகழுடை யோனே.

* * *

## தணிகைப் புராண(1883)த்தில் இடம்பெறும் சிறப்புப் பாயிரம்

வேற்கரச்செவ் வேண்மருவுந் தணிகைமான் மியந்தமிழின் விளங்கச்செய்தான்
பாற்கவபு ராணமெழிற் திருவானைக்கா வெனுஞ்சீர்ப் பதிப்புராண
நாற்கயிலை சூழ்பேரூர்ப் புராணமொடு திருக்காஞ்சி நகர்ப்புராண
மேற்கவட மொழிபெயர்த்த கச்சியப்ப முனிவனிருங் கவிஞரேறே.

* * *

## இறையனாரகப்பொருள் (1883) நூலுக்குத் திரிசிரபுரம் சி. தியாகராசச் செட்டியார் அளித்த சிறப்புப் பாயிரம்

மாமேவுமதமொருபாற்புனலருவிமற்றொருபால் வழிய முன்னர்த்
தேமேவுமுகிறவழப் பொதியநிலவுற லொருபாற் றேவிமேவத்
தூமேவுமற் றொருபானீ றலங்க மாயனிலந் தோயத் தாழப்
பாமேவுமெம் பெருமானெழுந் தருளல் காட்டுதமிழ்ப் பாண்டி நாட்டில்.

கூன்றாங்குமதிநுதற் பூங்கோதையர் பல்லணிக்குமெழில்குலவு கண்டந்
தான்றாங்குமங்கலநாணரசாகி நனிசிறந்து தயங்கன்மானத்
தேன்றாங்குமலர்ப் பொழில்சூழ் பன்னகர்க்குமர சாகிச்சிறந்து மேவும்
வான்றாங்குமணிமாடவணி திகழுந் திருவாலவாய் மூதூரில்.

கண்டவர் யாரெனினும் பின்னிரயவழிகாணாமற் கவினுமின்பங்
கொண்டவராயினிதுறையப் புரிதருபேராலயத்துட் கோதிலாத
வொண்ட வஞ்செயமுனிவரரு மமரர்களு மடியவரு மொத்துத்தம்வாய்
விண்டவனிசெய்தவமேயிதுவென்னும் விண்ணிழிந்த விமானந்தன்னில்.

மருவேந்துமிதழ்க் கமலமலரேந்து பண்ணவனும் வண்னவொண்கட்
டிருவேந்து மறுமார்பிற் செம்மணியேந்திய கோவுஞ் செழிக்குந்தேவ
தருவேந்து நறியமலர்த் தாரேந்து சதமகனுந் ததையுமற்றைக்
குருவேந்து முருவேந்து வானவருந் தானவருங் கும்பிட்டேத்த.

கண்ணருவிபுரள மொழிதழுதழுப்ப வெண்ணிலவு காலுநீற்றுத்
தண்ணியமெய்ப்புளசரும்ப மெய்யன்பர்குழாநெருங்கித் தலைமேற்கூம்பி
யண்ணிய செங்கரங்களொடுபுகுந்துபணிந்தெழுந்து கூத்தாடி யெங்கள்
புண்ணியமே புண்ணியத்தின் பொருவரும்பேறே யென்றுபுரிந்துவாழ்த்த.

எழுந்தருளி விளங்குதனி முதல்யாவன்வெம்பிறவிக் கிடைந்தடைந்து
விழுந்தடியி லிரந்தவரைப் புரந்திடுத லுலகுணர்த்த மெலிந்ததிங்கட்
கொழுந்தணிந்தோன்யாவனுயர்பசுபதிப்போர்பொதுநீக்கிக்கொண்டோன்யாவன்
செழுந்தளக்கொன்றையைச்சூடிப்பிரணவச்செம்பொருடானாய்த்திகழ்ந்தோன்யாவன்.

அனையபிரான்பெருங்கருணை பெருகநறவிழிநிம்பத் தலங்கல்வேய்ந்த
முனையவடிவேல்வலக்கைப்பூழியனுநுண்ணறிவான்முதிர்வுற்றோங்கி
வினையமலிபுலவர்களும்பணிந்திறைஞ்சி நனியிரந்துவேண்டநீண்ட
கனையகடலுலகினியனி கழமுதுமறைமுளைத்த கனிவாய் விண்டு.

தெள்ளியவான்சுவையமுதந்திரட்டி யெடுத்தினிதளித்த செயலேமான
வள்ளியதீந்தமிழினன்பினைந்திணை யென்றெடுத்தருளி வனைந்துநல்கு
மொள்ளியமாணகப் பொருளையுயர் புலமை நக்கீர ருஞற்றித் தந்த
தள்ளிய வொப்புரையோடுதயங்கவச்சிற் பதிப்பித்துத் தருகவென்று.

பொன்னொடும்வில்லவர்கோன்புரந்தளிக்கப்பொலிநாடும்புகழ்சேர்தொண்டை
ந்ன்னாடுங் காவிரிநன்னதிபெருகி வளஞ்சுரக்கு நலஞ்சேர் சென்னி
மன்னாடுமழவர்பிரான்வளநாடும் வேம்பணிதோண்மாறன் காக்குந்
தென்னாடு மெந்நாடும் புகழீழ நாடென்னுஞ் செல்வநாடன்.

பண்காட்டுமந்தீஞ்சொற்பணைகாட்டுந் தோட்டீம்பாற் பரவைகாட்டும்
பெண்காட்டுமெழில்காட்டும்பிறைகாட்டுஞ் சிறியநுதற் பேதைமார்தம்
விண்காட்டுமருங்குலிறவீங்குகடங்காட்டுமுல்லைவிராயசாந்தம்
புண்காட்டுவேலிளைஞர்புயங்காட்டப்பொலிகொழும்புத்துறைவாழ்பூபன்.

கடியிருக்குந் தளவப்பூமாலையொடு குறளடிமுற்கரையு மைந்தா
மடியிருக்குஞ்செந்தமிழ்ப்பாமாலையுஞ்சேர்ந்தளாய்மணக்கவணிதிண்டோளை
வடியிருக்குங் கருநெடுங்கண்மதியிருக்குமுகவிசயமாதுநாளுங்
குடியிருக்கும் பூங்கோயிலென்று மகிழ்கொண்டிருக்கக் கொடுத்துவாழ்வோன்.

விடங்கவிழ்க்குங்கடியநுனைவேலொடுவெஞ்சமர்க்கெழுந்தவேண்டலார்தம்
படங்கவிழ்க்குமணிமுடிகொண்முடிதண்டங்கொடுதாக்கும்பரூஉத் தடக்கைக்
கடங்கவிழ்க்குங்கவுட்களிற்றான் கூற்றொடும் போர்செயற்கஞ்சாக் கலினமாவான்
மடங்கவிழ்க்குங் கலைக்கண்முழுதுணர்ந்து குணமலையேறி வயங்க நின்றோன்.

பொன்செய்துணர்க் கற்பகமேயிருநிதியே பொன்மாரிபொழியுங் காரே
மின்செய்சிந்தாமணியே யென்றிரந்தார்தமை முன்னமே வித்தீய
புன்செய்கை நனிவிளைத்த வறுமைபுகலிடமின்றிப் புலம்பியந்தோ
வென்செய்வேனென்செய்வேனெனக்கலங்கியலைய வினிதீயுங்கையான்.

தீங்குகளுக்கரசாயகொலைமுதன் மாபாதகத்தைச் செப்பலென்னோ
வோங்குசிவமே பொருளென்றுணராதாருள்ளகத்திலோங்கி நாளும்
வீங்குகடுங்காரிருளாமவிச்சை யெதிர்ப்படினுமுறவெளிறச் செய்யுந்
தேங்குறுவெண்ணிறமருவுபெரும்புகழினனிமூழ்கித்திளைக்குமேலோன்.

என்றவமேயென்ன வடமொழிநூலுமோவாமலிலங்கயான்செய்
யின்றவமேயென்னச் செந்தமிழ்நூலுமிசைநூலுமியையயான்செய்
மன்றவமேயென விருப்பத்தில்லையம்பலமகிபன் வயங்கச்செய்த
மின்றவமேதிரண்டொளிருங்குமாரசாமிக் குரிசில் விளம்பக்கேட்டு.

ஈண்டார்வம்விளைக்குநமக்கிவனேவலிதன்மேற்பேறென்னேயன்பு
பூண்டார்மெய்யடியரருடிருக்கோவையாரெழுதிப் புவிமேவச்செய்
யாண்டார்செய்பொருளிந்நூல் பதிக்க நுவன்றமையினந்தவடியாருக்கு
நீண்டாரவ்வாண்டார்க்குமோவாத பேருவகை நிரப்பலாலே.

என்றுநினைந்திடையறாமகிழ்வோங்கவினிதாராய்ந்தெழுதுவோர்கைத்
துன்றுவழுவறக்களைந்துதொடுகடல்சூழ் ஞாலத்திற்றுலங்கிமேவ
நன்றுறவே பதிப்பித்து முற்றுவித்தானனைய பெருநலமெஞ்ஞான்றுங்
குன்றுதலிலாப்பெரியோன்யாவனெனவினவிடின் யாங்கூறுவாமே.

குளநாடுசெவ்விழியுங்களநாடுகருவிடமுங்குரூஉப் பொற்கொன்றைத்
தளநாடுபூந்தொடையுமுடைய பிரானமரிரண்டு தலங்களன்ப
ருளநாடுமுயர்சிறப்பினுளநாடுபெருஞ்செல்வமோங்குமீழ
வளநாடுதழுவி யொளிர் சிற்றூரென் பேரூரில் வந்தசீலன்.

பெரும்புலவர்பலர்குழுமிப்புகழ்ந்திடினுமுலவாத பெருமைவாய்ந்த
வரும்புலவன்வைரவநாதப்பெயர்பூண்டமை பெரியோனரிதினாற்றும்
விரும்புதவப்பயனாகிமேதினியினனி விளங்கும்மேன்மையாளன்
கரும்புகசந்திடப்புரிசெந்தமிழ்க் கடலிற்றுளைந்தாடுகளிறுபோல்வான்.

பன்னெறிநூன்முழுவதுமுக்குற்றமறவாய்ந்துணர்ந்துபகரவற்றுட்
புன்னெறியையுணர்த்துபுறமதநூற்கோளறக்கடிந்துபுகரிலாத
மின்னெறிசெஞ்சடாமவுலிவிமலரருளியமெய்ந்நூல் விளக்குந்தூய
நன்னெறிவீறிய தாமோதரனெனஞாலம்புகழு நலமிக்கோனே.

* * *

## கட்டளைக் கலித்துறை (1881) நூலுக்கான சிறப்புக்கவிகள்

### புரசை அஷ்டாவதானம் - சபாபதி முதலியார்

நாவிற் கிசைய நடவாக் கவிகளை ஞாலமிசைப்
பாவிற் கிசைவன போற்சீர் தளையெண்ணிப் பாடவென்றுந்
தாவிற் படுமென்று தாமோ தரம்பிள்ளை சங்கையறப்
பூவிற் புலந்தொகுத் தான்காரி கைவிதிப் பொற்பமைத்தே.

### கோப்பாய் வித்துவான் - சபாபதிப் பிள்ளை

பூவிற் புலவர் புகழும் இயற்றமிழின்
பாவும் இனமுமுற்றம் பண்புணர்ந்து – நாவிற்
கிசையுநெறி கட்டளைக்க லித்துறைக்கீ தென்றான்
றசகுணச்சீர்த் தாமோ தரன்.

# 2
# ஆசிரியர் சிறப்பும் நூல் சிறப்பும்

**கலித்தொகை (1887) நூலில் இடம்பெறும்**
## உரையாசிரியர் சிறப்பு

பச்சைமா லனைய மேகம் பௌவநீர் பருகிக் கான்ற
எச்சினாற் றிசையு முண்ணு மமிழ்தென வெழுநா வெச்சில்
மெச்சிநா ணாளும் விண்ணோர் மிசைகுவர் வேத போத
நச்சினார்க் கினியா னெச்சி னறுந்தமிழ் நுகர்வர் நல்லோர்

* * *

**இலக்கண விளக்க (1889) நூலுக்குக் கவி. வீரராகவ முதலியார் எழுதிய**
## ஆசிரியர் சிறப்பு

ஐம்பதின்மர் சங்கத் தாராகிவிடா ரோநாற்பத்
தொன்பதின்ம ரென்றேயு ரைப்பாரோ – இம்பர்புகழ்
வன்மீகநா தனருள் வைத்தியநா தன்புடவி
தன்மீதந் நாட்சரித்தக் கால்.

* * *

**சூளாமணி (1895) நூலில் இடம்பெறும்**
## நூற்சிறப்பு

பொழிந்துபொருள் விளக்கும் போழ்ந்திருள் கால்சீக்கும்
இழிந்தவரை யேற்றி நிறுத்துஞ் – செழுந்தரளத்
*தோளாமணியை நகுந்தோலா மொழிதொகுத்த
+சூளாமணி யகத்துச் சொல்.

[தோளாமணி – துளையாத இரத்தினம்]

திக்கெட்டும் புகழ்படைத்த திறல்விசயன்
  புயலனைய கையன் றெவ்வைக்
கைக்கொட்டி நகைக்குமிகற் கார்வெட்டி
  யரையன்வள நாடற் கேற்பப்
பொக்கெட்டும் பத்துமிலான் புகழ்த்தரும
  தீர்த்தன்மலர்ப் பதம்பூ சிப்போன்
சொற்கெட்டா வரன்றோலா மொழிசூளா
  மணியுணர்வோர் துறைகண் டோரே.

(பொக்கு – குற்றம்; தருமதீர்த்தன் – அருகக் கடவுள்]

* * *

* "தோலளா மணிதொகுத்தாற் போலாதே தோலாக்கீர்" என்றும் பாடம். கீர் – மொழி.

+தம்மையுடையார் விரும்பிய அனைத்தும் நல்கும் தேவமணி இரண்டு; அவற்றின் பெயர் சிந்தாமணியுஞ் சூளாமணியுமாம். சூளாமணி – சூடாமணி, சிகாரத்தினம். சூளம் – சிகை, மணி – இரத்தினம்.

## 3

# விளம்பரம்

### தொல்காப்பியம் – பொருள். நச்சினார்க்கினியம் (1885)

☞ இதன் அடியிற் குறித்த புத்தகங்கள் சென்னபட்டணத்தில் வித்தியானுபாலன யந்திரசாலையில் ந.க. சதாசிவப் பிள்ளை யவர்களிடத்தும், கலாரத்நாகர அச்சுக்கூடத்தில் ஊ. புஷ்பரதச் செட்டியா ரவர்களிடத்தும், யாழ்ப்பாணத்திற் சுன்னாகம் அ. குமாரசாமிப் பிள்ளை யவர்களிடத்தும், வண்ணார்பண்ணை கு. சபாபதிச் செட்டியா ரவர்களிடத்தும், தஞ்சாவூரிற் புத்தக வியாபாரம் தா. திருவேங்கடப் பிள்ளை யவர்களிடத்தும், மதுரையில் யாழ்ப்பாணம் ஆ. வைத்தியலிங்கச் செட்டியா ரவர்களிடத்தும், திருநெல்வேலியிற் புத்தக வியாபாரம் ந.வ. சொக்கலிங்க பிள்ளை யவர்களிடத்தும் வாங்கிக்கொள்ளலாம்.

| | ரூ. | அ. |
|---|---|---|
| தொல்காப்பியம், சொல்லதிகாரம், சேனாவரையம் | ௰ உ | ೦ |
| தொல்காப்பியம், பொருளதிகாரம், நச்சினார்க்கினியம் | சு | ೦ |
| தணிகைப் புராணம் | ந | ೦ |
| வீரசோழியம் | க | அ |
| இறையனார் அகப்பொருள் | க | அ |
| கட்டளைக் கலித்துறை | ೦ | க |
| நக்ஷத்திரமாலை | ೦ | க |

சிலகாலத்தின் முன் யான் ஏற்படுத்த முயன்ற "திராவிட பூர்வக் கிரந்த பரிபாலன சபை" கையொப்பக் குறைவினால் நிறைவேறாமற் போய்விட்டது. கையொப்பத் தொகை ரூபா பத்தும் அனுப்பிய கனவான்களுக்கு ஷை புத்தகங்கள் கிரயமின்றி அனுப்பப்படும்.

சி. வை. தா.

## கலித்தொகை (1887)

☞ இதன் அடியிற் குறித்த புத்தகங்கள் சென்னபட்டணத்தில் வித்தியானுபாலன யந்திரசாலையில் ந.க. சதாசிவப் பிள்ளை யவர்களிடத்துங், கலாரத்நாகர அச்சுக்கூடத்தில் ஊ. புஷ்பரதச் செட்டியா ரவர்களிடத்துஞ், சிதம்பரத்திற் சைவப்பிரகாச வித்தியாசாலை விசாரணைக் கருத்தர் க. பொன்னுசாமிப் பிள்ளை யவர்களிடத்தும், யாழ்ப்பாணத்திற் சுன்னாகம் அ. குமாரசாமிப் பிள்ளை யவர்களிடத்துந், தஞ்சாவூரிற் புத்தக வியாபாரம் தா. திருவேங்கடப் பிள்ளை யவர்களிடத்துந், திருநெல்வேலியிற் புத்தக வியாபாரம் ந.வ. சொக்கலிங்க பிள்ளை யவர்களிடத்தும் வாங்கிக்கொள்ளலாம்.

| | ரூ. | அ. |
|---|---|---|
| தொல்காப்பியம், சொல்லதிகாரம், சேனாவரையம் | உ | O |
| ஷெ பொருளதிகாரம், நச்சினார்க்கினியம் | சா | O |
| *நல்லந்துவனார் கலித்தொகை | ந | அ |
| *தணிகைப்புராணம் | ந | O |
| வீரசோழியம் | க | அ |
| இறையனார் அகப்பொருள் | க | அ |
| $இலக்கண விளக்கம், கையொப்பக்காரருக்கு | ரு | O |
| ,, ஏனையோர்க்கு | எ | O |

புதுக்கோட்டை
சர்வஜித்து ஸு ஆடி மீ

சி. வை. தா.

* பாடசாலை மாணாக்கர் ஒருங்கு சேர்ந்து தத்தம் வித்தியாசாலைத் தலைவர் வழியாக நேரே என்னிடத்திலிருந்து ஓரேமுறையில் உரு–பிரதிக்குக் குறையாமல் அழைப்பித்தால் இவை மூன்றும் அரை விலைக்குக் கொடுக்கப்படும்.

$ அச்சிலிருக்கின்றது. சர்வதாரி வருஷத்தில் வெளியாகும்.

## இலக்கண விளக்கம் (1889)

☞ இதன் அடியிற் குறித்த புத்தகங்கள் சென்னபட்டணத்தில் வித்தியானுபாலன யந்திரசாலையில் ந.க. சதாசிவப் பிள்ளை யவர்களிடத்துங், கலாரத்நாகர அச்சுக்கூடத்தில் ஊ. புஷ்பரதச் செட்டியா ரவர்களிடத்துஞ், சிதம்பரத்திற் சைவப்பிரகாச வித்தியாசாலை விசாரணைக் கருத்தர் க. பொன்னுசாமிப் பிள்ளை யவர்களிடத்தும், யாழ்ப்பாணத்திற் சுன்னாகம் அ. குமாரசாமிப் பிள்ளை யவர்களிடத்துந், தஞ்சாவூரிற் புத்தக வியாபாரம்தா. திருவேங்கடப் பிள்ளை யவர்களிடத்தும் வாங்கிக்கொள்ளலாம்.

| | ரூ. | அ. |
|---|---|---|
| தொல்காப்பியம், சொல்லதிகாரம், சேனாவரையம் | உ | ೦ |
| ஷெ பொருளதிகாரம், நச்சினார்க்கினியம் | சுா | ೦ |
| நல்லந்துவனார் கலித்தொகை | ௩ | அ |
| தணிகைப் புராணம் | ௩ | ೦ |
| வீரசோழியம் | க | அ |
| இறையனார் அகப்பொருள் | க | அ |
| இலக்கண விளக்கம் | ரு | ೦ |
| சூளாமணி | க | அ |

## தொல்காப்பியம் – எழுத். நச்சினார்க்கினியம் (1891)

☞ இதன் அடியிற் குறித்த புத்தகங்கள் சென்னபட்டணத்தில் வித்தியாநுபாலன யந்திரசாலையில் ந.க. சதாசிவப் பிள்ளை யவர்களிடத்துங், கலாரத்நாகர அச்சுக்கூடத்தில் ஊ. முத்துக் குமாரசாமிச் செட்டியா ரவர்களிடத்துஞ், சிதம்பரத்திற் சைவப்பிரகாச வித்தியாசாலை விசாரணைக்கருத்தர் க. பொன்னுசாமிப் பிள்ளை யவர்களிடத்தும், யாழ்ப்பாணத்தில் ஏழாலைச் சைவப்பிரகாச வித்தியாசாலை உபாத்தியாயர் சுன்னாகம் அ. குமாரசாமிப் பிள்ளை யவர்களிடத்தும், தஞ்சாவூரிற் புத்தக வியாபாரம் தா. திருவேங்கடப் பிள்ளை யவர்களிடத்தும், கோயமூதூரிற் புத்தக வியாபாரம் இ. ஒன்னைய கவுண்ட ரவர்களிடத்தும் வாங்கிக் கொள்ளலாம்.

| | | | ரூ. | அ. |
|---|---|---|---|---|
| தொல்காப்பியம் நச்சினார்க்கினியம் எழுத்ததிகாரம் | | | க | அ |
| *ஷ | ஷ | சொல்லதிகாரம் | க | அ |
| ஷ | ஷ | பொருளதிகாரம் | சு | 0 |
| +ஷ | ஷ | முழுவதுஞ்சேர்த்து | எ | அ |
| ஷ | சொல்லதிகாரம் | சேனாவரையம் | உ | 0 |
| நல்லந்துவனார் கலித்தொகை | | | ௩ | அ |
| தணிகைப் புராணம் | | | ௩ | அ |
| வீரசோழியம் | | | க | அ |
| இறையனாரகப்பொருள் | | | க | அ |
| இலக்கண விளக்கம் | | | ௫ | 0 |
| சூளாமணி | | | க | அ |
| ஷ பத்துப் புத்தகமும் ஒருமிக்க வாங்குவோருக்கு | | | உஉ | 0 |
| கட்டளைக் கலித்துறை | | | 0 | க |
| நக்ஷத்திரமாலை | | | 0 | க |

---

* அச்சாகி வருகின்றது. வருஷமுடிவில் வெளிவரும்.

+ முழுவதிற்கும் பணஞ் செலுத்துவோருக்குச் சொல்லதிகாரம் வெளிவந்த உடனே அனுப்பப்படும்.

## தொல்காப்பியம் – சொல். நச்சினார்க்கினியம் (1892)

☞ யான் பதிப்பித்த புத்தகங்கள் இதன் அடியிற் குறித்தபடி சென்னபட்டணத்தில் வித்தியாநுபாலன யந்திரசாலையில் ந.க. சதாசிவப் பிள்ளை யவர்களிடத்துங், காலரத்நாகர அச்சுக் கூடத்தில் ஊ. முத்துக்குமாரசாமிச் செட்டியா ரவர்களிடத்தும், விக்டோரியா ஜூபிலி யந்திர சாலையில் வி. சுந்தரமுதலியா ரவர்களிடத்துஞ், சிதம்பரத்திற் சைவப்பிரகாச வித்தியாசாலை விசாரணைக் கருத்தர் க. பொன்னுசாமிப் பிள்ளை யவர்களிடத்தும், யாழ்ப் பாணத்தில் ஏழாலைச் சைவப்பிரகாச வித்தியாசாலை உபாத்தியாயர் சுன்னாகம் அ. குமாரசாமிப் பிள்ளை யவர்களிடத்தும், தஞ்சாவூரிற் புத்தக வியாபாரம் தா. திருவேங்கட பிள்ளை யவர்களிடத்தும், கோயமுத்தூரிற் புத்தக வியாபாரம் இ. ஒன்னைய கவுண்ட ரவர்களிடத்தும் வாங்கிக் கொள்ளலாம்.

| | ரூ. | அ. |
|---|---|---|
| தொல்காப்பியம் நச்சினார்க்கினியம் எழுத்ததிகாரம் | க | அ |
| ஷை ஷை சொல்லதிகாரம் | க | அ |
| ஷை ஷை பொருளதிகாரம் | சா | ० |
| ஷை ஷை முழுவதுஞ்சேர்த்து | எ | அ |
| ஷை சொல்லதிகாரம் சேனாவரையம் | உ | ० |
| நல்லந்துவனார் கலித்தொகை மூலமும் உரையும் | ந | அ |
| வீரசோழியம் ஷை ஷை | க | அ |
| இறையனாரகப்பொருள் ஷை ஷை | க | அ |
| இலக்கண விளக்கம் ஷை ஷை | ரு | ० |
| தணிகைப் புராணம் | ந | அ |
| சூளாமணி | க | அ |
| ஷை பத்துப் புத்தகமும் ஒருமிக்க வாங்குவோருக்கு | உஉ | ० |
| கட்டளைக் கலித்துறை | ० | க |
| நக்ஷத்திரமாலை | ० | க |

சி. வை. தா.

## வசன சூளாமணி (1898)

☞ இப்புத்தகந் தபாற் செலவுட்படப் பிரதி க-ஐ ரூ ஆ ஆக முன்பணம் அனுப்பிச் சென்னபட்டணத்தில் வெ. நா. ஜுபிலி அச்சியந்திரசாலையில், இதன் அடியிற் கையொப்பம் இட்டவரிடத்திற் பெற்றுக்கொள்ளலாம். பத்துப் பிரதி ஒரே முறையில் எ உ –ரூபாவிற்கு வாங்குகிறவர்களுக்கு ஒரு பிரதி கூட்டிப் பதினோரு பிரதி அனுப்பப்படும்.

சென்னபட்டணம்
விளம்பி ஸூ ஆவணி மீ

ஆ. வச்சிரவேலுப் பிள்ளை

# 4
## பல்வேறு நிலைகளில் உதவியோர்
### (முன்னுரைகள் வழி)

### சுவடி உதவியோர்

திருக்கைலாய பரம்பரை திருவாவடுதுறை ஆதினம் (மேலகரம்) *ஸ்ரீலஸ்ரீ சுப்பிரமணிய தேசிகர்* (வீரசோழியம், தொல்காப்பியம். பொருள்.).

திருநெல்வேலி தாசில்தார் *ஸ்ரீ வை. சின்னத்தம்பிப் பிள்ளை* (வீரசோழியம், தொல்காப்பியம்.பொருள்.).

யாழ்ப்பாணம் *ஸ்ரீ ந.க. சதாசிவப் பிள்ளை* (தொல்காப்பியம். பொருள்.).

திருத்தணிகை சரவணப் பெருமாளையர் பேரர் *ஸ்ரீ துரைசாமி ஐயர்*(தொல்காப்பியம்.பொருள்.).

புரசபாக்கம் *ஸ்ரீ சாமுவேற் பண்டிதர்* (தொல்காப்பியம். பொருள்.).

தொல்காப்பியம் *ஸ்ரீ வரதப்ப முதலியார்* (தொல்காப்பியம். பொருள்.).

புதுவை *ஸ்ரீ நயனப்ப முதலியார்* (கலித்தொகை).

*ஸ்ரீலஸ்ரீ ஆறுமுக நாவலர்* (கலித்தொகை).

யாழ்ப்பாணம் *ஸ்ரீ கனகசபைப் பிள்ளை* (கலித்தொகை).

திருமணம் *ஸ்ரீ கேசவசுப்பராய முதலியார்* (கலித்தொகை).

மயிலை *ஸ்ரீ இராமலிங்கப் பிள்ளை* (கலித்தொகை).

புதுச்சேரி–நெல்லித்தோப்பு *ஸ்ரீ சொக்கலிங்கப் பிள்ளை* (கலித்தொகை).

சென்னை *ஸ்ரீ மகாலிங்கையர்* (சூளாமணி).

கருவூர் *ஸ்ரீ வெங்கட்டராமையங்கார்* (சூளாமணி).

வேதாரணியம் *ஸ்ரீ அ. அனந்தவிஜய முதலியார்* (சூளாமணி).

பெருமண்டூர் சைவப் புலவர் ஒருவர் (சூளாமணி).

வீடூர் ஸ்ரீ அப்பாசாமி சாஸ்திரி (சூளாமணி).

திருச்சிராப்பள்ளி தமிழ் முனிஷி ஒருவர் (சூளாமணி).

தஞ்சாவூர் சப்கோர்ட் நீதிபதி ஸ்ரீ கனகசபை முதலியார் (வீரசோழியம், தொல்காப்பியம் பொருள்., எழுத்., கலித்தொகை, சூளாமணி முதலியன).

## பொருள் உதவியோர்

புதுக்கோட்டை மகாராசாவின் மந்திரி கவுரவ அ. சேஷைய சாஸ்திரி (கலித்தொகைச் செலவு முழுவதும்).

ஸ்ரீ தி. குமாரசாமிச் செட்டியார் (தணிகைப் புராணச் செலவு முழுவதும்).

புதுக்கோட்டை ஸ்ரீ ம. அண்ணாமலைப் பிள்ளை (தொல்காப்பியம்—எழுத்., செலவு முழுவதும்).

போடிநாயக்கனூர் ஜமீந்தார் ஸ்ரீ திருமலை போடய காமராசய பாண்டிய நாயக்க துரை (இலக்கண விளக்கம் அச்சுச் செலவு).

இராஜா சர் ஸ்ரீ த. மாதவராயர் (ரூபாய் 100).

சர் ஸ்ரீ ச. இராமசாமி முதலியார் (ரூபாய் 100).

நியாயாதிபதி கவுரவ அ. இராமச்சந்திர ஐயர் (ரூபாய் 350).

இராயபகதூர் ஸ்ரீ சூ.சு. சுப்பிரமணிய ஐயர் (ரூபாய் 50).

கவுரவ ப. சென்சல்ராயர் (ரூபாய் 10).

பேரூர் ஜமீந்தார் ஸ்ரீ முத்துவிஜய ரகுநாத தும்பைசாமி தும்பச்சி நாயக்கர் (ரூபாய் 50).

ஊற்றுமலை ஜமீந்தார் ஸ்ரீ ஹிருதயாலய மருதப்பத் தேவர் (ரூபாய் 100).

கும்பகோணம் சப் கோர்ட் நீதிபதி ஸ்ரீ தி. கணபதி ஐயர் (ரூபாய் 20).

கும்பகோணம் துரைத்தன வித்தியாசாலைத் தலைவர் ஸ்ரீ ஜே.பி. பில்ட்டர்பெக் (ரூபாய் 20).

கும்பகோணம் துரைத்தன வித்தியாசாலை பாஷாசிரியர் ஸ்ரீ சாது-சேஷையர் (ரூபாய் 50).

கொழும்பு சுப்பிறீம் கோர்ட் நியாயதுரந்தரர் ஸ்ரீ பொ. குமாரசாமி முதலியார் (ரூபாய் 25).

கொழும்பு சுப்பிறீம் கோர்ட் அத்வகாத்து கவுரவ *பொ. இராமநாத முதலியார் (ரூபாய் 25).*

மாத்துறை டிஸ்திரிக் கோர்ட் நீதிபதி *ஸ்ரீ பொ. அருணாசல முதலியார் (ரூபாய் 25).*

யாழ்ப்பாணம் வலிகாமம் மேற்கு மணியம் *ஸ்ரீ ஆ. இரகுநாத முதலியார் (ரூபாய் 20).*

சீகாழி *ஸ்ரீ கிருஷ்ணசாமி முதலியார் (ரூபாய் 20).*

திருப்பனந்தாள் ஆதீனம் *ஸ்ரீமத். குமாரசாமி தம்பிரான் (ரூபாய் 50).*

வித்தியா விசாரணைக் கருத்தர் *ஸ்ரீ கு. நாகோஜிராயர் (ரூபாய் 30).*

கவித்தலம் *ஸ்ரீ துரைசாமி மூப்பனார் (ரூபாய் 10).*

ராவ்சாகிப் சேலம் *ஸ்ரீ இராமசாமி முதலியார் (ரூபாய் 10).*

றங்கூன்– காபிசேரியட் றொட்டிச்சாலை மானேஜர் *ஸ்ரீ தி.எம். குட்டியா பிள்ளை (ரூபாய் 100).*

றங்கூன்– கண்டிரோலர் ஆபீசு சூப்பரிண்டெண்டண்ட் *ஸ்ரீ ஏ. சரவண முதலியார் (ரூபாய் 50).*

றங்கூன்– றிக்கார்டர்ஸ் கோர்ட் அட்வக்கேட் *ஸ்ரீ வி. நமச்சிவாய பிள்ளை (ரூபாய் 50).*

றங்கூன்– கமிசேரியட் மானேஜர் *ஸ்ரீ பா. குப்புசாமி முதலியார் (ரூபாய் 50).*

றங்கூன்– கண்டிறாக்றர் *ஸ்ரீ தி.வி. கிருஷ்ணசாமி நாயுடுகாரு (ரூபாய் 50).*

றங்கூன்– . பர்மா ஸ்டேட் றேல்வே பொக்கிஷதாரர் *ஸ்ரீ பி. வேதாசல முதலியார் (ரூபாய் 50).*

றங்கூன்– பேப்பெர் கறென்ஸி ஆபீசு பொக்கிஷதாரர் *ஸ்ரீ தி.எம் பொன்னுசாமி பிள்ளை (ரூபாய் 50).*

றங்கூன்– டிப்டி கம்மிஷனர் ஆபீசு ஹெட் அக்கவுண்டண்ட்டும் சி.வை.தா.வின் தம்பியுமான *ஸ்ரீ சி.வை. இளையதம்பி பிள்ளை (ரூபாய் 100).*

சென்னபட்டணம் வித்தியாசாலை விசாரணைதரிசி பம்மல் *விஜயரங்க முதலியார் (ரூபாய் 25).*

*கொழும்பு சுப்பிறீம் கோர்ட் அத்வகாத்து ஸ்ரீ கி. பிறிற்றோ துரை (ரூபாய் 75).*

*திருநெல்வேலி சப் கோர்ட் பழைய நீதிபதி ஸ்ரீ கனகசபை முதலியார் (ரூபாய் 125).*

*யாழ்ப்பாணம் ஸ்ரீ சிந்தாமணி வேலுப் பிள்ளை (ரூபாய் 100).*

*பாலக்காடு ஸ்ரீ ஐ. சின்னசாமி பிள்ளை (ரூபாய் 25).*

*சென்னபட்டணம் பச்சையப்ப முதலியார் தருமபரிபாலன சபாபதி பாளையம் ஸ்ரீ சோமசுந்தரம் செட்டியார் (ரூபாய் 100).*

## பிறநிலைகளில் உதவியோர்

*இந்து இதழாசிரியர் திருவாளர்கள் க. சுப்பிரமணிய ஐயர் & மு. வீரராகவாசாரியார் (30–31 படிவங்களுக்கு மேற்படாத நூலொன்றைக் காகிதச் செலவொடு தம் அச்சியந்திர சாலையில் பதிப்பித்துத் தருவதாகக் கூறினர்).*

*புதுக்கோட்டை ராஜா ஸ்ரீ பாலசுப்பிரமணிய ரகுநாத தொண்டமான் துரை (நூல்கள் வெளிவரத் தூண்டுகோலாக இருந்தவர்).*

*ஸ்ரீ ந.க. சதாசிவம் பிள்ளை (நூல்கள் வெளிவரத் தூண்டுகோலாக இருந்தவர்).*

*ஸ்ரீ த. கனகசுந்தரம் பிள்ளை (நூல்கள் வெளிவரத் தூண்டுகோலாக இருந்தவர்).*

*நல்லூர் ஸ்ரீ சிற். கைலாச பிள்ளை (நூல்கள் வெளிவரத் தூண்டுகோலாக இருந்தவர்).*

## சுவடி பெற உதவிய இடங்கள்

தமிழகத் தென்தேசங்கள்

திருவாவடுதுறை ஆதீனத்துப் புத்தகசாலை

மதுரை

திண்டிவனம்

சென்னை ஓலைச்சுவடித் துறை

காஞ்சிபுரம்

# 5
# நூல் பட்டியல்

### பதிப்பித்தவை

1. நீதி நெறி விளக்கம் (1854)*
2. தொல்காப்பியம் – சொல். சேனாவரையம் (1868), (1886)
3. வீரசோழியம் (1881), (1895)
4. தணிகைப் புராணம் (1883)
5. இறையனாரகப்பொருள் (1883), (1899)
6. தொல்காப்பியம் – பொருள். நச்சினார்க்கினியம் (1885)
7. கலித்தொகை (1887)
8. இலக்கண விளக்கம் (1889)
9. சூளாமணி (1889), (1895)
10. தொல்காப்பியம் – எழுத். நச்சினார்க்கினியம் (1891)
11. தொல்காப்பியம் – சொல். நச்சினார்க்கினியம் (1892)
12. இலக்கண விளக்கம் – செய்யுளியல் (1900)

### இயற்றியவை

1. சைவ மகத்துவம் (1867)
2. விவிலிய விரோதம் (1867)
3. கட்டளைக் கலித்துறை (1872), (1881)
4. சைவ மகத்துவ திக்கார மகத்துவம் (1881)*
5. திவிட்ட குமாரன் கதை (அ) வசன சூளாமணி (1898)
   வசன சூளாமணி (அ) திவிட்ட குமாரன் கதை (1900)
6. ஆறாம் வாசக புத்தகம் (1918), (1919)
7. ஏழாம் வாசக புத்தகம் (1918), (1919)
8. நக்ஷத்திர மாலை*
9. ஆதியாகம கீர்த்தனம்#

---

* பார்வைக்குக் கிடைக்கவில்லை.
# பார்வைக்குக் கிடைக்கவில்லை. இந்நூல் வெளியாகவில்லை என்ற கருத்தும் உண்டு.

## 6

# முதல் பதிப்பு வெளியீட்டு விவரம்

**(ஆண்டு வரிசையில்)**

| வ. எண் | நூல்கள் | முதல் பதிப்பு | அச்சுக்கூடம் |
|---|---|---|---|
| 1 | நீதி நெறி விளக்கம் | 1854 | அமெரிக்கன் மிஷன் |
| 2 | சைவ மகத்துவம் | 1867 | வர்த்தமான தரங்கிணி |
| 3 | விவிலிய விரோதம் | 1867 | வர்த்தமான தரங்கிணி |
| 4 | தொல். சொல். சேனாவரையருரை | 1868 | கலாரத்நாகரம் |
| 5 | கட்டளைக் கலித்துறை | 1872 | வித்தியாவர்த்தனி |
| 6 | வீரசோழியம் | 1881 | வித்தியாவர்த்தனி |
| 7 | தணிகைப் புராணம் | 1883 | ஸ்காட்டிஸ் பிரஸ் |
| 8 | இறையனாரகப்பொருள் | 1883 | ஸ்காட்டிஸ் பிரஸ் |
| 9 | தொல். பொருள். நச்சினார்க்கினியருரை | 1885 | ஸ்காட்டிஸ் பிரஸ் |
| 10 | கலித்தொகை | 1887 | ஸ்காட்டிஸ் பிரஸ் |
| 11 | இலக்கணவிளக்கம் மூலமும் உரையும் | 1889 | வித்தியாநுபாலன யந்திரசாலை |
| 12 | சூளாமணி | 1889 | வித்தியாநுபாலன யந்திரசாலை |
| 13 | தொல். எழுத்து. நச்சினார்க்கினியருரை | 1891 | வித்தியாநுபாலன யந்திரசாலை |
| 14 | தொல். சொல். நச்சினார்க்கினியருரை | 1892 | விக்டோரியா ஜூபிலி யந்திரசாலை |
| 15 | திவிட்டகுமாரன் கதை (அ) வசன சூளாமணி | 1898 | நெ.நா. ஜூபிலி பிரஸ் |
| 16 | இலக்கணவிளக்கம்-செய்யுளியல் | 1900 | வெ.நா. ஜூபிலி பிரஸ் |
| 17 | ஆறாம் வாசக புத்தகம் | 1918 | மாக்மில்லன் & கம்பெனி |
| 18 | ஏழாம் வாசக புத்தகம் | 1918 | மாக்மில்லன் & கம்பெனி |

# 7

உ
கணபதி துணை

## இலக்கணவிளக்கப் பதிப்புரை மறுப்பு

இஃது

சபாபதி நாவலரவர்கள்

மாணாக்கரொருவரால்
இயற்றப்பட்டு,

சித்தாந்த வித்தியாநுபாலன யந்திரசாலையில்
அச்சிற் பதிப்பிக்கப்பட்டது

சிதம்பரம்
ஜய ஸ்ரீ வைகாசி மீ

1894

உ

கணபதிதுணை.

# இலக்கணவிளக்கப்பதிப்புரைமறுப்பு.

இஃது

சபாபதிநாவலரவர்கள்

**மாணாக்கரொருவரால்**

இயற்றப்பட்டு,

**சித்தாந்தவித்தியாநுபாலனயந்திரசாலையில்**

அச்சிற்பதிப்பிக்கப்பட்டது.

சிதம்பரம்:

ஜய-௵ வைகாசி-௴.

1894.

உ

கணபதி துணை

# இலக்கணவிளக்கப் பதிப்புரை மறுப்பு

இந்நாளில் சி.வை.தா. என்பவர், "சிறுமைதான் குற்றமே கூறிவிடும்" என்னுந் திருவாக்கிற் கிலக்கியங் காட்டுவார் போன்று தோன்றி, நல்லாசிரியன்மீர்! எனக்கு நீர் தாமோ தரரென்று முனைந்து நின்று, தொல்லாசிரியர் நூலுரைகளைத் தமிழ் வல்லாரோ டுசாவி வழுவறப் பரிசோதிக்காது வழுப்பல மலையக்கொண் டச்சியற்றிப் பிரசுரித்திட்ட புத்தக முகந்தொறும் "பதிப்புரை" "பதிப்புரை" யெனப் புதுப்பெயர் ஒன்று நிறீஇ யெழுதுமவை தம்முள், ஆண்டைக்கு வேண்டுவன சில கூறியொழியாது, அருந்தவக் கொள்கைச் செந்தமிழ்ப் பேராசிரியரான அகத்தியனாரையும், அவர் வரத்தினாற் றோன்றிச் செந்தமிழ் வரம்பு நிலையிட்ட திராவிட மாபாடிய முனிவரான சிவஞான யோகிகண் முதலியோரையும், பலவாறு தூற்றி, அவர்க்கெல்லாம் அறியாமை யேற்றும் பழித்துரை பல குறித்துரைக்கு முகத்தானே, தம்மறியாமை புலமையாய்ப் பரிணமித்து நிலவுமாறு உலகி னிலையிடாநின்றனர்.

இனி அவர் அவ்வுரை பதிப்புரையே யாமாறும், அவைபற்றி யப்பெரியார் பெருமை குன்றாதவாறும், பிறவும் இனிதுவிளங்க எடுத்துத், *திராவிடப் பிரகாசிகையில்* இலக்கணப் பிரகரணத்துள், எங்கள் ஆதீன வித்வசிகாமணி சபாபதி நாவலர் மறுத்திட்டனர். புரை – குற்றம்.

அப்புலவர் அவ்வளவி னொழியாது தாம் அச்சிற் பிரசுரித்த *இலக்கண விளக்கப்* புத்தக முகத்து வரைந்த பதிப்புரையினும், அம்மாதவச் சிவஞான யோகிகளையும், அவர் குருமரபிற் பெரியாரையும், பலவாறு தூற்றிக் களியாட்டயர்ந்தனர். நந்நாவலர் அவை சிற்றுணர்வினோர் சிலுசிலுப்புரையாமென்று பொருட்படுத்து மறுக்காது விடுதலின், அவை அன்னவாத லுணராது பாராட்டும்

274 தாமோதரம்

புல்லறிவாளர் தருக்கடங்கி யுறுதி கூடுதற் பொருட்டு, அவைதம்மை அனுவதித்து எடுத்து ஈண்டு மறுக்கலுற்றாம்.

*இலக்கண விளக்கச் சூறாவளியின்* பொருணுட்பம் அறிதரற்கேற்கு மதிநுட்ப நூலோ டுடையிரல்லாத நீர் மற்றதற்கு மறுப்புரைப்பார் போன்று அபிநயித்துக் குற்றமாகச் சில கூறினீர். அவை பொருந்தாப் பிதற்றுரையேயாம் என்பது கற்றுணர்வுடைய ராயினார்க் கெல்லாந் தெற்றெனப் புலப்படும். ஆயினும், அவை யன்னவாமாறு உணரமாட்டாது, வாய்மை போலுமென மயங்கி நுமக்கினனாய் நின்று, "மூர்க்கரை மூர்க்கர் முகப்பர்" என்றவாறாய்ப் பெரியார்ப் பிழைத்தலாம் உய்தியில் குற்றம் உறுவார், அஃதுறாவண்ணம், அப் புரையுரைகளை ஈண்டுப் பரிகரிக்கப் புகுந்தாம்; அன்றி, நல்லாசிரியர் வழிப்பெற்ற தமிழ்க் கல்வி வலியில்லாத நும்மை எதிரெனவைத்து, நும் பதிப்புரை யுரையைப் பொருட்படுத்து மறுத்திட எழுந்திலமென் றுணர்க.

"முன்னர்ப் பாயிரத்தை வைத்து இது பாயிரமென்று உரைத்துப் பின்னர் அது கேட்ட மாணாக்கர்களுக்கு நூலுரைப்பான் றொடங்கினார், இப்பாயிர முரைக்க வேண்டுவதென்னை யென்னுங் கடா நிகழ்தற்கு இடனுள தாயவழி, இவ்விவ் வேதுக்களான் முன்னர்ப் பாயிர முரைக்கவேண்டு மென்றிறுத்த லமையும். அவ்வா றோரியைபு மின்றித் "திருவிளங்கிய மாநகர" முதலாக வெடுத்துரைக்கும் உத்தரஞ் செப்புவழுவு மற்றொன்று விரித்தலுமாய் முடியும் என்க" என்றார். "வலம்புரி முத்திற் குலம்புரி பிறப்பும்" என்று தலையிட்ட ஆத்திரையன் பேராசிரியன் எந்தப் பாயிரத்தை முன்னர் வைத்து இஃது பாயிரம் என்றுரைத்துப் போந்தனன்? ஆண்டு யாண்டையோ கடா நிகழ்ந்ததும், விடையிறுத்ததும் அமையப் பெற்றது?" என்றீர்.

ஆத்திரையன் பேராசிரியன் கூறிய "வலம்புரி முத்திற் குலம்புரி பிறப்பும்" என்றற் றொடக்கத்துரை கடாவிற்கு விடையாய் எழுந்ததன்று; மற்றுப் பொதுப்பாயிர இலக்கணம்தான் எடுத்துக்கொண்டு கூறுங் கூற்றாய் நின்றுணர்த்த எழுந்தது. "திருவிளங்கிய மாநகர" முதலாகக் கொண்டெழுந்த வுரை அவ்வாறன்றிப் பாயிரமுரைக்க வேண்டுவது என்னையென மாணாக்கர் கூறுங் கடாமேலிட்டு இவ்விவ் வேதுக்களான் முன்னர்ப் பாயிரமுரைக்க வேண்டு மென்று இறுத்துரையா யெழுந்தது. இவை யிரண்டற்கும் வேறுபாடு இங்ஙனம் பெரிதாகவும், அஃதுணரமாட்டாது, "வலம்புரி முத்திற் குலம்புரி பிறப்பும்" என்று தலையிட்ட ஆத்திரையன் பேராசிரியன் எந்தப் பாயிரத்தை முன்னர்

வைத்து இஃது பாயிரம் என்றுரைத்துப் போந்தனன்" என்றும், "ஆண்டு யாண்டையோ கடா நிகழ்ந்ததும் விடையிறுத்ததும் அமையப்பெற்றது" என்றும் பிதற்றியிட்டீர்.

ஆண்டுக் கடா நிகழ்ந்ததும் விடைபோந்ததும் யாங்ஙனம் என்றெழுத வறியாது, "ஆண்டு யாண்டையோ கடா நிகழ்ந்ததும் விடையிறுத்ததும் அமையப்பெற்றது" என்று குழறிச் சிறுமகார் நகைக்கிலக்காயினீர். யாண்டென்பது இடந்தெரிதரும் வினாவாத லன்றி யாங்ஙனம் என்பதுபோல இடமும் பண்புந் தெரிதரும் வினாவாதற் கேற்பதன்றாகலின், அதனாற் பண்புபற்றி வினாதல் பொருந்தாமையும், யாண்டென்பது ஒன்றன்பால் குறிக்கும் வினாவாங்கால் யாண்டையதென வழங்கப்படுவதன்றி யாண்டையோவென வழங்கப்படாமை யும், விடை இறை கூறியது கூற லாதலு மறிக. இவ்வாறு வரும் வழுக்கள் நும் பதிப்புரையுட் பலவுள. அவையெல்லாம் விரிப்பிற் பெருகுமென் றொழிக. நாமகள், இங்ஙனம் புரைகள் பல விரவுதற் காரணத்தாற் "பதிப்புரை"யென்று இதற்குக் குறியிடுவித்து, "யானுமறியேன் அவளும் பொய் சொல்லா" ளென்ற பழமொழியினை நன்று விளக்கினாள் போலுமென்க.

"முகவுரை பதிகம்" என்றற் றொடக்கத்துப் பொதுப் பாயிரங் கூறிய நன்னூலார், "மாடக்குச் சித்திரமும்" என ஈற்றிலே கூறியதனை இந்நூலார் முதலிலே யெடுத்துரைத்தது தானா ஒருதவறாயிற்று? இது குற்றமாயின், நன்னூலாரும் "முகவுரை பதிகம்" என்னுஞ் சூத்திரங் கூறற்கு முன்னர்த் தன் பாயிரத்தை வைத்து இஃது யாது இதன் பொருளென்னை யென்று கடா நிகழ்தற் கிடனாய வழியன்றோ அச் சூத்திரஞ் செய்தல்வேண்டும்; அவ்வாறின்றி "முகவுரை பதிக மணிந்துரை நூன்முகம், புறவுரை தந்துரை புனைந்துரை" யெனச் சொற்றது செப்புவழுவும் மற்றொன்று விரித்தலும் ஆகுமே. இதனைக் குற்றமென்று தெரிக்கப் புகுந்ததே குற்றமாமென் றொழிக" என்றீர். நன்னூலார் பொதுப் பாயிர விலக்கணமுஞ் சிறப்புப் பாயிர விலக்கணமு முறையாற் கூறிவைத்து, இப்பாயிர நூன்முகமாகத் தந்துரைக்க வேண்டுவதென்னை யென்னுங் கடா நிகழ்தற் கிடனுளதாயவழி, "ஆயிர முகத்தா னகன்ற தாயினும், பாயிர மில்லது பனுவ லன்றே" எனவும், "மாடக்குச் சித்திரமு மாநகர்க்குக் கோபுரமு, மாடமைத்தோ ணல்லார்க் கணியும்போ னாடிமு, னைதுரையா நின்ற வணிந்துரையை யென்னூற்கும், பெய்துரையா வைத்தார் பெரிது" எனவும், அவ்விருவகைப் பாயிரங்களும் நூற்கின்றியமையாவாறு முறையானே ஆண்டு விடுத் தோதுவாராயினார். ஆதலின், அது செப்புவழுவும் மற்றொன்று விரித்தலுமாகா

தமைவுடைத்தாயிற்று. இலக்கண விளக்க நூலுடையார் அங்ஙனம் பாயிரவிலக்கண முன்னர் வைத்து அவ்வா றுரைத்தில ராகலின், இப்பாயிர முரைக்க வேண்டுவதென்னை யென்னுங் கடா ஆண்டு நிகழ்தற் கிடனின்றாம். அங்ஙனம் இடனின்றாகவும், "திருவிளங்கிய மாநகர" முதலாக ஆண்டுரைக்கும் உத்தரஞ் செப்புவழுவு மற்றொன்று விரித்தலு மாயிற்று. இங்ஙனமாகலின், அம்மறுப்புக் குணனாவதன்றிக் குற்றமாகாதென் றொழிக. இது பிறன் கூறிய பொருளை அனுவதிக்க மாட்டாமையும் ஒரு கருத்துப்பற்றிக் கூறியதற்கு மற்றொன்று கொண்டு பழித்தலு மென்னுந் தோல்வித் தானங்களாத லறிக.

"அவயவமாகிய பாயிரத்துள் அவயவியாகிய நூலடங்காது என்றார், அவற்றியல்புணராமையின்" என்றனர். இதற்கு விடை "இன்னும் நூனுதல் பொருளைத் தன்னகத் தடக்கி" என்பதனைத் தழீஇயினா ராகலின், நூலியல்பு பாயிரத் தடங்காதென்றல், அவர்க்குங் கருத்தன்றென மறுக்க" என்னும் அவரது சொந்த வாய்மொழியே யாமெனக் கூறுக" என்றீர். "அவயவமாகிய பாயிரத்துள் அவயவியாகிய நூலடங்காது என்றார், அவற்றியல்புணராமையின்" என்பது கடாவுரையன்று; பொருட்டன்மை கூறியவுரையாம். ஆகலின், அதனைக் கடாவென வைத்து 'இதற்கு விடை'யென்றல் வழுவாதற் றெளிக. "சொந்தம்" இயற்சொலன்மையின் வழுச்சொற் புணர்த்தலாமென்க. இனி, "அவயவமாகிய பாயிரத்துள் அவயவியாகிய நூலடங்காது" என்பதூஉம், "நூனுதல் பொருளைத் தன்னகத் தடக்கி" என்பதூஉம், தம்முண் முரணுறுதலின், தாமெடுத்துக்கொண்ட மேற்கோளுக்குக் கேடுவரப் பேசுதலென்னுந் தோல்வித்தான மாயிற்றென்பார், "நூலியல்பு பாயிரத் தடங்காதென்றல், அவர்க்குங் கருத்தன்றென மறுக்க" என்று அவ்வாறருளிச் செய்தார். நீர் அஃதுணராது முன்னது வினாவும் பின்னது விடையுமா மென்று ஆண்டைக்கு இயையாப் பயனில்லுரை பாராட்டினீர். அது வாதத்தோ டியைபில்லன பேசுதல் பயனில்லன பேசுதல் என்னுந் தோல்வித்தானங்களாத லறிக.

"நூல்குணியும், நூலியல்பு குணமுமாகலின், நூல்வேறு நூலியல்பு வேறென் றொழிக" என்றீர். குணங்க டிரண்டனுமே குணியென்ப தறியாது, குணிவேறு குணம் வேறென் றுரைத்துச் சிறுமகார் நகைக்கு இலக்காயினீ ரென்க.

அன்றியும், ஈண்டுக் குணகுணி யாராய்ச்சி வரக் காரணமும் இன்றென்க. பாயிரங் குணமும் நூல் குணியுமாகலின், அவ்வாராய்ச்சி யீண்டு வேண்டினாமெனின்,

இஃது பொருட்பெற்றி தேராப் புல்லறிவுரையே யாமென்பது தருக்க நூல் வல்லார்க்கு இனிது விளங்கும். அத் தருக்கவுணர்வு பெறாத நுமக்கு அப்பெற்றி தெருட்டல் கூடாத தொன்றாம். என்னை? "உணர்ச்சிவாயி லுணர்வோர் வலித்தே" என்பவாகலா னென்க. ஆயினும், அதனை எடுத்துக் காட்டொன்றில் வைத்து நீர் உளங்கொள்ளுமாறு சிறிது தெருட்டுதும்.

நூல் ஆடையென்னும் இரண்டுங் குணிகளாம். அவை யிரண்டற்கும் வெண்மை மென்மை முதலியன பொதுக் குணங்களாம். நூலாகிய காரணத்தால் ஆடையாகிய காரியமாம். ஆடையின்கண் நூல்கள் ஏகதேச வுறுப்புக்களாய் நிற்றலின், அவயவ மெனவும், ஆடை அவ்வவயவங்களை யுடைய காரியமாதலின், அவயவி யெனவும், வழங்கப்படும். அதுபோல, சூத்திரமென்னுஞ் சிற்றவயவம் பல தொக்கது இயலென்னும் அவயவியாம். அவை பலதொக்கது அதிகாரம் என்னும் அவயவியாம். அவை பலதொக்கது பிண்டமென்னும் நூலாம். இவை அவயவம் அவயவிக ளெனப்படுத லன்றிக் குணகுணிக ளெனப்படுத லில்லை. ஆகலின், பாயிரங் குணம் நூல் குணி யென்னுமுரை, கையறியா மாந்தருரையேயா மென்பது தெற்றென வுணர்க.

இனி, நூலகப்பட்டு வருஞ் சூத்திர முதலியன நூற்கு வேறாகாமையின், உடம்பிற்குத் தலை முதலியன போல அக அவயவமாம். பாயிரம் உடம்பிற்குக் கவச முதலியன போல நூலுக்குப் புறமாய் நின்றுறுதி பயப்பதோர் அணிந்துரை யாகலின், புறவவயவமாம். ஆகவே, "பல அவயவங்களை யுடையதோர் அவயவி அவற்றொன்றில் அடங்காதாகுதல் பொருத்தமுடைத்து" எனவும், "அடங்குமென்பார் கூற்றிற்குப் பொருள் வேறென்று கூறி விடுக்க" எனவும், கூறியவாற்றான் ஈண்டுப் போந்த பயன் யாதுமின்றென் றொழிக.

"அடங்குமென்பார் கூற்றிற்குப் பொருள் வேறு" என்றீர். அப்பொருள் நீர் உணர்ந்திராயின், இதுவென் றெடுத் தோதிடுவீர்; அஃதுணரலாகாமையின் வேறொன் றொழிந்தீர் போலுமென்க. இனி, "இன்ன இலக்கணத்தான் அமைபவன் ஆசிரியன் என்றாங்கு இன்ன இலக்கணத்தால் அமைவது நூலென்றதன்றிப் பாயிரத்துள் நூலைக் கூறியதன்றா"மென நன்னூல் விருத்தியுட் கூறியதே, "நூனுதல் பொருளைத் தன்னகத் தடக்கி" யென்றதன் கருத்தென்பது யார்க்கும் இனிது விளங்கக் கிடந்ததென்க.

"எழுத்ததிகார மென்புழி அதிகாரம் = முறைமை" யென்றார். அதிகார மென்னும் வடசொற்கு, அது

பொருளன்மை தொல்காப்பிய விருத்தியுட் கூறியவாற்றான் அறிக” எனச் சொற்றனர். அதிகாரம் முறைமை யெனவே “உச்சிமேற்புலவர்கொள் நச்சினார்க்கினியார் முதலியோர் கொண்டனர் என்க” என்றீர். நச்சினார்க்கினியம் உச்சிமேற் புலவராற் கோடற்பாலதென்பது, எம்மனோர் கொண்டுபோற்று முறையேயாம். இனி அந் நச்சினார்க்கினியம் அப் பெற்றியதாயினும், அதனுள் வடமொழிப்பெற்றி சில வுணராமை காரணமாக ஆண்டாண்டு உலக மலைவாகக் கூறினவு முளவாம். அவை புலவரால் நவையென வொதுக்கப்படுதலன்றி யுச்சிமேற் கொள்ளப்படா வென்க. அப்பெற்றி நீர் அறியு நீர தல்ல தென்க. அப்பெற்றி அறிய வேண்டினிராயின், *தொல்காப்பியச் சூத்திர விருத்தி* வல்ல நல்லாசிரியரை வழிபட்டு மனம்பற்றிக் கேட்டுணர்க. தொல்காப்பிய வுரைகளும், சங்கச் செய்யுளுரைகளும், வழுமலையப் பதிப்பித்தன் மாத்திரையின், அவ்வியற்புல நுட்பம் அறியவல்லமாயினே மென்று துள்ளித் தூண் முட்டற்க. இனி, “இதனால் இவரினும் (நச்சினார்க்கினியரினும்) தமிழ்வல்லோர் இருந்திலரென்று சொல்லப்புகுந்தே னல்லேன். அகத்திய மாமுனிவர் வரத்திற்றோன்றி மிகக்கூரிய விவேகமும் வடகலைப் பயிற்சியும் உடையராய் ஸ்ரீ கைலாயபரம்பரைத் திருவாவடுதுறையில் எழுந்தருளி விளங்கிய சிவஞான சுவாமிகள் இவரையும் புறங்காணவல்ல ரென்பது அவர் சங்கரநமச்சிவாய தேசிகர் இயற்றிய *நன்னூல் விருத்தியிற்* செய்த திருத்தங்களானும், தொல்காப்பிய முதற் சூத்திரத்திற்கு விருத்தியாக வியற்றிய *தொல்காப்பியச் சூத்திர விருத்தியானும்* நன்கு துணியப்படும்” என்று *கலித்தொகைப்* பதிப்புரையிற் றுதித்திராகலின், அது பொருத்தமுடைத்தன் றென்றல் நுமக்குங் கருத்தன்று போலுமென மறுக்க. எழுத்ததிகாரம் என்புழி, அதிகாரம் என்னும் வடசொல் ஆண்டு யதோத்தேச பக்கமாய் அதிகரித்தற் பயத்ததாமென ஆசிரியர் சூத்திர விருத்தியுள் விளங்கவெடுத்து வலியுறுத்து உரைத்தனர். சொல்லதிகாரம் என்புழி, அதிகாரம் என்னுஞ் சொற்கு அதுவே பொருளாக ஆசிரியர் சேனாவரையரும் உரைத்தனர். இரு பேராசிரியரும் உரைத்த அவ்வுரை மெய்யுரையாமென்று மதிநுட்ப நூலோடுடைய புலவரெல்லாம் உச்சிமேற்கொண்டு போற்றா நின்றார். நும் வெள்ளறிவிற்கு அவை அப்பெற்றியவாகாது பதிப்புரையாய்த் தோன்றுதல் வியப்பன்றென்பது. “இப்பொருள் வடமொழியினும் உண்மை சம்ஸ்கிருத அகராதிகளிற் கூறிக்கிடத்தலா னறிக” என்றீர். அதிகார மென்னும் வடசொற்கு முறைமையும் பொருளாயினும், அது ஆண்டைக் கேலாதென்பது ஆசிரியர் கருத்தாம். அப்பெற்றி

யறியவேண்டின் வடமொழி வியாகரணம் வல்ல வாசிரியரை வழிபட்டுக் கேட்டுணர்க.

"மலைமகளொருபான் மணந்துலகளித்த, தலைவனை வணங்கிச் சாற்றுவனெழுத்தே" என்னும் எழுத்ததிகாரத்திற் சிறப்புப் பாயிரத்தில் நான்கு குற்றம் பாரித்து முதலாவது மலைமகளென்பது மலையும் மகளெனவும் அமங்கலப் பொருடந்து தொகையார் பொருள் பலவாய்த் தோன்றலின், மலைதன் மங்கலப் பொருள் குறித்து வாராமை அறிக" என்றார். "நன்னூலார் எடுத்தாண்ட பூமலி யென்பது இலைநிறைந்த வென்றும், இடமகன்ற வென்றும் பொருடரத்தக்க தாகலால் தொகையார் பொருள் பலவாய்த் தோன்ற லிடமில்லையா ?" வென்றீர். இவ்வினா, "அறிவறியாமையையுற" லென்பவற்றுள் எவ்வினா வெனக் கடாயினார்க்கு, அறிவினா வென்று விடுப்பின், அத்தொகையார் பொருளாற் போதரும் அமங்கலம் இவையென்று எடுத்துரைத்து மறுத்திடுவீர். அவ்வாறு மறுக்காமையின், அஃது அறிவினாவன் றென்பதாயிற்று. இனி அறியாவினா வென்றானும், ஐயவினா வென்றானும், விடுப்பின் அவற்றாற் சூறாவளிக்கு மாறாக நீர் ஈண்டுச் சாதித்த பொருள் யாதுமின்றென்பது.

இனிப் "பூமலி" யென்பது இலை நிறைந்த வெனவும், இடமகன்ற வெனவும்,பொருடரு"மென்றீர். அதற்கு அவ்வாறு தமிழாசிரியர் பொருள் கொள்ளார். செந்தமிழ் வழங்கு மிடனாகா ஏழாலைச் சிற்றூர்ப் புலவர் அதற்கு அங்ஙனம் பொருள் கொள்வர்போலும். இனி அப்பொருள்கள் அத்தொகையார் பொருள்களாயவழியும் அவை அமங்கலமாதல் இல்லை. என்னை ? "தழைவிரி கடுக்கை", "மலர்தலையுலகின்" என அவைதம்மை ஆசிரியர்கள் மங்கல முதன்மொழிகளாகக் கொண்டோதுதலி னென்க.

"நீடாழியுலக"மென்று மங்கலம் வகுத்த வில்லிபுத்தூ ராழ்வாரை அஃது நீள்தாழி யெனவும் பகுக்கக் கிடந்ததென்று குற்றப்படுத்தல் பொருந்துமா" என்றீர். நீள்தாழி, அமங்கல மன்மையின் அதனை அவ்வாறனுவதித்துக் "குற்றப்படுத்தல் பொருந்துமா ?" வென்றல் கடாவன்றென் றொழிக.

"தாமேயொருகால் உவந்ததோர் மங்கல மொழியைப் பிறர் கொண்டக்காற் குற்றமென்றது பேரற்புதமே" என்றீர். கொண்டக்காலென்ப தெதிர்கால வினையெஞ்சு கிளவி யாகலின், காலவழுவாமென் றொழிக. நீர் ஈண்டுத் "தாமே யொருகா லுவந்ததோர் மங்கலமொழி" என்றது, ஆசிரியர்

சிவஞான யோகிகள் *தருக்கசங்கிரக* வுரைமுகத்து மொழி பெயர்த்துரைத்த "மலைமகண் மணந்த வுலகினுக்கிறைவன், கலைமகளாசான் கான்மலர் வணங்கிக், கிளர்பொருட் டருக்க சங்கிரக, மிளையோருளங்கொள வியம்புவ னுரையே" என்னுஞ் செய்யுளின் "மலைமகள்" என்பதுபற்றிப் போலும்! "சிவஞான முனிவர் அதனை ஆண்டு மங்கலமொழியாகக் கொண்டுரைத்து வழீஇயினா"ரென நும்போற் பிதற்றித் தம்மறியாமையை நிலையிட்டார் முன்னுஞ் சிலருளர். அது நுணுகி ஆராயாமையாற் போந்ததோர் புரையுரையே யென்பது, நந்நாவலர் *திராவிடப் பிரகாசிகை*யுள், சிவஞான யோகிகள் நூலுரை வரலாற்றிற் றடைவிடைகளான் விரித்து விளக்கியிட்டனர். அதனை ஆண்டுரைத்தவாறே எடுத்து ஈண்டுக் காட்டி நும்மறியாமைக்குப் பரிகரிப்பு நேர்தும்.

"நூலாசிரியர் தாமே தமது நூற்குரை யியற்றுநராயின், நூலினிது முடிதற் பொருட்டுக் கூறு மங்கலவாழ்த்தே உரை யினிது முடிதற்பொருட்டு மமையுமாகலின், உரைக்கு வேறு மங்கலவாழ்த்துக் கூறவேண்டா வென்பது ஒருசாராசிரியர் கோட்பாடு. நூல் இனிது முடிதற்பொருட்டுக் கூறு மங்கலவாழ்த்து அஃது இனிது முடிதற்பொருட்டாயே யமைக. உரைக்கு வேறாக மங்கலவாழ்த்துக் கூறற்பாற் றென்பது, மற்றொருசாராசிரியர் கோட்பாடு. *பிரயோக விவேக* நூலுடையார், *இலக்கணக் கொத்து* நூலுடையார், *இலக்கண விளக்க* நூலுடையார் முதலாயினார் நூன் மங்கலமொன்றுமே கூறி அஃதுரைக்குமா மென்றொழிந்தா ராகலின், அது முன்னதற்கும், அன்னம்பட்டர் முதலாயினார் நூன்மங்கலமும், அதனுரைமங்கலமும், வேறுவேறு கூறினாராகலின், அது பின்னதற்கும், எடுத்துக்காட்டுக்க ளாதல் காண்க.

நூலுரைகளை யொற்றுமை நயத்தா னொன்றெனவும் வேற்றுமை நயத்தான் வேறெனவுங் கொண்டவ்வாறு செய்தலின், அவ்விரு கொள்கைகளும் வழக்கென ஆன்றோராற் போற்றிக் கோடற் கேற்பனவாத லுணர்க.

இனித் *தருக்கசங்கிரக*மும் அதனுரையும் தென்மொழியாற் கூறப்புகுந்த வாசிரியர் சிவஞான யோகிகள், இங்ஙன மாசிரியன்மா ரொன்றற்கொன்று மாறுபாடாகக்கொண்ட இரண்டு கொள்கைகளும், ஒருதலை துணிதலானே முன்னைய தனையே தம் மதமாகத் தழீஇ, "மன்றவாணனை மனத்திடை நிறுவி வண்டுறைசை, வென்றசீர் நமச்சிவாய மெய்க்குரவனை வணங்கி, என்றனைப் பொரூஉ மிளையவர்க்கினி துணர்வுகிப்பத், தென்றமிழ்ச்சொலாற் செயப்படுந் தருக்கசங்கிரகம்" என்னுஞ் செய்யுளான் மங்கலஞ் செய்தருளினா ரென்பது.

அற்றேல், அக்கொள்கை தழீஇ யங்ஙனஞ் செய்வாரா யினார்க்கு, "மலைமகண்மணந்த" என்னும் பிற்செய்யுள் ஆண்டுச் செய்தல் பொருந்தாதா வெனின்,–அறியாது கடாயினாய். அவ்வாசிரியர், "மொழிபெயர்த் ததர்பட வகுத்த" லென்னும் யாப்பினானே அன்னம்பட்டர் வடமொழிக்க ணியற்றிய *தருக்கசங்கிரக* நூலினையும், அதனுரையினையுந் தென்மொழியான் மொழிபெயர்த் ததர்பட வகுத் தங்ஙனந் தருக்க நூல் செய்தருளுவா ராயினமையின், அவ்வட நூலாசிரியர் கொள்கையது வென்றுகாட்டிய அப் பிற்செய்யுட் செய்தருளினா ராகலின், அது பொருத்தமுடைத்தேயாம்; மற்றுப் பொருந்தாமை யாண்டையதென்க.

அற்றேல், அவ்வாறு காட்டல் வேண்டி அப் பிற்செய்யுண் மொழிபெயர்த்துச் செய்தார்க் கதனை மங்கலமொழி முதலதாகச் செய்தலே முறையாமன்றி "மலைமகள்" என அமங்கலம்பட முதற் சீர் தலைப்பெய்து அவ்வாறு செய்தன் முறைமையாகாதாம் பிறவெனின்,–அற்றன்று; முன்னைக் கொள்கையே தழுவி "மன்றவாணனை" என நூல் உரை யிரண்டும் இனிது முடிபு போக மங்கலச் செய்யுண் முதற்கட் செய்தருளினா ராகலின், பின்னைச் செய்யுளு மங்கலமாகச் செய்திடின், தாந் தழீஇய வக்கொள்கைக்கு மாறாமென்று கண்டு, அங்ஙன மங்கலம்படச் செய்யாராய் "மலைமகள்" எனத் தொகையார் பொருள் பலவாய் அமங்கலம்பட, அவ்வாறு செய்தருளுவா ராயினமையி னென்க.

அஃதேல், அவ்வாசிரியர்க் கதுவே கருத்தாமாறு எற்றாற் பெற்றீ ரென்பாரைப், *பிரயோகவிவேக* நூலார் முதலாயினார்க் கது கருத்தாமா றெற்றாற் பெற்றீ ரென்று கடாவி மறுக்க. இனிப் *பிரயோகவிவேக* நூலார் முதலாயினார் நூன்முக மங்கலச் செய்யுளே யியற்றி யுரைமுக மங்கலச் செய்யுள் வேறுசெய்யாமையின், அவ்வருத்தாபத்தியான் அவர்க்கது கருத்தாதல் பெற்றாமெனின், ஆசிரியர் சிவஞான யோகிகள் நூன்மங்கல "மன்றவாணனை" யென மங்கலம்படச் செய்து உரைமங்கல "மலைமக" ளெனத் தொகையார் பொருள் பலவாய், அமங்கலம்படச் செய்தலின் அவ்வருத்தாபத்தியானே யாமும் அவ்வாசிரியர்க் கது கருத்தாதல் பெற்றாமென்க.

இன்னும், "மன்றவாணனை மனத்திடை நிறுவி" எனவும், வண்டுறைசை, வென்றசீர் நமச்சிவாய மெய்க்குரவனை வணங்கி" எனவும், முறையானே தமது சந்தான குரவர் பரமெனக்கொண் டுபாசிக்குந் நடராசமூர்த்தியையும், தமது

ஆதீன குரு முதல்வரையும், மொழிபெயர்ப்பினுட் டலைப் பெய்து கிளந்தினிதோதிப், பிற்செய்யுள் வடமொழியுட் கிடந்தவாறே மொழிபெயர்த்துக் கூறுமதனானும், அவ்வாசிரியர்க் கதுவே கருத்தாதல் இனிதறியப்படு மென்க.

அல்லதூஉம், ஒரு நூற்கு மங்கல வாழ்த்தொன்றே யன்றிப் பல கூறினாரும், மங்கல முதற்சீர் முதற் செய்யுளின்கணன்றி, மற்றைச் செய்யுட்க டோறும் யாப்புறுத் துரையாமை வழக்கின்கட் காண்டலின், வடமொழித் *தருக்கசங்கிரக* நூலு முரையுந் தென்மொழி யானொருங்கு பெயர்த்துச் செய்யலுற்ற வாசிரியர்க்கு, முன்னைச் செய்யுளினன்றிப் பின்னைச் செய்யுளினும், மங்கலமெய்த முதற்சீர் தலைப்பெய்துரைத்தல் வேண்டற்பாற் றன்றாகலின், 'அம்மலைமேலேறிய குற்றம் இம்மலைமே லேறாதோ' வென்றல் கடாவாகாமை யோர்ந்துணர்க.

அற்றேலஃதாக; மொழிபெயர்த்தல் யாப்புள் ஆண்டில்லாத பொருள்கடலைப் பெய்து அங்ஙனங் கூறுதலமையாதாம் பிறவெனின், மொழிபெயர்த்தல் யாப்புள் அப்பொருள் களொடு மாறுபடுவன ஆண்டுத் தலைப்பெய்து உரைத்தல் அமையாதென்ப தொக்கும்; அன்றி, ஆண்டைக் குபகாரமாய் வேண்டப்படும் பொருள்கடலைப் பெய்து கூறுதலந் நூற்குச் சிறப்பே யாகலின், அஃதமையாதென்றல், கையறியாருரையே யாமென் றொழிக. இன்னோரன்னவை யெல்லாம் அமைவுடையனவா மென்றறிவுறுத்தற்கன்றே, ஆசிரியர் தொல்காப்பியனார் "தொகுத்தல் வகுத்த றொகைவிரி மொழிபெயர்ப்" பென்றொழியாது, "மொழிபெயர்த் ததர்பட யாத்தலோ டனைமரபினவே" எனச் சூத்திரஞ் செய்வாரா யினதூஉ மென்று கடைப்பிடிக்க. அஃதறியாத நன்னூலார், "தொகுத்தல் வகுத்த றொகைவிரி மொழிபெயர்ப், பெனத்தகு நூல்யாப் பீரிரண் டென்ப" எனச் சூத்திரஞ் சிதைத்து வேறுபடுத்து, மொழிபெயர்ப்பி யாப்பிலக்கணங் குன்றக்கூறிப் புரை போயினாரென்பது.

இம்முறை யெல்லா நுணுகி நோக்காது இலக்கண விளக்க நூலார் "மலைமக" ளென்றெடுத்தது குற்றமாமெனச் சொற்றவாசிரியர் தாமே "மலைமக ளொருபான் மணந்தென்று" அவ்வாறெடுத்து இழுக்குற்றா ரென்று தூற்றுங் கையறியா மாந்தர் என்கடவ ரென்றொழிக. அது நிற்க.

இனிக் " 'குடாகாயம் வடநூன் முடி' பென்றும், அதனைக் 'குடவாகாயம்' குடாகாயமென மரீஇயிற்று; 'குளவாம்பல் குளாம்பலென மரீஇயினாற்போல' எனச் *சிவஞானபோதச்*

*சிற்றுரையில்* ஆசிரியர் உரைத்த தேலாது" என்றும், கூறினாருமுளராலோ வெனின்,– 'குடம்' என்பது தமிழியற் சொல்லாகலின், அதனோடு புணரு மாகாயந் தீர்க்கசந்தி பெறுதற் கேலாதென்பார், ஆசிரியர் "குடவாகாயம் குடாகாயமென மரீஇயிற்று" என்றுரைத்தா ராகலின் அஃதேலாமை யாண்டையதென மறுக்க. குடம் தமிழியற் சொல்லாதல், "குடந்தம்பட்டு" "குடக்கூத்து" "குடமுழா" என்றற் றொடக்கத்தாற் பயின்றுவருந் தமிழ் வழக்குரை களானறிக. இன்னும், குடம், தமிழ்ச் சொல்லாகலினன்றே, "குடந்தம்பட்டு" எனவரும் ஆற்றுப்படைத் தொடர்க்கு– "வழிபட்டு" என்றும், "வணக்கம்பட்டென்றும் உரைப்பர்" என்றும், "குடவென்பது தடவென்பதுபோல வளைவை யுணர்த்துவதோ ருரிச்சொல் லாகலின், அதனடியாகப் பிறந்த பெயருமாம்" என்றும், ஆசிரியர் நச்சினார்க்கினியர் உரை கூறுவாராயினதூஉ மென்க.

வடமொழி அமர நிகண்டுள் அந்நூலார் 'குடம்' வடமொழியாகக் கொண்டோதுதலின், அது வடவியற் சொல்லுமாம். ஆயினும், அஃதாண்டுத் தமிழிற்போலப் பெரு வரவிற்றாகாது அருகி வழங்குதலானும், வடநூலார் 'கடாகாசம்' 'மடாகாசம்' என வழங்குவதன்றிக், 'குடாகாய' மென யாண்டும் வழங்காமையானும், அதனை வட சொல்லென வைத்து முடிபு கூறாது, தமிழ்ச்சொல்லென வைத்து அவ்வாறு மரூஉ முடிபுகொண்டா ராசிரிய ரென்றுணர்க. குடம் பொதுவெழுத்தானாய சொல்லாகலின், இருமொழிக்கண்ணும் அங்ஙனம் வெவ்வேறு பொருள் குறிக்கு மொழியாதற் கேற்குமாறு அறிக.

அற்றே லஃதங்ஙனமாக; ஆசிரியர் சிவஞான யோகிகள் "குடாகாயம்" வடநூன் முடிபுமாம்" எனக் கூறாத தென்னையோ வெனின், "குடாகாயம்" வடநூன் முடிபெனக் கோடலுமொன்று" என *மாபாடியத்து* ளுரைத்தா ராகலின், அது கடாவன் றென்று விடுக்க. இதுவுந் *திராவிடப் பிரகாசிகையிற்* சாதிக்கப்பட்டது. ஒன்றென முடித்தலான் இஃதீண்டுந் தந்து கூறப்பட்டது.

இவ்வாறு நுணுகிப் புடைபட வொற்றி யாராய்ந் தாசிரியர் கருத்துணர வறியாது, தூலவறிவால் அங்ஙனம் பொருள் கொண்டு, அத்தெய்வப் புலமையாளர்க்குக் குற்றங்கூறி யுய்தியில் குற்றமுற்றீரென் றொழிக.

"தம்மரபினோ ரனைவருக்கு மங்கீகாரமான *சிவ தருமோத்திரத்தில்* மறைஞானசம்பந்த தேசிகர் "மலைக்குமகள்" என வெடுத்தாண்ட மங்கலமொழியை யமங்கலப்படுத்தல் தாயைப் பழித்தலாவதோர் ஏச்சா" மென்று பிதற்றினீர். *சிவதருமோத்தரம்* பரமாசாரியனான அறுமுகக் கடவுள் அருந்தவக் கொள்கை யகத்தியனார்க்குச் செவி யறிவுறுத் தருளிய தோரு பாகம மாகலின், அது சைவரெல்லாருங் கொண்டு போற்றி யாராய்வதோர் சைவ நூலேயாகவும், "தம்மரபினோ ரனைவருக்கும் அங்கீகாரமான சிவதருமோத்தர" மென விசேடித்துப் பயந்ததென்னையோ வென்க. *சிவ தருமோத்தரந்* தமிழான் மொழிபெயர்த்துரைத்த மறைஞான சம்பந்த தேசிகர் மெய்கண்ட தேவநாயனார் மரபில் வந்த குரவரல்லராகவும், மற்றவர்கொண்ட மங்கலம் பழித்தல் "தாயைப் பழித்தலா" மென்றன் மரபறியாக் கயவருரையேயா மென்றொழிக. இதனாற் காசுறவேண்டி யெங்களீசனை யேசுமதந் தழீஇய கயமை புலப்படுத்தீ ரென்க.

"ஈண்டு இந்நூனின்று நிலவுதல் வேண்டி யென் றார்க்கு ஆண்டிதற்கு மறுதலையாகப் பொருளதிகாரத்தில் "உமையுருவுருமடுத்து" என்றது இந்நூனின்று நிலவாதிறுதல் வேண்டியெனப் பொருடருதலின், குற்றமாமென்றார்" என்றீர். எழுத்ததிகார நிலவுதல் வேண்டி "மலைமக ளொருபான் மணந்துல களித்த, தலைவனை வணங்கி யெழுத்துச் சாற்றுவன்" என்றார்க்கு, "உமையுரு வுருமடுத் துலகிளைப் பொழிக்கு, மிமையவ னடிபணிந்து பொருளியம்புவன்" என்றது, இந் நூனின்று நிலவாதிறுதல் வேண்டி யெனப் பொருள் படுதலின் அது குற்றமா மென்றார். "உமையுருவுருமடுத்து" என்றவ்வாறு அழிவுபாடு குறித்து அமங்கல சூத்திரஞ் செய்தது, குற்றமாதல் யார்க்குமினிது விளங்கக்கிடந்தது; சைவ நீதிநெறிவிளக்க வுரைக்கு விவிலிய வசைவ மங்கலஞ் செய்த நுமக்குமாத்திரம் அது குணனாய்த் தோன்றா நின்றது; இஃதொரு வியப்பிருந்தவா றழகிதன் றொழிக.

"ஏனையவற்றிற்கு மேற்குமாறு பொருள் விரித்துரைக்க" வென்று ஆசிரியர் கூறினாராக "இவரை யேலாமாறு பொருள்கொள்ளச் சொன்னது யாரோ?" என்றீர். *இலக்கண விளக்க* நூலார் புணர்த்த ஏலாமாறு பொருளை ஆசிரியர் எடுத்துக்காட்டினரன்றி, ஏலாமாறு பொருள்கொண்டில ரென்றுணர்க. "உறுபொருண் முதலிய எல்லாவற்றிற்குமுரிய வேந்தனை உல்குபொருட்குரிய வேந்தனென்றல் அவனிறைமைக் கேலாதவாறுபோல ஐந்தொழிற்கும் உரிய தலைவனை

உலகளித்த தலைவனென்பது தலையன்மையின், உலகளித்த தலைவனென்றது குற்றமா” மென்றார். எழுத்ததிகாரத்தில் “உலகளித்த தலைவன்” எனவுஞ், சொல்லதிகாரத்தில் “உலகு புரந்தருளும் அமைவன்” எனவும், பொருளதிகாரத்தில் “உலகிளைப் பொழிக்கும் இமையவன்” எனவும், இறைவன் முத்தொழிலுங் கூறிய புகுந்தாராகலின், ஈண்டுப்பட்ட குற்றமென்னோ?” என்றீர். இறைவற்கு முத்தொழில் கூறுதலை ஆசிரியர் சிறப்பென்று வேண்டுபவல்லது குற்றமென்று மறுப்பாரல்லர். அதிகரித்த எழுத்துச் சொற் பொருளிலக்கண விளக்க நின்று நிலவுதற்கேற்பச் சூத்திரத் தவை புணர்த்து விசேடித்து இறைவற்கு முழுத்தலைமை சாற்றாது, வெவ்வேறு மங்கலங்களாக வைத்துரைத்து, “ஏனையவற்றிற்கு மேற்குமாறு பொருள் விரித்துரைத்துக் கொள்க” என்றது மாறு பொருட்டாகலின், பொருந்தாதென்று அங்ஙனம் ஆசிரியர் மறுத்துரைத்தார். ஆகலின், அக்கருத்துணரமாட்டாது, “இறைவன் முத்தொழிலுங் கூறிய தொடங்கினாராகலின், ஈண்டுப்பட்ட குற்றமென்னோ”வென்று களிமிகுத்துரைத்தல், “கூவலாமை குறைகடலாமை– கூவலோடொக்குமோ கடல்” என வினாயது போல்வதோர் களிமயக் குரையேயா மென்றொழிக. இதனானே, “ஆன்றோர் ஆங்காங்குக் கூறிய கடவுள் வணக்கத்திற் கடவுளின் றலைமை யனைத்தும் ஒருங்கு சொல்லாது இரண்டொரு குணமாத்திரையே விதந்து தலைமை கூறுவது பெருவழக்கேயாம். முனிவரர் இஃது உணராதவரா? இதனாற் “குற்றமே தெரிவார் குறுமாமுனி, சொற்ற பாவினுமோர் குறைசொல்லுவர் என்ற மூதுரைக்குத் தம்மை யிலக்கிய மாக்கினாரன்றோ” வென்பன பயனில் கூற்றாமாறு காண்க.

“வணங்கி என்பது சிறப்புவினையாவ தல்லது பொது வினை யாகாமையின், “வணங்கி” என்றது குற்றமென்றனர். “மனமொழி மெய்களின் வணங்குது மகிழ்ந்தே” என்புழி யொப்புமைபற்றிக் கூறியதேயாம்” எனக் கூறுமிவர், “மனத்தாற் றுணிவுதோன்ற நினைத்தலும் மொழியாற் பணிவு தோன்ற வாழ்த்தலும், தலையாற் றணிவுதோன்ற இறைஞ்சலும், அடங்கப் பொதுப்பட ‘வணங்கி’ என்று கூறிய ஆசிரியர்மேற் குற்றஞ் சொல்வதென்னை?” என்றீர். வணங்குதல் வளைத லென்னும் பொருட்டாகலின், அது தலையின் வினையேயாம். மற்றிரண்டனையு முளப்படுக்கும் பொதுவினையாகா தென்பது. இனி “மனமொழி மெய்களின் வணங்குது மகிழ்ந்தே என்புழியும், ஒப்புமைபற்றிக் கூறியதேயாம்” என்பது பொதுவினை யாகாதென்றவாறாம். இலக்கண விளக்க நூலார்

அவ்வொப்புமை கருதாது "பொதுப்பட வணங்கி" யென்றலின் அஃதேலாவுரை யென்று ஆசிரியர் மறுப்பாராயினார். "வணங்கத் தலைவைத்து வார்கழல்வாய் வாழ்த்திடவைத்து, வாழ்த்த வாயு நினைக்க மடநெஞ்சுந், தாழ்த்தச் சென்னியுந் தந்த தலைவனை" என்றற் றொடக்கத்துத் திருவாக்குக்களும் இவ்வுண்மை தெரிக்குமென்க. இவ்வாறோர்ந் துணரமாட்டாது பலவாறு புலம்புதற் காரண மோகமூல மென்றொழிக.

"எண்பெயர் முறைபிறப்பு" என்னுஞ் சூத்திரத்தில் எண்ணுதற்கும் பெயர் கருவியாகலின், அதனை முற்படக் கூறாதது முறையன்று; எண்ணுமுறையும் போல்வனவற்றா லொருபயனின்மையின், அவற்றை வகையுட் சேர்த்துக் கருவிசெய்தல் பயனில் கூற்றாமாறறிக; போலியெழுத்தென ஒன்றில்லை யென்பது *தொல்காப்பியச் சூத்திரவிருத்தியுட்* காண்க" என மூன்று குற்றமேற்றினர். "இஃது இலக்கண விளக்கச் சூறாவளி யன்று; நன்னூற் கருப்பைப் படையோடு சார்தற்பாலதென்று விடுக்க" என்றீர். இதனை இலக்கண விளக்கமெனக் கொண்டு சூறாவளிக் கிலக்காக்கன் முறையன்று என்றுரைக்க வறியாது, "இஃது *இலக்கண விளக்கச்* சூறாவளி யன்று" என்று குழறினீரென்க. இவை நன்னூலகத்தன வென்பது சிறுவர்க்கும் புலனாவதாம். "எண்பெயர் முறைபிறப் புருவளவு முதலீ, றிடைநிலை போலியொடு பதம்புணர் புளப்பட, வாறிரு பகுதித் ததுவென மொழிப" என்று *இலக்கண விளக்கத்துள்* அந்நூலுடையார் வழிமொழிந் தொப்பிக் கூறினமையின், அவை தம்மை அவர்மேலேற்றி மறுத்தருளினா ரென்க. அது நிற்க.

"சூறாவளி மாறாய் மோதியென்? சூத்திரவிருத்தி வானார்த்ததிர்த் திடித்தென்? அச்சுவாகனங் கிடையாத குறையன்றோ இலக்கண விளக்க மடங்கியது" என்று தருக்குற்றுக் குழறினீர். நீர் கூறும் அச்சுவாகனங் கிடைத்துங் கொச்சைமொழிக்கடைப் புத்தகங்கள் இச்சகத்தான்றோர் மெச்சும் விச்சைகளாதல் கண்டிலம். ஆகலின், மிச்சை நூலுரைகள் அச்சிலேறினும் மேம்படாவென்றும், வாய்ந்த நூலுரைகள் அச்சில் ஏய்ந்திலவாயினும் பெருமை குன்றுதலுறா வென்றும், ஒருதலையாக வுணர்க. இங்ஙனமாகலின், அரில்விரவிச் சூறாவளிக் கிலக்காய்த் தணிந்த இலக்கண விளக்கம் அச்சிலேறினும், இச்சகத்தான்றோர் மெச்சு நன்னூ லாகாதென் றொழிக.

"நந் துறைசையாதீனத் தான்றோர் "*இலக்கண விளக்கத்தைத் தருமபுர சம்பந்தத்தாற் குறைக்க நினைத்தா*"

ரென்றும், பயிற்சி மிகுதியான் நன்னூலின்னை மேம்படுத்தா" ரென்றும், பழியுரை வரைந்தீர். நம் பெரியார்க்கு இலக்கண விளக்கத்தில் வெறுப்பும், *நன்னூ*லின்கண் விருப்பும், போதரற்குக் காரணம், முறையே நலமின்மையும், நலமுடைமை யும் அன்றி, நீர் கூறுவனவல்லவென் றொழிக. செந்நெறிச் சித்தாந்தத் தலைவரான வெம் பெரியார் நன்னூலைப் பாராட்டியதூஉம், அதன் சிறப்புப் பற்றியே யாம்; இலக்கண விளக்கத்தைச் சூறாவளியாற் றணித்ததூஉம், அதன் சிறப்பின்மை பற்றியேயாம். "எப்பொருள் யார்யார்வாய்க் கேட்பினு மப்பொருண், மெய்ப்பொருள் காண்ப தறிவு" என்னு நீதிபற்றின ராகலின், இயற்புலம் வாய்ப்பச் சுருங்கக் கொண்டு விளக்கு நன்னூலைச் சமணுரையென் றிகழ்தலும், அந்நீர தன்றாகிய இலக்கண விளக்கத்தைச் சைவருரை யென்று புகழ்தலுஞ், செய்யாராயினா ரென்க.

"சுப்பிரமணிய தேசிகமூர்த்திகள் இவ்வாறு தமது ஆதீனத்தார் செய்தது தப்பு என்று நேரில் ஒத்துக் கொண்டார்கள்" என ஒன்று கட்டியுரைத்தீர். இஃது பொய்யுரையேயாம். மெய்யுரை யெனின், எழுத்திற் காட்டுக. அஃது எழுத்தா லெய்தியதன்று; வாயுரையாம். அதனாற் காட்டப் பெறாமெனின், நீர் புறவுரை போற்று மறப்புறத்த ராகலின், நும் வாயுரை கொள்ளாமென மறுக்க. எங்கள் சுப்பிரமணிய தேசிக சுவாமிகள் தங் குலதெய்வமென்று கொண்டு போற்றிய வச்சிவஞான யோகிகள் தெய்வ வாய்மொழியைத் 'தப்புரை' யென்று மறந்துஞ் செப்பலுறா ரென்க. ஆகலின், எந்நூலாயினும் எவ்வுரையாயினும் உலகில் நிலைபெறுதல் வேண்டுமென்னுங் கருத்துடையர்க ளாகலின், நும் வேண்டுகோளுக் கிணங்கி, *இலக்கண விளக்கத்தை* யச்சிடப் பொருளுதவுதற் கியைந்தருளினர்கொலாம்! அதுகொண்டு நுமக்குப் போந்த வென்றியொன்று மின்றென்க. மேலு மிதனை விரிப்பிற் சாலப் பெருகுமென்பது.

"*கலித்தொகை வீரசோழிய*ங்களின் பதிப்புரைகளிற் தமிழைக் குறித்து யான் எழுதியவற்றிற் சில விஷயங்களுக்கு மாறாகக் கண்டனங்க ளெழுதினோர் இருவர் உளர். அக்கண்டனங்களை நிராகரிக்க வேண்டுமென்று எனது இஷ்டர்கள் பலர் கேட்டுக்கொண்டார்" என்றும், "அவைகள் உலகோபகாரங் கருதியும் உண்மையை யாராய்ந்தறிய வேண்டுமென்று அவாவியும் எழுந்த வாதம்போல எனக்குத் தோற்றாமையால் யான் அவற்றைக் குறித்து யாதும் எழுதிற்றிலேன்" என்றும் ஏதேதோ குழறினீர். நும்மிஷ்டர் நயனில்லது செய்ய நும்மை வேண்டினரா? நயனுள்ளது செய்ய

வேண்டினரா? நயனில்லது செய்ய வேண்டினாரெனின், அதனா னுமக்காவதோர் வென்றி யின்றாம். நயனுள்ளது செய்ய வேண்டினரெனின், நயனுள்ளது வென்றி யுள்ள தாமாகலின், அது நீர் செய்யாதது என்கொலோ? இனி அவ்வாறு ஏவியது செய்யாமை, "ஏவவுஞ் செய்கலான்" என்னுஞ் சுருதியையும், "அவை உலகோபகாரங் கருதியும் உண்மை அறியல் வேண்டியும் எழுந்த வாதம்" என்பது, "யான் றேறிலன் என்றது "தான்றேறான்" என்னுஞ் சுருதியையும், விளக்கஞ்செய்தல் காண்க.

"பதிப்புரைகளிற் தமிழைக்குறித்து" என்றீர். 'பதிப்புரை களில் தமிழைக் குறித்து' எனப் பிரித்தாலும், 'பதிப்புரைகளிற் றமிழைக் குறித்து' எனப் புணர்த்தானும், எழுதவறியாது, "பதிப்புரைகளிற் தமிழைக்குறித்து" என விருத்தப்புணர்ச்சி செய்து இழுக்குற்றீ ரென்க. இது தனக்கு வருந் தோல்வியைப் பிறிதொன்று பேசி மறைத்த லென்னு நிக்கிரகத்தானமா மென்றொழிக.

"சபாபதி நாவலருடைய *ஞானாமிர்த* பத்திரிகாசிரியர்" என்றெடுத்து, இவர் "தாமோதரம் பிள்ளை" எனத் தன் பெயர் கைச்சாத்திட்டார்" என்றும், "பின்னர்க் கலியாணசுந்தரப் பெயர்க்கொண்டெழுந்து, யான் 'தாமோதரம் பிள்ளை' என என் பெயரெழுதல் தவறு; அது 'தாமோதரப் பிள்ளை' யென்றிருத்தல் வேண்டும் என்று கிளம்புகின்றார்" என்றும் சொல்விளம்பினீர். "கிளம்புகின்றார்" என்பது இயற்சொல லன்மையின், ஏழாலைச் சிற்றூர் வழூச்சொற் புணர்த்தலா மென்க. 'தாமோதரம் பிள்ளை' என நும்போற் குறிகொண்டவர், சபாபதி நாவலர் ஏவல்வழி நின்று ஞானாமிர்த பத்திரிகை சின்னாட் பிரசுரித்த ஓர் மாணாக்கர். 'கலியாணசுந்தர முதலியார்' ஞானாமிர்த பத்திரிகையில் வாதந்தொடுத் தெழுந்த வோர் பண்டிதர். இவர் தம்முள் வேறாவ ரென்பது எவருந் தேறுவர்; நீருந் தேறுவிர். இங்ஙனம் தேறிவைத்தும், தேறீர் போன்று, 'தாமோதரம் பிள்ளை' என்றாரே 'கலியாணசுந்தரப் பெயர்க்கொண்டெழுந்து, 'தாமோதரப் பிள்ளை' என நின்று வழக்குரைத்தார் என்றும், "அப்படிப்பட்டவரோடு யாது வாதம் புரிவது?" என்றும், "தன்பெயர் எழுதுதற்கே யின்னுங் கற்றுக்கொண் டிருக்கிறார் போலும்" என்றும், பயனில்லன பாராட்டி மகன்மை குன்றினீரென்க. இது பயனில்லன பேசுத லென்னுந் தோல்வித்தானமா மென்க.

எழுவாய் வேற்றுமைப் பொருட்டாய் ஆடூஉவறிதர நிற்கும் 𑌦𑌾𑌮𑍋𑌦𑌰𑌃 என்னும் அகாரவிறுவா யாரியச்சொல், தமிழில் தாமோதரன் எனத் தற்பவ வடசொல்லாயிற்று. இனித் தாமோதரன் என்பது பிள்ளை யென்னும் பெயரொடு ஒட்டி

ஒரு சொல்லாகப் புணர்வுழி, "உயிரீ றாகிய வுயர்திணைப் பெயரும், புள்ளியிறுதி யுயர்திணைப் பெயரு, மெல்லா வழியு மியல்பென மொழிப" என்னுந் தொல்காப்பியச் சூத்திரத்துப் 'புள்ளியிறுதி' யென்ற மிகையானே தாமோதர பிள்ளை யென்றானும், தாமோதரப் பிள்ளை யென்றானும், புணர் தலன்றித், தாமோதரம் பிள்ளையெனப் புணர்ச்சி முடிபெய்தா தென்றொழிக. இனி நன்னூலார் இம்முடிபு "சில விகாரமா முயர்திணை" என்பதனானே நேர்ந்தாரென்க. தாமோதரம் பிள்ளை யென்பதவ்வாறு ஓட்டி யொருசொல்லாம் புணர்ச்சியா மெனின், இச்சூத்திரத்தான் இவ்வாறு புணருமெனக் கூறிச் சாதித்தலே முறையாமன்றி, 'மீனாட்சி சுந்தரம் பிள்ளை', 'ஐயம் பிள்ளை', 'சண்முகம் பிள்ளை'யெனச் சில வழுநிலைகள் காட்டி ஒதுங்குதன் முறையாகாதென்க. இது வாதத்தை விட்டுப் பிறிதொன்று பேசிப் பொழுதுபோக்க லென்னுந் தோல்வித்தானமா மென்க.

"யான் 'தாமோதரம் பிள்ளை' என்று எழுதுதலும் விலக்காகுமன்றிக் குற்றமாகாதே" என்றீர். ஈண்டுத் தாமோதரம் பிள்ளையென எழுதுதலும் விதியாகுமன்றிக் குற்றமாகாதே" என்று எழுத நுதலிய நீர், 'விலக்காகுமன்றி'யென வாய்சோர்ந்து "நானுமறியே னவளும் பொய்சொல்லாள்" என்பதை மேலும் விளக்கினீரென் றொழிக. மேலு நுங் குழறுபடை விரிப்பின், சாலப் பெருகுமென்க.

"அகத்திய முனிவர் வரத்தினாற் றோன்றித் தென்மொழி வடமொழிக் கடல்களின் நிலைகண்டுணர்ந்து முன்னும் பின்னுந் தமக்கிணை யின்றி வீறித் தமிழிலுள்ள நூல்களுக் கெல்லாஞ் சிரோரத்தினமாய் சொலியாநிற்கு மகாபாடியத்தை அருளிச் செய்த யோகீஸ்வரரது பேரறிவு இமயாசல மொப்பது. எளியேன் சிற்றறிவு அதன் முன் பூதூளிபோல்வது. அன்னோர் தப்பை ஒப்பென்று தாபிக்கவும் ஒப்பைத் தப்பென்று வாதிக்கவும் வல்லர். அஃது அவர் காஞ்சிபுரத்து வைஷ்ணவ வித்துவான்கள் கொண்ட விறுமாப்பை ஒழித்தற்பொருட்டு அவர்கள் தலைமேற்கொண்ட இராமாயணத்து நாந்திச் செய்யுளை முதலிற் பங்கப்படுத்தி, பின்னர் அதனையே அவர்கள் தலைவணங்கித் தம்பிழையைப் பொறுத்தருள்க வென்று வேண்டியபொழுது சரியென்று நாட்டியதனான் விளங்கும்" என்று குணங் கூறவறிந்தார்போல வபிநயித்துக் குற்றமே பாராட்டினீர். யோகீஶ்வரரென் றெழுதவறியாது, யோகீஸ்வர ரென்று குழறினீரென்க. ஆரியவெழுத் தியலறியாதீர்க்கு அம்மொழியைத் தற்பவ மொழியாற் கூறிப்போதலே தகைமையா மென்றொழிக. சரி. தொல்லாசிரியர்

வழங்கும் இயற்சொல்லன்மையின், வழூச்சொற் புணர்த்தலா மென்க. "அன்னோர் தப்பை ஒப்பென்று தாபிக்கவும் ஒப்பைத் தப்பென்று வாதிக்கவும் வல்லர்" என்றீர். ஆசிரியர் சிவஞானயோகிகள் தவத்தான் மனந்தூயராய் முக்குணங் களையும் கடந் திறைவனருள் பெற்றுடையராகிய தெய்வப் புலவர் நூலுரைமாட்சி போற்றியும், முக்குணமயக்கால் அவற்றின் பொருணுட்ப மறியமாட்டாதொ ரோரிடங்களினும் பலவிடங்களினு மயங்கிக் கூறியவாசிரியர் நூலுரைகளி னரிறபத் தெரித்தும், செந்தமிழ் வரம்பு, தெய்வப்புலமை மதுகையான், நிலையிட்டனர். அது புன்புலவீர்க்குத் தப்பை ஒப்பாகவும் ஒப்பைத் தப்பாகவுஞ் சாதித்து வாதிப்பதோர் விகடநாடகமாய்த் தோன்றல் வியப்பன்றென்க.

"இராமாயண நாந்திச் செய்யுளை முதலிற் பங்கப்படுத்தி வைஷ்ணவர்கள் 'பிழைபொறுத்தருள்க'வென வணங்கி வேண்டியபொழுது, அது சரியென்று நாட்டினார்" என்றீர். ஆசிரியர் காஞ்சி மான்மியந் தமிழ் மொழிபெயர்த் தியற்றி அரங்கேற்றுழி, அதன் சொற்பொருண் மாட்சிகண்டு பொறாராய் 'மற்றது கம்பராமாயணமாமோ'வெனத் தருக்கிக் கலாய்த்த பாஞ்சராத்திரிகளை, அதன் முதற்செய்யுளான "நாடிய" வென்பதன் சொற்பொருள் பற்றிப் பலவாறா சங்கித்தனராக, அவர் அவ்வாசங்கைகட் குத்தரமளிக்க லாற்றாது தருக்கற்று வணங்கிநின்று, 'எம்பிரானீர்! இவ்வாசங்கை நீக்குமுத்தரம் வித்தகமுறக் கூறி யடியேமை யுய்யக்கொண்டருள்க' என்றேத்தெடுப்ப, அவர் வேண்டுகோட் கிரங்கி, உத்தரம் வித்தகமுற விரித்தருளினா ராகலின், அது பங்கப்படுத்த லாகாதென்க. பங்கம் – குற்றமாகலின், அவை பின் குணமாகமாட்டா வென்க. ஆசங்கை பூர்வபக்கம்பற்றி நிகழ்த்துந் தடைகளாகலின், அவை விடைக் கூற்றுக்களா னெறிப்பட்டு நூலுரை சிறத்த லொருதலை யென்க. இங்ஙனம் ஆசங்கைச் சொற்குப் பொருள் காணமாட்டாது நுமக்குத் தெரிந்தவாறுபற்றிக் குற்றப்பொருள் கொண்டு பழிமலைந்த நும்மறிவு, "ஆனையெருத்தம் பொலிய" என்புழிப் "பொலிய" என்பதற்குப் பொருளறியாது தமக்குத் தெரிந்த பொருளைப் பற்றிப் 'பாடம் பிழை' யெனத் தள்ளி வேறுவேறு பாடங் கொண்டார் முறைமைத்தாகலின், அம்முறைமைபோல நகையாடி விடுக்கற்பாலதன்றி மறுக்கற்பாலதன் றென்க.

"அற்றே லஃதங்ஙனமாக; "ஆக்கியோன் பெயரே வழியே யெல்லை, நூற்பெயர் யாப்பே நுதலிய பொருளே, கேட்போர் பயனோ டாயெண் பொருளும், வாய்ப்பக் காட்டல் பாயிரத் தியல்பே" என்னுந் *தொல்காப்பியச்* சூத்திரத்துள், யாப்புக்

கேட்போர் என்பனவற்றிற்கு உரையாசிரியர் நச்சினார்க்கினியர் உரைத்த வுரை போலியென மறுத்துச் சிவஞான முனிவர் வேறுரை யுரைத்ததென்னை? ஆண்டு அவ்வாசிரியர்கள் முக்குணமயக்கத்தான் முறைமறந்துரைத்தா ரென்றல் பொருந்தாது; அவ்வுரை *இறையனார் களவியன்முகத்துக்* கணக்காயனார் மகனார் நக்கீரர் உரைத்த பொருளாகலி னெனின், அவ்வுரை இறையனார் களவியன்முகத்து நக்கீரனார் கண்ட பொருளென்பது சிவஞான யோகிகள் அறியாதாரல்லர். பொருந்துமாற்றிற் கேலாமையானும், வடநூன் மாறாகலானும், அவை முக்குணமயக்கான் முறைமறந்துரைத்த பொருளென்று மறுத்து, ஆசிரியர் தொல்காப்பியனார் கருத்தறிந் துண்மைப் பொருள் கூறினாராகலின், அது பொருத்தமுடைத்தா மென்க. அம்மெய்யுரை மாட்சி *தொல்காப்பியப் பாயிரவிருத்தியுட்* காண்க.

அற்றேல், தெய்வச் சங்கப்பலகை மேலிரீஇக் கடைச்சங்கத் தலைமைபூண்ட நக்கீரனார் முக்குணமயக்கான் அங்ஙன முறைமறந்துரைத்தா ரென்றல் வேதவழக்கொடும் ஆன்றோர் வழக்கொடு மாறுறுமாலெனின், அது வேதவழக்கொடு மான்றோர் வழக்கொடு மாறுறுமா றில்லை. அது காட்டுதும். தெய்வச் சங்கப்பலகை மேலிருந்து தமிழாராய்ந்தார் கடைச்சங்கப் புலவர் நக்கீரனார் முத னாற்பத்தொன்பதின்ம ருளர். அவரெல்லா முக்குணமயக்க முற்றக்கடந்து மெய் யுணர்வா லுயர்ந்தாரென்ற னிரம்பாது. என்னை? அவர், "உக்கிரப்பெருவழுதி வேண்டுகோளாற் களவியற்பொரு டனித்தனி கண்டு, தாந்தாங் கண்டதே மெய்யுரை யென்று சிலநாளெல்லா மாறாடினா" ரென்றும், பின்னர் "ஆலவாயி லழனிறக் கடவுள்பால் வரங்கிடந்து உப்பூரிகுடிகிழார் மகனாவா னுருத்திரசன்மனைப் பெற்று, அவன்றன்னான் மெய்யுரை தேறினா"ரென்றும், *ஆலவாய் மான்மியத்துங் களவியன்முகத்துங்* கூறுதலி னென்க. அற்றாயினும், "உருத்திர சன்மனார் நக்கீரனார் களவியற்பொருள் கேட்புழிப் பதந்தொறுங் கண்ணீர் வார்ந்து மெய்ம்மயிர் சிலிர்ப்ப விருந்தார். சங்கப்புலவ ரார்ப்பெடுத்து "மெய்யுரை பெற்றாம் இந்நூற்கு என்றார்" என்றாண்டுக் கூறுதலின், நக்கீரனார் முக்குணமயக்க முற்றக்கடந்து களவியற்பொருள் கண்டாரெனக் கொள்ளாமோவெனின், கொள்ளாம். என்னை? உருத்திர சன்மனார் நக்கீரனாருரை அவ்வாறு கேட்டமைந்திருந்தா ரென்றதனான், ஏனைப் புலவரெல்லாங் கண்ட களவியற் பொருள்களை நோக்க நக்கீரனார் கண்ட களவியற்பொருள் சிறந்ததென்னும் பொருள் போதருதலன்றி, அவர் முழுதுணர்ந்து அது செய்தாரென்பது அதனாற் பெறப் படாமையி னென்பது.

இன்னும், நக்கீரனார் மெய்யுணர்வின் முற்றுப் பேறுடையராய்க் களவியற்பொருள் கண்டா ரென்பாரை, அவ்வாறு மெய்யுணர்வுடையராயினார் தெய்வப்புலமைத் திருவள்ளுவ நாயனார் உத்தரவேதம் வித்தகமுறச் செய்து கொண்டு சங்கமேவிய ஞான்று, அவரோடு சங்கப்பலகை யொக்க வீற்றிருக்கப் பெறாது, ஏனைப் புலவரோ டிழிந்ததென்னையோ வெனக் கடாவி மறுக்க. "திருத்தகு தெய்வத் திருவள்ளுவரோ, டுருத்தகு நற்பலகை யொக்க – விருக்க, வுருத்திர சன்ம ரெனவுரைத்து வானி, லொருக்கவோ வென்றதோர் சொல்", "மெய்த்திரு வள்ளுவனார் வென்று யர்ந்தார் கல்விநலந், துய்த்தசங்கத் தார்தாழ்ந்தார் சோமேசா – வித்திறனான், மேற்பிறந்தா ராயினுங் கல்லாதார் கீழ்ப்பிறந்துங், கற்றா ரனைத்திலர் பாடு" என்னு முரைகளான் நக்கீரருள்ளிட்ட சங்கப்புலவர் திருவள்ளுவ நாயனாரோடு சங்கப்பலகை வீற்றிருப்பு ஒக்கப்பெறாது தாழ்ந்தமை தெளிக.

அற்றே லஃதாக; முக்குணங்களையுங் கடந்து மெய்யுணர்வின் முற்றுப்பேறுடைய ரல்லரான நக்கீரனார் முதலியோர் இயற்றிய *திருமுருகாற்றுப்படை* முதலிய பிரபந்தங்களை, முக்குணங்களையுங் கடந்து இறைவனருள் பெற்றுடைய நாயன்மார் திருவாக்குக்களோ டொப்பப் பதினொராந் திருமுறையில் ஆன்றோர் கோத்துப் போற்றுமா றென்னைகொலெனில், அஃதொக்கும். *திருமுருகாற்றுப்படை* முதலிய பிரபந்தங்கள் நக்கீரனார் முதலியோர் தவத்தான் மனந்தூயராய் முக்குணங்களையுங் கடந் திறைவனருள் பெற்றுடைய ராயபின், அவர்தம்மான் அருளிச் செய்யப் பட்டன; ஆகலின், ஆன்றோர் அவைதம்மை நாயன்மார் திருவாக்குக்களோ டொப்பப் பதினொராந் திருமுறையிற் கோத்துப் போற்றுவாராயினா ரென்க. இஃதேனைக் கடைச்சங்கப் புலவர்க்கு மொக்குமென்க. அற்றாகலி னன்றே, நம்பியாரூரர் பெருமானார், "பொய்யடிமை யில்லாத புலவர்க்கு மடியேன்" எனத் *திருத்தொண்டத்தொகைச்* சுருதியுள் அவர்தம்மையுந் தொகுத்து அங்ஙனஞ் சேவை செய்வா ராயினதூஉமென வறிக. இவற்றானே, யாப்புக் கேட்போர் என்பவற்றிற்கு நக்கீரனா ருரைத்தபொருள் பொருந்தாவென மறுத்துச் சிவஞான யோகிகள் வேறுரை வகுத்தது பொருத்தமுடைத் தென்பதூஉம், அது வேத வழக்கொடு மான்றோர் வழக்கொடு மிக வியைவதன்றி மாறுறு மாறில்லை யென்பதூஉம், தெற்றென வுணர்க." இவ்வாறு *திராவிடப் பிரகாசிகையிற்* சாதிக்கப்பட்டது.

உரையாளர் பரிமேலழகியார்க்கும் இங்ஙனம் அறியாமை யேற்றிப் பேதைமையை நிலையிட்டீர். அது வருமாறு:

"எனைத்தொன் றினிதேகாண் காமந்தாம் வீழ்வார், நினைப்ப வருவதொன் றில்" என்பது பரிமேலழகியார் கொண்ட பாடமாம். "தம்மால் விரும்பப்படுவாரைப் பிரிவின்கண் நினைத்தால் அந்நினைவார்க்கு அப்பிரிவான் வருவதோர் துன்பம் இல்லையாம்; அதனாற் காமம் எத்துணையேனும் இனிதொன்றே காண்; எ—று. புணர்ந்துழியும் பிரிந்துழியும் ஒப்பவினிதென்பான் எனைத்து மினிதென்றான்" என்பனவும், பிறவும் இத்திருக்குறளுக்குப் பரிமேலழகியார் விரித்த மெய்ப்பொருளாம். "இனிதேயென முன்னர் நிறுத்தினமையானும், துன்பமில்லா வழியெல்லாம் இன்பமே யுளதென்பது சாத்திய மாகாமையானும், புணர்ந்துழியும் பிரிந்துழியும் இனிமை கூறலே நாயனார் கருத்தாதலானும் அஃது சிறப்பன்றென மறுக்க" என்றுகூறி, "எனைத்தொன் றினிதேகாண் காமந்தாம் வீழ்வார், நினைப்ப வருவதொன் றுண்டு" என்பதே பாடமாமென்று குழறினீர். ஆசிரியர் பரிமேலழகியார் கொண்ட பாடமே மெய்ப்பாடமென்பதும், நீர் கொண்ட பாடம் நும் அறியாமை நிலைநிறுத்தும் பொய்ப்பாட மென்பதும், ஈண்டுக் காட்டுதும்.

"உள்ளினுந் தீராப் பெருமகிழ் செய்தலாற், கள்ளினுங் காம மினிது" என்னு முற்றிருக்குறள், தலைமகன்றான் முன்னர்க்கூடிய நாளை இன்பத்தினைப் பிரிந்துழி நினைந்தாலும், அப்பொழுது பெற்றாற்போல நீங்காத மகிழ்ச்சியைத் தருதலால் கள்ளினுங் காமமினிதென்று கூறுமுகத்தினாற் றன் றனிமைக்கட் டலைமகளை மறவாமை பாங்கற்கு வெளியிட்டமை கூறிற்று. பிரிந்துழி முற்கூடிய ஞான்றை இன்பத்தினை நினைவார்க்கு ஆண்டு மகிழ்ச்சியைக் காமம் பயத்தல் ஒருதலையன்று; ஆண்டுத் துன்பமு நுகர்ச்சி யாகற்பாலதாம் என்று, பாங்கன் ஆசங்கித்தானுக்கு, "எனைத்தொன் றினிதேகாண் காமந்தாம் வீழ்வார், நினைப்ப வருவதொன் றில்" என்று அதன்பிற்பட எழுந்த *திருக்குறள்*, தம்மால் விரும்பப் படுவாரைப் பிரிவின்கண் நினைத்தல் செய்வார்க்கு அப்பிரிவால் வருவதோர் துன்பமில்லை; இன்பமே யுண்டு என்று கூறி ஐயம் அறுத்துத் துணிவு தோற்றி மேலது நிலையிட்டது. இனி, "எனைத்தொன் றினிதேகாண் காமந்தாம் வீழ்வார், நினைப்ப வருவதொன் றுண்டு" என்று பாடங் கொள்ளின், முன்னைத் திருக்குறளிற்கும் மற்றிதற்கும் பொருள் ஒன்றாய்த் தெய்வப்புலமைத் திருவள்ளுவ நாயனார்க்குக் கூறியது கூறலென்னுங் குற்ற மெய்துமென்க. என்னை?

முற்கூடிய ஞான்றை இன்பத்தினைப் பிரிந்துழி நினைந்தாலும் நீங்காத மகிழ்ச்சி பயக்கும் காமம் என்றும், தம்மால் விரும்பப் படுவாரைப் பிரிவின்கண் நினைத்தால் அந்நினைவார்க்கு அப்பிரிவான் வருவதோர் இன்பமுண்டு என்றும், ஒருபொருளையே அவ்விரண்டு *திருக்குறளும்* போதித்தலா லென்க. இனி, இரண்டு *திருக்குறளினும்* ஓதும் நினைப்பு விடயமென்னும் காமவின்பமும் அது பயக்கும் விரும்பப் படுவாருஞ் சுவையும் சுவைபயக்கும் பொருளும்போல ஒன்றாதல் உண்மையானும், அவ்விருவிடய நினைப்பாற் பிறக்கும் மெய்ப்பாடு தாமும் உவகை விளைவென ஈரிடத்தும் ஒன்றாதல் உண்மையானும், அவற்றின் சிறிது சொல்லொழுக்கு வேறுபாடே காட்டி அவைதாம் வேறுவேறு பொருளுணர்த்தும், கூறியது கூறல் என்னும் குற்றம் எய்துமாறில்லை என்றல், சிறிதும் அமையாமை அறிக.

இதனால், பரிமேலழகியார் கொண்ட பாடமே தெய்வப் புலமைத் திருவள்ளுவ நாயனார் திருவாய் மலர்ந்தருளிய பாடமென்றும், நீர் கொண்ட பாடம் வெறும் போலியாகுங் கற்பனையே யென்றும், தெளிக.

இனி, "இனிதேயென முன் நிறுத்தினமையானும்" என்றது, 'இன்பமுண்டு' என்பதனைச் சாதிக்கும் வியாத்தி யுடைத் தாகாது. "துன்பமில்லாத வழியெல்லா மின்பமே யுளதென்பது சாத்திய மாகாமையானும்" என்றது, காட்சி அளவை மாறாதலுடைத்து. "புணர்ந்துழியும் பிரிந்துழியும் இனிமையுண்மை கூறலே நாயனார் கருத்தாகலானும்" என்றது, பரிமேலழகியார் கொண்ட பாடத்தினாற் சித்தித்ததனையே சாதித்தலின் சித்தசாதனமாம். இங்ஙனமாகலின், நீர் கூறிய ஏது மூன்றும் ஏதுப்போலிகளே யாதலுணர்க. இதனால், "கல்லா வொருவன் றகைமை தலைப்பெய்து, சொல்லாடச் சோர்வு படும்" என்னு மூதுரைக்கு நும் முதிர்ச்சி பெரிது மிலக்கியமாதல் காண்க. பேராசிரியன்மார்க்குக் குற்றமேற்றின் இவர் அவரினுங் கூர்த்த விவேகமுடையா ரென்று பேதைநீரார் புகழ்ந்துரை யாடுவ ரென்று உட்கொண்டு, பெரியார்ப் பழித்து, இங்ஙனம் ஏதம் பூண்டீரென்க. தன்னின முடித்தலானே இஃதீண்டுத் தந்து மறுக்கப்பட்டதென் றுணர்க.

மேலு நுங் குழறுபடை விரிப்பிற் சாலப்பெருகுமென் றொழிக.

இலக்கணவிளக்கப் பதிப்புரை மறுப்பு

முற்றிற்று.

8

# தொல்காப்பியப் பதிப்பு

## தமிழ் தந்த தாமோதரம் பிள்ளையின் பரமோபகாரம்

*பண்டிதர் சி.கணபதிப் பிள்ளை*

இற்றைக்கு நூறு வருடங்களுக்கு முன்னே, 1847ஆம் ஆண்டு பிலவங்க ஹூ ஆவணி மீ முதன்முதல் மழைவை மகாலிங்கையர் அவர்கள் தொல்காப்பியம் எழுத்ததிகாரத்தை நச்சினார்க்கினியர் உரையோடு அச்சிற் பதிப்பித்தார்கள். பன்னீராயிர வருஷகாலம் கற்றோர் மனசிலும் ஏட்டுச் சுவடிகளிலும் இருந்துவந்த தொல்காப்பிய மூலத்தில் எழுத்ததிகாரமும், பல நூறு வருஷங்களாக அவ்வாறு இருந்துவந்த நச்சினார்க்கினியர் உரையும் அச்சுவாகனம் ஏறின.

இந்த மகாலிங்கையர் அவர்கள்தாம், ஆறுமுக நாவலர் அவர்கள் நாவலர்ப் பட்டம் பெறுமுன், இளமைப்பருவத்தில் பார்சிவல் பாதிரியாருக்கு நல்லநடைப்படுத்திக் கொடுத்த பைபிளை, சென்னைப் புலவர்கள் அமைத்த நடையிலும் சிறந்ததென்று வியந்து நாவலர் அவர்களையும் அவர்கள் பிறந்த யாழ்ப்பாணத்தையும் பாராட்டினவர்கள். மகாலிங்கையர் அவர்கள் பழுத்த தமிழ் அறிஞர். அவர்கள்போல அக்காலத்திலிருந்த வேறு இரு அறிஞர்கள், விசாகப் பெருமாளையர், சரவணப்பெருமாளையர் என்பவர்கள். இவர்கள் இருவருஞ் சகோதரர்கள், கந்தப்பையர் என்பவரின் புத்திரர்கள். கந்தப்பையர் சிறந்த வித்துவான்; சிவஞான சுவாமிகளின் மாணவரான தணிகைப்புராணம் பாடிய கச்சியப்ப முனிவரின் மாணவர். விசாகப் பெருமாளையர் மூத்தவர். நாவலரவர்கள் ஒரு சமயம் விசாகப் பெருமாளையரை மெய்ப் புலவர் என்று பாராட்டியிருக் கின்றார்கள். அன்றி நேரிலும் சந்தித்து அடிக்கடி சம்பாஷித்திருக்கிறார்கள். விசாகப்

பெருமாளையர் இளமையில் தந்தையாருடன் சென்று – தந்தையாரின் குரு கச்சியப்பமுனிவர், முனிவரின் குரு சிவஞான சுவாமிகள்–*சுவாமிகளை வணங்குகிறவர். சுவாமி களின் பெருமையை நன்கு தெரிந்தவர். பல வரலாறுகள் சிவஞான சுவாமிகளைப் பற்றி நாவலர் அவர்களுக்குச் சொல்லியிருக்கின்றார். இழவுகளிற் சந்தேகமானவர்கள் – ளகர ழகர பேத சந்தேதிகள் – விசாகப்பெருமாளையரோடு சம்பாஷித்தால், எளிதிற் சந்தேகம் தீர்த்துக்கொள்ளலா மென்று நாவலர் அவர்கள், விசாகப்பெருமாளையரின் உச்சரிப்பை அடிக்கடி பாராட்டுவார்களாம். இது நிற்க.

மகான் மகாலிங்கையர் அவர்கள் எழுத்ததிகாரம் நச்சினார்க்கினியம் பதிப்பித்து இருபது ஆண்டுகள் கழிந்தும், ஏனைய அதிகாரங்கள் தமிழுக்கு இன்றியமையாதனவும், தலைசிறந்தனவுமாம் என்பதை அறிந்துவைத்தும், தமிழ்நாட்டுப் புலவர்கள் அவற்றை அச்சிற் பதிப்பிக்க முன்வரவில்லை. அவர்கள் முன்வராமைக்குப் பொருண்முட்டுப்பாடு ஒரு காரணமேயாயினும், தொல்காப்பியந் தொலைந்தாலும் தமது புகழ்க்காப்பியந் தொலையக்கூடாதென்ற அந்தரங்க எண்ணமே முக்கிய காரணமென்பது கருதத்தக்கது. இந்தப் பைத்திய நிலையில் ஆங்கில மோகமும் அதிகரிக்கத் தொல்காப்பியப் பிரதிகள் வர வர அருகித் தமிழ்நாடு முழுவதிலும் விரல்விட்டெண்ணத்தக்க அளவில் சுருங்குவதைத் தமிழ்த் தாமோதரம் பிள்ளை கண்டார்; கண்ணீர் வடித்தார். தமக்கு வரும் அவமானங்கள் ஏளனங்களுக்கு இளைக்காது தமிழ் அன்னைக்குப் பிராணவாயுப் பிரயோகஞ் செய்ய முன்வந்தார்; தொல்காப்பியக் கடலில் இறங்கினார். சென்னைத் தமிழ் வித்துவ சூடாமணிகள் சிலர், தாமோதரம் பிள்ளை இமாசலத்தையும் கங்கையையும் யாழ்ப்பாணம் கொண்டுபோகப் போகிறார் என்று சிரித்தார்கள்.

1868ஆம் ஆண்டு புரட்டாசி மாதம் இற்றைக்கு எண்பது வருடங்களுக்கு முன் முதன்முதல் தமிழ் மன்னன் தாமோதரம் பிள்ளை, தமிழ்நாடு உய்யும் பொருட்டுத் தொல்காப்பியம் சொல்லதிகாரத்தைத் தலைசிறந்த உரையாகிய சேனாவரையர் உரையோடு, நாவலர் அவர்களைக் கொண்டு பரிசோதிப்பித்து, அச்சிற் பதிப்பித்தார். 1868ஆம் ஆண்டு ஒக்டோபர் மாதம் 31ஆம் தேதி முதல் சென்னைத் *தினவர்த்தமானி*யில் தொடர்ந்து சேனாவரையப் பதிப்பைப் பற்றிய விளம்பரம் வந்தது.

---

* சிவஞானசுவாமி, கச்சியப்ப முனிவருக்கு ஆசிரியராயினும் கச்சியப்பர் சிவபதமடைந்த பிறகும் மூன்று ஆண்டுகள் உயிர்வாழ்ந்தவர்.

சூரியநாராயண சாஸ்திரியார் "தாமோதரம் பிள்ளை சால்பெடுத்துச் சாற்ற எவர் தாமோதரம்" என்றும், வேதநாயகம் பிள்ளை 'கோடிப் புலவர்கள் கூடினும் நின்புகழ் கூறரிதே' என்றும் பிள்ளையைப் புகழ்ந்து பாடினார்கள். 'மனோன்மணியம்' சுந்தரம்பிள்ளை, கலாநிதி பூண்டி அரங்கநாத முதலியார், சேஷைய சாஸ்திரி, சேர். பொன். அருணாசலம், தமிழ் தெரிந்த ஹைக்கோர்ட் நீதிபதிகள், ஜமீந்தார்கள், மகாராசாக்கள் முதலிய பிரபலஸ்தர்கள் குதூகலித்தார்கள். ஸ்ரீலஸ்ரீ சுப்பிரமணிய தேசிகர் முதலிய மடாதிபதிகள் திருநோக்கஞ் செய்தார்கள்.

ஆனால் வித்துவசூடாமணிகளான கோமளபுரம் இராசகோபால பிள்ளை, தொழூவூர் வேலாயுத முதலியார் என்பவர்களுக்கு அடிவயிற்றிலே அக்கினிசூடாமணி வேலைசெய்யத் தொடங்கிற்று. அந்த அழுக்காற்று மன்னர்கள் திரைமறைவில் நின்று, நரசிங்கபுரம் வீராசாமி முதலியாரைக் கிள்ளிவிட்டார்கள். இந்த வீராசாமி முதலியார் யாவரோ என்றால் அவர்தாம் இன்னாரென்று இதோ விளம்புகின்றேன். இவர், இராமலிங்க சுவாமியின் முதற்சீடர். அருட்பாப் புராணத்தில் 'தவக் கொழுந்து' என்று புகழப்பட்டிருக்கிறார். இராமலிங்கரின் அடுத்தவாரிசு இவரே என்று சுத்தானந்த பாரதியார் முழங்குகின்றார். இந்த வீராசாமி முதலியார் யாழ்ப்பாணத்தையும் நாவலரையுந் திட்டிப் பன்னிரண்டு நூல்கள் அருளியிருக்கின்றார். *தீவாந்தர சைவ விநோதம்* என்ற நூலிலே நாவலரைப் படுகிருஸ்தவ ரென்றும் நாவலருக்குக் கிருத்துவப் பெயர் 'பைராட்' என்றும் வாய்க்கு வந்தபடி வர்ணித்திருக்கின்றார். இந்த அருட்பாப் புலவராகிய வீராசாமி முதலியார் அந்த இரு இலக்கண மேதைகளின் உதவிகொண்டு தாமோதரம் பிள்ளையின் சேனாவரைய விளம்பரத்தில் இலக்கணப் பிழைகள் கண்டுபிடித்து "இலக்கண இலக்கியங்களில் மகாவல்லவரும் சென்னை முதல் ஈழமீறாகவுள்ள தமிழ்நாட்டு வித்துவான்களில் தமக்கு இணையில்லாதவருமாகிய" என்று நாவலர் அவர்களுக்குத் தாமோதரம் பிள்ளை கொடுத்த விசேடணத்தை ஆக்ஷேபித்து, "இணையில்லாதவர்" என்பதற்குப் "பெண்சாதி யில்லாதவர்" என்று மெய்ப்பொருள் பண்ணி, தாமோதரம் பிள்ளையையும் நாவலரையும் தூஷித்து, 1869ஆம் ஆண்டு பிப்ரவரி மாதத்தில் *விஞ்ஞாபனப் பத்திரிகை* என்று ஒரு தூஷண பத்திரிகை வெளியிட்டிருக்கிறார்.*

---

* தாமோதரம் பிள்ளை அவர்கள் அறிஞர்கள் பிரபுக்கள் சூழலிலும், உயரிய உத்தியோக அந்தஸ்திலும் இருந்தமையால், அழுக்காற்றுக் கண்டனங்களால் தளர்வடையவில்லை. ஆயினும், பிள்ளையவர்களைச் சோர்வடையாமல் ஊக்கும் பொருட்டுப்போலும், 'நரசிங்கபுர வீராசாமி முதலியாரே' என்று விளித்து, *நல்லறிவுச் சுடர் கொளுத்தல்* என்ற உக்கிர கண்டனம் நாவலர் அவர்களால் தீட்டப்பட்டது.

தாமோதரம் பிள்ளை கறையான் வாயிலிருந்து சேனா வரையத்தை மீட்டு வெளியிட்டதற்கு இராசகோபால பிள்ளை முதலிய சென்னைப் பண்டிதமணிகள் சிலர் செய்த கைம்மாறு, 'பெண்சாதி' நியாயம் பேசும், இந்த *விஞ்ஞாபனப் பத்திரிகைத்* தூஷணந்தான்.

இந்த இராசகோபால பிள்ளை, ஒருவர் பதித்த புத்தகத்தில் நாலு ஆறு பக்கங்களை மாற்றி, முகப்பைப் புதிது பண்ணித் தாமும் ஒரு பதிப்புப் பண்ணியதாகப் பாசாங்கு செய்ய வல்லவர்; கை வந்தவர். அவருடைய யோக்கியதை அவர் தேசத்தாராகிய கூடலூர்க் குமரகுரு சுவாமிகள் இயற்றி அச்சிற் பதிப்பித்த *பரமோத்தர ரசாபாச தருப்பணத்தில்,* 35ஆம் 36ஆம் பக்கங்களிலிருந்து அறிந்து கொள்ளலாம். அது வருமாறு:

"இராசகோபால பிள்ளை திருத்தி யச்சிற் பதிப்பித்த புத்தகத்தைப் பாராதீர். ஏனெனில் அவர் முதனூற் கருத் தறியாதவ ராகையால், வில்லிபுத்தூராழ்வார் செய்த பாரதத்தைப், பெரியோர் செய்த வாக்கை அழிக்கக்கூடா தென்று சிறிதும் அஞ்சாது, சிவபரமாயிருந்த பாடல்கள் அநேகத்தைத் தள்ளியும், சில அடிகளை மாற்றியும், சில சொற்களைத் திரித்தும், மனம் போனவாறே அச்சிற் பதிப்பித்தனர். ஆதலால், அதனை நீக்கி வில்லிபுத்தூரார் பாடினபடியே ஆறுமுக நாவலர் அச்சிற் பதிப்பித்திருக்கும் புத்தகம் ஒன்று சம்பாதித்துப் பாரும் பாரும். உமது சந்தேகந் தீரும் தீரும். நாவலர் என்னும் பட்டம் அவருக்குத் தகுமேயன்றி உமக்கெல்லாமா தகும்! புலியை நோக்கிப் பூனை சூடிக் கொண்டால் புழுத்துச் சாமே யன்றிப் புலியாமா! அது போலக் கல்விக் கடலாகிய ஆறுமுக நாவலரை நோக்கி நீரும் அப்பெயர் தரித்துக் கொண்டாற் பழியும் பாவமும் அடைவீரே யன்றிப் புகழ் அடைவீரா! அடையீர் அடையீர்."

இத்துணைப் பெருஞ் சிறப்பினராய இராசகோபால பிள்ளை யாழ்ப்பாணத்தில் எங்கேயோ ஒரு மூலைமுடுக் கிலிருந்து வந்த தாமோதரம் பிள்ளை சென்னை மாநாகரில் வீற்றிருந்து கொண்டு, அதுவும் ஒப்புயர்வில்லாத தொரு சேனாவரையம் பதிக்கப் பார்த்துக் கொண்டிருப்பதா? மனிதர் ஒரு சூழ்ச்சி செய்தார். நினைக்க முடியாத சூழ்ச்சி; திகைக்கக் கூடிய சூழ்ச்சி. அஃதாவது, தம் பெயராலும் ஒரு சேனா வரையப் பதிப்பு வழங்க ஒரு முயற்சி செய்தார். சிலர் இன்னுந்தான் இராசகோபால பிள்ளையும் சேனாவரையம் பதித்தார் என்று சொல்லப் பார்க்கின்றார்கள். அப்படியொரு பதிப்புத் தமிழ்நாட்டில் வழங்கியதாக, வழங்குவதாகத் தெரியவில்லை. சென்னை அரசாங்க புத்தகப் பதிவில், சி.வை.

தாமோதரம் பிள்ளை சேனாவரையம் பதித்தார் என்று இருக்கிறதேயன்றி, இராசகோபால பிள்ளை பெயரேயில்லை. சென்னைச் சர்வகலாசாலையில் தமிழ்ப் பகுதி முக்கியஸ்தர் களான திரு. வையாபுரிப் பிள்ளை முதலியவர்கள், இராச கோபால பிள்ளை சேனாவரையம் பதிப்பித்ததாகத் தாங்கள் கேள்விப்பட்டதுமில்லை அப்படி ஒரு பதிப்பைக் கண்டது மில்லை என்கிறார்கள். ஆனால்,

மதுரைத் தமிழ்ச் சங்கத்துச் *செந்தமிழ்ப்* பத்திராசிரியர் இராமாநுஜையங்கார் அவர்கள், "சென்னை நார்மல் ஸ்கூல் தலைமைத் தமிழ்ப் புலவர் கோமளபுரம் இராசகோபால பிள்ளையால் பரிசோதித்து, மு. கந்தசாமி முதலியார் வர்த்தமான தரங்கிணீசாகை அச்சுக்கூடத்தில் பதிக்கப் பட்டது" என்ற முகப்புடன் ஒரு சேனாவரையம் தம்மிடம் இருக்கிறதென்று தெரிவிக்கின்றார்கள். அந்த இராசகோபால பிள்ளை பதிப்பு எப்பொழுது பதிக்கப்பட்டது என்று கேட்டபோது (1868) விபவ வருடம் கார்த்திகை மாதம் என்று அம் முகப்பில் தானே குறிப்பிடப்பட்டிருக்கிறது என்கிறார்கள். இராசகோபால பிள்ளை பதிப்பு ஒன்று இருக்கவேண்டும் என்பவர்களுக்கு, இது மகிழ்ச்சிக்குரியதொரு சம்பவமே யாயினும், 'தாமோதரம் பிள்ளை பதிப்புக்கு முன் இராசகோபால பிள்ளை பதிப்பித்திருக்க வேண்டும்' என்று மனப்பால் குடிக்கிறவர்களுக்கு மெல்ல வாயை மெல்லுதற்கோ – மகிழ்ச்சி கொள்ளுவதற்கோ இடமேயில்லை. தாமோதரம் பிள்ளை பதிப்பு இரண்டு மாசங்களுக்கு முன் (1868) விபவ வருஷம் புரட்டாதியிற் பதிக்கப்பட்டுவிட்டது. ஆகவே இராசகோபால பிள்ளை சேனாவரையப் பதிப்புப் பதித்தால் அது ஏடுகளைப் பரிசோதித்துப் பதித்த பதிப்பு என்று சொல்ல முடியாது.

1906இல் மதுரைச் சங்கத்தில் படித்த கோபாலையர் என்பவர் 'சேனாவரைய ஆராய்ச்சி' என்று ஒரு கட்டுரை *செந்தமிழ்ப்* பத்திரிகையில் எழுதியிருக்கிறார். அந்தக் கட்டுரை தாமோதரம் பிள்ளை பதிப்பிலும் பார்க்க, ஒரு சில திருத்தஞ் சொல்லி இராசகோபால பிள்ளைப் பதிப்பைப் பாராட்ட முயற்சிக்கின்றது. ஆனால், இராசகோபால பிள்ளையும் சேனாவரையம் பதித்திருக்கின்றார் என்று அறுதியிட்டுக் கூறாது, 'இராசகோபால பிள்ளை பதிப்புப் புத்தகம்' என்று கருகல் செய்து நடக்கின்றது. இக் கருகலாலும், அரசாங்க புத்தகப் பதிவில் இராசகோபால பிள்ளை பெயரால் சேனாவரையப் பதிப்பு இல்லாமையாலும் இராசகோபால பிள்ளை திருட்டுப் பிரசித்தமாகையாலும் தாமோதரம் பிள்ளை

பதித்து இரண்டு மாசத்துக்கிடையில் திடீரென்று தோன்றினமையாலும், தமிழ்நாட்டில் ஏட்டுப் பிரதி கிடைத்தாலும், இராசகோபால பிள்ளை பதிப்புக் கிடையாமையாலும், தாமோதரம் பிள்ளை முதலிய யாழ்ப்பாணத்து அறிஞர்களில் இராசகோபால பிள்ளைக்கு மாற்சரியம் உண்மையாலும், திரு. இராமாநுஜையங்கார் அவர்களிடமிருக்கும் இராசகோபால பிள்ளை பெயராலுள்ள சேனாவரையம், 'புதிய பதிப்புத்தானோ, தாமோதரம் பிள்ளை பதிப்புச் சில தாள்கள் வேறுபட்டுத் தோற்றுந் தோற்றுமோ' என்பதை அறிஞர்கள் ஊகிக்கக் கடவர்கள். எங்ஙனமாயினும், என்னைப் பொறுத்த வரையில் இராசகோபால பிள்ளைக்கு நன்றி தெரிவிக்க விரும்புகிறேன். ஏனென்றால் தாமோதரம் பிள்ளை பதிப்புக்கு முன் தாம் பதித்ததாகக் காலத்தை முன்னுக்குத் தள்ளாமல் எக்காரணத்தினாலோ (தாமோதரம் பிள்ளை பதிப்பில் பிழை காண்பான் போலும்) தம் பதிப்பைக் காலத்தால் பின்னுக்குத் தள்ளியதற்காக நன்றி செலுத்த வேண்டாமா! என்கின்றேன். இராசகோபால பிள்ளை வாழ்க.

அதே விபவ வருடம் (1868) கார்த்திகை மாதம் மற்றொரு தொல்காப்பியப் பதிப்பு வெளிவந்தது. அது தொல்காப்பியம் எழுத்ததிகாரம் இளம்பூரணர் உரை. இதனைப் பதித்தவர்கள் மகாவித்துவான் மீனாட்சிசுந்தரம் பிள்ளை அவர்களின் மாணவர் சுப்பராயச் செட்டியார் அவர்கள். எழுத்ததிகாரம் இளம்பூரணத்தை ஏட்டிலிருந்து முதன்முதல் அச்சில் கொணர்ந்தவர்கள் செட்டியார் அவர்களே.

தமிழ்நாடு தொல். எழுத்தையும் சொல்லையும், எழுத்துக்கு நச்சினார்க்கினியம் இளம்பூரணம் என்கின்ற உரைகளையும், சொல்லுக்குச் சேனாவரையத்தையும் பெற்றுக்கொண்டது. இவற்றை முதன்முதற் பதித்த பெருமக்களைக் காலக் கிரமஞ் செய்தால் மழைவை மாகலிங்கையர், சி.வை.தாமோதரம் பிள்ளை, சுப்பராயச் செட்டியார் என்றே கிரமஞ்செய்ய வேண்டும். எழுத்தையும் அதற்கு நச்சினார்க்கினியத்தையும் முதன்முதல் அச்சில் தந்த பெருமை மகாலிங்கையருக்குரியது. அவ்வாறே சொல்லையும் அதற்குச் சேனாவரையத்தையும் முதன்முதல் அச்சில் தந்த பெருமை சி.வை. தாமோதரம் பிள்ளைக்குரியது. எழுத்துக்குரிய இளம்பூரணத்தை முதன் முதல் அச்சில் தந்த பெருமை சுப்பராயச் செட்டியார்க்குரியது. சந்தேகப் பேர்வழியாகிய இராசகோபால பிள்ளைக்குப் பதிப்பாளர் நாமாவலியில் இடங்கொடுக்க இடமில்லை. அப்படிக் கொடுப்பினும் முதன்முதல் அச்சில் தந்த பெருமை அவருக்குக் கிடையவே கிடையாது. இல்லையே இல்லை! இராசகோபால பிள்ளையின், அரசாங்கப் பதிவு புத்தகத்தை

ஏமாற்றிய கள்ளச் சேனாவரையப் பதிப்புக் காலம் (1868) விபவ வருடம் கார்த்திகை மாதம். தாமோதரம் பிள்ளையின் அரசாங்க பதிவு புத்தகத்தை ஏமாற்றாத களவில்லாத சேனாவரையைப் பதிப்புக் காலம் (1868) விபவ வருடம் புரட்டாதி மாதம். இரண்டு மாசங்கள் முந்தி.

மழைவை மகாலிங்கையர் எழுத்ததிகாரம் நச்சினார்க் கினியம் பதித்து இருபது வருஷங்களுக்குப் பிறகு, சுப்பராயச் செட்டியார் (1868) விபவ வருடம் கார்த்திகை மாதம் எழுத்து–இளம்பூரணம் அச்சிற்பதிக்க இரண்டு மாசங்களுக்கு முன், அஃதாவது இற்றைக்கு 80 வருஷங்களுக்கு முன்னமே.

இந்தப் பூமண்டலத்திலே தமிழ்நாட்டிலே தொல்காப்பியம் சொல்லதிகாரம் சேனாவரையத்தை 'தமிழ்நாட்டிலே தமக்கிணை யில்லாத' ஸ்ரீலஸ்ரீ ஆறுமுக நாவலர் அவர்களைக் கொண்டு பரிசோதிப்பித்து, முதன்முதல் அச்சுவாகனத்தில் ஆரோகணிப்பித்தவர்கள் தமிழ்மகார் சி.வை. தாமோதரம் பிள்ளை அவர்களே! ஒரு மயிர் நுனியைக் கோடானுகோடி கூறிட்டு, அக்கூறுகளில், ஒரு கூறாகிய ஒரு மயிர் நுனி சந்தேகமும் இதில் இல்லையே இல்லை! இஃதிங்ஙனமாக,

எழுத்துச் சொல் பதித்தவர்கள் நாமாவலியை, "மழைவை மகாலிங்கையர், சுப்பராயச் செட்டியார், இராசகோபால பிள்ளை, சி.வை. தாமோதரம் பிள்ளை" என்று வரிசைப்படுத்தி, காலத்தால் இரண்டாம் இடத்தினராய் முதன்முதல் பதித்தலாகிய செய்கையால், மகாலிங்கையரோ டொப்ப முதலாம் இடத்தினராய சி.வை. தாமோதரம் பிள்ளையை, நான்காம் இடத்தினராக்கி, 'இராசகோபால பிள்ளை பதிப்பையே தாமோதரம் பிள்ளை பார்த்துப் பதித்திருக்க வேண்டும்' என்று படிக்கிறவர்கள் உணரும்படி வைப்புக் கிரமம் செய்யாமற் செய்து,

செய்ந்நன்றி கொல்வோரும் இப்பூமிக்குப் பாரமாய் உளராயின், அவர்தம் அதோகதிக்கு இரங்கி, (1868) விபவ வருஷத்திலும், ஏனைய வருஷத்திற் போலவே, கார்த்திகைக்கு முன் ஐப்பசி; ஐப்பசிக்கு முன் புரட்டாதி, என்று விரல்விட்டுக் காட்டுவதோடு, மகாலிங்கையர் பதிப்பு 80 வருஷத்துக்கு முந்தியதன்று; 100 வருஷத்துக்கு முந்தியது; தாமோதரம் பிள்ளை பதிப்புதான் 80 வருஷத்துக்கு முந்தியதென்றும் தெரிவித்துக் கொள்ளுகிறேன்.

உலகத்தா ருண்டென்ப தில்லென்பான் வையத்
தலகையா வைக்கப் படும்.

இனி அப்பாற் செல்வோம்.

"எழுத்துஞ் சொல்லும் ஆராய்வது பொருளதிகாரத்தின் பொருட்டன்றே! பொருளதிகாரம் பெறேமெனின் இவை பெற்றும் பெற்றிலேம்" என்று ஒரு குரல் கடைச்சங்க காலத்துப் பாண்டிய அரசனொருவன் வாயிலிருந்து கேட்கின்றோம். கடைச்சங்கத்துத் தலைமைப் புலவோராகிய நக்கீரரே அக்குரலைப் பெருக்குகின்றார்.

இக்குரலிலிருந்து தொல்காப்பியத்தின் உயிர் நிலையம் எந்த அதிகாரம் என்பதை எவருந் தொட்டுக்காட்டலாம். அந்த உயிர் நிலையமாகிய பொருளதிகாரம் 1868ஆம் ஆண்டு கழிந்து, 1878 ஆம் ஆண்டு போய், 1884ஆம் ஆண்டும் நீங்கி இன்னும் அச்சில் வெளிவரவில்லை. ஓர் இராசகோபால பிள்ளையோ, ஒரு தொழுவூர் வேலாயுத முதலியாரோ, இவர்கள் சூத்திரப் பாவையான வீராசாமி முதலியோ திருவுள்ளம் இரங்கவில்லை! வெறுங்கைக்கு முழம் ஏது!

தமிழ்நாடு முழுவதிலும் பொருளதிகார ஏடு ஒரு சிலவாய், அவையும் நெரிந்தும் முரிந்தும் சிதல்வாய்ப் பட்டும் சிதைந்து, இறுதி மூச்சு விடுவதைத் தமிழ்மகன் ஒரே ஒரு தாமோதரன்தான் கண்ணுற்றான்; கண்ணீர் சொரிந்தான். 1885ஆம் ஆண்டு பொருளதிகாரம், முதல் ஐந்தியல்கள் நச்சினார்க்கினியர் உரையோடும் பின்னான்கியல்கள் பேராசிரியர் உரையோடும் அச்சுவாகனம் இவர்ந்து, தாமோதரம் பிள்ளை பதிப்புத் தமிழ்நாட்டில் பவனி வந்தது.

பல்காற் பழகினுந் தெரியா உளவேல்
தொல்காப் பியந்திரு வள்ளுவர் கோவையார்
மூன்றினும் முழங்கும்

அன்றோ!

நாவலர் பதிப்புக்களான திருவள்ளுவர் கோவையார் என்பவைகளோடு, தொல்காப்பியம் முழு உருத் தரித்துக் கைகோத்துக் குதூகலித்தது. தமிழ் அன்னை புன்னகை பூத்தாள்.

1891ஆம் ஆண்டில் பலருடைய வேண்டுகோளின்படி மழைவை மகாலிங்கையர் பதித்த எழுத்து நச்சினார்க்கினியத்தை மிக அருகினமையால் திருப்பிப் பிள்ளை அச்சிட்டார். அடுத்த ஆண்டு சொல்லதிகாரம் நச்சினார்க்கினியம் பிள்ளையால் முதன்முதல் அச்சிடப்பட்டது. எழுத்ததிகாரம் நச்சினார்க்கினியம் தவிர, சி.வை.தாமோதரம் பிள்ளை பதிப்பெல்லாம், மற்றொருவர் பதியாத புத்தம் புதிய பதிப்புக்களே.

"ஒரு முறையாயினும் பிறர் பிரசுரித்த நூல்களை மீள அச்சிடுவிக்காத எனக்கு இவ்வெழுத்ததிகாரம் ஒரு விலக்காயிற்று. அன்றியும் ஒரு பெருநூலின் முதலிலே யுள்ளதோர் சொற்ப பாகத்தை மாத்திரம் ஒருவர் பிரசுரஞ் செய்து காலகதியடைந்து விட்டால் பின்னர் அந்நூல் முழுவதையும் அச்சிடுவோர் முதற் பாகத்தையுஞ் சேர்த்து அச்சிடுதல் தவறன்றாம். உலக வழக்கும் அதுவே"

என்ற பிள்ளையவர்கள் கூற்றுங் கரிபோக்கும்.

1881இல் வீரசோழியமும், 1883ல் தொல். பொருளதிகாரத்துக்குத் திறவு கோலான இறையனார் களவியல் உரையும், அவ்வாண்டில்தானே சிவஞான சுவாமிகளின் மாணவரான கச்சியப்ப முனிவர் இயற்றிய தணிகைப் புராணமும், 1887இல் கற்றறிந்தா ரேத்துங் கலியும் உரையும், 1889இல் குட்டித் தொல்காப்பியமாகிய இலக்கண விளக்கமும், சூளாமணியும் பிள்ளை அவர்கள் அச்சிட்ட புத்தம் புதிய பதிப்புக்களே.

திரு. நா. பொன்னையா அவர்கள், மகாவித்துவான் கணேசையர் அவர்களின் மரபு நெறிப்பட்ட ஆன்ற அறிவைப் பயன்படுத்தி, சி.வை. தாமோதரம் பிள்ளை அவர்களின் ஞாபகமாகத் தற்காலத்துச் சனநாயகத் தமிழுக்குத் தலைக் கெட்டாத "கூடலினாய்ந்த ஒண்டீந்தமிழ்வாய்" நுழைவார்க்கு அரியதொரு சாதகமாக, பிள்ளையவர்கள் பதித்த தொல்காப்பியம் முழுவதையும் நாற் பெருங்கூறிட்டு, அழகிய முறையில் அச்சிட் டுபகரித்தது, பழந் தமிழறிஞர்கள் பாராட்டி யமையாது.

திரு. பொன்னையா அவர்கள் தேச கைங்கரியங்கள் செய்து வருவதையிட்டு அரசாங்கம் 'ஜே.பி.'யாக நியமித் திருக்கிறது. நான் அவர்களுடைய சாஸ்திர கைங்கர்யங்கள் குறித்து, 'வராகம்' என்கின்ற பட்டத்தை வழங்க விரும்புகின்றேன்.

விஷ்ணுவின் பத்து அவதாரங்களில் 'கற்கி' (கல்கி) அவதாரம் போல, 'வராகம்' என்பதும் ஒரு விஷ்ணு அவதாரம். அறிவுப் பொக்கிஷங்களாகிய தொல்காப்பியம் போன்ற நூல்களை அசுரர்கள் சிதைத்து ஆழ்த்துங் காலங்களிலே, விஷ்ணு வராகமாய்த் தோன்றித் தனது வக்கிர தந்தங்களில் ஆழ்த்திய அறிவுப் பொக்கிஷயங்களைத் தேடி எடுத்து ஏந்தி உபகரிப்பது புராணப் பிரசித்தம்.

தொல்காப்பியம் சிதைந்து மறையுங் காலத்தில் அதனைத் தேடி எடுத்து ஏந்திப் பரமோபகாரஞ் செய்த சி.வை. தாமோதரம்

பிள்ளை அவர்கள் ஆதிவராகம். பிறகு தாமோதரம் பிள்ளை எடுத்து ஏந்திய தொல்காப்பியம் மறைகிற சமயத்திலே, நன்றி மறவாமல் அதனை எடுத்துத் தாங்கிப் பயன்படு முறையில் உபகரித்த திரு. பொன்னையா அவர்கள் 'உத்தர வராகம்'.

திரு. நா. பொன்னையா, ஜே.பி., அவர்கள் செய்த புண்ணியத்தோடு புண்ணியமாக, சி.வை.தாமோதரம் பிள்ளை பதிப்புகளில், பிள்ளை அவர்கள் எழுதிய பதிப்புரைகளை ஒன்று சேர்ந்து, ஒரு தக்க முன்னுரையோடு அடிக்குறிப்புக் களோடும், வெளியிட வேண்டுமென்று கேட்டுக் கொள்கிறேன். பிள்ளை அவர்களின் பதிப்புரைகள், தமிழ் வரலாறு தமிழ்நாட்டு வரலாறுகளையும், அவற்றில் பிள்ளை அவர்களின் பங்கையும் புலப்படுத்துவதோடன்றி, உயரிய வகுப்புகளுக்கு வரலாற்றுப் பாடமும் தமிழ் இலக்கியமுமாய் அமைந்து பயன்படும் என்பதைச் சொல்ல வேண்டியதில்லை.

இந்தக் கட்டுரையை எழுதுவதற்கு 1948ஆம் ஆண்டு ஒரு சந்தர்ப்பம் திடீரென்று தோன்றியது. ஆனால், கரு உருவெடுக்கவில்லை. இத்தனை காலங் கழித்துக் குழந்தை பிரசவித்திருக்கிறது. தொல்காப்பிய பராமரிசகர்கள், இந்தக் குழந்தையையும் பரிசித்துக் கொஞ்சிக் குலாவுவார்களாக.

**17-9-1950 (ஞாயிறு), *ஈழகேசரி*-அநுபந்தத்தில்**
**வெளிவந்த கட்டுரை.**

9

# பிறர் நூலுக்கு வழங்கிய சாற்றுக் கவிகள்

நல்லைவள ராறுமுக நாவலர்ச ரித்திரத்தை
எல்லவரு மேத்த வினிதுரைத்தான் – சொல்லும்
பொருளுஞ் சுவைதெவிட்ட வேதவன பூப
ணருளுஞ் கனகரத்ன னாய்ந்து.

**(கனகரத்தின உபாத்தியாயர், 'ஆறுமுக நாவலர் சரித்திரம்', 1882)**

அகத்தி னைப்புரி யகப்புறச் சமயமா லகற்றிச்
சிவத்தி னைப்புரி தருமொரு சித்தாந்த சைவ
மகத்து வத்திரு நெறியினை நாடொறும் வளர்க்குந்
தவத்தி னைப்பெரி துடைமையாற் றரைபுகழ் தக்கோன்.

இந்து சேகர னடியரை யவனென வீண்டுப்
புந்தி செய்குணச் சுயம்புவேள் புரிந்தமெய்த் தவத்தால்
இந்த மாநிலஞ் சபாபதி யறிஞரென் றேத்த
வந்து தோன்றிய சைவசூ ளாமணி மாதோ.

சைவ மாகிய தாமரைத் தடமொளி தழைப்பப்
பொய்வ ரும்விவி லியகயி ரவம்பொலி விழப்ப
மெய்வ ரும்புல வோரளி கூட்டுணு மிந்நூல்
தெய்வ னாயிறொன் றெழுந்தெனத் திகழ்ந்ததை யன்றே.

கற்கரிய தமிழொ டிங்கிலிஷ் கரைகண் டோர்ந்து
  கயிலாய நாதகுரு கழற்கால் சேர்ந்து
சிற்குணத்தா தெரிவருநன் னிலைக டேர்ந்து
  சிவசமய சித்தாந்த நெறியே போந்து
தற்குவமை யில்லாத குமார சாமி
  தனக்கிதய நண்பினனாய்ச் சரிக்குளு சிற்றூர்ச்
சற்குணன்வை ரவநாதன் றனயன் றாமோ
  தரம்பிள்ளை யிப்பதிகஞ் சாற்றி னானே.

**(சபாபதி நாவலர், 'யேசுமத சங்கற்ப நிராகரணம்', 1882)**

கூர்மபுராணத்திற் குறித்தபடி கோதண்டன்
சீர்மலியும் காதைதனைச் செப்பினான் – பார்மிசைத்தன்
பாவாற் சதாவதா னம்பரித்த சுப்ரமண்ய
னாவான் மறையோ னயந்து.

**(சதாவதானம் சுப்பிரமணியையர், 'இராமாயண வெண்பா', 1889)**

போகேசன் முதலாய புங்கவர்க்கு மருள் காஞ்சிப் புரியாற் போந்த
யோகீசன் சரவணப வையனுயர்ப் பௌத்ரன் வட்டு நகரி லோங்கும்
நாகேச வழிப்புலவ னங்குசிவ சுப்ரமண்ய நாவ லோனால்
வாகீசன் கந்தசட்டிப் புராணமமிழ் தெனத் தமிழில் வழங்கி னானே.

(சிவசுப்பிரமணிய சிவாசாரியார், 'கந்தசட்டி புராணம்', 1895)

மண்ணுலகு புகழ்கதிர்கா மன்றனயன் சபாபதியாம் வல்வை நாடன்
நண்ணருநாற் கவிராச நம்பியகப் பொருள் விளக்க ஞாலத் தோங்க
நண்ணுறுஞ்சொற் சுவைபெருகத் தருகவுரை யெனவகுத்தான்
றமிழ்நூல் வல்ல
பண்ணவன்வைத் தியலிங்க பண்டிதன் சங்கர நாதன் பயந்தோ னன்றே.

(இயற்றமிழ்ப் போதகாசிரியர் வல்லை வைத்தியலிங்கம்,
நாற்கவிராச நம்பியகப்பொருள் விளக்கவுரை, ஆண்டு தெரியவில்லை)

•

# தமிழ்ப் பழமொழிகள்

The edition of proverbs brought out by the Rev. Mr. Jensen is decidedly an improvement upon its predecessors. Its classification under appropriate heads gives it a superior aspect, facilitating one to lay his hand on what he wants which he cannot do in a collection simply alphabetically arranged, the advantage of which is also combined in the edition by the index of the initial words.

Notwithstanding that there are slight errors of grammar and spelling, which a European compiler cannot but fall into, the book, I believe, will be of great use to both the Tamilians and foreigners.

Madras, 23rd April 1897 C.W. Tamotharam Pillay

(Rev. Herman Jensen, *A Classified Collection of Tamil Proverbs*, The Methodist Episcopal Publishing House, Madras, 1897.)

•

# 10
## வாழ்க்கைக் குறிப்பு

1832 செப். 12 — யாழ்ப்பாணம்–சிறுபிட்டி என்னும் ஊரில் பிறந்தார். [பெற்றோர்: சைரஸ் கிங்ஸ்பரி வைரவநாதன் – மேரி டேட்டன் பெருந்தேவி. பிறப்பின்போது கிறித்துவ மதத்தைக் கொண்டிருந்த சி.வை.தா.வின் இயற்பெயர் சார்லஸ் வின்ஸ்லோ கிங்ஸ்பரி (*CL.W. KINGSBURY*) என்பதாம்.]

1833 பிப். 24 — ஞானஸ்நானம் பெறுதல்.

1837 — வட்டுக்கோட்டையில் உள்ள பள்ளியில் தொடக்கக் கல்வி பயிலல்.

1843 — சுன்னாகம்–முத்துக்குமாரக் கவிராயரிடம் இலக்கண இலக்கியங்களைப் பாடங் கேட்டல்.

தெல்லியம்பதி அமெரிக்க மிஷன் பள்ளியில் ஆங்கிலம் பயிலல்.

1844 அக். 12 — வட்டுக்கோட்டை அமெரிக்க மிஷன் செமினரி (*Batticotta seminary*)யில் உயர்நிலைக் கல்வி பயிலுதல். அவரது தமிழாசிரியர் திரு.'நெவின்ஸ்' அவர்களால் 'பண்டிதர்' என்று போற்றப்படு மளவிற்குப் பெருமை பெற்றிருந்தார்.

1852 செப். 23 — தமது இருபதாம் வயதில் கலாசாலைக் கல்வியை நிறைவு செய்தல்.

முதல் தமிழகப் பயணம்.

1854 — கோப்பாய் ஆசிரியர் கல்லூரியில் ஆசிரியப் பணி.

தமது பதிப்பில் முதல் நூலான 'நீதிநெறி விளக்கம்' பதிப்பித்தல்.

1855 — பெர்சிவல் பாதிரியார் சென்னையில் நடத்திவந்த 'தினவர்த்தமானி' வார இதழுக்குத் துணையாசிரியராதல்.

1857 — கள்ளிக்கோட்டை அரசினர் கல்லூரித் தலைமையாசிரியர் பணி.

சென்னைக்கு வந்து தங்குதல்.

| | |
|---|---|
| | சென்னைப் பல்கலைக்கழகம் முதன்முதலில் நடத்திய நுழைவுத் தேர்வில் வெற்றி பெறுதல் |
| 1858 | பி.ஏ., தேர்விலும் பல்கலைக்கழக முதல் பட்டதாரி மாணாக்கராகத் தேர்ச்சி பெறுதல். (இவருடன் தேர்ச்சி பெற்ற மற்றொருவர் சுதுமலை 'கரோல்' விசுவநாதப் பிள்ளை.) |
| 1860 | இரண்டாவது திருமணம். முதல் மனைவி (வள்ளியம்மை)யின் சகோதரி நாகமுத்தம்மாளை மணந்துகொள்ளுதல். |
| | கிறித்துவ சமயத்திலிருந்து விலகிச் சைவ சமயத்தைத் தழுவுதல். |
| 1871 | பி.எல்., தேர்வில் வெற்றிபெறுதல். |
| | லூஷிங்டன் துரை என்னும் வெள்ளையரால் அரசாங்க வரவு செலவுக் கணக்கு ஆய்வாளர் பணியில் அமர்த்தப்படுதல். |
| 1875 | அரசு 'ராவ்பகதூர்' பட்டம் வழங்கி கௌரவித்தல். |
| 1876 | ஏழாலையில் 'சைவப்பிரகாச வித்தியாசாலை' எனும் கல்வி நிறுவனத்தைத் தமது சொந்த செலவில் நிறுவுதல். |
| 1882 | இரண்டாம் மனைவி மறைவு. |
| | உபகாரச் சம்பளம் பெற்று வேலையிலிருந்து நீங்குதல். |
| 1884 | கும்பகோணம்–சத்திரங்கருப்பூர் என்னும் பகுதியில் வசித்தல். வழக்குரைஞராகப் பணிபுரிதல். |
| | உ.வே. சாமிநாதையருடன் நேரடித் தொடர்பு. |
| 1885 | மூத்தமகன் அமிர்தலிங்கம் திருமணம். |
| 1887 – 90 | புதுக்கோட்டை முறைமன்ற நடுவராக நியமனம். |
| 1889 | மூத்தமகன் அமிர்தலிங்கம் மறைவு. |
| | சைவப்பிரகாச வித்தியாசாலைக்கு நிதி திரட்டி ஒப்படைக்க முயன்று, ஊரவர் ஒத்துழைப்பு இல்லாததால் தோல்வி. |

| | |
|---|---|
| *1890* | மூன்றாம் திருமணம் செய்துகொள்ளுதல். |
| *1893* | மகன் சி.தா. அழகுசுந்தரம் கிறித்துவமதத்தைத் தழுவுதல். (இதனால் தந்தைக்கும் மகனுக்குமான உறவு முறிந்துபோதல்.) |
| *1896* | இராஜபிளவை என்னும் நோயினால் பாதிப்பு. |
| *1897* | பரிதிமாற் கலைஞரை 'மதிவாணன்' எனும் புனைகதையை எழுதத் தூண்டுதல். |
| *1898* | 'சைவப்பிரகாச வித்தியாசாலையை' மூடுதல். |
| *1901 ஜன. 01* | காலை 9.30 மணியளவில் இறைவனடி சேர்தல். |
| | பிற்பகலில் சென்னை–புரசைவாக்கம் சுடுகாட்டில் உடல் தகனம். |
| *1901 ஜன. 18* | புரசைவாக்கம் கங்காதீஸ்வரர் கோயில் பூந்தோட்டத்தில் உத்தரகிரியை நடைபெறுதல். |
| | வி.கோ. சூரியநாராயண சாஸ்திரியார், நா. கதிரைவேற் பிள்ளை முதலிய பல வித்துவான்கள் சரமகவி பாடுதல். |
| *1983* | யாழ்ப்பாண அரசு அஞ்சல்தலை வெளியிட்டுச் சிறப்பித்தல். |

உ

சிவமயம்.

# உத்தரகிரியைப் பத்திரிகை.

ம-ா-ா-ஸ்ரீ ______________________ அவர்களுக்கு

ஐயா,

நிகழும் 1901ஆம் ஜனவரி 1௳ மங்களவாரம் 9-மணிக்கு சிவபதமடைந்த எனது சகோதரர் ராவ் பகதூர் சி. வை. தாமோதரம்பிள்ளை அவர்களுக்கு நாளது ஜனவரி 18௳ சுக்கிரவாரம் காலை 7-மணிக்குமேல் சென்னை புரசை ஸ்ரீ கங்காதரேஸ்வரர் கோவில் பூந்தோட்டத்தில் நடத்தும் உத்தரகிரியைகளுக்கும், அன்றுமாலை 5½-மணிக்குமேல் புரசை வினைதீர்த்தான் முதலிவீதி கிழண்டைவாடை 6-வது கதவிலக்கமுள்ள கிருகத்தில் நடத்தும் சுபஸ்வீகரணத்திற்கும், தாங்கள் தங்களிஷ்டஜன குடும்ப சகிதராய் வந்திருந்து மேற்படி காரியத்தை நடத்திவைக்கும்படி கேட்டுக்கொள்ளுகின்றேன்.

இங்ஙனம்
தங்கள் விதேயன்
சி. வை. சின்னப்பாபிள்ளை.

புரசை:
1901ஆம்
ஜனவரி 10௳.

V. N. J. P.

அஞ்சல்தலை

(இலங்கை அரசு 1983இல் வெளியிட்ட அஞ்சல்தலை)